መደመር

መደመር

ዐቢይ አሕመድ (ዶ/ር)

የኢትዮጵያ ፌዴራላዊ ዴሞክራሲያዊ ሪፐብሊክ
ጠቅላይ ሚኒስትር

ፀ ሐ ይ
አሳታሚና አከፋፋይ ድርጅት

ፀሐይ
አሳታሚና አከፋፋይ ድርጅት

መደመር

ዶ/ር ዐቢይ አሕመድ © ጥቅምት ወር 2012 ዓ.ም

የመጽሐፉ ዓለምአቀፍ መለያ ቍጥር (መዓመቍ):
[ISBN] 978-1-59-907204-3 [ለስላሳ ሽፋን] እና
978-1-59-907205-0 [ጠንካራ ሽፋን]

አሳታሚ ኤልያስ ወንድሙ
የሽፋን ፎቶ በአሮን ስሜነህ | ሽፋን ቅንብር በሣራ ማርቲኔዝ

የፀሐይ አሳታሚ ድርጅት መጻሕፍትን ለመግዛት ወይም
ድርሰትዎን ለማሳተም ከፈልጉ በአድራሻዎቻችን መልእክትዎን ይላኩልን።

ፀሐይ አሳታሚ ድርጅት
የመልእክት ሣ. ቁ. 25042 ኮድ 1000
አዲስ አበባ፣ ኢትዮጵያ

TSEHAI Publishers
Loyola Marymount University
1 LMU Drive, Suite 3012
Los Angeles, CA 90045
U.S.A.

www.**tsehai**publishers.com
Email: info@tsehaipublishers.com

ካለአሳታሚው ሕጋዊ ፍቃድ በስተቀር፣ ይህንን መጽሐፍ ማባዛት፣ መቅዳት፣
መተርጎምም ሆነ በማንኛውም ዓይነት ዘዴ ማሰራጨት በሕግ የተከለከለ ነው።

የዚህ መጽሐፍ የሕትመት ምዝገባ መረጃ
በወመዘክር የኢትዮጵያ ብሔራዊ ቤተመጻሕፍት፣
በአዲስ አበባ ዩኒቨርሲቲ የኢትዮጵያ ጥናትና ምርምር ተቋም ቤተመጻሕፍት እና
በአሜሪካ የኮንግረስ ቤተመጻሕፍት ተመዝግቦ ይገኛል።

ይህ መጽሐፍ በአሜሪካን ሀገር ታተመ።

፩ ፪ ፫ ፬ ፭ ፮ ፯ ፰ ፱ ፲

ማውጫ

ምስጋና .... ፬

የአሳታሚው ማስታወሻ .... ፭

መቅድም .... ፯

መግቢያ .... ፲፩

ክፍል አንድ፡ የመደመር ዕሳቤ መነሻ ሐሳቦች

1 | **የሰው ልጅ ተፈጥሮ ተደማሪ ፍላጎቶችና ዐቅም** 3

የሰው ልጆች ፍላጎት

የሰው ልጆች ዐቅም

2 | **የሁለት ርዕዮቶች ተቃርኖ** 13

ሊበራሊዝም

ሶሻሊዝም

ሁለቱን ርዕዮቶች የማስታረቅ ሙከራ

በሀገራችን የሞከርናቸው ርዕዮተ ዓለሞች

የሞከርናቸው ርዕዮቶች ስለምን አላሻገሩንም?

3 | **የመደመር ብያኔ** 29

መደመር፡- ከብቸኝነት ጉድለት ወደ ከሡትነት

ወረት ማካበት

የመደመር መሠረቶች

የመደመር ዕሴቶች

4 | **የተደማሪነት ሳንካዎች** 39

የአስተሳሰብ ሳንካዎች

የግብር ሳንካዎች፦ የመደመር 'ቀይ መሥመሮች'

ማውጫ

ክፍል ሁለት፡ የሀገራችን የፖለቲካ ስብራትና የጥገና አማራጭ

5 | **ጭቆናና የኢትዮጵያ ሀገረ መንግሥት ህልውና** 61

ሰው ወለድ ጭቆና

መዋቅር ወለድ ጭቆና

6 | **ኢትዮጵያዊ ዲሞክራሲን የመፍጠር ትልም** 73

የዲሞክራሲ ግንባታ አማራጮች

7 | **የሀገረ መንግሥት ቅቡልነትን የማረጋገጥ ፈተና** 87

ብሔርተኝነትና የኢትዮጵያ ሀገረ መንግሥት ምሥረታ ታሪክ

ዕርቀ ሰላምና ብሔራዊ መግባባት

8 | **የነጻ፣ ገለልተኛና ብቁ ተቋማት ግንባታ** 99

የቤተ ዘመድና የጥቅም ሸሪኮች መረብ የወለደው የተቋማት ድቀት

ተቋማዊ ችኮነት የወለደው የተቋማት ችግር

9 | **የፖለቲካ አመራር ከገዢነት ወደ መሪነት** 105

በሀገራችን የተስተዋሉ የመሪነት ፈተናዎች

በሀገራችን መገንባት የምንፈልገው የአመራር ዓይነት

10 | **የፖለቲካ ባሕል ግንባታ፤ ዘላቂውና አስተማማኙ መንገድ** 113

የጋራ ባህልና ዕሴቶቻችን

ቁስ ተሻጋሪ ዕሴቶችና የዲሞክራሲ ባህል ግንባታ

ክፍል ሦስት፡ የሀገራችን የኢኮኖሚ ሥርዓት ስብራትና የጥገና አማራጭ

11 | **የኢትዮጵያ ኢኮኖሚ ትሩፋቶችና የዕድገት ጥራት ፈተና** 123

የፍትሐዊ ተጠቃሚነት ችግር

የማክሮ ኢኮኖሚ መዛባት

12 | **የኢኮኖሚ ሥርዓቱ ስብራት መንሥኤዎች** 131

የገበያ ጉድለት

የመንግሥት ጉድለት

የሥርዓት ጉድለት

ማውጫ

13 | **የምርት ኃይሎች እንደ ሀገራዊ እምቅ ዐቅም** 155
የሕዝብ ቁጥርና ስብጥር እንደ ብሔራዊ እምቅ ዐቅም
የኢትዮጵያ የተፈጥሮ ሀብት እንደ ብሔራዊ እምቅ ዐቅም

14 | **የኢኮኖሚ መዋቅራዊ ሽግግር፤ የመስፈንጠሪያ ስልት አስፈላጊነት** .. 169
ግብርና 'አዳጊ ሚች'?
የኢንዱስትሪ ልማት ተግዳሮቶች
የቴክኖሎጂ ልማት፡ የአርፍዶ ደራሽነት ምንዳዕ
ዕውቀት መር ኢኮኖሚን የመገንባት ትልም

ክፍል አራት፡ መደመር እና የውጭ ግንኙነት

15 | **የዓለም አቀፍ አዝማሚያዎችና ሀገራዊ አንድምታቸው** 191
የኃያላን ሀገራት ፉክክርና የዓለም አቀፍ ግንኙነት ተዋንያን ቁጥር መጨመር
የሕዝበኝነትና ብሔርተኝነት መግነን

16 | **መደመር እና የውጭ ግንኙነት** 199
የመደመር የውጭ ግንኙነት ፍልስፍና

መውጫ 213

ሙዳየ ቃላት 215

ዋቢ መጻሕፍት 219

ምስጋና

የመደመር አስተሳሰብ በውስጤ እየተብላላ ቆይቶ ከአንደበቴ ከፈለቀበትና ለሌሎች ማጋራት ከጀመርኩበት ቅጽበት ጀምሮ አስተሳሰቡ እንዲዳብር፣ እንዲሰፋ እና ሁለንተናዊ በሆነ መልኩ ግለሰባዊና ማኅበራዊ ሕይወትን ሊነካ የሚችል ቅርጽ እንዲይዝ ሐሳቡን በመቀበል፣ በማንሸራሸር፣ በመተቸት እና በማዳበር የደገፉኝን ጓደኞቼንን፣ የሥራ ባልደረቦቼን እና የትግል ጓዶቼን ከልብ አመሰግናለሁ። እንዲሁም ይኽን መጽሐፍ በዚህ መልኩ ለማዘጋጀት ጽሑፉን በማንበብ፣ በማዳበር እና በማረም ድጋፍ ያደረጉልኝ ወዳጆቼ ምስጋናዬ አይለያቸውም።

የአሳታሚው ማስታወሻ

•••••••••••••••

በሃያ አንድ ዓመት የአሳታሚነት ሥራ የሀገራችንን ታሪክ የሚያሳውቁ፣ በትውልዶች መካከል የተፈጠረውን ክፍተት፣ በእውቀትና በማገናዘብ ድልድይነት ለመሻገር የሚረዱ የታሪክ ድርሳናትን፣ የምርምር ሥራዎችን፣ የፈጠራ ጽሑፎችንና የህፃናት መጻሕፍትን ስናሳትም ቆይተናል። በዚህ ሂደትም ስለሀገራችን የጻፉ ኢትዮጵያውያን ምሁራንን፣ የውጭ ሀገር ጸሐፍትን፣ እንዲሁም የቀድሞ የሀገርና የፖለቲካ ድርጅት መሪዎችን በደራሲነት አስተናግደናል። በውጤቱም ለእኛም ሆነ ለሚቀጥለው ትውልድ የምናነበውን ብቻ ሳይሆን የምንማርባቸውን ጽሑፎች በጥራት ለማሳተምና ለታሪክ ምርምርና መዘክርነት ማቆየት ችለናል። የትናንትን ታሪክ ከነበሩና ካጠኑት ምሁራን ማንበባችን ዛሬ ላይ እንዴት እንደደረስን ሲያስተምረን፣ እንደንባባችን ስፋትና የመረዳታችን መጠን ደግሞ ያለንበትንና የነገውን ጎዳና ፍንትው አድርጎ ያሳየናል።

የወቅቱ የለውጥ መሪ፣ መቶኛው የኖቤል የሰላም አሸናፊና የሀገራችን ጠቅላይ ሚኒስትር ዶ/ር ዐቢይ አሕመድ የጻፉት ይህ "መደመር" የተሰኘ መጽሐፍ በቀዳሚነት በትናንቱና በነባራዊው የኢትዮጵያ እውነታ ላይ ተመርኩዞ ለነገ ሀገራዊ መፍትሄ ያመላከቱበት በኩር የሥልጣን ዘመን የደራሲነት ሥራቸው ነው። ይህም በሥልጣን ላይ ሳሉ መጻሕፍት በማሳተም በቅርብ ጊዜ የፖለቲካ ታሪካችን ውስጥ ከአፄ ኃይለሥላሴ ቀጥሎ ሁለተኛው መሪ ያደርጋቸዋል።

እንደ መደመር ያሉ መጻሕፍት በእውቀት የትናንቱን እንቅፋት አልፈን፣ በተገነባው ላይ የራሳችንን ጨምረን ወደ አዲስ ከፍታ እንድንወጣ ይረዱናል። ባለፈው ግማሽ ምዕት ዓመት የሀገራችን ፖለቲካ ከውጭ በመጡ አስተሳሰቦች፣ ርዕዮተ ዓለሞችና ፍልስፍናዎች ሲመራ፣ ሕዝቡም ሲማረር፣ ሀገራዊ ሰብዕናችንም ሲሸረሸር እና ሲከስር አስተውለናል። የምሥራቁን ወይም የምዕራቡን ዓለም የፖለቲካ መንገድ መከተል እንደ ብቸኛ አማራጭ ከሚቆጠርበት አውድ ውስጥ ሀገር በቀል አማራጭን የሚያቀርብ፣ ገንቢ ውይይቶችን የሚጋብዝና ተጨማሪ ሀገራዊ መፍትሄዎችን እንድንቃኝ ፈር የሚቀድና እሰየው የሚያሰኝ ወቅታዊ መጽሐፍ ነው።

የዚህን መጽሐፍ ደራሲ ጠቅላይ ሚኒስትር ዐቢይ አሕመድንና ባልደረቦቻቸውን፣ እንዲሁም ለዚህ ሕትመት ተባባሪና ተሳታፊ የሆኑትንም ሁሉ ከልብ እናመሰግናለን።

በተለያዩ የኢትዮጵያ ርዕሰ ጉዳዮች ላይ ያሳተምናቸውን መጻሕፍት ድረ ገጻችን ላይ [www.tsehaipublishers.com] ወይም በአካል ወደ መጽሐፍ መደብር በመሄድ እንድትጎበኙ፣ ብሎም ገዝታችሁ፣ አልያም በቤተ መጻሕፍት ታድማችሁ እንድታነብቡ እናበረታታለን።

ለሀገራችን ኢትዮጵያ ዘላቂ ሰላምና ብልጽግና መልካም ምኞታችን ብቻ ሳይሆን ጥረታችንም ይሁን። ፈጣሪ እውነተኛውን የእውቀት ብርሃን ያብራልን፤ ትዕግስቱንና ጽናቱን ይለግሰን። መልካም ንባብ!

ጤና ይስጥልን!

ኤልያስ ወንድሙ
ሎስ አንጀለስ

መቅድም

“በሻሻ ኦልማፍ ገሊን ቢላሻ…”

[“በሻሻ ውሎ መግባትም በነጻ”]

ለዐቅመ አስተውሎት ባልደረስኩበትና ወቅቱን በትክክል በማላስታውሰው የልጅነት አእምሮዬ ላይ ከመደጋገፍና ከመገጣጠም በእጅጉ የላቀ የተፈጥሮ ኃይሎች ትስስርና ተመጋጋቢነት ተጻፈበት። የመደመር መምህሬ ተፈጥሮ ናት። ጠመኔዋ ደግሞ የልጅነት መንደሬ በሻሻ፤ ሰሌዳውም የልጅነት አእምሮዬ።

ተፈጥሮ በበሻሻ በኩል በልጅነት አእምሮዬ ላይ ብዙ ነገር ጽፋለች። በሻሻ ረቂቅ ነች። ተፈጥሯዊ ልምላሜዋ፣ ልምላሜውን ያበቀለው አፈር፣ አፈሩን ያራሰው ወንዝና የሰማዩ ዝናብ፣ ማለዳ እየጠበቀች ብቅ የምትለው ጀንበር፣ በቅጠሎቹ መካከል የሚዘዋወረው ነፋስ፣ በወቅቱ ጠንቅቄ ባልረዳውም ለአንዳች ታላቅ ተልዕኮ የተሰማሩ የአንድ ተፈጥሮ ድምር ቀለማት እንጅ የተለያዩ እንዳልሆኑ እውነቷን ትጽፍብኝ ነበር። በኋላ ከፍ ብዬ ስጠይቅ፣ ሳነብ እና ስረዳ የእነዚያ ሁሉ የተፈጥሮ ኃይሎች ድምር የምድሪቱን ሕይወት የሚያስቀጥል ሕብር መሆኑን ተረዳሁ።

የመደመር ዕሳቤ ስለሕይወት ማሰብ ከጀመርኩበት ጊዜ አንሥቶ አብሮኝ ያደገ ነው። መደመር ልጅ ሳለሁ እንደ እኔ ልጅ ነበር፤ ወጣት ስሆን አብሮኝ ፈረጠመ፤ እነሆ ስጎለምስና ዐዋቂ ሆኜ ሀገራዊ ኃላፊነትን በተለያየ ደረጃ ስቀበል ደግሞ አብሮኝ እየበሰለ በላቀ ደረጃ ለማገለግላት ሀገር የምመርጠው አስተሳሰብ ለመሆን በቃ።

የመደመር ዕሳቤ የኛ ነው። ያመነጬትም ሆኑ ያዳበሩት ገባሮቹ ሁለት ናቸው። አንዱ በዘመናት ታሪካችን ውስጥ የነበሩና ያሉ ሀገራዊ ባህሎቻችን አምጠው የወለዷቸውና የኀብረተሰባችን የልብ ትርታ የተቃኘባቸው ዕሴቶቻችን ሲሆኑ፣ ሌላው ደግሞ የተፈጥሮ ሕግ ነው። ለዚህም ነው መደመር ለቁልፍ ችግሮቻችን ቁልፍ መፍትሔዎችን እንደሚያቀብል የማምነው።

የመደመር ዕሳቤ በእኔ ውስጥ ይበልጥ እየበሰለና ፍልስፍናዊ ቅርጽ እያየዘ የመጣው በተለያየ ወቅት በኃላፊነት በሠራሁባቸው ተቋማት አስተሳሰቡ የአመራር ዕሴትና የተቋማዊ ባህል ግንባታ አካል እንዲሆን ማድረግ ከቻልኩ በኋላ ነው። በተለይም የኢንፎርሜሽን መረብ ደኅንነት ኤጀንሲን በማቋቋም ሂደትና ከተቋቋመ በኋላም በቆየሁባቸው ዓመታት (ከ1999 እስከ 2002 ዓ.ም. እኤአ) መደመር ቁልፍ ተቋማዊ ዕሴት እንዲሆን፣ ብሎም ከሀገር ውስጥና ከውጭ ሀገር ተቋማት ጋር የሚኖረን ግንኙነት በዚሁ መንፈስ እንዲቃኝ ለማድረግና ለውጥ ለማምጣት ጥሬያለሁ።

በሳይንስና ቴክኖሎጂ መረጃ ማዕከል እና በሳይንስና ቴክኖሎጂ ሚኒስቴር ውስጥ በነበርኩበት ወቅትም መደመር የተቋማቱ ቁልፍ ዕሴት፣ የተቋማዊ ባህል እና ግንኙነት ግንባታ ቁልፍ አስተሳሰብ ሆኖ እንዲወጣ ለማድረግ ጥሬያለሁ። በተቋማቱ በነበረኝ ቆይታ አስተሳሰቡ ተቋማዊ ኅብረትንና ተስፋን በመፍጠር የተቋማቱ ሠራተኞች በከፍተኛ ተነሣሽነት ሌት ተቀን እንዲሠሩ እና በሀገር ፍቅር ስሜት የየበኩላቸውን እንዲያበረክቱ ማድረግ መቻሉን በተጨባጭ ማየት ችያለሁ።

ከወጣትነቴ ጀምሮ ከትምህርት ቤትና ከሕይወት ውጣ ውረድ ያገኘኋቸው ዕውቀቶችና ክሂሎቶች ጭምር ያስተማሩኝ ቁም ነገር የመደመር ኃይልና ጉልበት የማይፈታው የኑሮ ችግር፣ የማያሻግረው የፈተና ድልድይ፣ የማያደላድለው የመከራ አቀበት አለመኖሩን ነው። በሕይወት ካየሁትና ከተማርኩት ባሻገር ዘመናትን ባስቆጠረው የሀገራችን የስኬት ታሪክ ውስጥ የመደመር ሚና ከፍተኛ እንደነበር መገንዘብ ከባድ አልነበረም። በታሪካችን ስኬታማ የሆንንባቸው አጋጣሚዎች ሁሉ በቀጥታ ወይም በተዘዋዋሪ መደመር ያስገኛቸው የስኬት ውጤቶች ናቸው።

ጥቂት የአውሮጳ ሀገራት በቅኝ ግዛት መስፋፋት ፖሊሲ እየተመሩ፣ የደረሱበትን ዓለም ሁሉ እንደ ቅርጫ ሲቀራመቱና በአጭር ጊዜ ውስጥ በመዳፋቸው ሲያስገቡ በነበሩበት ወቅት የጣልያንን ወራሪ ኃይል ግብዓተ መሬት ያፋጠንነው በመደመራችን ነው። ስለመደመር ኃይልና ጉልበት ከዓድዋ ተራሮች በላይ ምስክር የለም።

በለጋ ዕድሜዬ በሀገር መከላከያ ሠራዊት ውስጥ በወታደርነት በቆየሁባቸው ዓመታት ከሞላ ጎደል ሁሉንም የሀገራችን አካባቢዎች ተዘዋውሮ የመመልከትና ከሕዝቡም ጋር ተቀራርቦ የመኖር ዕድል አግኝቻለሁ። የተለያዩ ልማዶች፣ ወጎች፣ ዕሴቶች፣ ባህሎች እና የአኗኗር ዘዬዎችን ተመልክቻለሁ። የሰው ልጅ እውነተኛ ማንነት በሚፈተሽበት የጦርነት አውድማ ላይ በውጊያ መሐል ባጋጠሙኝ ጥቂት ክሥተቶች ውስጥ የኢትዮጵያዊ ማንነትን ጥግ ለመገንዘብ ችያለሁ። ኢትዮጵያውያን በመቻቻል፣ በፍቅርና በጉርብትና ብቻ ሳይሆን በወንድማማችነት ማንነታቸው እንዳይለያይ ሆኖ የተሰናሰለ፣ እንዳይነጣጠል ሆኖ የተዋደደ እና የተዋሐደ ነው።

ከበንው የመደመር ልማዳችን በተቃራኒው በጥላቻ፣ በቂም በቀል እና በጠልፎ መጣል ልምምዳችን ምክንያት ሀገራችንን በዓለም መድረክ ላይ የድህነትና የኋላ ቀርነት ምሳሌ አድርገናታል። ምድሯ የጦርነትና የደም መሬት፣ ሕዝቦቿም የስደተኞች አብነት እንዲሆኑ አድርገናል። ባለመተባበር፣ ባለመተጋገዝ እና ባለመዋደዳችን ማንነታችንን ለውርደት፣ ሀገራችንን መውጫ ቀዳዳ የሌለው ለሚመስል የጉስቁልናና የትርምስ አዙሪት ዳርገናታል። ይኸ እጅግ አስቸጋሪ መንገድ ሀገራችንን ከገደል አፋፍ ላይ ማድረሱ ሳይበቃ የማንመለስበት የመከራ አዘቅት ውስጥ ሳይጨምረን በፊት ጉዞው መገታት ይኖርበታል። ይኸን ለማድረግ ትክክለኛው ጊዜ ደግሞ አሁን ነው። ለዚያም ነው መደመር ጊዜያችንን የሚዋጅ ዕሳቤ የሚሆነው።

መደመር ቃሉ ሲጠራ ከሚሰጠው ቀጥተኛ ትርጉም ባሻገር በኢትዮጵያ ፖለቲካዊ፣ ኢኮኖሚያዊ እና ማኅበራዊ ጉዳዮች ላይ የገጠሙንን ችግሮች ተሻግረን እመርታዊ ለውጥ ለማምጣት ይጠቅማሉ ያልኳቸውን የመፍትሔ አማራጮች የቀነበብኩበት ማዕቀፍ ነው።

ከላይ እንደጠቀስኩት የመደመር ዕሳቤ ምንጮች ተፈጥሮና የሕዝባችን ዕሴት ሲሆኑ ማበልፀጊያዎቹ ደግሞ የጥናትና ምርምር ሥራዎች፣ በተለያየ ጊዜ ለድርጅት አመራር ውይይት ያዘጋጀኋቸው ጽሑፎች፣ በየወቅቱ ሲያጋጥሙ የነበሩ ተግዳሮቶችን በተመለከተ ለመንግሥት ግንዛቤና ውሳኔ ይጠቅማሉ ብዬ ያቀረብኳቸው ሰነዶች፣ በተለያየ ወቅት ለተለያዩ የመንግሥት ሠራተኞችና ኃላፊዎች እንዲሁም ለከፍተኛ ትምህርት ተቋማት መምህራንና የአስተዳደር አባላት ያዘጋጀኋቸው የሥልጠና ጽሑፎች ናቸው።

የሀገራችን ወቅታዊ ሁኔታና መጻኢ መዳረሻዋን የመትለም ፍላጎት እንዳለው አንድ መሪ ይኸን የመደመር ዕሳቤ ለሀገራዊ ችግሮቻችን መፍቻ የመፍትሔ ቁልፍ አድርጌ ሳቀርብ አስተሳሰቡ ከሥራ ልምዴና ከግል ሕይወቴ ጋር ከመቆራኘቱ በላይ በሕዝባችን ባህልና አኗኗር እንዲሁም በሰው ልጆች ተፈጥሮ ውስጥ ጉልህ ቦታ ይዞ እንደሚገኝ በማመን ነው። ዕሳቤው በሀገራችን ማኅበራዊና ሥነ ልቦናዊ ሥሪቶች ላይ ተመሥርቶ የተቃኘ በመሆኑ የዘመናት ችግሮቻችን መፍቻ ቁልፍ እንደሚሆን ጥርጥር የለኝም።

ይኸንን ሐሳብ ለመጻፍ ስነሣም "ሁሉን ነገር በአንድ ጥራዝ፣ በውሱን ገፆች አስፍሬ እጨርሰዋለሁ" በሚል ድፍረት አይደለም። ይኸ መጽሐፍ መጀመሪያ እንጅ መጨረሻ፣ መነሻ እንጅ ማጠቃለያ እንዳልሆነ ግንዛቤ ይወሰድ ለማለት እወዳለሁ።

መልካም ንባብ!

ዶ/ር ዐቢይ አሕመድ
አዲስ አበባ

መግቢያ

ከንጉሥ ተፈሪ መኮንን ወደ ሥልጣን መምጣት በኋላ የዘውዳዊው ሥርዓት የመጨረሻዎቹ ዘመናት ኢትዮጵያ እንደ ሀገር የምትከተለው አቋም በምዕራባውያን አስተሳሰብ የተቃኘ ነበር። ሁሉን ነገር እንደ ምዕራባውያን ለማድረግ የተንቀሳቀስንበት፣ ችግራችንን ለመፍታት የምዕራባውያንን ዘዴ የተከተልንበት፣ የትምህርት ፖሊሲዎቻችንና ሌሎች ኢኮኖሚያዊና ፖለቲካዊ ርዕዮቶቻችን ወደ ምዕራባውያን እንዲያዘነብሉ የፈቀድንበት ወቅት ነበር።

በድኅረ አብዮት ይኽ አካሄድ ተቀየረ። ፊታችንን ከአሜሪካና ከእንግሊዝ ወደ ሶቪየት ኅብረትና ቻይና፣ ከምዕራብ አውሮፓና ከሰሜን አሜሪካ ሀገራት ወደ ምሥራቅ አውሮፓና ሩቅ ምሥራቅ እስያ ሀገራት አዞርን። ከዚያን ጊዜ አንሥቶ እስከ አሁን ድረስ አልፎ አልፎ ወደ ምዕራቡ እናማትር ይሆናል እንጂ ቀልባችን ሁሉ ያረፈው ከምሥራቁ ዓለም ላይ ነው። ዳሩ ግን ከቀደመው ጊዜ የተሻለ ነገር አልተፈጠረም። ወደ ውጭ ያየነውን ያህል ወደ ውስጣችን ስላልተመለከትን፣ ለሀገራችን ችግር ሀገር በቀል መፍትሔ ስላልፈለግንለት፣ ችግሮቻችን መልካቸውን ቀያየሩ እንጅ አልተወገዱም።

ርዕዮተዓለምም ሆነ ሌላ ማንኛውም ሐሳብ ውጤታማ የሚሆነው ከኅብረተሰብ ጠባይ፣ ባህል፣ የአኗኗር ዘይቤ፣ አስተሳሰብ፣ ወዘተ... የተቀዳና የሀገሩን ማኅበራዊና ሥነ ልቡናዊ መሠረት ሳይለቅ የተቀረፀ እንደሆነ ነው። ይኽ ሲባል ግን ከምዕራባውያኑም ሆነ ከምሥራቃውያኑ የምንማራቸው ቁም ነገሮች የሉም ማለት ሳይሆን የቤቱን ቁልፍ ጨለማ ውስጥ ጥሎ ብርሃን ካለበት ቦታ ለመፈለግ እንደሚጣጣር ሰካራም ሰው ለሚገጥሙን ውስጣዊ ፈተናዎች መፍትሔ ፍለጋ ማኅበራዊና ሥነ ልቡናዊ መሠረታችንን ለቅቀን ወደ ውጭ ማማተሩ ሊበቃን ይገባል ለማለት ነው።

ሀገራችን ለዘመናት ሲከማቹ ለቆዩት ችግሮቿ መፍትሔ የምታገኘው ከባሕር ማዶ ቃርመን ካመጣናቸውና ምንም ሳንመረምር ከገለበጥናቸው የተውሶ አስተሳሰቦች ይልቅ እዚሁ በሀገራችን ለዘመናት ሲከማቹ ከቆዩት መልካም ዕሴቶቻችን እንደሚሆን መገንዘብ አለብን። እርግጥ ነው ከውጭ የምናገኛቸውን ዕውቀቶችም

ሆኑ ልምዶች ከራሳችን ወግና ልማድ ጋር አስማምተን በልካችን ሸምነን መልበስ ለእኛ እንግዳ ተግባር አይደለም። መንገዳችን "የራስን ጥሎ የሰው አንጠልጥሎ" መሆን የለበትም፤ የጎረቤትን ከራስ ጋር አዛምዶና አዋድዶ እንጂ።

በፖለቲካዊ፣ ማኅበራዊ እና ኢኮኖሚያዊ ጉዳዮች ላይም ከውጭ የምናገኛቸውን ዘዴዎችና አስተሳሰቦች ሀገራዊ ቅርጽ እንዲይዙና ከሀገራችን እውነታ ጋር እንዲስማሙ አድርገን መውሰዳችን እንደተጠበቀ ሆኖ በዋናነት "ለሀገር በቀል ችግር ሀገር በቀል መፍትሔ" በሚል መርሕ መጓዝ መጀመር እንዳለብን ግን ፈጽሞ ሊዘነጋ አይገባም።

ከዚህ አንጻር መደመር ሀገራዊ ዐውድን መሠረት አድርገን "ችግሮቻችንን እንዴት ልንፈታ እንችላለን?" የሚለውን ጥያቄ መልስ ለማመላከት ያለመ ዕሳቤ ነው። ይህ መጽሐፍ ይኽን መልስ በየፈርጁ ለማቅረብ በአራት ክፍሎች የተከፋፈሉ አሥራ ስድስት ምዕራፎችን ይዟል።

የመጀመሪያው ክፍል ለመደመር መነሻ የሚሆኑ ጉዳዮችና የመደመር መሠረታዊ ሐሳቦች የቀረቡበት ነው። መደመርን ከሥር መሠረቱ ለመረዳት የሰው ልጅን መሠረታዊ ፍላጎትና ዐቅም ይዳስሳል። ቀጥሎም የሰው ልጅን ፍላጎት ለማሟላት መፍትሔ የጠቆሙ የፖለቲካዊ ኢኮኖሚ ዕሳቤዎችን ጥንካሬና ድክመት በመዳሰስ በሀገራችን ያላቸውን ይዘታና ውጤታማነት ይፈትሻል። በመጨረሻም የመደመርን መሠረታዊ ዕሳቤ ያብራራል። ቀድመው በቀረቡት የሰው ልጅ ተፈጥሮና ርዕዮታዊ ምላሽ መካከል ያለውን ክፍተት "መደመር" እንዴት ለመሙላት እንዳሰበ መነሻ የሚሆኑ የሐሳብ ማዕቀፎችን ያስቀምጣል። ለመደመር እንቅፋት የሚሆኑ ጉዳዮችንም ይዳስሳል።

ሁለተኛው የመጽሐፉ ክፍል የመደመር ዕሳቤ ፖለቲካዊ ገጽ የቀረበበት ነው። የመደመር ፖለቲካዊ ገጽ ሊፈታው የሚያስበው ታላቁ ሀገራዊ ተግዳሮት በቅጡ ባልተገነባ ብሔረ መንግሥት ውስጥ ዲሞክራሲን የመትከልና የማጽናት ስራ ሊደቅን የሚችለውን የህልውና ፈተና በማለፍ ጠንካራ ዲሞክራሲያዊት ኢትዮጵያን እውን ማድረግ እንዴት ይቻላል የሚለውን ነው። በዚህ ክፍል ጠንካራ ሀገረ መንግሥትና ዲሞክራሲያዊት ሀገር ለመገንባት ያሉብን ፈተናዎችና ፈተናዎቹን ለመቅረፍ በቀጣይ ማድረግ የሚገቡን ጉዳዮች በመደመር ማዕቀፍ ይዳሰሳሉ።

ሦስተኛው ክፍል የመደመር የኢኮኖሚ ዕሳቤዎች የቀረቡበት ነው። ይኽ ክፍል ወቅታዊ የኢኮኖሚ ችግሮችን በዝርዝር በመዳሰስ የኢኮኖሚ ስብራቱን መዋቅራዊ መንሥኤ ያብራራል። ኢትዮጵያ ያላትን የመልማት ዐቅም በመዳሰስም ኢኮኖሚውን ካለበት ችግር ለማላቀቅና እመርታዊ ለውጥ ለማምጣት ምን መደረግ አለበት የሚለውን ይጠቁማል።

አራተኛውና የመጨረሻው ክፍል የመደመር የውጭ ግንኙነት ዕሳቤ የቀረበበት ነው። ዓለም አቀፍ፣ አህጉራዊ እና ቀጣናዊ አዝማሚያዎችን በመዳሰስ ለሀገራችን ያላቸውን አንድምታ ይፈትሻል። ይኽንን ተከትሎም ሀገራችን በውጭ ግንኙነትና በዲፕሎማሲ በኩል መከተል የሚገባትን ፍልስፍናና በቀጣይ ትኩረት ልትሰጥባቸው የሚገቡ ጉዳዮችን ያብራራል።

መጽሐፉ ከአካዳሚያዊ ዓላማ ይልቅ ለፖለቲካዊ ዓላማ የተጻፈ በመሆኑ አካዳሚያዊ አቀራረብን ሥራዬ ብሎ የተከተለ አይደለም። በመጽሐፉ ውስጥ መደመርን ለማሰላሰልና ለማሰናሰል የተለያዩ ጸሐፍት የጻፏቸው መጻሕፍትና ጽሑፎች በግብዓትነት ጥቅም ላይ ውለዋል። በጥቅሉ ዋና ዋና የጽሑፍ ግብዓቶችና ሊታዩ የሚገባቸው ጽሑፎች በዋቢ መጻሕፍት ሥር ቀርበዋል።

በመጽሐፉ ውስጥ በተቻለ ዐቅም ቃላትን ሀገራዊ ፍች ሰጥቶ ለመጠቀም ተሞክሯል። በዚህ ሂደት ውስጥ የቃላቱ ትርጉም በተሳሳተ መንገድ እንዳይወሰድ ጥንቃቄ ለማድረግ ሲባል ቃላቱን በየተጠቀሱበት ቦታ ብያኔ ለመስጠት ጥረት ተደርጓል። በጽሑፉ ውስጥ ብያኔ ያልተሰጣቸው ወይም በደምሳሳው የተጠቀሱ ቃላት ደግሞ በሙዳዬ ቃላት የፍች ዝርዝር ውስጥ ተካተዋል።

ክፍል አንድ

የመደመር ዕሳቤ መነሻ ሐሳቦች

ምዕራፍ 1

የሰው ልጅ ተፈጥሮ ተደማሪ ፍላጎቶችና ዐቅም

የሰው ልጆችን የሚጠቅም ማንኛውንም ሐሳብ ከማውጠንጠናችን በፊት ስለሰው ልጅ ተፈጥሮ ማሰብ አስፈላጊ ነው። የሰው ልጅን ተፈጥሮ ማወቅ በአንድ በኩል የሚያስፈልገውን (ፍላጎት) እና የሚፈልገውን (ምኞት) አውቀን ይኽን ለማሳካት፣ በሌላ በኩል ደግሞ ዐቅሙን በመረዳት አሟጦ ሊጠቀምበት የሚያስችለውን አግባብ ለመተለም ያስችላል። ስለዚህም የመደመር ዕሳቤን ለመግለጽ መነሻ ይሆን ዘንድ የሰው ልጅን ተፈጥሮ ከፍላጎቶቹና ከዐቅሙ አንጻር እንመረምራለን።

የሰው ልጆች ፍላጎት

የሰው ልጆች ፍላጎት በአመዛኙ ዓለም አቀፍ ባሕርይ ያለው ሲሆን፣ ምኞታቸው ግን እንደ ነባራዊ ሕይወታቸው ይለያያል። ለምሳሌ በርካታ የአፍሪካ ሕፃናት የሚልሱት የሚቀምሱት አጥተው አንጀታቸው ላይ ጠብ የሚል ነገር የሚጠባበቁት የመብላት ፍላጎታቸው ስላልተሟላላቸው ነው። የድሃ ልጆች መሆናቸው የሆዳቸውን ጩኸት አያስቆመውም። ረኃብ "የመብላት ዐቅም ስለሌለኝ አርፌ ልቀመጥ" የሚሉት ጉዳይ አይደለም። የሚበሉትን ማጣት መንገድ ላይ የተመኟትን አሻንጉሊት እንደ ማጣት አይደለም። ፍላጎቶች ሰው በመሆናችን ብቻ የሚወተውቱን ውስጣዊ የመጉደል ስሜቶች ናቸው። እነዚህን ጉድለቶች በግልጽ ልናውቃቸውም ላናውቃቸውም እንችላለን። ነገር ግን ጉድለቶቹን ለመሙላት መሞከራችን አይቀሬ ነው። የሰው ልጅ ፍላጎቶችን ሁሉ የሚመራው ህልውናን የማረጋገጥ ጥቅል ፍላጎት ነው። ህልውናን የማረጋገጥ ፍላጎትን "ቀጥተኛ ፍላጎት"

እና "ተዘዋዋሪ ፍላጎት" በሚሉ ሁለት መሠረታዊ ክፍሎች ከፍለን ልናየው እንችላለን።

"ቀጥተኛ የህልውና ፍላጎት" ከግልጽና ቅርብ የህልውና አደጋ ራስን የማዳን ፍላጎት ነው። ይኸም ማለት የሰው ልጆች ህልውናቸውን በቀጥታ ከሚፈታተናቸው ግድያ፣ ጦርነት፣ ወይም ሌላ ማንኛውም የመጠቃት ስጋት ራሳቸውን የመታደግና በሕይወት የመቆየት ፍላጎት ነው። ይኸ ፍላጎት በግለሰብም ይሁን በኅብረተሰብ ደረጃ ያለ ነው። በግለሰብ ደረጃ ሰዎች ራሳቸውን ከጥቃት የመከላከልና የማቆየት ፍላጎት እንዳላቸው ሁሉ በኅብረተሰብ ደረጃም ዜጎች ራሳቸውንና ሀገራቸውን ከውጭ ጥቃትና ወረራ የመታደግና ህልውናቸውን የማስጠበቅ ፍላጎት አላቸው። ራሳቸውንና ሀገራቸውን ከውጭ ጥቃት ይከላከላሉ ስንል የዜጎች ግለሰባዊ ራስን የማዳን ፍላጎት በሀገራዊ ሁኔታዎች ላይም ይከሰታል ማለታችን እንጅ ለሀገር ፍቅር ሲሉ የሚሞቱትን ዜጎች ማለታችን አይደለም። ምክንያቱም ለሀገር ፍቅር ሲሉ መሞት ከቀጥተኛ የህልውና ፍላጎት ይልቅ ከቡድን ማንነትና ክብር ጋር የሚያያዝ ነው።

በግለሰብም ይሁን በኅብረተሰብ ደረጃ የዜጎችን ቀጥተኛ የህልውና ፍላጎት ለማሟላት ማለትም በጦርነት፣ በግድያ እና በመሳሰሉት ከሚመጣ የህልውና አደጋ ለመከላከል ሀገራት የፖሊስ፣ የመከላከያ፣ የደኅንነት እና መሰል ተቋማትን ያዋቅራሉ።

ዜጎችም በእነዚህ ተቋማት አማካኝነት ታጥቆ መውጣት ሳያስፈልጋቸው ከሀገር ውስጥም ይሁን ከውጭ ሀገር ከሚመጣባቸው አደጋ ይጠበቃሉ። መንግሥትም እነሱን ከጥቃት በመጠበቅ የህልውና ፍላጎታቸውን ያሟላል።

በሌላ በኩል የሰው ልጆች የህልውና ፍላጎት ከግልጽና ቅርብ የህልውና አደጋ የመጠበቅ ብቻ ሳይሆን "ከተዘዋዋሪ የህልውና አደጋ" የመጠበቅም ጭምር ነው። ይኸንን ተዘዋዋሪ የህልውና ፍላጎትን ሥጋዊ ፍላጎት፣ የስም (የክብር) ፍላጎት እና የነጻነት ፍላጎት በሚሉ ሦስት ክፍሎች ከፍለን ልናየው እንችላለን።

"ሥጋዊ ፍላጎት" ከእንስሳት ጋር የምንጋራው የመብላት፣ የመጠጣት፣ የመጸዳዳት፣ የመጠለል፣ ከበሽታ የመጠበቅ፣ ወዘተ... ፍላጎቶች የሚገለጽ ነው። እነዚህን ፍላጎቶች ሀገራት በማኅበራዊና ኢኮኖሚያዊ ጥበቃ ተቋሞቻቸው አማካይነት ምላሽ ይሰጧቸዋል። ግብርናና የምግብ ዋስትና፣ ጤና፣ ትምህርት፣ ውኃና የመሳሰሉት መርሃ ግብሮች ይኸንን የዜጎች አካላዊ ፍላጎት ለማሟላት የሚዘረጉ ናቸው።

የእነዚህ ፍላጎቶች አለመሟላት የሰው ልጆችን ለከፍተኛ ስቃይና እንግልት ብሎም ለሞት የሚዳርጉ ናቸው። ሥጋዊ ፍላጎት ባለመሟላቱ ምክንያት የሰዎች ማኅበራዊና ኢኮኖሚያዊ ደኅንነት አደጋ ላይ ስለሚወድቅ ሰዎች በረኃብ፣ በበሽታና በተለያዩ ሰው ሠራሽና ተፈጥሯዊ ችግሮች የሚረግፉበት ሁኔታ ይፈጠራል። ይኸም የሰዎችን ህልውና በተዘዋዋሪ አደጋ ላይ ይጥለዋል።

"የስም (የክብር) ፍላጎት" የምንለው የሰው ልጆች ስማቸው በበጎ እንዲነሣ የሚያሳዩትን ፍላጎት ነው። ክብር የመፈለግና ለራስ ዋጋ የመስጠት ፍላጎት ነው።

ይህ ፍላጎት እጅግ ውስብስብና ከሌሎች ፍላጎቶች ጋር እጅግ የተሳሰረ በመሆኑ ብዙ ጊዜ በግልጽ ተለይቶ ምላሽ የማይሰጠው ነው።

የስም ፍላጎት በራስም ሆነ በሌሎች ዘንድ ዋጋ የማግኘትና የመከበር ፍላጎት ነው። የሰው ልጆች ለራሳቸው የሚሰጡት ዋጋ ሌሎች ለእነርሱ በሚሰጡት ግምትና በሚያሳዩዋቸው ክብር ላይ የተመሠረተ ቢሆንም ይህን የሌሎችን ግምት የሚተረጉሙበት መንገድ የዚያኑ ያህል ወሳኝ ነው። ይህ በግለሰብም ይሁን በማኅበረሰብ ደረጃ የሚስተዋል ነው።

አንድ ግለሰብ ለራሱ የሚሰጠው ዋጋ ጓደኞቹና ጎረቤቶቹ ለእርሱ ካላቸው አመለካከት የሚመነጭ ቢሆንም ግለሰቡ ይህንን የሌሎችን አመለካከት የሚያይበት መንገድም ለራሱ የሚሰጠውን ግምት ይወስነዋል። በማኅበረሰብ ደረጃም አንድ ማኅበረሰብ ለራሱ የሚሰጠው ግምት ሌሎች ማኅበረሰቦች በሚሰጡት ግምትና ማኅበረሰቡ ያንን በሚተረጉምበት መንገድ ላይ የተመሠረተ ይሆናል። የስም ጥያቄ ማለት የእኩልነት ጥያቄ ነው። የእኩልነት ጥያቄው ዝቅ ተደርጎ ላለመታየት ወይም ከሌሎች ጋር ሲነጻጸሩ ያነሰ ዋጋ ላለማግኘት ወይም ደግሞ ከፍ ብሎ ለመታየት የሚደረግ ጥረት ነው።

የማንነት ጥያቄዎች የዚህ የስም ፍላጎት አካል ናቸው። የማንነት ጥያቄ ስምን ከፍ የማድረግ ፍላጎት ነው። በስም ፍላጎት ውስጥ የእኩልነት ጥያቄ ቢኖርም ፍላጎቱ እኩልነትን በማረጋገጥ ብቻ ላይመለስ ይችላል። የሰው ልጆች ፍላጎት በማያቋርጥ ስምን የማግነን ምኞት የተያዘ በመሆኑ የክብር ፍላጎቱ በእኩልነት ብቻ አይቆምም። ሰዎች ገናና ሆኖ የመታየት ፍላጎታቸው ከፍተኛ በመሆኑ ከሞት በኋላ እንኳን ስማቸው እንዲጠራ የመፈለግ ትልቅ አዝማሚያ አላቸው።

ሌላውና ሦስተኛው ፍላጎት "የነጻነት ፍላጎት" ነው። ከጥንት እስከ ዛሬ የሰው ልጆች ራሳቸውን ከሌሎች ጥምዘዛና እስር ለማላቀቅ ሰፊ መሥዋዕትነት ሲከፍሉ ኖረዋል። ነጻነት በሕይወት ውስጥ ለሚገጥሙን አማራጮች በራሳችን የመወሰን ጉዳይ ነው። የነጻነት ፍላጎት ከሰው ልጆች ህልውና ጋር እጅግ የተሳሰረ የሰው ልጆች ባሕርይ ነው። ሰዎች በሞት መካከል እየተሽሎከለኩ መፈክር የሚያሰሙት የነጻነት ፍላጎታቸው አስገድዷቸው ነው።

በመደመር መነፅር ሲታይ የሰው ልጅ ፍላጎቶች ተደማሪ ባሕርይ እንዳላቸው መረዳት ይቻላል። በአንድ በኩል ፍላጎቶቹ እርስ በርስ የተሳሰሩና ተደማሪ ፍላጎቶች ሲሆኑ በሌላ በኩል ደግሞ በመካከላቸው ተቃርኖ ስላለ ሰዎች ፍላጎቶቻቸውን በተናጠል ሳይሆን በመደመር ብቻ ሊያሳኳቸው የሚችሏቸው ናቸው።

ፍላጎቶቹ "እርስ በርስ የተሳሰሩ ናቸው" ስንል በዋናነት አንዱ አንዱን ይመስላል ማለታችን ነው። ለምሳሌ ቀጥተኛ የህልውና ፍላጎት ማለት ከሌሎች ቀጥተኛ ጥቃት መጠበቅ ማለት ነው፤ ይኸም ማለት በሌላ መልኩ ስናየው ነጻነት ማለት ነው።

የነጻነት ፍላጎታችን እየተጓደለ ሲመጣ የመጨረሻ ውጤቱ ቀጥተኛ የህልውና አደጋ ነው። ለምሳሌ "በመታሰር ነጻነት አጣን" ስንል "በእኛ አካል ላይ ሌላ ሰው እያዘዘበት ነው" ማለታችን ነው። ስለዚህ ቀጥተኛ የህልውና ፍላጎት የነጻነት ፍላጎት አካል ነው ማለት እንችላለን። ነገር ግን ከእስር መለቀቅ ብቻውን ነጻነትን

እንጅ እኩልነትን አያረጋግጥም። እኩልነት ከአሳሪያችን ብዝበዛ መላቀቅ ብቻ ሳይሆን ከአሳሪያችን ትይዩ መቆምና እኩል መወዳደርን ያካትታል።

በሌላ በኩል ደግሞ ፍላጎቶቹ በመካከላቸው ተቃርኖ አላቸው። ቀጥተኛ የህልውና ፍላጎትን ስናሟላ ነጻነትን ልናጓድል እንችላለን፤ ነጻነትን ስናሟላ ደግሞ እኩልነትን ልናጓድል እንችላለን። ለምሳሌ ዜጎችን ከጥቃት ለመከላከል ስንል በዜጎች ላይ ከፍተኛ ቁጥጥር ማድረግ የዜጎችን ነጻነት ይገዳደራል። ነጻነታቸውን እንጠብቅ ብለን እርምጃ ከመውሰድ ብንቆጠብ ደግሞ ሕግና ሥርዓት የሚጥስ ሰው ጥቃት ሊሰነዝርባቸውና ህልውናቸውን አደጋ ውስጥ ሊጥለው ይችላል።

በሌላ በኩል የዜጎችን እኩልነት እናስጠብቃለን ስንል በሰዎች በነጻነት የመኖርና የመሥራት ፍላጎት ላይ ገደብ መጣላችን አይቀርም። ዜጎችን እኩል ለማድረግ ሲባል ፈርጣሞችን መቆጣጠርና ከስግብግብነት መግታት ይጀመራል፤ በሰዎች ሥራና ሀብት እንዲሁም የፖለቲካ የበላይነት እንዳይዙ ገደብ ይጣላል። ይህም የሰዎችን ነጻነት ያጓድላል። ነጻነታቸውን እናክብር ተብሎ እንደፈለጋችሁ ሁኑ ቢባል ደግሞ ፈርጣሞች ደካሞችን እየደፈጠጡ በሀብት፣ በፖለቲካ፣ በባህል፣ ወዘተ... የበላይነት ያገኛሉ። ይህም እኩልነትን ያጓድላል።

ስለዚህም በአንድ በኩል በፍላጎቶቹ መካከል ያለውን ውስጣዊ ትስስርና አንድነት፤ በሌላ በኩል ደግሞ በመካከላቸው ያለውን ተቃርኖ ስንመለከት ፍላጎቶቹን ማሟላት የሚቻለው ፍላጎቶቹም ሆኑ ሰዎች ሲደመሩ መሆኑን መገንዘብ እንችላለን። የአንዱ ነጻነት በአንዱ እኩልነት ላይ ተጽዕኖ የሚፈጥር ከሆነ፣ አንዱን ከጥቃት ስንጠብቅ የሌላውን ነጻነት የሚሸረሽር ከሆነ፤ የአንዳችን ዕጣ ፈንታ በሌላችን ዕጣ ፈንታ ላይ የተቋጠረ ነውና ፍላጎቶቻችንን ለማሟላት መፍትሔው መደመር ይሆናል። በተመሳሳይ ፍላጎቶቻችን የተደማሪነት ጠባይ ስላላቸው አንዱ ያለ ሌላው ብቻውን ህልውናችንን ሊያረጋግጥልን አይችልም።

ስለዚህም ሁሉንም ፍላጎቶች ደምረን ስንመለከታቸው ነው ህልውናችንን የሚያረጋግጡልን እንጅ አንዱን ፍላጎት ከአንዱ በማስቀደም ወይም አንዱን አስታውሰን ሌላውን ከዘነጋን ሩቅ ልንጓዝ አንችልም።

ቀጥተኛ የህልውና ፍላጎት ዋነኛ ፍላጎቷ ሆኖ ለዘመናት በመቆየቱ የሀገራችን ረጅም ታሪኳ የሚያጠነጥነው ራሷን ከጦርነት አደጋ ጠብቃ ህልውናዋን በማስቀጠሏ ላይ ነበር። ሀገሪቱ ፋታ ባገኘችባቸው ዘመናት ዛሬ የምንኮራባቸውን የሥልጣኔ አሻራዎች አስቀምጣለች። ሆኖም ሀገርን ከአደጋ ለመጠበቅ በሚደረገው ርብርብ ላይ በስፋት በማተኮራችን ከሥልጣኔ በብዙ ርቀን ቆይተናል። በሀገራችን ዘመናዊ ታሪክ ጅማሬ ላይ ለሥልጣኔ ያሳየነው መነሣሣትም ይኸን ቀጥተኛ የህልውና ፍላጎት ለማሟላት ያለመና የጦር ኃይልን በማዘመን ላይ የተመሠረተ ሆኖ ሌሎች ፍላጎቶችን ለማሟላት የነበረው መነሣሣት በቂ አልነበረም።

ዋናው ጥያቄ ግን "ራስን ከጥቃት መከላከል ብቻ የሰዎችን ህልውና ያስጠብቃል ወይ?" የሚለው ነው። በሀገራችን በነፍጥ ካለቀው ሰው ሌላ በበሽታና በረኃብ የረገፈው ሕዝብ ቁጥር ቀላል የሚባል አይደለም። ለዘመናት ሕዝብን ያረገፉ የረኃብና የቸነፈር አደጋዎች በሕዝባችን ላይ መፈራረቃቸውን ሀገራዊ የታሪክ መዛግብት ይነግሩናል። ስለዚህም የህልውና አደጋ ከቀለሃ ጫፍ ብቻ

የሚመጣ አይደለም፤ መሶብ ሲጎድልም ይመጣል። ዘግይተን የተረዳነው አንድ እውነታም ይኸንኑ ነው። ሆኖም አካላዊ ፍላጎቶችን ተረድተን ፍላጎቶቻችንን ለማሟላት ስንንቀሳቀስ አሁንም የገጠመን ችግር አካላዊ ፍላጎትን ከስምና ከነጻነት ፍላጎት የሚቀድም አድርገን ማሰባችን ነው። "በአግባቡ ያልበላ ሕዝብ ሌላ ፍላጎት አይኖረውም" ብሎ ማሰብ ወይም "ሆድ ይቀድማል" የሚል አስተሳሰብ ረኃብ ከፈጠረብን ሰቀቀን የተወለደ ነው።

"ሰው ሥጋዊ ፍላጎቱን ካሟላ ሌላው ቀስ ብሎ ይደርሳል" የሚለው አባባል ሰውን እንስሳ ብቻ አድርጎ ከማየት የሚመጣ ነው። ሰው ግን ሰው የሆነው በሥጋዊ ፍላጎቶቹ ብቻ ሳይሆን ለስሙና ለነጻነቱ ቀናዒና ሟች በመሆኑ ጭምር ነው። "ስም ከሚጠፋ፡ እንጀራ ይጥፋ" የሚለው የሀገራችን ብሂልም ይህንኑ አመልካች ነው።

የስምና የነጻነት ፍላጎት የሰው ልጆችን ለሞት አሳልፎ እስከመስጠት የሚያደርሳቸው ጠንካራ ፍላጎት ነው። የስም ፍላጎታችን ካልተሟላና ለራሳችን የምንሰጠው ግምት ካሽቆለቆለ ለምግብ ቀርቶ ለሕይወት ፍላጎት አይኖረንም። በርካታ ሰዎች ራሳቸውን የሚያጠፉትም ሆነ ከሌላው ጋር ጠብ ገጥመው የሚሞቱት ይህን የስም ፍላጎት ለማሟላት ነው።

በመደመር ፍልስፍና መሠረት ሁሉም ፍላጎቶች እንደ የሁኔታቸው ቅድሚያ የሚሰጣቸው ናቸው እንጅ ቋሚ የሆነ ቅደም ተከተል ወይም ደረጃ የሚሰጣቸው አይደሉም። አንዱን ፍላጎት ችላ ብሎ ሌላውን ማስተናገድ የህልውና ችግራችንን አይፈታውም። አስቀድሞ በሀገር ላይ የሚሰነዘርን ጥቃት ለመከላከልም ሆነ በሀገር ውስጥ የሚከሠት ብጥብጥን ለመመከት ተዘዋዋሪ የህልውና ፍላጎቶችን በማሟላት ጠንካራ ኅብረተሰብ መገንባት ያስፈልጋል። ብጥብጥና ጦርነቱ ከተከሠተ በኋላ ወይም በመከሠት ላይ እያለ ለማስቆምና ለማጥፋት ከመረባረብ ይልቅ አስቀድሞ ወደ ብጥብጡ የሚወስዱንንና ህልውናችንን ለአደጋ የሚያጋልጡትን ፍላጎቶች ማሟላት አስፈላጊ ነው።

የሰው ልጅ ፍላጎቶች ሁሉም እንደ ነባራዊ ሁኔታቸው እየታዩ በእኩልነት ሊስተናገዱ የሚገባቸው ወሳኝ ፍላጎቶች ናቸው። ሰዎች ሰው በመሆናቸው የሚኖሯቸውን ፍላጎቶች ማሟላት ይገባናል። ሰዎች ከእንስሳት የተለየ ፍላጎት ያላቸው ፍጥረታት በመሆናቸው የሰው ልጆችን ፍላጎት የምንመለከተው ከዚህ ውስብስብ ተፈጥሯቸው አንጻር ነው።

ለምሳሌ መግደርደር በባህላችን ምንን ያመለክታል? ሰው ቤት ሄደን እርቦንም ቢሆን "ብሉ" ስንባል የምንግደረደረው ለምንድነው? መግደርደር የሥጋዊ ፍላጎትና የስም ፍላጎት ግጭት ውጤት በመሆኑ ነው። ሥጋዊ ፍላጎት ከስም ፍላጎት የሚቀድም ቢሆን ኖሮ እየራበን በመግደርደር ሳንበላ አንወጣም ነበር። ስለዚህ መግደርደር ሥጋዊ ፍላጎትና የስም ፍላጎት በሰው ልጅ ውስጥ ያላቸው ደረጃ በቅደም ተከተል እንደማይቀመጥና የሰው ልጅ ሁለቱም ፍላጎቶች ወጥረው እንደሚይዙት የሚያሳይ ማኅበራዊ ልማድ ነው።

ኢትዮጵያ ህልውናዋን ለማረጋገጥ በተጓዘችበት መንገድ የስምንና የነጻነትን ጥያቄ በአግባቡ ሳትመልስ ህልውናዋን ለማረጋገጥ ስትሞክር የታፈነው ፍላጎት

በአመድ እንደተዳፈነ ረመጥ ውስጥ ውስጡን እየተቀጣጠለ በመጨረሻ ፈንድቶ ሰደዱ ሊበላት ሲል በብዙ ተአምር አያሌ ጊዜ ተርፋለች።

ይህ በየጊዜው የሚከሠትና ጠፋ ሲሉት ዳግም እየተንቀለቀለ ሀገሪቱን ለማያቋርጥ የህልውና አደጋ አዙሪት የዳረጋት ችግር ፍላጎትን የማፈን ሁኔታ ነው። ማንኛውንም ፍላጎት የማስተናገጃ መንገድ ሲዘረጋለት ሲገባ ከታፈነ እንደ ረመጥ ውስጥ ውስጡን እየተቀጣጠለ ሀገሪቱን አድብቶ እንደሚበላት እሳት ይሆናል። የሰው ልጆች ፍላጎት የህልውና ፍላጎት ነውና ፍላጎቶችን አለመመለስ በህልውና ላይ እንደመጫወት ይቆጠራል።

የሰው ልጆች ዐቅም

የሰው ልጆች በሕይወት ውስጥ የሚጓዙበት ውጣ ውረድ "በነባሩ የድርጊትና ምላሽ የፊዚክስ አስተሳሰብ የሚመራ ነው" የሚሉ በአንድ በኩል፤ እንዲሁም የሰው ልጆች "ዕጣ ፈንታቸውን በነጻ ፈቃዳቸው የሚወስኑ ነጻ ፍጥረታት እንጅ በማሽን ሕግ የሚተዳደሩ የአካባቢያቸው ባሪያዎች አይደሉም" የሚሉ በሌላ በኩል በሰው ልጅ ዐቅም ዙሪያ የመስኩ ባለሞያዎች የቆየ ክርክር አላቸው። የሰው ልጆች "ነጻ ፈቃድ የላቸውም" የሚሉ ሰዎች "የሰው ልጆች ወይ በሥነ ሕይወታዊ ዕይታ የሚመለከቱ አልያም በአካባቢያቸው ተጽዕኖ ሥር ይወድቃሉ" የሚሉ ናቸው።

የሰው ልጆች ዕጣ ፈንታ "በሥነ ሕይወታዊ ዐቅማቸው" ላይ የተወሰነ ነው የሚለው የሥነ ሕይወታውያን ዕይታ "ሰዎች በተፈጥሮ ይዘውት የተወለዱት ነገር ይመራቸዋል" የሚል አስተሳሰብ አለው። ሰዎች "በተፈጥሮ የታዘዘላቸውን ወይም እንዲሆኑት ተደርገው ይዘውት የመጡትን ሊቀይሩት ፈጽመው አይችሉም፤ ያንኑ ይዘውና በዚያው ተመርተው መኖር አለባቸው" ብሎ ያስተምራል። ይህ አስተሳሰብ በሰው ልጆች የረጅም ጊዜ ታሪክ ውስጥ ሰፊ ሥፍራ የያዘና አሁን ኋላ ቀር አድርገን ለምንቆጥራቸው አስተሳሰቦች መሠረት የጣለ ነው።

የተለያዩ ቡድኖችን ልዩነት ሥነ ሕይወታዊ ትርጉም በመስጠት ቡድኖቹ ለእኩልነት የሚያደርጉትን ትግል ለማቀጨጭ ትልቅ መሣሪያ ሆኖ ያገለገለ ዕይታ ነው። ለምሳሌ የጥቁር ሕዝቦችን የመብት ትግል ለማኮላሸት ሲንቀሳቀስ የነበረው የነጭ አክራሪነት መንፈስ ዋነኛ መነሻው ነጮችን በተፈጥሮ ከጥቁሮች የበለጡ አድርጎ ማሰቡና መቀበሉ ነው። አሁንም ድረስ በአካዳሚያዊ ጽሑፎች ሳይቀር ይህንን ኢ-ሳይንሳዊ መሆኑ የተረጋገጠውን የሥነ ሕይወታዊ ልዩነት ተረክ የሚያራግቡ ምሁራን አሉ። በተመሳሳይ "የሴቶች የመብት ትግል ዋናው ፈተና ሴቶች በተፈጥሯቸው ከወንዶች ያነሱ ናቸው" የሚልና በሴቶችና በወንዶች መካከል የሚታየውን ሁለንተናዊ ልዩነት በተፈጥሮ የሚያሳብብ አስተሳሰብ ነው።

ይህ የሰው ልጆችን ዕጣ ፈንታ ለተፈጥሮ ቅድመ ብያኔ የሚሰጥና ዕጣ ፈንታቸውን በራሳቸው ጥረት እንዳይለውጡ የሚያደርግ ዕይታ በአሁኑ ጊዜ እየተሸነፈ በመምጣት ላይ የሚገኝ ነው። የዕይታው ሌላ ገጽ ደግሞ የሰው ልጆች ማንነትና ዕጣ ፈንታ ከአካባቢያቸው ጋር በሚያደርጉት "የድርጊትና ምላሽ ሂደት የሚፈጠር እንጅ በሰው ልጆች ሐሳብና ፍላጎት የሚፈጠር አይደለም" የሚል

ነው። ሐሳቡ "የሰው ልጆች የየአካባቢያቸው ባሪያዎች ናቸው" የሚል አመለካከት አለው። ይህም ማለት የአንድን ሰው ባሕርይ የሚወስነው አካባቢው በሚፈጥርበት ተጽዕኖ እንጅ በራሱ ምርጫ አይደለም ማለት ነው።

በተቃራኒው ከቅርብ ጊዜያት ወዲህ "የሰው ልጆች ዕጣ ፈንታቸውን በራሳቸው የሚገነቡ ፍጥረታት ናቸው" የሚለው አስተሳሰብ እያየለ መጥቷል። አብዛኞቹ የሰው ልጅ የሚገኝባቸው ማኅበራዊ እውነታዎች ራሱ የገነባቸውና በጊዜ ሂደትም ራሱ የገነባቸውን ነገሮች እንደ ውጫዊ ሕግ የሚመለከትበት ሁኔታ ተፈጥሯል የሚል አስተሳሰብ ነው። ምንም እንኳን በግለሰቦች መካከል ተፈጥሯዊ ልዩነቶች እንዳሉ ሳይንስ ያመነበት ቢሆንም ማኅበራዊ የቡድን ልዩነቶችና የሕዝቦች ኋላ ቀርነት ግን በማኅበራዊና ፖለቲካዊ ሥሪቱ ላይ የተመሠረተ እንደሆነ ያትታል። ይህም የሰው ልጆች ሕይወታቸውን የመቀየር ችሎታ በእጃቸው ነው የሚል አስተሳሰብ ነው። ከቅርብ ጊዜያት ወዲህ የግለሰቦች የአእምሮ ብቃት ሳይቀር በግለሰቦች ፍላጎትና ጥረት ላይ የተመሠረተ እንደሆነ የሚያትቱ ሐሳቦች ጎልተው እየወጡ ነው። ይህም የሰው ልጅ ዕጣ ፈንታ በነጻ ፈቃድ ላይ የተመሠረተ ነው የሚለውን ሐሳብ ያጎላዋል።

በመደመር ፍልስፍና መሠረት የሰው ልጆች ነጻ ፈቃድ በየጊዜው እያደገ የሚሄድና በዕድገቱ ውስጥም የዕውቀትና የሥነ ልቦና ኃይል እያዳበረ የሚሄድ ነው። የሰው ልጆች ጉዞም ነጻ ፈቃዳቸውን እያጠነከሩ ከአካባቢና ከተፈጥሮ ባሪያነታቸው ነጻ እየወጡ የሚመጡበት ሂደት ነው። ስለዚህም የሰው ልጆች ነጻ ፈቃድ ቀደም ብለው በሠሩት ሥራ ላይ የሚመሠረት ነው። ይህም ማለት ትናንት የሠሯቸው ሥራዎች ለቀጣይ ሥራቸው መነሻ ወረት ይሆናቸዋል ማለት ነው።

ሰዎች ነጻ ፈቃድ አላቸው። ነጻ ፈቃዱ ግን ሙሉ ፈቃድ አይደለም። ተፈጥሮን እያሸነፉ በመጡ ቁጥር ነጻ ፈቃዳቸው እየጎለበተ ይመጣል። ሆኖም ይህ እየጎለበተ የመጣው ነጻ ፈቃድ ተፈጥሮን ቢያሸንፉም የራሳቸው የእጅ ሥራ መልሶ ራሳቸውን የሚያሸንፋቸውና ነጻ ፈቃዳቸውን የሚወስንላቸው እየሆነ መጥቷል። ለምሳሌ ቴክኖሎጂ በሰው ልጆች አጠቃላይ ሕይወት ላይ እያመጣ ያለው ተጽዕኖ ከተፈጥሮ በላይ የሰው ልጆችን ነጻ ፈቃድ የሚፈታተን እየሆነ መምጣቱን መጥቀስ ይቻላል።

የሰው ልጆች ነጻ ፈቃድ አላቸው ስንል ባሕርያቸው ከአካባቢያቸው ጋር በሚደረግ ድርጊትና ምላሽ አይወሰንም እያልን አይደለም። የሰው ልጅን የከበቡት ተፈጥሯዊና ሰው ሠራሽ ነገሮች በሰው ልጅ ባሕርይ ላይ አሻራቸውን ያሳርፋሉ። ከዚህም አንጻር የሰው ልጅ ራሱ የሚዘረጋው መዋቅር የራሱን ባሕርይና ሕይወት የሚቀርፅ ይሆናል ማለት ነው። ነገር ግን የሰው ልጅ ከአካባቢው የሚማረው በንጹሕ የድርጊትና ምላሽ የፊዚክስ ሕግ ሳይሆን ንቁ አእምሮውን በመጠቀም ነው። ስለዚህ ከአካባቢው የሚማረው የመምረጥና የመተርጎም እንዲሁም የማሻሻል ተፈጥሯዊ ብቃት አለው ማለት ነው። ይህም ማለት የሰው ልጅ የፖለቲካ መዋቅሮች እንደፈለጉ የሚያሾሩት ግዑዝ ነገር ሳይሆን የፖለቲካ መዋቅሮችን የሚተረጉምና የሚጠመዝዝ ንቁ አእምሮ አለው ማለት ነው። ይህም በተቋማት ግንባታ ላይ ብቻ የተንጠላጠለው የሊበራሊዝም አስተሳሰብ ሩቅ እንደማያስጉዝ ያመለክተናል።

የሰው ልጅ በብዙ ነገሮች እየተራቀቀ ከመጣበትና አሁን ከደረሰበት የሥልጣኔ ሠገነት ላይ ቢገኝም ቅሉ የሰው ልጆች ፍላጎት አሁንም በአግባቡና በተሟላ መልኩ እየተመለሰ አይደለም። አሁንም የሰው ልጆች በረኃብ ይረግፋሉ፤ በመድኃኒትና በሕክምና እጦት ይማቅቃሉ፤ እርስ በርሳቸውም ይገዳደላሉም፤ አሁንም ኑሯቸው ከተዘዋዋሪ አደን ያልተላቀቁም አሉ።

የሰው ልጆች ሥልጣኔ ስለምን ቡራቡሬ ሆነ? የአንዱ ፍላጎት ሲሟላ የሌላው ፍላጎት ስለምን ጦሙን ያድራል? በዚህ ሁሉ የሥልጣኔ ገድል መካከል መከራና ሰቀቀን፣ ሞትና ቁስለት፣ እንባና እሪታ እንዴት በዚህ መጠን የዓለማችን የዘወትር እውነታዎች ሆኑ? በርካታ ምሁራን በሰው ልጆች መካከል ስላለው የሥልጣኔ ወይም የልማት ደረጃ ልዩነት ከተፈጥሮ ጸጋዎች፣ ከአመራር ብቃት፣ ከመንግሥት ባሕርይ፣ ከባህል፣ ከተቋማት ዐቅም፣ ከዓለም አቀፍ ግንኙነትና ቅኝ ግዛት ጋር የተያያዙ በርካታ መንሥኤዎችን ያስቀምጣሉ። በእነዚህ የሥልጣኔ ልዩነት ጥያቄዎች ላይ የሚሰጡ ድምዳሜዎችም በተራቸው የሰው ልጆችን ተፈጥሮ በተመለከተ ሌላ ክርክር የሚያስነሱ ናቸው።

በአንድ በኩል የሰው ልጅ ስግብግብ፣ ራስ ወዳድ፣ ተፎካካሪ እና ጠበኛ ፍጥረት ነው የሚለው ዕይታ እና በሌላ በኩል ደግሞ "የሰው ልጅ በመሠረቱ መልካም፣ ተባባሪ፣ እና ለሌሎች አሳቢ ፍጥረት ነው" የሚለው ዕይታ የክርክር አጀንዳ ፈጥሯል።

ከአንደኛው የዓለም ጦርነት ፍጻሜ በኋላ የሥነ ሕይወትና የሥነ ዝግመት ሊቃውንት ጦርነቱ በፈጠረባቸው ተጽዕኖና ሽብር ምክንያት "የሰው ልጅ ጨካኝና አደገኛ ፍጥረት ነው" የሚል ሐሳብ አምጥተዋል። የሰው ልጅ ከሌሎች እንስሳት ቀድሞ የሠለጠነበት ምክንያትም "በከፍተኛ ጭካኔው አካባቢውን እየተቆጣጠረ በመምጣቱ ነው" ይላሉ። ይህ በአንደኛው የዓለም ጦርነት ማግሥት የተጀመረ አስተሳሰብ ሁለተኛው የዓለም ጦርነት ሲከሠት ይበልጥ ተጠናክሮ የብዙዎችን ቀልብ የሚስብ መሆን ቻለ።

በአንጻሩ በዓለም ላይ የኮምዩኒዝም ርዕዮተዓለም እየሠፈነ ሲመጣ የሊቃውንት ቀልብ በሰው ልጆች የትብብርና የመልካምነት ተፈጥሮ ላይ እያተኮረ መጣ። ከፉክክር ይልቅ ትብብርን የሰው ልጅ ተፈጥሮ አድርጎ መቁጠር ጀመረ። ኮሙኒዝምን የሚተቹ ሊቃውንት ደግሞ በተቃራኒው "ኮሙኒዝም የሰው ልጆችን የራስ ወዳድነትና የፉክክር ተፈጥሮን የዘነጋ ነው" የሚል ሐሳባቸውን መሰንዘር ጀመሩ። ውሎ አድሮም የሊበራሊዝም አስተሳሰብ ተቀባይነቱ እየሰፋ ሲመጣ የሰው ልጆችን ስግብግብ፣ ራስ ወዳድና ተፎካካሪ ፍጥረታት እንደሆኑ የሚቆጥረው አመለካከት የበላይነት እያገኘ መጣ። በሁሉም ወገን የሰው ልጅ ተፈጥሮን በመበየን ሂደት ውስጥ የሚስተዋለው ዋናው ችግር ብያኔው ከርዕዮተዓለም የሚቀዳ መሆኑ ነው። መሆን የሚገባው ግን በተቃራኒው ነበር። ስለሰው ልጅ ተፈጥሮ ያለንን ዕይታ በነጻ አእምሮ ከመዘንን በኋላ ርዕዮተዓለማችንን ብንቀርጽ የበለጠ ትክክል እንሆን ነበር። ጋሪውን ከፈረሱ በማስቀደማችን ምክንያትም በሰው ልጅ ተፈጥሮ ላይ የምንሠነዝራቸው ድምዳሜዎች ርዕዮተዓለማችንን ተመራጭ ለማድረግ የሚደረግ መቅበዝበዝ ሆነ።

የሰው ልጆች ተፈጥሮ ለበጎነትም ለክፋትም፣ ለፉክክርም ለትብብርም፣ ለራስ ወዳድነትም፣ ለሰው አሳቢነትም፣ ለጠበኝነትም፣ ለሰላማዊነትም ክፍት የሆነና በየትኛውም አቅጣጫ የማደግ ዕድል ያለው ነገር እንጅ በአንድ ጽንፍ ላይ የሚቆም አይደለም። የሰው ልጅ የምጡቅ አእምሮ ባለቤት ነው። ይህን ምጡቅ አእምሮውን ለበጎነትም ለክፋትም ሊጠቀምበት ይችላል። ለበጎነት ሲጠቀምበት በዓለማችን በበጎነታቸው እንደሚጠቀሱት መልካም ሰዎች፤ ለክፋት ሲጠቀምበትም በክፋታቸው መጠን እንደሚጠሩት ክፉ ሰዎች ሊሆን ይችላል።

በመደመር ዕይታ መሠረት የሰው ልጅ የፉክክርም ሆነ የትብብር፣ የጠበኝነትም ሆነ የሰላማዊነት ዝንባሌው በእጁ ላይ ነው። የሚፈልገውን ባሕርይ የመገንባትና የማጠናከር ዐቅሙ አለው። ወጣ ገባ ብሎ የበሰለው የሰው ልጅ ሥልጣኔ የእያንዳንዱን ሰው ፍላጎት በማሟላት ሙሉ በሙሉ የበሰለ እውነተኛ ሥልጣኔ እንዲሆን ይኽን የሰው ልጆች ዐቅም መገንዘብ የግድ ይላል።

ምዕራፍ 2

የሁለት ርዕዮቶች ተቃርኖ

በርዕዮተዓለማዊ ውይይቶችና ክርክሮች ውስጥ የሊበራሊዝምና የሶሻሊዝም ተቃርኖ ጎልቶ የሚነሣ ዋና ጉዳይ ነው። ርዕዮተዓለማዊ ውዝግቦች በዋናነት ሁለቱን ርዕዮቶች ለማስታረቅ የሚደረጉ ጥረቶች ሆነው እናገኛለን። የሁለቱ ርዕዮቶች ተቃርኖም ከሰው ልጅ ፍላጎቶች መሠረታዊ ተቃርኖ የሚመነጭ፣ በዋናነትም በእኩልነትና በነጻነት መካከል ካለው ተቃርኖ የሚነሣ ነው። "ሊበራሊዝም" ለሰው ልጆች የነጻነት ፍላጎት ቅድሚያ የሚሰጥ ርዕዮት ሲሆን፣ በአንጻሩ "ሶሻሊዝም" ደግሞ ለሰው ልጆች የእኩልነት ፍላጎት ቅድሚያ የሚሰጥ ነው።

ሊበራሊዝም

የሊበራል ፍልስፍና ቀደምት ጠንሳሾቹ ለሰው ልጆች ግለሰባዊ ነጻነት ቅድሚያ የሚሰጡና የሰው ልጅን የማያቋርጥ የፍጆታ ጥም በማርካት ላይ ያተኮሩ ነበሩ። በዚህም የሰው ልጆችን ሀብት የማፍራትና የማካበት ፍላጎት በማስተናገድና በነጻ ምኞትና መሻታቸው ላይ እንቅፋት ባለመፍጠር የሰው ልጆችን ነጻነት ለማረጋገጥ እንዲቻል የገበያ ነጻነትን አስፈላጊነት ሰብከዋል። የሊበራል ፍልስፍና በጊዜው የነበሩት የፍጹማዊ ሀገረ መንግሥታት አካላት እጅ መርዘሙና ፈላጭ ቆራጭነታቸው የሰዎችን የኢኮኖሚም ሆነ የፖለቲካ ነጻነት በመግፈፉ የተፈጠረ ፍልስፍና ነበር።

የዚህ ፍልስፍና መሠረታዊ ሐሳብ የሰዎችን ሠርቶ የመለወጥና የማደግ እንዲሁም በምኞታቸው ልክ የመኖር ጥረታቸውን የሚያንኮላሸው የመንግሥት እጅ በመሆኑ የመንግሥትን እጅ አሳጥረን ልንቆርጠው ይገባል ብሎ ያምናል። የመንግሥት እጅ በግለሰቦች መካከል የሚኖረውን ነጻ ውድድር በማመቻቸትና

የዜጎችን ደኅንነት በማረጋገጥ ላይ እንዲወሰን ይፈልጋል። መንግሥት መሠረታዊ ከሆኑ ሉዓላዊነትን ከማስከበርና የሕግ የበላይነትን ከማረጋገጥ ውጭ ኢኮኖሚውን ለገበያተኞች እንዲተወው ይወተውታል። ገበያ በራሱ "ሥውር እጅ" አማካይነት ሚዛኑን እየጠበቀ ወደ ስኬት ይገሰግሳል፤ በዚህም የሰውን ልጅ ፍላጎት ይበልጥ እያሳካ ይኼዳል ብሎ ያምናል።

የሊበራሊዝም ፍልስፍና ዋና ፍላጎቱ የሰው ልጆችን የፖለቲካና የኢኮኖሚ ነጻነት ማረጋገጥ ነው። ዙፋን የተቆናጠጡ ኃይሎች የጦር ኃይላቸውን መከታ በማድረግ የዜጎችን ሀብት የሚያጋብሱና የዜጎችን የብልጽግና ጥረት የሚገድቡ በመሆናቸው ይህን የፖለቲከኞች ማናለብኝነት ለመግራት የተተለመ ርዕዮት ነው። ይህ የመንግሥት ባለሥልጣናት በዜጎች ሠርቶ የመለወጥ እንቅስቃሴ ላይ የሚያሳድሩት ኢኮኖሚያዊ ጭቆና ከፖለቲካዊ ተጽዕኖ የሚነሣ ነውና ፖለቲካው ባለሥልጣናቱን ሊገራ የሚችል መላ ማበጀት አለበት ብሎ ያምናል።

ሊበራሊስቶቹ "የሰው ልጅ ነጻነቱ ከተረጋገጠለት ሠርቶ ለመበልጸግ የማይደክም፣ በማያቋርጥ የምኞትና የመለወጥ ጥም የተያዘ ፍጥረት ነው" የሚል እምነት አላቸው። በመሠረታዊ ተፈጥሮውም የሚጠቅመውንና የሚጎዳውን ለይቶ የሚያውቅ፣ ምክንያታዊ፣ እኩል ዕድል ከተሰጠው እኩል የማደግና የመለወጥ ዐቅም ያለው ነው ብለው ያምናሉ። ይህን ሠርቶ የመበልጸግ ሕልሙን የሚያጨናግፉት ሳይሠሩ ለመለወጥ የሚሞክሩ፣ በመሣሪያቸው የሚተማመኑ የፖለቲካ ሰዎች ናቸው ብለው ያስባሉ። በመሆኑም ዋነኛ ዓላማቸው የግለሰቦችን ኢኮኖሚያዊና ፖለቲካዊ ነጻነት ማረጋገጥ ነው።

የሊበራሊዝም ሐሳብ የተነሣበት ጊዜ ከኢንዱስትሪ አብዮት ጋር የገጠመ ነበር። ወይም የሊበራሊዝም አስተሳሰብን ተከትሎ የኢንዱስትሪ አብዮት ፈነዳ። የነጻ ገበያ ሥርዓት እንደ በረሓ ቋያ ተቀጣጠለ። ሐሳብ ያላቸውና ገንዘብ ያላቸው መዋዕለ ንዋያቸውን ማፍሰስ፣ ትርፍ ማፈስ፣ ያገኙትን ትርፍ እንደገና ማፍሰስ፣ ተጨማሪ ትርፍ ማጋበስ ጀመሩ፤ አውሮጳም በኢንዱስትሪዎች ተሞላች።

"ገበያው ለገበያተኛው ብቻ ቢተው ወይም መንግሥት ከኢኮኖሚ ላይ እጁን ቢያነሣ የገበያ ኢኮኖሚ ይስፋፋል" የሚለው ዕሳቤ በተግባር ተመሰከረ። ነገር ግን የመጣው ውጤት ሁሉንም ተጠቃሚ የሚያደርግ ሳይሆን ጥቂቶች በድሎት ሲንደላቀቁ ብዙኃኑን የበይ ተመልካች የሚያደርግ እውነታ ነው። ሀብት በጥቂቶች እጅ ገብቶ ጭቁኖች የባሰ ተጨቁነው በከፍተኛ የጉስቁልና ኑሮ ውስጥ ተነከሩ። ምርታማነትን ለማሳደግ መፈብረክ የጀመሩ የማምረቻ መሣሪያዎች ሕፃናትን ሳይቀር ለጉልበት ብዝበዛ የሚዳርግ፣ ገበሬውን (ጭሰኛውን) ከመሬቱም ከምርቱም የሚያፈናቅል መሆኑ በተግባር ታየ። ይህን የተመለከቱ የ19ኛው ክፍለ ዘመን ፈላስፎች የሰው ልጆችን የእኩልነት ጥያቄ አውራ የዘመኑ ጥያቄ አደረጉት። ካፒታሊዝም የፊውዳሊዝምን ጭቆና መልክ በመቀየር ጭቁኖችን የበለጠ እንዲጨቆኑ የሚያደርግ እንጅ ለሰው ልጅ መድኅን ሊሆን እንደማይችል ዐወጁ። ይህም የሶሻሊዝም ርዕዮተዓለምን ወለደ።

ሶሻሊዝም

"የሊበራሊዝም አስተሳሰብ መሥራቾች የአምባገነን ነገሥታት ፈላጭ ቆራጭነት አንገሽግሿቸው ተነሡ" ከተባለ፣ የሶሻሊዝም ርዕዮተዓለም አቀንቃኞች ደግሞ "ያንገሸገሻቸው የሠራተኛው መደብ መበዝበዝ ነበር" ማለት ይቻላል። ሊበራሊስቶች የመንግሥትን እጅ ለማሳጠር የሄዱበትን ርቀት ያህል ሶሻሊስቶች የባለሀብቱን እጅ ለማሳጠር ተንቀሳቀሱ። ሊበራሊስቶች "የሰው ልጅ ዕድገት የሚረጋገጠው ገበያው ራሱን በራሱ ሲያስተዳድር ነው" ብለው የሰበኩትን ያህል፣ ሶሻሊስቶች ደግሞ "የገበያ ሥርዓት ግብአተ መሬት ካልተፈጸመ የማኅበረሰቡ ችግር አይፈታም" አሉ።

የሶሻሊዝም አቀንቃኝ ፈላስፎች "የሰው ልጆች ለውጥና የዘመናዊነት ጉዞ በሰው ልጆች ሐሳብና ፍላጎት ታስቦ የተተለመ ሳይሆን የተወሰኑ ቡድኖች ቁሳዊ የበላይነት የፈጠረውና የእነርሱን ፍላጎት የሚያስጠብቅ ነው" የሚል ክርክር አመጡ። በወቅቱ እየጎለበተ ለመጣው ካፒታሊስታዊ ሥርዓት ታሪካዊ ትንተና በመስጠት ሥርዓቱ መልኩን ቀይሮ የመጣ "የባሪያ አሳዳሪነት ውላጅ ሥርዓት" እንደሆነ ተናገሩ። በ"ባሪያ አሳዳሪ" እና በ"ባሪያ" መካከል የነበረው አለመመጣጠን (ኢ-እኩልነት) በባላባትና በጭሰኛው ጨቋኝ የሥርዓት ድልድይ ተሻግሮ በከበርቴውና በወዝ አደሩ መካከል ቀጥሏል የሚል መከራከሪያ አቀረቡ።

በዚህ የሶሻሊስቶቹ መከራከሪያ መሠረት የሊበራሊስቶቹ የነጻነት ትርጓሜ ጠባብና የተሳሳተ ነው። ሊበራሊዝም ነጻነትን "ከሰው ቅፍደዳ ነጻ መሆን" በሚል ሲተረጉመው፣ ሶሻሊዝም ግን "በታሪክ ሲገነባ ከቆየው መዋቅራዊ የጭቆና ሰንሰለት ነጻ መሆን" በሚል ይተረጉመዋል። በቀጥታ ገጹ የሶሻሊዝም ዋነኛ ማጠንጠኛ መደባዊ ክፍፍሎች ቀርተው የሰው ልጆች እኩልነት የሚሰፍንበት ዓለም በመዘርጋት ላይ ያተኮረ ነው።

ሶሻሊዝም "ሰዎች ሠርተው የላባቸውን ፍሬ ለሌላው እንዲያቀብሉ የሚያደርገው ሥርዓት መገርሰስ አለበት" ብሎ ያምናል። በባሪያ አሳዳሪ ሥርዓት ውስጥ "ባሪያው" ቀኑን ሙሉ ሲለፋ ቢውልም የላቡ ፍሬ ግን ለአሳዳሪው እንጅ ለእርሱ አይተርፈውም። በዚህ ሂደት "ባሪያው" የሚያገኘው የዕለት ጉርስ ጥቅሙ በቀጣዩ ቀን ለሥራ እንዲሠማራ ብቻ ነው። ሠርቶ የማግኘትና በሥራው ፍሬ ልክ የመለወጥ ዕድል የለውም።

በካፒታሊስታዊ ሥርዓትም የሠራተኛው መደብ የዕለት ጉርሱን የሚያሟላ አሞሌ ከማግኘቱ በስተቀር የሰውነት ባሕርይው የሚጠይቀውን ሠርቶ የማግኘትና የመበልጸግ ፍላጎት የሚያሟላ አይደለም። ይልቁንም የላቡን ውጤት ከበርቴዎቹ ይወስዱበታል። ተጨማሪ ምርት ቢያመርትም ባያመርትም ለእሱ የምትደርሰው ያችው "አሞሌ" ደመወዙ ናት። "ምን በጋን ቢታለብ ያው በገል" እንዲሉ።

ከበርቴዎቹ ለማምረት የሚያስችሉ የምርት ኃይሎችን በባለቤትነት ለመያዝ በመቻላቸው የላቡን ፍሬ የመውሰድ ዕድል ያገኛሉ። የምርት ኃይሎች ለምርት አስፈላጊ የሆኑ እንደ መሬትና ካፒታል ያሉ ግብአቶች ናቸው። እነዚህ ግብአቶች በጥቂት ሰዎች ቁጥጥር ሥር የመዋላቸውን ሁኔታ ለመቀየርም ከበርቴዎችን

የሚያገለግለውና የሚጠቅመው እንዲሁም በከበርቴዎች የሚታዘዘው ሥርዓት ሙሉ በሙሉ መወገድ አለበት የሚል አቋም ያዙ። በተለይ የመጀመሪያዎቹ የሶሻሊዝም ሐሳብ ጠንሳሾች ካፒታሊዝም ራሱን በራሱ ጠልፎ መጣሉና በወጣበት መንገድ መንኮታኮቱ እንደማይቀር ተነበዩ። ለዚህም የዓለም ላብ አደሮች በአንድነት እንዲቆሙ አሳሰቡ።

የሶሻሊስቶቹ ህልም በላብ አደሩ የሚመራ ጠንካራ ፓርቲ በማቋቋም በብርቱ ክንዱ የካፒታሊዝምን ግብአተ መሬት ለማፋጠን ነበር። ይኸም የላብ አደሩን ጊዜያዊ አምባገነናዊ መንግሥት በማቋቋም ኢኮኖሚውን የተቆጣጠረውን የከበርቴ ሥርዓት ማጥፋትና መደብ አልባ ኅብረተሰብ መፍጠር ነው። በእንዲህ ዓይነት አብዮት የሚመሠረተው መንግሥትም ከበርቴው የምርት ኃይሎችን በመያዙ ምክንያት ላብ አደሩን ፈንግሎት እንዳይኖር መንግሥት እጁን ሰድዶ የምርት ኃይሎቹን የሚቆጣጠር የዕዝ ኢኮኖሚን የሚተገብር ነው። በዚህ ዕሳቤ በመመራት በርካታ አብዮቶች በበርካታ ሀገራት ተካሂደዋል።

በዚህ ርዕዮት መሠረት በጭቁኖች አብዮት የሚፈጠረው ጊዜያዊ አምባገነናዊ መንግሥት የከበርቴዎችን የበላይነት አጥፍቶ ሁሉም ዜጎች እኩል የሚሆኑበትን ሥርዓት ይፈጥራል። ይኼንኑ አስተሳሰብ ከአውሮጳ የተለየ ታሪክ ባላቸውና ኢንዱስትሪ ባልተስፋፋባቸው ሀገራት (ለምሳሌ በእስያ) እንዲሠራ ለማድረግ ጉዳዩን ከቅድመ ካፒታሊስታዊ የምርት ሥርዓቶች ወይም በዋናነት ከአርሶ አደሮች ሁኔታ ጋር አገናኝቶ ለመተንተን ተሞከረ።

ሁለቱን ርዕዮቶች የማስታረቅ ሙከራ

ካፒታሊዝም በሊበራሊዝምም ሆነ በሶሻሊዝም ተጻራሪ ዕይታዎች እንደተተነበየው አልሆነም። ሊበራሊስቶች እንደጠበቁት ሁሉንም ሰው (ወይም ቢያንስ አብዛኛውን) ተጠቃሚ ማድረግ አልቻለም፤ ሶሻሊስቶች እንደተነበዩትም ራሱን ጠልፎ አልጣለም። ይልቁንስ ጥሬ ዕቃና ገበያ ሲያጥረው አዳዲስ ዓለማትን እያሰሰ መስፋፋቱን ቀጠለ። በዚህም ምክንያት በሊበራሊዝምና በሶሻሊዝም አስተሳሰብ ውስጥ የነበሩ ሐሳቦች ሌሎች ቅይጥ አማራጮችንም ማፍለቅ ጀመሩ።

በሊበራሊዝምና በሶሻሊዝም ርዕዮቶች መካከል የተደረገው ፍጭት "ነጻነትን እና እኩልነትን እንዴት እናስታርቃለን?" የሚለው ጥያቄ ጎልቶ እንዲወጣ አደረገው።

ሊበራሊዝም "ዕድገትና ብልጽግና የሚመጣው በዜጎች መካከል ሠርቶ የመበልጸግ ውድድር እንዲኖር ሜዳውን ስናመቻች ነው" ብሎ ሲያምን ዜጎች ለውድድሩ በእኩል ሁኔታ መነሣት እንዳለባቸው ይዘነጋል። ከፊሉ ዜጋ፣ ትናንት በቂ ሀብት ያከማቸ ፈርጣማ ባለጸጋ ሆኖ፣ ከፊሉ ደግሞ የሚላስ የሚቀመስ የሌለው ምንዱብ ከሆነ፣ ሁለቱን እኩል ይወዳደሩ ማለት ምንዱባኑን በፈርጣማው ባለጸጋ ከማስጨፍለቅ የዘለለ ውጤት እንደሌለው ቀድሞውኑ ይታወቃል። "ዳኞችም አያዳሉም፣ ሕጉም በእኩልነት ይተገበራል" ብሎ በዝግጁነትም ሆነ በአቅም የማይመጣጠኑ ሯጮችን ማወዳደር አሸናፊውን አስቀድሞ ከመምረጥ አይተናነስም።

ይህን የሊበራሊዝም ችግር ቀርፎ ፍትሐዊ ተጠቃሚነትን ለማምጣት በአንድ በኩል ገበያን "ሥራህ ያውጣህ" ብሎ ሙሉ በሙሉ መተው አዋጭ እንዳልሆነ በመረዳት መጠኑ ቢለያይም የተወሰነ የመንግሥት ጣልቃ ገብነት እንደሚያስፈልግ የሚያምኑ ክለሳዎች መጡ። በሌላ በኩል ደግሞ የፍትሐዊ ተጠቃሚነትን ጉዳይ ከማኅበራዊ ውል ጋር በማያያዝ ዝቅተኛውን የፍትሐዊ ተጠቃሚነት መስፈርት ለማስቀመጥ የሚያስችልና በዚህም ጉዳዩን ከፖለቲካ አጀንዳነት ለማውጣት የሚያገለግል ክለሳ ይዘው የመጡ ሊቃውንት ነበሩ።

በአንጻሩ በሶሻሊዝም አቀንቃኞች አካባቢ ደግሞ ገበያን ቀፍድዶ በመንግሥት እጅ መያዝ የሰዎችን ሠርቶ የመበልጸግ ነጻነት የሚጎዳና አጠቃላይ ብልጽግናን የሚያዳክም መሆኑ በሰፊው ተቀባይነት አገኘ።

እነዚህን የሐሳብ ክለሳዎች ተከትሎ ሀገራት ለነጻነት የሚሰጡት ትኩረት በአምባገነንነት ወይም በዲሞክራሲያዊነት እያስፈረጃቸው የመጣ ሲሆን የዲሞክራሲ ዝንባሌያቸውን የሚያመላክትና ሀገራቱ ለእኩልነት የሚሰጡት አንጻራዊ ትኩረት ደግሞ ማኅበራዊ ደኅንነትን በማረጋገጥ ረገድ ያላቸውን ዝንባሌ የሚወስን ሆኗል። ማኅበራዊ ደኅንነት ስንል ዜጎች ለከፋ ችግርና ስቃይ የማይዳረጉበትና በማኅበራዊ ሥርዓቱ ውስጥ ባይተዋር የማይሆኑበት ሁኔታ ማለት ነው።

በዲሞክራሲው ጎራ የሚፈረጁ ሀገራትን ለይተን ለእኩልነት የሚሰጡትን ትኩረት ብንመለከት አጠቃላይ ርዕዮታቸውን ያሳየናል። ሊበራሊስቶቹ የዜጎች ጉስቁልና የሚፈታው አጠቃላይ ብልጽግና ሲመጣ መሆኑን በማመንና ማኅበራዊ ደኅንነትን የማረጋገጥ ኃላፊነቱን ለዜጎቹ ለራሳቸው በመስጠት ለፍትሐዊ ተጠቃሚነት ዝቅተኛ ትኩረት አሳይተዋል። እነዚህ ሀገራት በማኅበራዊ ደኅንነት ሥራዎቻቸው ውስጥ ዋነኛ ትኩረታቸው ለችግር ለተጋለጡ ሰዎች ድጋፍ የማድረግ ጉዳይ እንጅ የፍትሐዊ ተጠቃሚነት ጉዳይ አይደለም። ዋነኛ ትኩረታቸው የችሮታ ድጋፎችን ለተቸገሩ በማቅረብ ላይ የተወሰነ ነው። ከችሮታ ድጋፉ በዘለለ ለማኅበራዊ ደኅንነት ችግር ዋናው መፍትሔ ገበያ ነው ብለው ያምናሉ።

በሌላ በኩል "ወግ አጥባቂ" የሚባሉት ሀገራት ለዜጎች ማኅበራዊ ደኅንነት አንጻራዊ ትኩረት በመስጠት የተለያዩ የዋስትና ሥርዓቶችን ዘርግተዋል። የዋስትና ሥርዓቶቹ በዜጎች አስተዋጽዖ ላይ የተመሠረቱና ሠራተኞች በሚያዋጡት ገንዘብ ልክ የዋስትና አገልግሎት የሚያገኙበትን መንገድ ያመቻቹ ናቸው።

ሆኖም ይህ ዓይነት መንገድ የበለጠ ለሚያዋጡ የበለጠ ዋስትና የመስጠት ጉዳይ እንጅ የፍትሐዊነት ጥያቄን የሚፈታ እንዲሁም ለተቸገሩና ለሥራ አጥ ዜጎች መፍትሔ የሚሰጥ አይደለም። የነጻነትና የእኩልነት ጥያቄዎችን አስታርቀው በሊበራሊዝምና በሶሻሊዝም መካከል አማራጭ ሆነው ለመምጣት የሞከሩት ሶሻል ዲሞክራሲን የሚከተሉ ሀገራት ናቸው። እነዚህ ካፒታሊዝም ፍትሐዊ የሀብት ክፍፍልን የማያረጋግጥ መሆኑ እሙን ቢሆንም፣ መፍትሔው ግን ካፒታሊዝምን ማውደም ሳይሆን በትክክለኛ ስልቶች ክፍተቶቹን ማከም ነው የሚሉ ናቸው።

ሶሻል ዲሞክራሲ እንደ ገምጋሚው ዝንባሌ "ሊበራሊዝምን የሚጠጋገን" ወይም "ለሶሻሊዝም የዲሞክራሲ ጭንብል የሚያጠልቅ" ተደርጎ ቢታይም ከሁለቱም ርዕዮተዓለሞች ነጥሮ በራሱ እንዲቆም የሚያደርጉት መሠረታዊ ልዩነቶች አሉት።

ርዕዮተዓለሙ የሶሻሊዝምን ሁለቱን መሠረታዊ ዓምዶች (የኢኮኖሚ ወሳኝነትንና የመደብ ትግልን) በመቃረን የፖለቲካ ወሳኝነትን እና መደብ ተሻጋሪ ትብብርን መሠረት ያደረገ ነው። ከሶሻሊዝም በተቃረነ መልኩ ሁሉም ሰው የላቀ ጥቅም የሚያገኘው ከካፒታሊዝም መውደም ሳይሆን መፋፋት መሆኑን ያስረግጣል። የሚጎመራው ካፒታል ግን የጥቂቶች ኪስ ውስጥ ብቻ እንዳይገባ በመንግሥት ሚና ለሁሉም ዜጎች የተመቻቸ መሠረታዊ የኢኮኖሚ አቅም መፍጠር ይገባል ብሎ ያምናል።

ይህን አቅጣጫ የተከተሉ ሀገራት የመንግሥትን ገቢ በተለያዩ መንገዶች በማሳደግ በተለይም በግብር ላይ በማተኮር ሀብትን በመንግሥት በኩል መልሶ የማከፋፈል ሥራ ይሠራሉ። ማኅበራዊ ደኅንነትን በከፍተኛ ደረጃ ለማስጠበቅ የሚሞክሩ በመሆናቸውም "የዳረጎት መንግሥታት" በመባል ይተቻሉ። እነዚህ ሀገራት በሀብት ክፍፍሉ ላይ ሰፊ ድርሻ የሚወስዱና ለዜጎች እኩልነት ትኩረት የሚሰጡ ናቸው። በውጤቱም ፍትሐዊ ተጠቃሚነት የሚስተዋልባቸው ሀገራት ሆነዋል። ሶሻል ዲሞክራሲ ለዜጎች የኑሮ ጥራት ትኩረት በመስጠትና ከዚያም ባሻገር በሕይወታቸው ላይ ያላቸውን ርካታና ደስተኝነት በመከታተል ብልጽግናን ከገበያ የዘለለ የሰው ልጆች ጉዳይ ለማድረግ ይሞክራል። ሆኖም ሶሻል ዲሞክራሲ ከማርክሲስቶች አሁንም ትችት ይቀርብበታል፤ ሆኖም ትችቱም ሶሻል ዲሞክራሲ ሠራተኞችን ለምዝበራ የሚዳርገውን ሥርዓት በመጠጋገን ዜጎች አጉል ምቾት እንዲሰማቸው ያደርጋል እንጅ መሠረታዊ የሆነውን ሠርቶ የመበልጸግ መብታቸውን አያስከብርም የሚል ነው።

ዜጎች በማንኛውም ሀብት ላይ እኩል ተጠቃሚ የሚሆኑበትን መሠረታዊ የሰው ልጅነት ጸጋ ቀምቶ እንደ መልካም "ባሪያ አሳዳሪ" ለዜጎች የሚበሉትንና የሚጠጡትን እየሰጠ የሚያኖር ሥርዓት ነው ይሉታል።

ሊበራሊስቶች ደግሞ ሶሻል ዲሞክራሲ በከፍተኛ ግብር ላይ የተመሠረተ በመሆኑ የግል ባለሀብቱን የሚያቀጭጭና በግብር ጫና ምክንያትም በሥጋት የተዋጠና ፈጠራን የማያደፋፍር ነው የሚል ትችት ያቀርቡበታል። በተጨማሪም በጥቂቶች የሚመነጭ ሀብትን ለሰፊው ሕዝብ በጡረታና በሥራ አጥነት ዋስትና ክፍያዎች ስለሚያከፋፍል ሶሻል ዲሞክራሲ ዘለቄታዊነትን ለማረጋገጥ አይችልም ይላሉ። በዚህም ምክንያት ይህ ርዕዮተዓለም በተለይ የመንግሥት የሀብት መደላድል ዝቅተኛ በሆነባቸው አዳጊ ሀገራት ላይ ያለውን ተጨባጭ ሁኔታ ያላማከለ እንደሆነ ትችት ይቀርብበታል።

ባደጉት ሀገራት ሶሻል ዲሞክራሲ ለዜጎቻቸው የተደራጀ አገልግሎት ለመስጠት የሚያስፈልገውን ከፍተኛ ገንዘብ ከግሉ ባለሀብት በግብር እንዲሰበስቡ ያስችላቸዋል። ይህም የሆነው ባለሀብቶቻቸው በድሃ ሀገራት ላይ ጥገኛ በመሆን ርካሽ የሰው ጉልበትንና የተፈጥሮ ሀብትን ስለሰበሰቡ ነው። የምርት ኃይሎችን በቀላሉ በመቆጣጠር ከፍተኛ ትርፍ ስለሚያጋብሱ በመንግሥታቱ ታክስ በቀላሉ የሚደነብሩና የሚቀጭጩ ባለመሆናቸው ነው። በዚህም ምክንያት የእነዚህ ሥርዓቶች ቀጣይነት ከኒዮ ሊበራሊዝም ህልውና ጋር የተቆራኘ ነው።

ምንም እንኳን የኒዮ ሊበራሊዝም ርዕዮት ቀድሞውንም ሊበራሊዝምን ሲከተሉ በነበሩ ሀገራት የሚቀነቀን ቢሆንም፣ ሶሻል ዲሞክራቶቹም የቆሙት ዓለም አቀፍ ባለሀብቶቻቸው ከድሃ ሀገራት በሚሰበስቡት ሀብት ነው። ኒዮ ሊበራሊዝም ነጻ የሸቀጥና የካፒታል ዝውውርን የሚያቀነቅን እና ከገበያ ባሻገር ምርትንም ድንበር ዘለል የሚያደርግ በመሆኑ ፈርጣማዎቹ ባለሀብቶቻቸው በየሀገራቱ እየዞሩ በሚያዋጣቸው መንገድ ሀብት ማካበት እንዲችሉ አድርጓቸዋል።

ምንም እንኳን ኒዮ ሊበራሊዝም የሶሻል ዲሞክራቶቹን የመንግሥት ጣልቃ ገብነት መርሕ ውድቅ በማድረግ የመጣ ርዕዮት ቢሆንም በሂደት ግን ለሶሻል ዲሞክራቶቹ ምቹ ሁኔታ ፈጥሮላቸዋል። ሀገራቱ የመንግሥትን የበጀት እጥረት ተቋቁመው የዘለቁትም ኒዮ ሊበራሊዝም በከፈተላቸው መንገድ በመጠቀም ነው።

በሀገራችን የሞከርናቸው ርዕዮተዓለሞች

የተማሪዎች ንቅናቄና ሶሻሊዝም

በሀገራችን በርዕዮተዓለም ዙሪያ የሚደረጉ ንግግሮች የተጀመሩት በተማሪዎች ንቅናቄ ወቅት ነበር። ለዚህ ደግሞ ሁለት ምክንያቶች ነበሩ። በኢትዮጵያ የከፍተኛ ትምህርት ተቋማት መስፋፋትን ተከትሎ የመጣው የውጭውን ዓለም የፖለቲካ ሥርዓቶች የማወቅና የመፈተሽ አዝማሚያ የመጀመሪያው ነው። ሌላው ደግሞ፣ ይኸው ጊዜ የማርክሲዝም ንድፈ ሐሳብ ከፈጣሪው ከካርል ማርክስ ኅልፈት በርካታ ዓመታት በኋላ በዓለም ላይ በከፍተኛ ሁኔታ ተጽዕኖ ማሳደር ከጀመረበት ወቅት ጋር መገጣጠሙ ነው።

በተለይም ጀርመንና ኢራንን በመሳሰሉ ሀገራት የነበረው የተማሪዎች እንቅስቃሴ በቀላሉ ወደ ሀገራችን በተማሪዎች በኩል በመዛመቱ የርዕዮተዓለም ጉዳይ የዘመናዊ አስተሳሰባችን ማሟሻ ሆኖ መጣ። ሀገራችን የመጀመሪያዎቹን የከፍተኛ ትምህርት ተቋማት በከፈተችበት ወቅት በድንግል ልቦናችን ውስጥ የሶሻሊዝም ርዕዮት ሰተት ብሎ ገባ።

በዚህም ከሊህቅ እስከ ደቂቅ የሀገራችን ወጣት አፍ ማሟሻ ይኼው የሶሻሊዝም ርዕዮተዓለም ሆነ። በዚህ ሕልም መሰል የርዕዮተዓለም ሙዚቃ ዳንኪራ ስንመታ ሀገራችን ምን ዓይነት ሁኔታ ውስጥ እንዳለችና ችግራችን ምን እንደሆነ እንኳን ቆም ብለን ለማስተዋል አልቻልንም። የላብ አደር ጭቆናና ከጭቆናው የመውጫውን መንገድ ዋና ጉዳይ አድርገን ስንተነትን በሀገራችን ነባራዊ ሁኔታ ይህ ዓይነቱ መደብ እንዳልተፈጠረ ተዘነጋን። ሌላው ቀርቶ በሀገራችን የነበሩት ኢንዱስትሪዎች በጣት የሚቆጠሩ እንደነበሩ ልብ አላልንም።

ከባሕር ማዶ የጎረፉትን ሐሳቦች በቀጥታ አምጥተን ሕዝቡን በመጋት ሀገራዊ ስካር ውስጥ ገባን። ዞር ብለን ስናየው ትርጉም በማይሰጡና አንዳንዶቹም በምሬት የሚስፈግጉ ጉዳዮች እርስ በርስ ስንራኮትና ስንጋደል ወሳኝ ጊዜያችንን አጠፋን። መድኃኒት ይሆናል ብለን ከውጭ የወሰድነው ርዕዮተዓለም ራሱ የሌሎች በሽታዎች ምክንያት ሆነ።

ርዕዮተዓለሞቹን በእኛ ሀገር ሁኔታ ለመተርጎም የተደረገው ጥረት በእኛ ልክ ያልተገዛን ጫማ የመጫማት ያክል ነበር። ጉዳዩ በጫማ መግዛት ብቻም የሚቆም አልሆነም። ይልቁንስ እግርን በጫማው ልክ የመከርከም ያህል ተራመደ። ርዕዮተዓለሙን በአግባቡ መርምረን ብያኔ የምንሰጥበትና የሚጠቅመንን ብቻ መዝነን መውሰድ የምንችልበት ንቃተ ኅሊና ስላላዳበርን ጊዜያችንን በጉንጭ አልፋ ንትርኮች አሳለፍን። የሀገራችንን ብሔራዊ ጥቅምና ፍላጎት የሚጎዳ፣ ስክነትና መደማመጥ የጠፋበት መንገድ ስለተከተልን ውጤቱ በጦርነትና እርስ በርስ ግጭት መተላለቅ ሆነ።

በወቅቱ የሀገራችን የፖለቲካ ኃይሎች ሁሉም ማለት በሚቻል መልኩ ይህን የሶሻሊዝም ፍልስፍና አቀንቃኞች ነበሩ። በዚህ ጊዜ ዋናዎቹ ጥያቄዎች በቡድን መብት ዙሪያ የታጠሩና በዋናነትም በመደቦች፣ በብሔሮች እና በሃይማኖቶች መካከል እኩልነት እንዲመጣ በመጠየቅ ላይ ያተኮሩ ነበሩ። የሐሳብ ልዩነቶቻቸውም በግለሰባዊ ወይም ወሳኝ ባልሆኑ ዝርዝር ጉዳዮች ላይ ብቻ የታጠሩ ነበሩ። ጥያቄዎቹ የፈጠሩትን ግርግር እንደ ምቹ ሁኔታ ተጠቅሞ ወደ ሥልጣን የወጣውና ተመሳሳይ ርዕዮተዓለም አራምዳለሁ ይል የነበረው የደርግ መንግሥት ጥያቄዎቹን በኃይል ለመጨፍለቅ ሞከረ። በዚህም የተነሣ የታፈኑት ጥያቄዎች በብሶት ምክንያት ተጋነውና ተለጥጠው በኋላ ላይ ደርግን ራሱን እስከመደምሰስ ደረሱ።

የሕዝቦችን የቡድን መብት ማክበርና ማስከበር መሠረታዊ ግዴታና በደፈናው "ፈረንጅ አመጣሽ" ተብሎ ገሸሽ የሚደረግ ባይሆንም ጥያቄዎቹን ከእኛ ሀገር ነባራዊ ሁኔታ አንጻር ለማጥናትና ለመረዳት ጥረት ከማድረግ ይልቅ በተማሪነታችን የ"አዛምድ" ፈተናን እንደመሥራት ያለ በግድ የማመሳሰል ሂደት የታየበት ነበር። ጉዳዩን በስክነት ከማጥናትና ከመመርመር፣ ከመወያየትና ከመከራከር ይልቅ ለደፋር ድምዳሜዎችና እሰጥ አገባዎች የተዳረግንበት ወቅት ነው። ባላጠናነው ጉዳይ ድምዳሜ ላይ የመድረስ ችኩልነት በስፋት ታይቷል።

የዚህ አንዱ መታያም የሩስያን አብዮት እግር በእግር እየተከተልን የፓርቲ ስያሜውን፣ ነጭ ሽብር እና ቀይ ሽብሩን ሳይቀር ለመገልበጥ ያደረግነው መውተርተር ከድጡ ወደ ማጡ በፍጥነት አሻገረን። ፋታም ሳንወስድ ዳስ ካፒታል እና ኢምፔሪያሊዝምን በገለበጥንበት እጃችን ግላስኖስት እና ፔሬስትሮይካን ወደ መተርጎም ገባን። እንዲህ እያልን ወደ ወሰዱን ሁሉ የምንነዳ ተሳቢ ሆነን ከዕዝ ኢኮኖሚ ወደ ቅይጥ ኢኮኖሚ ተገለበጥን።

"ኢሕአዴግና ሶሻሊዝም" - አብዮታዊ ዲሞክራሲ፣ ልማታዊ መንግሥት ወይም የሕዳሴው መስመር

የደርግ መንግሥት ወድቆ ኢሕአዴግ ሥልጣን ሲይዝ የሶሻሊዝም ርዕዮተዓለም ከለላና ጠበቃ የነበረው የምሥራቁ ዓለም እጅ የሰጠበት ጊዜ ነበር። በመሆኑም አቋምን አሻሽሎ ከጊዜው ሁኔታ ጋር መቀጠል የግድ አስፈላጊ ሆነ። ከመነሻው በሶሻሊዝም ያምን የነበረው፣ በኋላም የሩስያን ሳይሆን የአልባንያን ሶሻሊዝም ለመተግበር እንደሚፈልግ ሲገልጽ ለነበረው ኢሕአዴግ አዲስ መንገድ መፈለግ ግድ ሆነበት።

በፖለቲካው መስክ ማሻሻያዎች በማድረግ የመድበለ ፓርቲ ሥርዓትን ለመዘርጋት፣ ሐሳብን በነጻነት ለመግለጽ፣ ለመሰብሰብ፣ ለመደራጀትና ለነጻ ፕሬስ የሚሆኑ ርምጃዎች ተወሰዱ። ይህን ተከትሎም የድጋፍና የተቃውሞ ሰልፎች መደረግ ጀመሩ፣ አዳዲስ ፓርቲዎች ብቅ አሉ፣ ጋዜጦችና መጽሔቶች ተስፋፉ፣ ጫፍ የረገጡ ጽሑፎችም ጭምር በግሉ ፕሬስ መውጣት ጀመሩ። ሀገሪቱ ወደ ሊበራል ዲሞክራሲ ልትሸጋገር የምታኮበኩብ መሰለች።

በኢኮኖሚው መስክም በደርግ የዕዝ እና ኋላም የቅይጥ ኢኮኖሚ ይተገበሩ የነበሩ በርካታ የፊስካልና የሞኒተሪ ሕጎች መሻሻል ጀመሩ። በመንግሥት ተይዘው የነበሩ ድርጅቶች ቀስ በቀስ ወደ ግል ይዞታ ተዛወሩ። እስከ ወዲያኛው ባለሀብቶች እንዳይፈጠሩ የሚያደርጉ ገደቦችና ክልከላዎች ተነሡ። ከተወሰኑ የኢኮኖሚ ዘርፎች በስተቀር አብዛኞቹ ለግልና ለውጭ ባለሀብቶች ተከፈቱ።

ያም ሆኖ በቃልም ሆነ በተግባር ሊበራሊዝምን እንደ ርዕዮተዓለም የመቀበልና የመተግበር ሂደት ውስጥ አልገባንም። ምክንያቱም ወቅቱ ሶሻሊዝም የወደቀበት ብቻ ሳይሆን ሊበራሊዝምን ያለቅጥ የተጋቱ ሀገራትም ማጥ ውስጥ የገቡበት ወቅት ነበርና። ከዚያ ይልቅ ውግንናውን ለአርሶ አደሩ የኅብረተሰብ ክፍል ያደረገ አብዮታዊ ዲሞክራሲያዊ መስመር ተከተልን።

አብዮታዊ ዲሞክራሲ ሁሉንም የቅድመ ገበያ ሥርዓት ኋላ ቀር ኢኮኖሚያዊና ማኅበራዊ ትስስሮች እንዲሁም ፖለቲካዊ አመለካከቶች በሥር ነቀል መንገድ አስወግዶ ፍትሐዊና የተሟላ የነጻ ገበያ ኢኮኖሚ በመገንባት የሚፈጥረው ዲሞክራሲ፣ ሰፊው ሕዝብ ኢኮኖሚያዊና ፖለቲካዊ ተጠቃሚ የሚሆንበት የንዑስ ከበርቴ የአርሶ አደር ዲሞክራሲ ነው።

ሥርዓታችን አብዮታዊ ዲሞክራሲ መደባዊ ውግንናውን ለአርሶ አደሩ በማድረግ በ"አብዮታዊ ምሁር" መሪነት የካፒታሊዝምን ሥርዓት በማዳበር ወደ ሶሻል ዲሞክራሲ የሚያሸጋግረን ድልድይ እንደሆነ ይቀበላል። ሽግግሩን የሚመራው አብዮታዊ ዲሞክራት ኃይልም "ዲሞክራሲያዊ መርሃ ግብርን በተሟላ ይዘቱ የተቀበለ፣ የተሟላና ጠንካራ ዲሞክራሲያዊ አመለካከት ያለው ኃይል" መሆን እንዳለበት ያስቀምጣል።

የአብዮታዊ ዲሞክራሲ ብርታቶችና ሕጸጾች

አብዮታዊ ዲሞክራሲን በንድፈ ሐሳብ ደረጃ ስንገመግመውም ሆነ ለዓመታት የተገበርንበትን መንገድ ስንመለከት እንደማንኛውም ርዕዮተዓለም የተለያዩ ጥንካሬዎችና ሕጸጾች ተስተውለውበታል።

አብዛኛው ሕዝቧ በግብርና ለሚተዳደረው ኢትዮጵያ አርሶ አደርን መሠረት ያደረገ የፖለቲካ መስመር መሆኑ ጠንካራ ጎኑ ነው። የአርሶ አደሩን ሕይወት ቀና ለማድረግ የተደረጉት በርካታ ጥረቶችና የተገኙ ውጤቶችም በዚህ ማሕቀፍ ውስጥ የሚታዩ ናቸው።

በሌላ በኩል አብዮታዊ ዲሞክራሲ እንደ ንድፈ ሐሳብም ሆነ በትግበራ ደረጃ የሚስተዋሉበት ሕጸጾች አሉት። በውስጡ ያሉት ተቃርኖዎችና በትግበራ

ወቅት የተሠሩት ስሕተቶች በጅማሬው ላይ የነበረው የንድፈ ሐሳብ አሳማኝነት እና ሰፊ ተቀባይነት በጊዜ ሂደት ጥያቄ እየተነሣበት እንዲመጣ አድርጓል። ከሕጸጾቹ መካከል ዋና ዋናዎቹ ከዚህ በታች ቀርበዋል።

፩ ስለልሂቃን ያለው ዕይታ የሚጣረስ መሆኑ

አንደኛው ውስጣዊ ተቃርኖ በፓርቲው ወይም በመንግሥት ውስጥ ያሉ "ተራማጅ" የፖለቲካ ልሂቃንንና በግሉ ዘርፍ ያሉ የኢኮኖሚ ልሂቃንን የሚያይበት የተዛነፈ ዕይታ ነው። በሀገሪቱ የገበያ ጉድለት መኖሩን በመገንዘብ እንዲሁም የሰዎች ራስ ወዳድነትና ግለሰባዊ የሀብት ጥም ፍትሐዊ የሀብት ድልድልን እንደማይፈጥር በመረዳት መንግሥት በገበያ ውስጥ ጣልቃ እንዲገባ ሲያደርግ በተቃራኒው የፖለቲካ ልሂቃን ለሰፊው ሕዝብና ለአርሶ አደሩ የሚያስቡ፣ ከራስ ወዳድነት የራቁ፣ እና "የበራላቸው" አድርጎ ማሰቡ እርስ በእርሱ የሚቃረን ሐሳብ ነው። በሂደት እንደተስተዋለውም በመንግሥት ጉድለት ምክንያት የተፈጠረው ሙስናና ኪራይ ሰብሳቢነት የሚያመለክተን የሕዝብ ጥቅም በግለሰብ ጥቅመኞች ብቻ ሳይሆን በመንግሥት ብልሹ አሠራር ምክንያትም ሊነጠቅ እንደሚችል ነው። ምንም እንኳን አብዮታዊ ዲሞክራሲ የብዙኃንን መብት ማስጠበቅ ዋነኛ ዒላማው ቢሆንም የብዙኃኑን መብት የሚጋፉ ልሂቃንን በመቆጣጠር ወደ መስመር ሊያስገባ የሚችል የተጠያቂነት ሥርዓት መፍጠር አልቻለም።

፪ ኢኮኖሚያዊ አላካኪነት የተጫነው መሆኑ

አብዮታዊ ዲሞክራሲ የሶሻሊዝም ውሉድ ስለሆነ መሠረታዊ ዕሳቤው ኢኮኖሚያዊ አላካኪነት የተጫነው ነው። ይህም ማለት ችግሮችን ሁሉ ከኢኮኖሚ ጋር የማገናኘት ወይም በኢኮኖሚ ላይ የማላከክ ችግር ነው። ሶሻሊዝም የኅብረተሰቡ ላዕላይ መዋቅር ማለትም የፖለቲካ፣ የሕግ እና የባህል መዋቅሮች፣ የምርት ግንኙነቶችና በአጠቃላይም የኢኮኖሚው ውጤት ነው ብሎ ያምናል።

ስለዚህም የፖለቲካም ሆነ ሌላ ችግሮች የኢኮኖሚ መዋቅሩ ውጤት ናቸው ብሎ ያስባል። ነገር ግን የሰው ልጆች ሕይወት በምርት ግንኙነት ብቻ የታጠረ አይደለም። ሠራተኛው ወደሚሠራበት ኢንዱስትሪ ወይም ሌላ የሥራ ቦታ ሲሄድ በሠራተኛነቱ የሚኖረው ማኅበራዊ ቦታ እንዳለ ሁሉ፤ ይኼው ሠራተኛ በፆታው፣ በሙያው ወይም በሌላ ማንነቱ የሚወስደው ማኅበራዊ ቦታ ይኖረዋል። ከምርት ግንኙነት ባሻገር ቤተሰባዊ ግንኙነትና ሌሎችም ማኅበራዊ ግንኙነቶች የሰዎችን ማኅበራዊ ቦታ በመወሰን ልዩ ልዩ ማኅበራዊ ሥሪቶች እንዲኖሩ ያደርጋሉ።

ከዚህ ኢኮኖሚያዊ አላካኪነት ልማድ የመጣው አብዮታዊ ዲሞክራሲ፣ ኢኮኖሚያዊ ልማት ላይ ትኩረት አድርጎ ሲንቀሳቀስ ሀገራችን ለተከታታይ ነውጥና ትርምስ የምትዳረገው በድህነት ምክንያት በሚመጣ ብሶት ነው ብሎ

ታሳቢ አድርጓል። ይህ ግን የጉዳዩን አንድ ገጽታ ብቻ የሚያሳይ ምልከታ ነው። ዜጎች በድህነት ምክንያት ተብሰክሳኪና አማራሪ ስለሚሆኑ ለግጭትና ለነውጥ የሚነሣሡ ቢሆንም በአንጻሩ ባለፉት ዓመታት እነዚህን ፍላጎቶች ለማሟላት ያደረግነው ጥረት ግጭትና ትርምስን እየቀነሰ ሰላምን እያሰፈነልን አልመጣም። ይህም ዜጎች ማኀበራዊ አገልግሎቶች ስላገኙ ብቻ ሰላም ይሰፍናል የሚለው አስተሳሰብ የተሳሳተ እንደሆነ በተግባር አሳይቶናል።

ሰዎችን ከእንስሳት ከለዩዋቸው ነገሮች መካከል ከቁሳዊ ፍላጎቶች የዘለሉ ፍላጎቶቻቸው ናቸው። እነዚህም የነጻነት፣ የሰብአዊ መብት፣ የፍትሕ፣ የእኩልነት፣ ሐሳብን በነጻነት የመግለጽ መብት፣ ወዘተ... ናቸው። አንድ ሰው ምግቡ፣ ቤቱ፣ ልብሱ፣ ትራንስፖርቱና መዝናኛው ስለተሟላ ብቻ ከለውጥና ከነውጥ ነጻ አይሆንም። ለእንስሳዊ ክፍሉ የሚሆኑት ሲሟሉም ሆነ ከመሟላታቸው በፊት ሰብአዊ የነፍስ ፍላጎቶቹን ችላ ሊል አይችልም። የዜጎቻቸውን ቁሳዊ ፍላጎት በሀብታቸው ብዛት ለማሟላት የጣሩ አምባገነን መንግሥታት ከሕዝባቸው ተቃውሞ የሚገጥማቸው "ሰው በእንጀራ ብቻ ስለማይኖር" ነው። ይልቁንም ድህነትን ከማሸነፍ በተጨማሪ የነጻነትና የፍትሐዊ ተጠቃሚነት ጉዳዮች ትኩረት ሊሰጣቸው ይገባል።

፫ አሸጋጋሪ መስመርነቱን ትቶ ቋሚ መሆኑ

አብዮታዊ ዲሞክራሲ አሸጋጋሪ መርሃ ግብር ሆኖ ሳለ እንደ ቋሚና ዘላቂ ርዕዮተዓለም መቀበላችን ሌላው ችግር ነው። በሰነዶቻችንም ጭምር እንደተቀመጠው አብዮታዊ ዲሞክራሲ እንደ ኮሙኒዝምና የከበርቴ ሥርዓት ራሱን በቋሚነት ለመትከል የሚሠራ ርዕዮተዓለማዊ የመንግሥት ሥርዓት አይደለም። የአብዮታዊ ዲሞክራሲ ግብ በቅድመ ካፒታሊስታዊ ደረጃ ያለ ማኀበረሰብ ወደ ካፒታሊስታዊ ሥርዓት እንዲሸጋገር በማድረግ የተሟላ ዲሞክራሲና ኢኮኖሚያዊ ፍትሕ የነገሠበት ማኀበረሰብ መገንባት ነው። በዚህም ርዕዮቱ በአጭር ጊዜ ከስሞ በሶሻል ዲሞክራሲ እንደሚተካ ተቀምጧል።

ካፒታሊስታዊ ሽግግርን የማዋለድ ተልእኮ ያለው አብዮታዊ ዲሞክራሲ ለሽግግሩ የሚያስፈልጉ ቀዳሚ የፖለቲካና ኢኮኖሚ ዕድገቶችን በሚገባው ልክ ማምጣት አልቻለም። የሀገራችንን ኢኮኖሚ ለማሸጋገር የተሠሩት ሥራዎች ካፒታሊዝምን ከመገንባት አንጻር ምን ያህል ውጤታማ ነበሩ? ብሎ መጠየቅ አስፈላጊ ነው። ይህን በተሻለ መልኩ ለማየት በተደራቢነት ተግባር ላይ የዋለውን ልማታዊ ወይም ልማታዊ ዲሞክራሲያዊ መንግሥትን ሙከራን በቅድሚያ ማየት ይገባል።

ልማታዊ መንግሥት የሩቅ ምሥራቅ እስያ ሀገራት ተአምራዊ የሚባል ኢኮኖሚያዊ ዕድገት እንዲያስመዘግቡ ያስቻለ ርዕዮተዓለም ነው። ልማታዊ መንግሥትም ልክ እንደ አብዮታዊ ዲሞክራሲ የመሸጋገሪያ ርዕዮት ሲሆን በዋነኝነት መንግሥት ኢኮኖሚውን በማነቃቃት ለግል ባለሀብቶች ምቹ የሆነ ምኅዳር ለመፍጠር የሚያስችል ነው። በዚህም በተመረጡ፣ የግሉ ባለሀብት

ሊገቡባቸው በማይችል፣ በአጭር ጊዜ ብዙ ውጤት ሊያመጡ በሚችሉ እና በቀጣይ ለግሉ ዘርፍ ዕድገት መደላድል በሚፈጥሩ መስኮች ላይ መንግሥት በንቃት እንዲሳተፍ በማድረግ ኢኮኖሚውን ለማነቃቃት ያለመ ነው። በዚህ ርዕዮት ትግበራ ወቅት የተመዘገበው ፈጣን ኢኮኖሚያዊ ዕድገት በመልካም ጎኑ የሚነሣ ቢሆንም በሚፈለገው ደረጃ ነጻ ገበያ መመሥረትና ጥገኛ ያልሆነ የግል ዘርፍ መገንባት አልቻለም።

የመንግሥት ጉድለት መንሰራፋትን ተከትሎ ኢኮኖሚው በጥቂት ኃይሎች ቁጥጥር ሥር በመውደቁ ምክንያት የመንግሥትን ሀብት የሚቀራመት በመረብ የተሳሰረ ባለሀብት ተፈለፈለ። ጥሮ ግሮ ሀብት ማፍራት ለሚፈልግ ባለሀብት በሩ ዝግ ሆነ። መንግሥት ቀስ በቀስ ከገበያው እየወጣ ይሄዳል የሚለው መርሕ ተዘንግቶ በጥቂት ዓመታት ውስጥ በፕራይቬታይዜሽን ወደ ግል ካዞርናቸው ተቋማት የሚበልጡ ተቋማትን እንደገና አቋቋምን። በብረታ ብረትና በመሰል ግዙፍ ዘርፎች እንዲሠማሩ ያቋቋምናቸው ተቋማት ቴሌቪዥን መገጣጠም ጀመሩ ብለን ፈነደቅን።

መንግሥት በልማት በኩል በሚያደርገው ጥረት ውስጥ የመንግሥት ሚና በግሉ ባለሀብት እየተተካ የሚመጣበትንና በዓለም አቀፍ ደረጃ ተወዳዳሪ የሚሆኑ ጠንካራ ባለሀብቶችን ለማፍራት ያስቀመጥነው ትልም ተጨናግፎ በሂደቱ የግሉ ባለሀብት በመንግሥት እየተገፋ እንዲቀጭጭ ሆኗል። ይህ የሆነበት ምክንያት መንግሥት ለሕዝብ ጥቅምና ብልጽግና ሲል የሚያደርገውን የገበያ ጣልቃ ገብነት እንደምቹ አጋጣሚ በመጠቀም ዘረፋቸውን የሚያጧጡፉ የመንግሥት ጥገኛ ልሂቃን ጥቅማቸው እንዳይቀርባቸው በሚያደርጉት ጫና ነው።

መንግሥት ቦታውን ለግል ባለሀብቱ እየለቀቀ ከመጣ እነዚህ በመንግሥት ስም የሚዘርፉ ግለሰቦች ጥቅማቸው ስለሚነካ በቻሉት ዐቅም የግል ባለሀብቱ እየቀጨጨ የመንግሥት ጣልቃ ገብነት እንዲጨምር ይፈልጋሉ። አብዮታዊ ዲሞክራሲ ይህን ዝርፊያ ለመቆጣጠር የሚያስችለንን ነጻ የሕግ ሥርዓት ስላልዘረጋና የሕግ የበላይነትን ስላላሰፈነ ዘራፊዎቹ ሕጉን እንደ መሣሪያ በመጠቀም የዘረፋ መረባቸውን አጠናከሩ።

በመሆኑም በአብዮታዊ ዲሞክራሲም ሆነ በልማታዊ መንግሥት ትግበራ ወቅት የተሳተው ዋነኛው ጉዳይ መሸጋገሪያ ድልድይ መሆናቸውን መዘንጋታችን ወይም ሳንሸጋገር እንድንቆም መፈለጋችን ነው። መሸጋገሪያው ራሱ መዳረሻ ሆነ። ድልድዩን በቶሎ አጠናቆ ወደ ቀጣዩ ማኅበረሰባዊ ደረጃ አለመሸጋገር፣ በፖለቲካው መስክ የአርሶ አደሩን ማኅበረሰብ የሞግዚትነት ካባ፣ በኢኮኖሚው መስክ ደግሞ ዋና ዋና ዘርፎችን የመቆጣጠር ዕድል ሰጠ።

ይህን እንደ መልካም ዕድል የሚጠቀሙ ባለሥልጣናትና ባለሀብቶች በቻሉት መጠን ድልድዩ ላይ ቆመው ለእነርሱ ብቻ የሚበጀውን ጥቅም እንዲያሳድዱ አደረገ። ድልድዩ ከተፈቀደለት ክብደትና ጊዜ በላይ ለመሸከም

በመገደዱ መጀመሪያ መነቃነቅ በኋላም መሰነጣጠቅ ጀመረ። በመጨረሻም ፖለቲካዊና ሀገራዊ ህልውናችንን የሚፈትን ችግር ውስጥ ተዘፈቅን።

ግብርናችን በፍጥነት ሽግግር እንዳያደርግ፣ የተማረው የገበሬ ልጅ በፍጥነት ወደ ጎጆ ኢንዱስትሪና ወደ መካከለኛ ደረጃ አምራች ፋብሪካዎች እንዳያድግ፣ በመንግሥት ከታቀዱ ዘርፎች ውጭ ባሉና ፈጣን ዕድገት ሊያስመዘግቡ በሚችሉ ዘርፎች መሠማራት የሚፈልጉ ባለሀብቶች የብድርና መሰል አቅርቦቶችን እንዳያገኙ፣ በአጠቃላይም የኢኮኖሚ ዕድገቱ ከመንግሥት ኢንቨስትመንት ባሻገር በሰፊ መሠረት ላይ እንዳይቆም አድርጎታል።

፬ ሕገ መንግሥታዊ የመድበለ ፓርቲ ሥርዓትን በአውራ ፓርቲ የሚተካ መሆኑ

ኢሕአዴግ ታግሎ ያጸደቀው ሕገ መንግሥት የመድበለ ፓርቲ ዲሞክራሲያዊ ሥርዓትን የመገንባት ዓላማ ያለው ነው። በአንጻሩ አብዮታዊ ዲሞክራሲያዊ ፕሮግራማችን የአርሶ አደሩን ጥቅምና ፍላጎት የሚያስከብር አውራ ፓርቲ የማጽናት ነባራዊና ኅሊናዊ ሁኔታ ፈጥሯል። በመሆኑም የፖለቲካ ምኅዳሩ እንዲጠብና የዲሞክራሲ ሥርዓት ግንባታ እንዲቀጭጭ አድርጓል። አልፎ አልፎ በሕዝባዊ ተቀባይነት ምክንያት አውራ ፓርቲ ሊፈጠር ይችላል። ችግር የሚሆነው አውራ ፓርቲ የተፈጠረው ቢሮክራሲውን በመቆጣጠርና በረቀቀ መንገድ ተፎካካሪ ፓርቲዎችን በመደፍጠጥ በተጽዕኖ መሆኑ ነው። ይህ ደግሞ ከሕገ መንግሥቱ ዓላማ ጋር ተቃራኒ ነው።

በ1980ዎቹ መልካም ጅማሮ የነበረው የዲሞክራሲ ሥርዓት ግንባታ ሂደታችን ከነበረበት አካታች ሁኔታ ቀስ በቀስ የፖለቲካ ምኅዳሩን ወደሚያጠብ ሁኔታ ተንሸራተተ።

ብዝኃነት መሠረታዊ እውነታ በሆነባት ሀገራችን በሕገ መንግሥቱ የተቀመጡ መሠረታዊ መርሖችና መብቶች የሚከበሩ ሳይሆኑ የሚደፈጠጡና የሚኮሰሱበት፣ መድበለ ፓርቲን የፈቀደ ሕገ መንግሥት እያለ የአውራ ፓርቲ መደላድልን በመገንባት ማንኛውንም መንግሥታዊ ተቋም የአውራ ፓርቲ አጀንዳ ብቻ የሚያስተጋባበት ሁኔታ እንዲፈጠር አድርጓል።

፭ በቅድመ ካፒታሊስት ስልተ ምርት ላይ ያተኮረና ለሌሎቹ ስልተ ምርቶች ትኩረት ያልሰጠ መሆኑ

ከኢኮኖሚያዊ ገጹ ጋር የተያያዘው የአብዮታዊ ዲሞክራሲ ሕጸጽ በቅድመ ካፒታሊስት ስልተ ምርት ላይ ያተኮረና ለሌሎቹ ስልተ ምርቶች ትኩረት ያልሰጠ መሆኑ ነው። በአንድ ሀገር ውስጥ የተለያዩ ስልተ ምርቶች ሊኖሩ ይችላሉ። ካለፈው ሥርዓት ተሸጋግረው የመጡ ወይም ገና እየተፈጠሩ ያሉ ስልተ ምርቶች ከዋናው ስልተ ምርት ጋር ተሰናስለው ካልታዩ የሀገሪቱን

ማኅበራዊ ሥሪት በአንድ አቅጣጫ ብቻ በመመልከት ምሉዕ የሆነ ሀገራዊ ስትራቴጂ ለመገንባት ይሳናቸዋል።

በሀገራችን ከዓለም አቀፍ የገበያ ኢኮኖሚ መፈጠርና ከቴክኖሎጂ መስፋፋት ጋር ተያይዞ የካፒታሊስት ስልተ ምርት እየጎለበተና የሀገሪቱን ማኅበራዊ ሥሪት እየወሰነ መጥቷል። አብዮታዊ ዲሞክራሲ በዋናነት በአርሶ አደሩ ላይ ያነጣጠረ በመሆኑ በሀገራችን በመፈጠር ላይ ያለውን የካፒታሊስት ስልተ ምርት ተንትኖ አቅጣጫ የሚያስቀምጥ አልሆነም።

፮ ከጠንካራ የመንግሥት ቢሮክራሲ ይልቅ ጠንካራ ፓርቲ ለመፍጠር መሞከሩ

በሀገራችን የልማታዊ መንግሥት ተልዕኮን የሚመጥን ዕዉቀት፣ ክሂሎት እና አመለካከት ባለቤት የሆኑ የሲቪል ሰርቪስ፣ የፍትሕና የዲሞክራሲ ተቋማት አልተገነቡም።

ይህ የሀገራችን ተጨባጭ ሁኔታ የልማታዊ መንግሥት ፈለግ ተደርገው ከሚቆጠሩት የደቡብ ምሥራቅ እስያ ልማታዊ መንግሥታት ተሞክሮ በተቃራኒ የቆመ ነው። ምክንያቱም የልማታዊ መንግሥት ዋነኛ ጥንካሬ ዘላቂና ጠንካራ ተቋማትንና ቢሮክራሲን መፍጠር መቻሉ ነው። እያደር የበላይነት ይዞ የመጣው "ዲሞክራሲያዊ ልማታዊ መንግሥት" አመለካከት ይቅርና የ"አምባገነናዊ የልማት መንግሥት" የበላይነት ይዞ በነበረበት ጊዜ እንኳን አንዱና ትልቁ ግኝቱ እነኝህን ጠንካራ ተቋማት መገንባትና በተለይም በከፍተኛ ችሎታና ሀገራዊ ስሜት የተገነባ፣ ከፖለቲካ ወገንተኝነት የተላቀቀ ቢሮክራሲ ለመፍጠር መቻሉ ነበር።

በነጻነት ተንቀሳቅሰው የአሠራር ብልሹነቶችንና ሕገ ወጥነትን በማጋለጥ ኢፍትሐዊ ተግባራትን የሚዋጉ የሲቪል ማኅበረሰብ ተቋማት፣ ጋዜጠኞች፣ የጥበብ ሰዎች በሙሉ መደበኛ ነጻነታቸውን ተነፍገው "ልማታዊ" የሚል ቅጥያ እንዲኖራቸውና ሥርዓቱን ያለምንም ማመንታት እንዲደግፉ ተደረገ። ይኽም መንግሥታዊ ተጠያቂነትና ቁጥጥር እንዳይኖር በር ከፍቷል።

የሞከርናቸው ርዕዮቶች ስለምን አላሻገሩንም?

በአጠቃላይ እስካሁን ድረስ ኢትዮጵያ በመጀመሪያ ሶሻሊዝምን፣ በማስከተልም የእርሱ ቅጥያና ዝርያ የሆነውን አብዮታዊ ዲሞክራሲን፣ ከዚያም ወደ ሊበራሊዝም እንደ መሸጋገሪያ ድልድይ ተደርጎ የሚወሰደውን የልማታዊ መንግሥት አካሄድን ሞክራለች። በሌላ በኩል ተፎካካሪ ፓርቲዎች ደግሞ ሊበራል ዲሞክራሲ እና ሶሻል ዲሞክራሲ መተግበሩ የተሻለ እንደሆነ ሐሳብ ይሰነዝራሉ። ሆኖም ግን ሌላ ርዕዮተዓለም ከመሞከራችን በፊት በቅድሚያ "ኢትዮጵያን ወደ ተሻለ ዲሞክራሲያዊና የበለጸገች ሀገር ለማሸጋገር የቀደሙት ርዕዮተዓለሞች ለምን የታቀደላቸውን ያህል ውጤታማ ሳይሆኑ ቀሩ?" የሚለውን ጥያቄ ማንሣት አስፈላጊ ነው።

ሶሻሊዝም በተለያዩ ሀገራት ላይ የተሟላ የኢኮኖሚ ብልጽግናና ዲሞክራሲያዊ ሥርዓት ለመዘርጋት አላስቻለም ብሎ በድፍረት መናገር ይቻላል።

በተቃራኒው ጥፋትን አስከትሏል። እርግጥ ነው፤ በሁሉም ሀገራት ያደረሰው የጥፋት መጠን እኩል አይደለም። ሶሻሊዝም በሀገራችን ያስከተለውን ያህል ጥፋት ያስከተለብን በምን ምክንያት ነው? ብለን ማጤን ይገባናል።

ልማታዊ መንግሥት በተለይ በሩቅ ምሥራቅ የእስያ ሀገራት በአጭር ጊዜ ተአምራዊ ዕድገት እንዲያስመዘግቡ ያስቻለ አስተሳሰብ ነው። በተለይ ደቡብ ኮሪያ፣ ሲንጋፖርና ሆንግ ኮንግ በኢኮኖሚው መስክ ሳይወሰኑ በፖለቲካውም መስክ የዳበረ ሥርዓት ለመፍጠር ችለዋል።

ልማታዊ መንግሥት በኢትዮጵያ ውስጥ በተለይ ኢኮኖሚያዊ ዕድገት በማስመዝገብ ረገድ ይበል የሚያሰኝ ውጤት ያሳየ ቢሆንም፣ የግሉን ዘርፍ ተሳትፎ በማረጋገጥ መዋቅራዊ ሽግግርን እውን ከማድረግ አንጻር ሰፊ ክፍተቶች ተስተውለውበታል። ከዚህም በላይ ሙከራው በፖለቲካ ነጻነት ባለመታጀቡ ሀገራችንን ወደ ከፋ ቀውስ ውስጥ ከቷታል። እዚህ ላይ ሊነሣ የሚገባው መሠረታዊ ጉዳይ በደቡብ ኮሪያና በቻይና ለግዙፍና ውጤታማ የግልና የመንግሥት ኩባንያዎች መመሥረት ምክንያት የሆነው ሞዴል እንዴት ብኢኮን (ሜቴክን) መቀመቅ ከተተው? የሚለው ጥያቄ ነው።

ማንኛውም ርዕዮተዓለም ትምህርት የምንቀስምበትና መልካሙን ወስደን ሌላውን ራሳችን የምንሞላው እንጅ የማሰቢያ ማዕቀፋችን ሆኖ ምለን የምንገዘትበት መሆን አይገባውም። ባለፉት አምስት ዐሠርት ዓመታት ኢትዮጵያ ውስጥ የነበረው ትርምስ ከውጭ ያገኘነውን ዕውቀት ከሀገራችን ሁኔታ ጋር በደፈናው ስናላትመው የተፈጠረ ችግር ነው። በዚህም ምክንያት ውለን አድረን የትናንት ችግሮቻችን ላይ እንደ አዲስ የምናልመዘምዝና አንድ ዕንቅፋት ብዙ ጊዜ የሚመታን ሕዝቦች ሆነናል።

በአንድ በኩል አብዮታዊ ዲሞክራሲንና ልማታዊ ዲሞክራሲን የምናቀነቅን ሰዎች በምሥራቅ ፖለቲካ ቀልባችን እየተሳበ፤ በሌላ በኩል ሊበራል ዲሞክራሲንና ሶሻል ዲሞክራሲን የምናቀነቅን ሰዎች በምዕራብ ፖለቲካ እየማልንና እየተገዘትን የሀገራችንንና የሕዝባችንን ችግር ከፈረንጆቹ ማሕቀፎች ወጥተን ማሰላሰል አልቻልንም።

የምዕራቡን ፖለቲካ የሚያቀነቅኑ ሰዎች፣ የምዕራቡ ፖለቲካ በእኛ ሀገር በልክ ያልተሰፋ የተውሶ ልብስ እንደሆነ ዘንግተውታል። ኢሕአዴግ የሩቅ ምሥራቅና የምሥራቅ አውሮጳ ርዕዮቶችን አምጥቶ ደፋብን ብለው እየተቹ እነርሱም የምዕራቡ ርዕዮት ውስጥ ገብተው የሰበሰቡትን ነገር የሀገር መፍትሔ አድርጋችሁ ካልተቀበላችሁ ይላሉ። "ርዕዮቶቹን በእኛ ሀገር ተግባራዊ ብናደርጋቸው ምን ሊፈጠር ይችላል?" ብለው በምናባቸው ለመሳል እንኳን አልሞከሩም። ሊበራል ዲሞክራሲ ከአውሮጳ የሊበራሊዝም ባህል ግንባታ የሚመነጭና በእነርሱ ንቃተ ኅሊና ልክ የተሰፋ ዲሞክራሲ ነው። የሊበራል ሐሳቦች ጀማሪ ፈላስፎች እንኳን "ሊበራል ዲሞክራሲ የሕዝብን ንቃተ ኅሊና የሚፈልግ ነው" ብለው ጽፈው እያለ፤

እኛ ግን በደፈናው “ሕዝብ የሚሠራውን ያውቃል” የሚል ለጆሮ የሚጣፍጥ መፈክር እናሰማለን።

ለረጅም ዘመናት ትምህርት በደረሰበት ያልደረሰ፣ ስለ ዕለት ጉርሱ ከማብሰልሰል ያልተላቀቀ ሕዝብና ሀገር ይዘን በቀጥታ የምዕራቡን ፖለቲካ በሀገራችን ላይ ለመጫን የምናደርገው ጥረት አስገራሚ ነው። ለስንዴው የሚሆን መሬት ሳናዘጋጅ ነው ስንዴውን ለመዝራት የምንፈልገው። እንዲህ ሲሆን ኪሳራው ሦስት ነው። መሬቱም፣ ዘሩም፣ ገበሬውም ይከስራሉ። የኛም ኪሳራ ከዚህ አይለይም።

ስለዚህም ከኢትዮጵያውያን መሠረታዊ ሥሪት የሚነሣ፣ ችግሮቻችንን ሊፈታ የሚችል፣ እኛው እያቃናነውና እያሟላነው የምንሄደው፣ ከዓለም አቀፍ ነባራዊ ሁኔታ ጋር የተገናዘበ፣ ሁላችንንም ሊያግባባና ሊያስተባብር የሚችል አንዳች ሉዓላዊና ኢትዮጵያዊ ፍልስፍና ያስፈልገናል። በዓለም ላይ የሚቀነቀኑ ፍልስፍናዎችን በመዳሰስ ቁም ነገራቸውን ብቻ እንደ አስፈላጊነቱ እየወሰድን ራሳችን የምንፈትለው ችግር ፈቺ ዕሳቤ ያስፈልገናል።

ምዕራፍ 3

የመደመር ብያኔ

መደመር የማኅበራዊ፣ ፖለቲካዊና ኢኮኖሚያዊ ዘርፎችን ጨምሮ ሁሉንም ግላዊና ማኅበረሰባዊ የሕይወት ዘይቤን የሚነካ ዕሳቤ ነው። አላባዎቹም ሀገራችን ኢትዮጵያ ልትሄድበትና ልትደርስበት የሚገቡ መንገዶችና መዳረሻዎች ናቸው። ለዕሳቤው መዳበር ገፊ ምክንያቱ በሀገራችን ባለፉት አራት ዓመታት የተቀጣጠለው ሀገራዊ ለውጥ ፍንትው አድርጎ ያሳየን ዘላቂና አፋጣኝ መፍትሔ የሚፈልጉ ሀገራዊ ተግዳሮቶች ናቸው።

በመሆኑም የመደመር ዕሳቤ የሀገራችንን ተጨባጭ ችግሮችና ኀሊናዊ ሁኔታዎች መሠረት ያደረገ ነው። የዕሳቤው ምንጭ ሀገራዊ ተጨባጭና ዐውዳዊ ሁኔታዎች በመሆናቸው ለመደመር የሚሰጠው ትርጓሜም ከዚሁ ዐውዳዊና ተጨባጭ ሁኔታ የሚመነጭ ነው። ዓለም አቀፍ ዕውቀቶች የመደመርን ሐሳብ ለማዳበር አጋዥ ሚና አበርክተዋል። ሆኖም ግን የእነዚህ ዓለም አቀፍ ዕውቀቶች ፋይዳ መለኪያውና ማንጠሪያው ተጨባጭ ውስጣዊ ሀገራዊ ሁኔታ ነው።

የመደመር ዋነኛ ዓላማ ሀገራችን ባለፉት ዓመታት ያስመዘገበቻቸውን የፖለቲካና የኢኮኖሚ ድሎች ጠብቆ ማስፋት፣ የተሠሩ ስሕተቶችን ማረም እንዲሁም የመጻዒውን ትውልድ ጥቅምና ፍላጎት ማሳካት ነው። በመሆኑም መደመር ከችግር ትንተና አንጻር ሀገር በቀል ነው። ከመፍትሔ ፍለጋ አንጻር ደግሞ ከሀገር ውስጥም፣ ከውጭም ትምህርት በመውሰድ የተቀመረ ነው።

መደመር፡ ከብቸኝነት ጉድለት ወደ ክሡትነት

ምንም ነገር በራሱ ምሉዕ አይደለም። እያንዳንዱ ነገር ከአለመኖር ወደ መኖር፣ ከአለመሆን ወደ መሆን የሚሸጋገረው ምሉዕነትን ለማምጣት በሚያደርገው

ጥረት ነው። ነገሮች ሁሌም በለውጥ ሂደት ውስጥ የሚያልፉት ይህን ምሉዕነት ለማምጣት በሚያደርጉት ውጣ ውረድ ነው። ይኽን ምሉዕነት ለማምጣት ደግሞ ከከባቢያቸው ጋር ግንኙነት ማድረግ አለባቸው። በሚያደርጉት ግንኙነትም ለምሉዕነት የሚጠቅማቸውን ነገር ከከባቢያቸው ይሰበስባሉ። ይህን ለምሉዕነት ጉዞ አስፈላጊ የሆነውን ግንኙነት ማድረግ ሲቸገሩ የብቸኝነት ጉድለት ይከሠታል።

በሰው ልጆች ማኅበራዊ ሕይወት ውስጥ የብቸኝነት ጉድለት ትልቅ ሥፍራ አለው። የሰው ልጆች ራሳቸውን ወደ ምሉዕነት እያሳደጉ ለመሄድ የሚያደርጉት ጥረት ነው ማኅበረሰባዊ አደረጃጀቶችን የፈጠረው። ምሉዕነት ሐሳባዊ መዳረሻ እንጅ በተግባር የሚጨበጥ ጉዳይ አይደለም። ይህን ሐሳባዊ መዳረሻ ለመጨበጥ የሚደረግ ጥረት ሰዎች ከከባቢያቸው ጋር ግንኙነት እንዲያደርጉና ጉድለታቸውን የሚሞሉበት ነገር እንዲያማትሩ ያደርጋቸዋል።

ይህ የብቸኝነት ጉድለትን ለመሙላት የሚደረግ ጥረት ነው የሰው ልጆችን ሁለንተናዊ ዕድገት የሚያመጣው። የሰው ልጅ ከፍጥረታት ሁሉ ህልውናውን አስጠብቆ ለመቆየት ርዳታና ትብብርን የሚሻ ፍጡር ነው። የሰው ልጅ ለብቻው እራሱን መመገብም ሆነ ራሱን ከአደጋ በዘላቂነት ጠብቆ በሕይወት መቆየት አይችልም። በመሆኑም ትብብር አንድ የተፈጥሮ ሕግ ነው። የሰው ልጅ ከትብብር ውጭ ህልውናውን ማስጠበቅ አይችልም። የሰው ልጆች መሠረታዊ ፍላጎቶቻችን ቢያሟሉ እንኳ ለብቻችን መኖር የማንችል ማኅበራዊ ፍጥረት ነን። ከግለሰቦች አልፎ ቡድኖችና ማኅበረሰቦች እንኳ ራሳቸውን መግበውና ህልውናቸውን ጠብቀው ለመቆየት ከሌሎች ማኅበረሰቦች ጋር ይተባበራሉ። በንግድ አማካኝነት ሸቀጥና አገልግሎት ይለዋወጣሉ። ምርትን በማምረት ሂደት ግለሰቦች ያላቸውን ዕውቀትና ክሂሎት ተጠቅመው በሥራና ሚና ክፍፍል፣ በኅብረትና በቅንጅት ምርት ያመርታሉ።

የሰው ልጅ ህልውናውን የማስጠበቅ ውስጣዊ ፍላጎቱን ለማሟላት የሚያጋጥመው ዋነኛ ተግዳሮት የሀብት ውስንነት ነው። በዚህም ምክንያት የሰው ልጆች ሀብትን ለመጠቀም በሚያደርጉት እንቅስቃሴ ፉክክር ውስጥ ይገባሉ። በፉክክሩ የተሻለ ብቃት ያለው ሀብቱን ይጠቀማል። በፉክክር መሠረታዊ ሕግ አማካኝነት የሰው ልጅ ጥቅሙን የሚያሳድግለትን አማራጭ ሁሌም ይከተላል። ይህ የተፈጥሮ ምርጫ ሕግ ነው። በመሆኑም ፉክክር በማኅበራዊ ሕይወት ውስጥ ብቃትን፣ ቅልጥፍናን እና ውጤታማነትን ያዳብራል። ሆኖም ግን ፉክክር ከልክ በላይ ያየለበት ሥርዓት ሄዶ ሄዶ ወደ ስግብግብነት ማምራቱ አይቀርም። በመሆኑም በተለያዩ ጉዳዮች ዙሪያ ትብብር ያስፈልጋል።

የሰው ልጅ የሚያገኘውን ጥቅም ከአጭር ጊዜ ብቻ ሳይሆን ከረጅም ጊዜ አንጻር የሚያሰላ ፍጡር ነው። በመሆኑም በቀጥታም ባይሆን በተዘዋዋሪ ጥቅም በሚያስገኙ ማኅበራዊ ጉድኝቶች ላይ ጊዜውንና ዐቅሙን ያፈሳል። የረጅም ጊዜ ማኅበራዊ ኢንቨስትመንት ያደርጋል። ይህ ኢንቨስትመንት ቆይቶም ቢሆን የግለሰቡን ጥቅም ያሳድጋል። ስለዚህ ከፉክክር እኩል በትብብር የሚገኙ ባሕርይዎችን ተፈጥሮ ይመርጣቸዋል። ይልቁንም ይህ ማኅበራዊ ጉድኝት የሁሉንም ተዋንያን ጥቅም የሚያስገኝ በመሆኑ ተፈጥሮ በተሻለ መልኩ ትመርጠዋለች።

የሰው ልጆች በተለያዩ ምክንያቶች ካካባቢው ጋር ያላቸውን ግንኙነት በማቋረጥ ወይም በመቀነስ ለብቸኝነት ሊዳረጉ ይችላሉ። ዋናው የብቸኝነት ምንጭ ግን በፉክክርና በትብብር መካከል የሚከሠት የሚዛን መዛባት ነው። በአንድ በኩል ብቸኝነት የሚከሠተው በፉክክርና በትብብር መካከል ሚዛን ሲዛባ ነው፤ በሌላ በኩል ደግሞ ከብቸኝነት መውጣት የሚቻለው ፉክክርና ትብብርን ለመፍጠር ሲቻል ነው።

በሰዎች ማኅበራዊ ግንኙነት ውስጥ ፉክክር እያየለ ሲመጣ ሰዎች ከከባቢያቸው ጋር ባላቸው ግንኙነት "ጉድለታችንን የሚሞላ ነገር ማግኘት አንችልም" ብለው ተስፋ ቆርጠው ይቀመጣሉ። በፉክክር ግንኙነት ውስጥ ከከባቢያቸው ጉድለታቸውን የሚሞላ ነገር ከማግኘት ይልቅ ጉድለታቸውን የሚጨምር ኪሳራ እያስተናገዱ እንደሆነ ሲያስቡ ግንኙነታቸውን ያቋርጣሉ። ፉክክርን በማቆም በፉክክር ምክንያት የሚደርስባቸውን ጉድለት ባለበት ለመግታት ይሞክራሉ። በዚህም ምክንያት ለከባቢያቸው ብሎም ለለውጥ ዝግ ይሆናሉ። ብቸኝነት ከከባቢያችን የምናገኘውን የለውጥ ግብዓት ስለሚያቆመው የዝቅጠት ለውጥ ውስጥ እንገባለን። በዚህም ምክንያት የብቸኝነት ጉድለት የመጨረሻው ውጤት መበስበስ ነው።

በሌላ በኩል በማኅበራዊ ግንኙነት ውስጥ ትብብር እያየለ ሲመጣ ሰዎች የጉድለት ስሜታቸውን የሚሞላ ነገር ከከባቢያቸው በቀላሉ ስለሚያገኙ የምሉዕነት ስሜታቸው እያየለ ይመጣል። ከከባቢያቸው የለመዱት የ"እሺ"ታ መልስ ያዘናጋቸውና "ሁሉም ነገር በእጃችን ነው" በሚል መንፈስ የጉድለት ስሜታቸው ይጠፋል። ይህ የምሉዕነት ስሜት ጉድለታቸውን ለመሙላት ከመሯሯጥ ይልቅ ለከባቢያቸውና ለለውጥ ዝግ እንዲሆኑ ያደርጋቸዋል። የምሉዕነት ስሜታቸው "ከከባቢያችን ውጭ የሚያስፈልገን ነገር የለም" ወደሚል ክህደት ይከታቸውና ብቸኝነት ውስጥ ይገባሉ። ፉክክር ከሚፈጥረው ጉድለትን የመቀበል ስሜት በተቃራኒው ትብብር ጉድለትን የመካድ ስሜት ውስጥ የሚከት ነው። ይኸም ለለውጥ ዝግ ያደርጋል። ፍቱኑ መድኃኒት ፉክክር ትብብርን ሳያጠፋው፣ ትብብርም ፉክክርን ሳይደመስሰው፣ በተዐቅቦና በሚዛን መኖር ነው።

ፉክክርና ትብብር አንዳቸው በአንዳቸው ላይ እያየሉ ሲመጡ የብቸኝነት ጉድለት የሚለኩሰውን "ከከባቢ ጋር የመገናኘት ሂደት" ይገቱታል። የብቸኝነት ጉድለትን እየሞሉ ለመምጣትና ዕድገት ላይ የተመሠረተ ለውጥ ለማምጣት ፉክክርና ትብብር አስፈላጊዎች ናቸው። ፉክክር የሌለበት ሕይወት ለእርካታ ቅርብ ስለሚሆን ለለውጥ ዝግ ያደርገናል፤ በዚህም ለብቸኝነት ይዳርገናል። በሌላ በኩል ትብብር የሌለበት ሕይወት እርካታ ስለሚያጣ በተስፋ መቁረጥ ውስጥ ዘፍቆ ለለውጥ ዝግ እንድንሆን ያደርገናል፤ ይህም ለብቸኝነት ይዳርገናል።

የብቸኝነት ጉድለት በፉክክርና ትብብር ሚዛን ማጣት ምክንያት ራሳችንን ከትብብርም ከፉክክርም የምንነጥልበት ሁኔታ ነው። ይህም ማለት ፉክክር ሲያይል ወይም ትብብር ሲያይል ሰዎች ከከባቢያቸው ጋር የሚያደርጉት መስተጋብር ይቋረጣል። የብቸኝነት ጉድለት በሰዎች ማኅበራዊ ሥርዓት ውስጥ በተለያዩ ንዑስ ሥርዓቶች መካከል ያለውን ግንኙነት በመበየን ማኅበራዊ ሥሪቶችን ይወስናል። ሰዎች በቤተሰብ፣ በጎረቤት፣ በማኅበረሰብ፣ በሀገር፣ በክፍለ አህጉር፣ በአህጉር እና በዓለም አቀፍ ግንኙነታቸው ውስጥ የፈጠሯቸው ማኅበራዊ፣ ፖለቲካዊና

ኢኮኖሚያዊ ሥርዓቶች ሁሉ በብቸኝነት ጉድለት ውስጥ አልፈው የሚያድጉ ወይም የሚበሰብሱ ናቸው።

በዚህ ዐውድ ሥርዓት ስንል የተለያዩ አላባዎች ተሰባስበው በጋራ ጥምረት የሚፈጥሩት ውስብስብ ጥቅል ማንነት ማለታችን ነው። ይህ ጥቅል ኩነት ሥርዓቱን በተናጥል ካዋቀሩት አላባዎች ባሕርይ የተለየ ማንነትን ያንጸባርቃል። ማኅበራዊ፣ ኢኮኖሚያዊና ፖለቲካዊ ጉዳዮች ክፍት፣ ውስብስብና ተለዋዋጭ ሥርዓቶች ናቸው። እነዚህ ኩነቶች የተነጠሉ ሳይሆን የተሰናሰሉ ናቸው። ራሳቸውን የሚያስተባብሩ፣ ከውጭ ካለ ለውጥ ጋር ራሳቸውን የሚያስማሙና በውስጣቸው የሚገኙ ተዋንያንን ቀጣይነት ያለው መስተጋብር የሚሹ ናቸው። በመሆኑም በሚፈጥሩት ቀጣይነት ያለው መስተጋብር ሂደት አዲስ ውሕድ ማንነት ወይም ውጤት ይፈጥራሉ።

ሥርዓቶችን ከብቸኝነት ጉድለት የሚያወጣቸው ወደ ምሉዕነት ለመቅረብ ከከባቢያቸው ጋር ግንኙነት ማድረግ ወይም በባይተዋርነታቸው ጸንተው በመበስበስ መጥፋት ናቸው።

ሥርዓቶች ወደ ምሉዕነት የሚያደርጉት ጉዞ ከከባቢያቸው ጋር ያላቸውን ግንኙነት ቀጣይነቱን በመጠበቅ ወደ አዲስ ትልቅ ሥርዓት ያሳድጋቸዋል። በዚህ መንገድ ትንንሾቹ ሥርዓቶች ከብቸኝነት ጉድለታቸው እየወጡ በመጡ ቁጥር ከከባቢያቸው ጋር በመሰባሰብ ወደ ትልቅ ሥርዓትነት ይቀየራሉ። ይህን ከትንንሽ ነገሮች ግንኙነት ትልልቅ ነገሮች የመፈጠራቸውን ሂደት "ከሡትነት" እንለዋለን።

የእያንዳንዱ ነገር አፈጣጠር ከትንንሽ ነገሮች መሰባሰብ የመጣ ነው። ተፈጥሮ እውን የሆነችው ትንንሽ ነገሮች ተሰባስበው ትልልቅ ነገሮችን እየፈጠሩ ነው። የሰው ልጅ አሁን የመሠረታቸው ትልልቅ ኅብረቶች ከቤተሰብና ከጎሳ አደረጃጀቶች ተነሥተው እዚህ የደረሱ ናቸው። ሥርዓቶች ያላቸው ምርጫ ወይ እያደጉ ህልውናቸውን እያረጋገጡ መሄድ ወይም እያነሱ ጥፋታቸውን እያረጋገጡ መሄድ ነው። እያደጉና ህልውናቸውን እያረጋገጡ ወደ ምልዓት መጓዛቸውንና በትልቅ ምንነት ውስጥ መገለጣቸውን ነው "ከሡትነት" የምንለው። ከሡትነት በዕድገት ውስጥ ህልውናን እያረጋገጡ የመምጣት ሂደት ነው። ህልውና የሚረጋገጠው በዕድገት ውስጥ ብቻ ነውና። ከሡትነት የሚመጣው ነገሮች እየተሰባሰቡ፣ እየተከማቹ እና እየካበቱ ሲመጡ ነው። ይህንን ሂደት ነው እንግዲህ መደመር የምንለው።

የአለቃ ኪዳነ ወልድ ክፍሌ መዝገበ ቃላት "ደመረ" የሚለውን ቃል "መጨመር፣ ማግባት፣ መግጠም፣ ማገናኘት፣ ማዋሐድ፣ አንድ ማድረግ፣ መቀላቀል መደባለቅ" ይለዋል። የኢትዮጵያ ቋንቋዎች ጥናትና ምርምር ማዕከል በ1993 ዓ.ም. ያዘጋጀው መዝገበ ቃላት መደመር የሚለው ቃል "ድምር" ከሚለው ዓምድ ቃል ወይም "ደመረ" ከሚለው ግስ የሚገኝ እንደሆነ ይገልጻል። በዚሁ መሠረት ደመረ ማለት "አከበ፣ አከማቸ፣ ሰበሰበ፣ አንድ ላይ አጠቃለለ" የሚል ትርጓሜ ይሰጠዋል። በተመሳሳይ የአለቃ ደስታ ተክለ ወልድ መዝገበ ቃላትም "ሰበሰበ፣ አከበ፣ አከማቸ፣ አንድ ላይ አደረገ፣ ባንድነት አቆመ፣ ጠመጠመ" ብሎ ይተረጉመዋል።

ክሡትነትን እየፈጠርን ህልውናችንን ለማስጠበቅ ሐሳባችንን፣ ገንዘባችንን፣ ዕውቀታችንን፣ ተግባራችንን፣ ኑሯችንን፣ ወዘተ... በጠቅላላው መሰብሰብ፣ ማከማቸት እና ማካበት ያስፈልገናል። በፈቃደኝነት በዚህ ሂደት ውስጥ ራስን ማሳለፍና ክሡትነትን ማረጋገጥን ነው "መደመር" የምንለው።

"መሰብሰብ" ስንል የተበታተነውን ወደ አንድ ማምጣት ማለት ሲሆን በመደመር እሳቤ ውስጥ የጎንዮሽ ድማሮን ይመለከታል። ይህም ማለት ዛሬ ያለንን ሐሳብ፣ ገንዘብ፣ ዕውቀት፣ ወዘተ... በማሰባሰብ ማለት ነው። የተለያዩ ኃይሎች ያላቸውን ዐቅም ወደ አንድ መሰብሰብ ማለት ነው።

በሌላ በኩል "ማከማቸት" ስንል በአንዱ ላይ አንዱን መጨመር ማለት ሲሆን በመደመር እሳቤ ውስጥ ቁልቁል ድማሮን ይመለከታል። ይህም ማለት በትናንት ሥራዎችና ሐሳቦች ላይ የዛሬን ሐሳብና ሥራ መጨመር ማለት ነው። ነገሮችን ሁሌም እንደ አዲስ ከመጀመር ይልቅ በላያቸው ላይ መጨመርን ይመለከታል።

መሰብሰብ ዛሬ ላይ የሚገኙትን ሐሳቦች ማገናኘት ሲሆን ማከማቸት ደግሞ በትናንት ሐሳብ ላይ የዛሬን መጨመር ማለት ነው። ይህን ሂደት በቀጣይነት ማከናወንና ለክሡትነት የሚያበቃ ወረት ማጠራቀም ደግሞ "ማካበት" ሊባል ይችላል። በመደመር ፍቺ ውስጥ የተሰጡት ቃላት አንድም በዘመናት ውስጥ ያሉንን ዕሴቶች አገናኝቶ፣ አዋሕዶና አንድ አድርጎ መውሰድን፣ አንድም ዛሬ በተለያዩ ወገኖች ዘንድ ያለውን ዐቅም አግባብቶ፣ አጋጥሞና አስተባብሮ መጠቀምን የሚያሳዩ ናቸው።

ስለዚህም መደመር ስንል ዝም ብለን ከተውነው ለህልውና አደጋ የሚዳርገንን፣ ቀስ በቀስ እየበሰበስን እንድንጠፋ የሚያደርገንን የብቸኝነት ጉድለት ለመሙላት፤ በዚህም ክሡትነታችንን እያረጋገጥን ህልውናችንን ለማስቀጠል እንችል ዘንድ ዐቅም የምናገኝበት የፖለቲካዊና ኢኮኖሚያዊ ወረት ማፍሪያ መንገድ ነው።

ወረት ማካበት

"ወረት" በጥሬ ትርጉሙ ለንግድ መነሻ የሚሆን ገንዘብ ወይም ካፒታል ማለታችን ነው። በመደመር እሳቤ መሠረት ወረት ስንል ፖለቲካዊና ኢኮኖሚያዊ እንቅስቃሴዎቻችን ውጤታማ እንዲሆኑ የሚያስፈልግ ሁለንተናዊ መነሻ ዐቅም ማለት ነው።

የሰው ልጆችና ማኅበራዊ ሥሪቶቻቸው በሁለንተናዊ ዕድገታቸው ውስጥ የሚነሡበት ወለል የጉዟቸውን የስኬት መጠን የሚወስን ነው። ዝቅ ካለ ወለል የሚነሡ ከሆኑ ቀጣይ ጥረታቸው ውስብስብና አስቸጋሪ፣ ጉዟቸውም የሕልም ጉዞ መሆኑ አይቀርም።

ትናንት ያልተሠሩ ብዙ ውዝፍ ሥራዎች ካሉና ዛሬም ሥራቸው በተናጠል ከሆነ የለውጥ መነሻ ወለሉ ዝቅተኛ ስለሚሆን ለውጥን በቶሎ ማምጣት አስቸጋሪ ይሆናል። በአንጻሩ ከትናንት እየካበቱ የመጡ ወረቶች ካሉና ዛሬም ሐሳቦችና ሥራዎች እየተሰበሰቡ ከመጡ ከእነርሱ ላይ ተነሥቶ ለውጥ ማምጣት ቀላል ይሆናል።

ኢትዮጵያ በኢኮኖሚና በፖለቲካ ጥረቷ ወደ ከፍታው ለመጓዝና ህልውናዋን ለማረጋገጥ የምታደርገው ጥረት አዝጋሚና ውስብስብ የሚሆነው ያሉንን ዐቅሞች በመሰብሰብና በነበሩን ላይ በመጨመር የመነሻ ወረት ማካበት ስላልለመድን ነው። በመጀመሪያ በትናንት ላይ ተነሥተን ከመገንባት ይልቅ ሁሌም እንደ አዲስ እንጀምራለን። ይህም ለነገሮች ሰርክ አዲስ እንድንሆን ያደርገናል፤ ዐቅማችንንም ሰርክ ጫጩት ያደርገዋል። ሁለተኛ ያለንን ሰብስበን ከመጠቀም ይልቅ በየተናጠል ስለምንፍጨረጨር የዐቅም ውሱንነታችን ሁሌም ከመንከባለል አይታደገንም። ስለዚህም ክሡትነትን የምናመጣበት ወረት ያንሰናል። በንግድ ሥራ ውስጥ "ወረት" ስንል ንግድን ለማከናወን የሚያስፈልግ መነሻ ሀብት እንደሆነው ሁሉ በመደመር እሳቤ ደግሞ "ወረት" ማለት ቀጣዩን ሥራችንን ለመሥራት መነሻ የሚሆነን ነባራዊ ዐቅም ማለት ነው።

የባህል፣ የፖለቲካ፣ የኢኮኖሚ፣ የቴክኖሎጂ፣ ወዘተ… ክምችታችን ካላደገና በዚያ ላይ ተነሥተን ቀጣዩን ሥራችንን ካልሠራን እርምጃችን ሁሌም አዝጋሚ መሆኑ አይቀርም። ከነበረን ላይ ጨምረን ከመሥራት ይልቅ የነበረውን አፍርሰን ጥራጊውን ካልደፋን የሠራን አይመስለንም። የነበረው ነገር ምንም ይሁን በእሱ ላይ ቆሞ፣ ስሕተቱን አርሞ ቀጣይ ጊዜን ከመትለም ይልቅ የነበረውን አፍርሰን እንደ አዲስ ለማጅ ሆነን እንጀምራለን። ነገሮች ደግሞ ካልተሰባሰቡና ካልተከማቹ በስተቀር ብቻቸውን ትንሽ እና ደካማ ናቸው። በተለይም እንደ ኢትዮጵያ ለረጅም ጊዜ ከዓለም ጋር ያላትን ግንኙነት አቋርጣ በብቸኝነት ጉድለት ውስጥ እየተዳካመች ለነበረች ሀገር ተጽዕኖው ድርብ መሆኑ አይቀርም። ኢትዮጵያ ለብዙ ዘመናት ራሷን በብቸኝነት በተራራዎቿ መሃል ቀብራ በመኖሯና በሯን ለግንኙነት ዝግ አድርጋ በመቆየቷ በለውጥ ዕጦት በብቸኝነት ጉድለት ውስጥ ቆይታለች። እንደ ዘመናዊ ሀገረ መንግሥት ከተመሠረተች በኋላ ደግሞ በሯን ለውጭ ሀገራት ብትከፍትም በዜጎቿ መካከል ያለው ግንኙነት ደካማ በመሆኑና ይህን ተከትሎም ዐቅሞቻችንን መሰብሰብና ማከማቸት ስላልቻልን እስካሁን በብቸኝነት ጉድለት ውስጥ እንዳክራለን።

አሁን በሀገራችን ላይ የሚስተዋለው ዋና ችግር በተናጠል በየፊናችን ከመሮጥ ይልቅ ያለንን ዐቅም ሰብስበን መጠቀም አለመቻላችን፣ ከነበረው ላይ ተነሥቶ ለመገንባት ከመሞከር ይልቅ ብዙውን ጊዜያችንን ለማፍረስ ስለምናጠፋው የተከሠተ ነው። በብዙ ጉዳዮች ላይ መነሻችን እጅግ ከዝቅተኛው ወለል ላይ ስለሆነ በቶሎ ወደ ከፍታው ለመውጣት ያለንን ዐቅም ሁሉ ደምረን መጠቀም የግድ ይለናል። ከትናንት እየተከማቹ የመጡና በቂ የመነሻ ወረት የያዝንባቸው ጉዳዮች እንዳሉ ሁሉ በብዙ ጉዳዮች ከክምችት ይልቅ ውዝፍ ሥራ አለብን። ወደ ቀጣዩ ሥራ ከመግባታችን በፊት ይህን ውዝፍ ሥራ ማጥራት ይጠበቅብናል። በተናጠልና በብቸኝነት በመጓዝ ደግሞ ይህን ውዝፍ ሥራ ማቃለል አንችልም። ክሡትነታችንን እያረጋገጥን ህልውናችንን ለማስጠበቅ ከፈለግን ወደ መበስበስ የሚመራንን የብቸኝነት ጉድለት ለመፍታት በቶሎ መደመር አለብን።

የመደመር መሠረታውያን

ልዩነቶቻችንን ተሻግረን ዐቅማችንን ለማካበትና ከብቸኝነት ጉድለት ለመውጣት የጋራ ግብ ማስቀመጥ እና ከብቸኝነት ጉድለት ለመውጣት ተነሣሽነት ማሳየት አስፈላጊዎች ናቸው። እነዚህን ሁለት ጉዳዮች የመደመር መሠረታውያን ብለን ልንጠራቸው እንችላለን።

የጋራ ግብ

"የጋራ ግብ" የመደመር አንዱ መሠረታዊ ጉዳይ ነው ስንል መደመር ልዩነትን ተሻግሮ ለጋራ ዓላማና ጥቅም መሰለፍን ስለሚጠይቅ ነው። በእያንዳንዱ ልዩነት ውስጥ የጋራ ግብን መሠረት አድርጎ መተባበርና ውጤት ማምጣት ይቻላል ብሎ ታሳቢ ያደርጋል። የዓድዋ ድል እውን የሆነው በውስጣችን የነበረውን ልዩነት ተሻግረን የጋራ ግብ ስለያዝንና ለዚያም ስለተሰለፍን ነበር።

የጋራ ግብ የጋራ ህልውናንና የጋራ ድልን ያቀዳጃል። ለጋራ ግብ መሰለፍ ጤናማ የሆነና ሚዛኑ የተጠበቀ ትብብርና ፉክክር እንዲኖርና ኃይላችንን መሰብሰብ እንድንችል ያደርገናል። በትብብርና በፉክክር መካከል ያለውን ሚዛን መጠበቅ እጅግ አስፈላጊ ነው። አንዱን ትተን በሌላው ላይ ብቻ ካተኮርን የጋራ ግብን ማረጋገጥና የጋራ ህልውናን ማስቀጠል አይቻልም። ለምሳሌ በሀገራችን በቡና ዘርፍ የተለያዩ የግል ባለሀብቶች እርስ በእርሳቸው ፉክክር ሲያደርጉ የተሻለ ጥራት ያለው ቡና ወደ ገበያ እንዲቀርብ በር ይከፍታሉ። በአንጻሩ ደግሞ አጠቃላይ ዘርፉ የሚያጋጥሙትን ችግሮች ከመፍታት አንጻር ትብብር ያስፈልጋቸዋልል። ቡና አብቃይ አርሶ አደሮችን በጋራ መደገፍ፣ ዘመናዊ የቡና ማከማቻ በጋራ መገንባት እንዲሁም ሀገርን በሚወክል በአንድ የንግድ ምልክት ምርቶቻቸውን በዓለም ገበያ ለመሸጥ ቡና በአእምሯዊ ንብረትነት እንዲመዘገብ በጋራ መሥራት ያስፈልጋል። በቡና ምርትና ሽያጭ ሂደት ውስጥ ያሉ ተዋንያን ተባብረው በጋራ በእነዚህ ጉዳዮች ዙሪያ ቢሠሩ የዘርፉ አጠቃላይ እድገት እመርታዊ እንዲሆን አስተዋጽዖ ያደርጋሉ፤ የጋራ ተጠቃሚነታቸውን ያሳድጋሉ።

ሰዎች በጋራ ግብ ዙሪያ ተሰባስበው የሚሠሯቸው ሥራዎች በሌሎች ጉዳዮች ላይ ያላቸውን ልዩነት ለመፍታት የሚያስችል የግንኙነት ወረት ይሰጣቸዋል። የጋራ ግባቸውን ለማሳካት በሚያደርጉት ርብርብ ውስጥ እርስ በርስ መናበብና መግባባት ይጀምራሉ። ይህም ለቀጣዩ ጉዟቸው መነሻ ይሆናቸዋል። በተዋንያን መካከል መናበብ በመፍጠር የጊዜንና የቦታን ተፈጥሯዊ ገችነት መሻገር አንዱ የመደመር መፈጠሪያ መንገድ ነው። መደመር ከተናበቡና ከሚደጋገፉ እንዲሁም በመሐላቸው መስተጋብራዊ ግብረ መልስ ባለ የበርካታ ተዋንያን መረብ ወይም ሥርዓት ውስጥ የሚገኝ ዕሴት ነው።

ማንኛውም ግንኙነት ቀላል ከሚመስሉ የጋራ ግቦች የሚነሣ ነው። የመደመር ዕሳቤ ይህን የታችኛው ወለል ግንኙነት ጤናማ በሆነ ሁኔታ ማስኬድ ወደ ከፍተኛው የክሡትነት ግብ ያደርሰናል የሚል ነው።

የጋራ ግብን መሠረት አድርጎ መንቀሳቀስ በጋራ መሥራትንና የጋራ ማንነትን እየፈጠረ ይሄዳል። የጋራ ማንነት ተሠርቶ የሚያልቅ ነገር ሳይሆን ሁሌም እየተሠራ እያደገ የሚሄድ ነገር ነው። የጋራ ማንነት እየተገነባ የሚሄደው ደግሞ በጋራ ግብ ዙሪያ በመረባረብ ነው። የጋራ ግብ ልዩነትን ታሳቢ ያደረገ ግብ በመሆኑ ማንኛውም

ሰው ይህን ግብ ለማሳካት ከመሥራት የሚያግደው ጤናማ ሰበብ ሊኖር አይችልም። ስለዚህም የጋራ ማንነትን ያለሰበብና እርስ በርስ ያለመካሰስ ዕውን ማድረግ የሚቻልበት ሁኔታ ይፈጠራል። ይህም ክሡትነትን ዕውን እያደረገ ህልውናችንን ያረጋግጣል።

ተነሣሽነት

ሌላኛው የመደመር መሠረታዊ ጉዳይ "ተነሣሽነት" ነው። ተነሣሽነት ማለት ማንኛውም ግለሰብ ወይም ንዑስ ሥርዓት ከከባቢው ጋር በሚያደርገው ግንኙነት ውስጥ የግንኙነቱ ለኳሽ መሆን ማለት ነው። በርን ዘግቶ በለውጥ ዕጦት በብቸኝነት ጉድለት ውስጥ ከመበስበስ ይልቅ፣ የጎረቤትን በር ማንኳኳት ማለት ነው። ተነሣሽነት ከእልህ፣ ከኩርፊያ፣ ከጠባቂነት እና ከፍዝ ባሕርይ ወጥቶ ለመጀመሪያው ግንኙነት እጅ መዘርጋት ማለት ነው።

ሥርዓቶች ከብቸኝነት አዙሪት ተላቀው ወደ ለውጥ ለማምራት የለውጥ ምንጭ የሆነውን ከባቢያቸውን ለግንኙነት የሚቀሰቅሱ ሰዎች ያስፈልጓቸዋል። ልሂቃን ንዑስ ሥርዓቱ ከሌሎች ንዑሳን ሥርዓቶች ጋር ያለውን ግንኙነት ለማወቅ መዋቅራዊ ዕድል ያላቸው በመሆናቸው ሁሌም ግንኙነትን ለመጀመር መጣር አለባቸው። ጥቂት ወይም ደካማ ልሂቃን ያሉበት ሥርዓት ተነሣሽነት ወስደው ከከባቢው ጋር የሚያገናኙት አስተዋይ ሰዎች አያገኝም። በአንጻሩ ንቁና ብዙ ልሂቃን ያሉበት ሥርዓት የብቸኝነት ጉድለትን በቶሎ ተገንዝበው ሥርዓቱን ከከባቢው ጋር ለማገናኘት ተነሣሽነት ያላቸው ሰዎች ይኖሩታል።

የዚህ ምክንያቱ ደግሞ ሥርዓቶች በባሕርያቸው ውስብስብ በመሆናቸው በብቸኝነት ጉድለት ውስጥ ሆነው እየበሰበሱ መሆናቸውን መረዳት አስቸጋሪ ስለሆነ ነው። አንድ በሥርዓቱ ውስጥ ያለ ሰው፣ የሥርዓቱ አካል ሆኖ እያለ የሥርዓቱን መበስበስ ሊረዳው አይችልም። ከውጭ ያሉ ሰዎች ግን የዚያን ሥርዓት መበስበስ በቀላሉ ሊረዱት ይችላሉ፤ "ጆሮ ለራሱ ባዳ ነው" እንዲሉ። ንቁ ልሂቃን ግን በሥርዓቱ ውስጥ እየኖሩም ቢሆን ሥርዓቱ እየበሰበሰ እንደሆነ መረዳት ይችላሉ። ስለዚህም ሥርዓቱን ለመታደግ በተነሣሽነት ግንኙነትን ይለኩሳሉ።

መደመር የልሂቃንንና እነሱ የሚመሩትን ሕዝብ ጉልህ ተሳትፎና ተነሣሽነት የሚፈልግ ሂደት ነው። ቃሉም ሌሎችን መሳብ ሳይሆን የራስ መሄድን ታሳቢ የሚያደርግ ነው። አባቶች ሲያስታርቁ "እስኪ ባንተ ይቅር" እንደሚሉት ሁሉ "በእኔ ይቅር" ብሎ ለግንኙነት መነሣሣትን የሚያመለክት ነው። ስለዚህም በመደመር ውስጥ ነገሮችን በሌላው ወገን ማላከክ ትርጉም የለውም። "አልመጣ ብሎኝ ነው" ከሚል ክስ ተላቀን የራሳችንን መሄድ ይፈልጋል። በዚህ ተነሣሽነት ውስጥ ነው መደመር ዕውን የሚሆነው።

የሰዎችን የተነሣሽነት መጠን ተከትሎ መደመር በተለያዩ ደረጃዎች ሊከፋፈል የሚችል ሂደት ነው። በዋናነትም የመደመርን ሂደት በሦስት ደረጃዎች ከፋፍሎ መመልከት ይቻላል፤ እነሱም "አልፎ ሂያጅነት"፣ "እንግድነት" እና "ቤተኛነት" ናቸው።

አልፎ ሂያጅነት

"አልፎ ሂያጅነት" መደመርን በሩቁ አይቶ ማለፍ፣ የመደመርን ዕሳቤ ሰምቶ በቸልተኝነት መዝለል፣ በሀገር ጉዳይ የውጭ ታዛቢ መሆን፣ ራስን እንደ መንገደኛ ወይም እንደ ባይተዋር መመልከት ነው። ሀገራችን ብዙ የፖለቲካ ምስቅልቅሎች ያሳለፈች ሀገር በመሆኗ በዚህ ደረጃ ውስጥ ብዙውን ጊዜውን የሚያሳልፈው ሰው በርካታ እንደሚሆን መገመት ይቻላል። በሀገራችን ጉዳይ ራሱን እንደ ታዛቢ የሚመለከት፣ እንደ ውጭ ሰው ሆኖ አስተያየት የሚሰጥ፣ ቀርቦ ለመነጋገር ፈራ ተባ የሚል ሰው በሙሉ በዚህ የመደመር ደረጃ ላይ የሚገኝ ነው ማለት እንችላለን። ከፊሉ የሀገራችን የፖለቲካ ባህል በፈጠረው የመጠራጠር ልማድ ተተብትቦ፣ ሌላው ከነበረበት የኩርፊያ ድባቴ ለመንቃት እየታገለ ራሱን በአልፎ ሂያጅነት ያሰልፋል።

እንግድነት

"እንግድነት" ከአልፎ ሂያጅነት ተላቆ ወደ ቤት መግባት ነው። የመደመርን ዕሳቤ መተዋወቅ፣ ዓላማዎቹን መገንዘብ፣ አብሮነትን መሻት እና ለመደመር ዝንባሌ ማሳየት ተደርጎ ሊቆጠር ይችላል። ይኽ ደረጃ መደመርን የመገንዘብ ጅምሮች የሚታዩበት እና የመደመር ፍላጎት የሚስተዋልበት ነው። በሀገር ጉዳይ ያገባኛል ብሎ አንድ እርምጃ ተራምዶ የመምከር፣ የመነጋገር፣ እና የመከራከር አዝማሚያዎች ይፈጠሩበታል። ሌላውን ለመረዳትና በሌላው ጫማ ሆኖ ለመገንዘብ ጥረት ይደረግበታል። ሰዎች መደመርን በአግባቡ ለመረዳትና ለመደመር ዝግጁነት የሚያሳዩበት እና የመደመር አካል እንጅ አልፎ ሂያጅ የውጭ ሰው አለመሆናቸውን የሚረዱበት ነው።

ቤተኛነት

"ቤተኛነት" ሰዎች መደመርን የራሳቸው ዕሳቤ የሚያደርጉበት ደረጃ ነው። መደመርን ዐውቀው፣ ተረድተው፣ ዕሳቤውን ሲከተሉ እና የራሳቸው ሲያደርጉት የቤተኛነት ደረጃ ላይ ደርሰዋል እንላለን። መደመር ከማንም የሚቀበሉት ሐሳብ ሳይሆን ከራሳቸው ለራሳቸው የቀረበ፣ የጋራ ዕጣ ፈንታቸውን ወደፊት የሚያራምድ፣ የራሳቸው ኃላፊነትና መርሕ መሆኑን ይረዳሉ። ማንም አሸናፊ፣ ማንም ተሸናፊ የማይሆንበት የሁላችንም የድል መንገድ መሆኑን ይገነዘባሉ። በዚህ ደረጃ ሰዎች "ሀገራችን የራሳችን ናት"፣ "በሀገራችን ጉዳይ ያገባናል" የሚል አስተሳሰብ ያዳብራሉ። የሀገራቸው የባለቤትነት ስሜት ስለሚሰማቸው ለህልውናዋ ዘላቂነት ይታገላሉ። ከተናጠልና ጊዜያዊ ሽኩቻ አሻግረው የጋራ ዕጣ ፈንታችንን ለማማተር ይሞክራሉ።

የመደመር ዕሴቶች

የመደመር ዕሴቶች በአጠቃላይ በኢትዮጵያ ላይ እንዲገነቡ የምንፈልጋቸውን ዕሴቶች ታሳቢ ያደረጉ ጥቅል ዕሴቶች ናቸው። እነዚህ ዕሴቶች የመደመር

ምሰሶዎች ናቸው። ዕሴት ማለት ለነገሮች የምንሰጠው አንጻራዊ ዋጋና ሁኔታዎችን የምንመዝንበት መስፈርት ማለት ሲሆን ይህም መስፈርት ጥቅል ወይም ዝርዝር ሊሆን ይችላል። የመደመር ዕሴቶች ከብቸኝነት ጉድለት ለመውጣትና ከሥትነትን እያረጋገጡ ለመሄድ እንችል ዘንድ ቅድሚያ የምንሰጣቸው ጥቅል ጉዳዮች ናቸው።

ሀገራዊ አንድነት

ከመደመር ዕሴቶች መካከል አንዱ "ሀገራዊ አንድነት" ነው። ሀገራዊ አንድነት ማንነታችን እንዳይለያይ ሆኖ የተጋመደ፣ የተሰናሰለ እና የተዋሐደ መሆኑን አመላካች ነው። የሀገራችን ብሔሮች ዕጣ ፋንታ በጋራ ለማደግ የተሠራ ብቻ እንጅ ተለያይተን ወይም ተነጣጥለን ሉዓላዊ ሀገር ሆነን፣ የነጠላ ህልውናችንን አስጠብቅን በሰላም መቆየት አንችልም። ሀገራዊ አንድነታችን የምርጫ ብቻ ሳይሆን የህልውና ማስጠበቅ ጉዳይ ጭምር ነው።

የዜጎች ክብር

ሌላኛው የመደመር ዕሴት "የዜጎች ክብር" ነው። የዜጎች ክብር ኢትዮጵያውያን በሀገር ውስጥም ይሁን በውጭ ሀገር ክብራቸው ተጠብቆና ሀገራቸውን መከታ አድርገው እንዲኖሩ ቅድሚያ ሰጥቶ የመሥራት ፍላጎት ነው።

ክብር የጋራ ጥቅምና ስጋትን የማስጠበቅ መርሕ ነው። ሰዎችን ሁል ጊዜም ወደ ግብ መቅረቢያ መንገድ ሳይሆን ራሳቸው ግቦች እንደሆኑ የማመን ዕሴት ነው። የሰዎች ክብር በሁሉም ሰብዓዊ ፍጡር፣ በቡድን እና በግለሰብ ደረጃ ሊታይ ይችላል። ሌሎች ማንኛውም ዕሴቶች የሰዎችን ክብር የሚያረጋግጡ መሆን አለባቸው። በሥራዎቻችን ሁሉ ዜጎችን አክብሮ ማገልገል፣ በማንኛውም ጉዳይ ላይ በክብር ማማከርና መያዝ ቅድሚያ ሊሰጠው የሚገባ ጉዳይ ነው። መደመር ከዚህ አንጻር ዘረኝነትንና ጎጠኝነትን በማስወገድ "ሰው" ሰው በመሆኑ ብቻ ክብሩና ነጻነቱ እንዲከበር ዘብ መቆም ማለት ነው። መደመር በዚህ ጊዜ ግለሰባዊ ነጻነትና ማኅበረሰባዊ ደኅንነትን ማቀንቀን ይሆናል።

ብልጽግና

ከሌሎቹ ዕሴቶች ጋር እጅግ የተሳሰረው ሌላው የመደመር ዕሴት ብልጽግና ነው። ብልጽግና የዜጎች ሥጋዊ፣ የስምና የነጻነት ፍላጎቶች በቀጣይነት ማሟላት እንዲችሉ አቅማቸውን ማሳደግ ነው። ብልጽግና የሰው ልጅ ሥጋዊ ፍላጎቶች የሆኑትን የምግብ፣ የመጠጥ፣ የልብስ፣ መጠለያ፣ የጤና፣ የትምህርትና የንጽሕና አገልግሎቶችን አሟልቶ ማግኘት ነው። በተጨማሪም የሰው ልጆችን ቀጣይነትና አስተማማኝነት ያለው ነጻ የምርጫ አድማስ በማስፋት የዜጎችን ደስተኝነት ማረጋገጥ ነው።

ምዕራፍ 4

የተደማሪነት ሳንካዎች

መደመር በልኬት የሚታይ ፍልስፍና ነው። ለዚህ ፍልስፍና ያለን ቅርበት በመደመር ሜትር የሚለካና ከፍልስፍናው ሁለንተና ጋር ባለን ቅርበት መጠን የሚገለጽ ነው። ለመደመር ያለን ቅርበትም የመደመር ሳንካዎችን በምናልፍበት መጠን ላይ የሚወሰን ይሆናል። መደመር በጥቅሉ ሁለት ሳንካዎች አሉት፤ የግብር እና የአስተሳሰብ።

የአስተሳሰብ ሳንካዎች

የመደመር የአስተሳሰብ ሳንካዎች አጠቃላይ የአስተሳሰብ ችግሮቻችንን የሚመለከቱ ናቸው። ተደማሪነታችንም እነዚህን የአስተሳሰብ ችግሮች በቀረፍንበት መጠን የሚወሰን ይሆናል። መደመር ማለትም እነዚህን የአስተሳሰብ ችግሮች ተሻግሮ የአስተሳሰብ ልዕልና ማምጣት ማለት ነው። እነዚህን የአስተሳሰብ ችግሮች ቀጥለን አንድ በአንድ እንመለከታቸዋለን።

ዋልታ ረገጥነት

ዋልታ ረገጥ አሰተሳሰብ በሀገራችን ጎልቶ የሚስተዋል አንዱና የመጀመሪያ የአስተሳሰብ ችግር ነው። በብዙ ጉዳዮች ሁለት ተቃራኒ ጫፎች ላይ ቆሞ ማነብነብ እንጅ አንዱ የአንዱን መነባንብ ለመስማት ትንሽ ጠጋ ለማለት አይሞክርም። ሁለት ጫፍ ላይ ተራርቆ የቆመ ሰው በመጀመሪያ ደረጃ የፈለገውን ያክል ቢጮህ አንዱ የአንዱን ንግግር ሊያዳምጥ አይችልም። ማዶ ለማዶ ቆመን ለየብቻችን ብናጉተመትም ከገደል ማሚቶ በስተቀር የሚሰማን የለም።

ዓላማችን የገዛ ራሳችንን ድምፅ መስማት ካልሆነ በስተቀር ሁሌም ከገደል ማሚቶ ማለትም የምንለውን የሚደግምና የሚያዳንቅ ሰው ጋር ማውጋት አያስፈልግም። የሚያስፈልገው በተቃራኒ ዋልታ ላይ ወደቆመው ሰው ተጠግቶ የሚለውን ማዳመጥና "ምን ፈልገህ ነው?" ብሎ መነጋገር ነው። በዚህም ከገደል ማሚቶ ውጭ የሚያዳምጠው ሰው እንዳለው ስለሚያስብ ከማነብነብ ወጥቶ ችግሩን በአግባቡ ያስረዳል። ስለሰማነውም በምላሹ ለመስማት ዝግጁ ይሆናል።

ጽንፍ የመያዝና እኔ ያልኩት ካልሆነ የሚል ግትርነት በሀገራችን የተለመደ የፖለቲካ ባህል ነው። ለአብነት ያህል በሁለት ብሔርተኝነት እርስ በራሱ እና በኢትዮጵያዊነት መካከል፣ በሃይማኖቶች፣ በዘመናዊ ወይም ሀገር በቀል ዕውቀትን በማስቀደም፣ በርዕዮተዓለሞች፣ በተማከለና ባልተማከለ የመንግሥት አስተዳደር ምርጫ፣ በውይይትና በኃይል አማራጭነት፣ በዕርቀ ሰላም አስፈላጊነት እና በመሳሰሉት መካከል ያሉትን ውጥረቶች መጥቀስ ይቻላል።

በመደመር ዕሳቤ በእነዚህና በሌሎችም አስፈላጊ ሀገራዊ ጉዳዮች ላይ ብሔራዊ መግባባት ለመፍጠር፤ አመክንዮ፣ ርትዕ፣ የአተገባበር ውጤታማነትን መሠረት ያደረገ የማቻቻል እና የሚዛናዊነት መርሕን መከተል ያስፈልጋል።

ኢትዮጵያ እንደሌሎች ሀገራት ሁሉ በተለያዩ ጉዳዮች ላይ ጫፍ የረገጠ አስተሳሰብ ያላቸው ሰዎች ሀገር ናት። በታሪክ ጉዳይ ጫፍ ረግጠን አንዱ የአንዱን ተረክ ለመረዳት ቀርቶ ለማዳመጥ ዝግጁ አይደለም። ሐሳብን እንደግል ርስት ወስዶ እሱን ለማስጠበቅ ከመውተርተር ይልቅ ሐሳብ የሚቀያየር፣ የሚዋሐድ፣ የሚብሰለሰል ጉዳይ መሆኑን ተረድቶ ሐሳቡን ለማዳበር የሚሞክረው ሰው ጥቂት ነው። አንዱ የታሪክን ርግማን ብቻ፣ ሌላው የታሪክን ምርቃት ብቻ መስማት የሚፈልግ ከሆነ መግባባትን መፍጠር አይችልም። አዲስ ዕውቀትን የምንሻው እና የምንቀበለው የቀደመው ሐሳባችንን እንዲያጠነክርልን ብቻ ከሆነ ልንለወጥ አንችልም።

ሌላው ቀርቶ ለሀገራችን ብልጽግና የሚበጀንን መንገድ ለማወቅ እንኳን በምዕራባዊነትና በሀገር በቀልነት መካከል ሁለት የተራራቁ ጫፎች ፈጥረናል። ከፊሉ ዕውቀት በፈረንጅ አፍ ካልተነገረ የማይጸና የሚመስለው አለ። ከፊሉ ደግሞ ዕውቀት ከውጭ ማምጣትን እንደ ብሔራዊ ጥቃት ቆጥሮ "አካኪ ዘራፍ" የሚል አለ። ዕውቀት የሰው ልጆች የጋራ ሀብት መሆኑን ሳይገነዘብ በሀገር በቀል ዕውቀት ብቻ ታጥሮ ዕድሜውን የሚያሳልፍም ጥቂት አይደለም። በሀገራችን በፖለቲካው፣ በማኅበራዊው፣ በኢኮኖሚው፣ ወዘተ... ያሉን አመለካከቶች ዋልታ ረገጥነት የሚያጠቃቸው ብዙ ናቸው።

ዋልታ ረገጥነት በመደመር ውስጥ "መሰብሰብ"ን የሚያሰናክልና የሚገታ አስተሳሰብ ነው። በሀገራችን በተለያየ አቅጣጫ በብቸኝነት ጉድለት ውስጥ የሚባክኑ ሐሳቦችንና ጉልበቶችን ሰብስቦ ወደ ወረትነት ለመቀየር ይቻል ዘንድ ዋልታ ረገጥነትን ማስወገድ ያስፈልጋል።

ዋልታ ረገጥነትን የሚያጠፋው አንዱ መፍትሔ መሠረታዊ የአስተሳሰብ ሽግግር ማድረግ ነው። የአስተሳሰብ ሽግግር ኀራ የለሽ የልኬት ዕይታን የሚያዳብር ነው። ይኸም ማለት ነገሮችን ለመረዳት የፈጠርናቸው የተቃርኖ ምድቦች አስተሳሰባችንን

እንዳይቀፈድዱት ማድረግ ነው። የሰው ልጅ ነገሮችን በቀላሉ ለመረዳት ያመቸው ዘንድ እያንዳንዱን ጉዳይ በሁለት ተቃራኒ ጫፎች ከፍሎ ይመለከታል።

ነጭና ጥቁር፣ ክፉና ደግ፣ ጎበዝና ሰነፍ፣ ጠላትና ወዳጅ፣ አጭርና ረጅም፣ ወዘተ… የሚሉ የሾላ በድፍን ፍረጃዎችን ፈጥሮ ይንቀሳቀሳል። ለአረዳድ እንዲቀለን ያዳበርነው ይህ ነገሮችን በሁለት ተቃራኒ ጎራዎች የመክፈል ዘዴ በጊዜ ሂደት አስተሳሰባችንን ቀፍድዶ የልኬት ልማዳችንን ገድሎታል።

የልኬት ልማድ ጎራ የለሽ አስተሳሰብ ነው። ቁመት የሚለካው "ስንት ሜትር ነው?" በሚል ልኬት እንጅ አጭር ወይም ረጅም በሚል መደዴ ክፍልፋይ አይደለም። ወደ እውነቱ በደንብ የሚያስጠጋን ይህ ዕይታ ነው። አለበለዚያ መፍትሔያችን ሁሉ የእግር ልኬትን ሳያውቁ "እግሬ ትንሽ ነው" ወይም "እግሬ ትልቅ ነው" በሚል ብቻ ጫማ እንደመግዛት ነው። ነጭ ወይም ጥቁር ከማለት ይልቅ የጥቁረትን መጠን መለካት፣ ክፉ ወይም ደግ ከማለት ይልቅ የክፋቱን መጠን መለካት ወደ እውነቱ የበለጠ ያቀርበናል። ነገሮችን የሚለያያቸው የይዘታቸው መጠን እንጅ መሠረታዊ የተፈጥሮ መቃረን አይደለም። ክፉነት ለዚህ ወይም ለዚያ ሰው አንሥተን የምንለጥፈው ታርጋ አይደለም። ሁላችንም ክፋት አለብን። የክፋት መጠኑ የሚለያይ ሰው እንጅ ክፉ የሚባል ሰው የለም። በሁሉም መስክ ዕይታችን በልኬት ላይ የተመሠረተ ከሆነ ነገሮችን ለመለወጥ አይቸግረንም።

በልኬት ላይ ባልተመሠረተ የጎራ ምደባ ነገሮችን ለመለወጥ አንችልም፤ ምክንያቱም አንዴ ጠላት ብለን በጎራ የለየነውን ሰው ወዳጅ ልናደርገው አንችልምና ነው። ስለዚህም የለውጥ አስተሳሰብ ምንጩ ነገሮችን በጎራ የለሽ ዕይታ መመልከት ነው። ጎራ የለሽ ዕይታ ከቋንቋ ጋር የተሳሰረ በመሆኑ በቀላሉ የሚወገድ ነገር አይደለም። በጊዜ ሂደት ከጎራ ምደባ የሚመነጩ ቃላትን እየለወጥን በምትኩ ጎራ የለሽ የልኬት ቋንቋን እስከንተካ ድረስ ቃላቱን ነገሮችን ለመረዳት ልንጠቀምባቸው እንችላለን።

የሰው ልጆች "ቀንና ሌሊት" ከሚሉት ዕሳቤዎች ወጥተው ጊዜን በሰዓት መለካት እንደቻሉት ሁሉ በጊዜ ሂደት ሐሳቦቻችንን ሁሉ በልኬት የማየት ችሎታችን መጨመሩ የማይቀር ነው። አሁን ጥያቄያችን "ነግቷል ወይስ አልነጋም?" ከሚል ተሻግሮ "ስንት ሰዓት ሆኗል?" ወደሚል የልኬት ቋንቋ እንደ ተቀየረው ሁሉ፣ በጊዜ ሂደት ከጎራ ምደባ የሚመነጩትን ሥያሜ ቃሎቻችንን እያሻሻልናቸው እንመጣለን። በቃላት ጉዳይ ላይ የምናደርገውን ማሻሻያ ቢያንስ ፖለቲካችንን ሲያውኩት የኖሩትን የጎራ ምደባ ቃላትን በማስወገድ ልንጀምር እንችላለን።

ባለፉት ጊዜያት በተለይም ከ1960ዎቹ የተማሪዎች እንቅስቃሴ አንስቶ መድረኩን የተቆጣጠሩት የፖለቲካ ቃላትና አገላለጾች "ሌላ" ተብሎ የተበየነ ቡድንን ለማሸማቀቅ በሚውሉ ቃላት የተሞሉ ናቸው። ትምክህተኝነት፣ ጠባብነት፣ ፀረ ሰላም፣ ፀረ ልማት፣ ፀረ ሕዝብ፣ አድኃሪ እና የመሳሰሉት ቃላት ለዲሞክራሲያዊ ንግግር የማይመቹና መቀራረብን ሳይሆን መራራቅን የሚያበረታቱ ናቸው። በመሆኑም "ቃል እንደሚገድል፤ ቃል እንደሚያድን" ተገንዝበን እንዲህ ዓይነት የጎራ ምደባን የሚገልፁና ቅራኔን የሚያባብሱ ቃላትን በማስወገድ ብንጀምር መልካም ነው።

በጎራ የለሽ ዕይታ ላይ የቆመ ሥርዓት ለመዘርጋት ሌላ የሚያስፈልገን ነገር በውይይትና በክርክር ባህላችን መካከል ሚዛን መጠበቅ ነው። ክርክር በአንድ ሀገር ውስጥ አዲስ ሐሳብ እንዲመነጭ እና የሐሳብ አማራጮች እንዲሰፉ በማድረግ በኩል ትልቅ ሚና የሚጫወት ነው። በክርክሩ ሂደት ውስጥ ሰዎች ሐሳባቸው ተቀባይነት እንዲያገኝ በሚሰበስቡት ማስረጃ እና በሚያደርጉት ጥረት ውስጥ የሚኖረው የአእምሮ ውጥረት አዲስ ነገር መፍጠሩ አይቀርም። የመድበለ ፓርቲ ዲሞክራሲ በብዙ ሀገራት በተለይም በምዕራቡ ዓለም በክርክር ባህል ላይ የቆመ ነው። ሂደቱም አዳዲስ ሐሳቦችን ለማመንጨትና የሐሳብ ሚዛንን ለመጠበቅ ትልቅ አስተዋጽዖ አለው። የምዕራቡ ዓለም "ሶቅራጥሳዊ ባህል" በዚህ የክርክር ልማድ ላይ የተገነባ ነው ተብሎ ይታመናል።

ነገር ግን ክርክር ሥልጡን መንገድን ካልተከተለ መፍትሔ ከማምጣት ይልቅ ችግሮችን የሚፈለፍል ይሆናል። በተለይም እንደ ኢትዮጵያ ባሉ የዲሞክራሲ ባህል ባልዳበረባቸውና ለዘመናት የቆዩ ቅራኔዎች ገና ባልሰከኑባቸው ሀገራት ላይ ከብሔራዊ መግባባት ላይ ለመድረስ እና ዲሞክራሲው በእግሩ ቆሞ እንዲሄድ ለማድረግ ከክርክር የበለጠ ውይይት የተሻለ የመግባባት ዕድል ይፈጥራል። የክርክር ዐቅማችን ደካማ በመሆኑና አዲስ ሐሳብ የመፍጠር ልምዳችን ገና በተገቢው መጠን ያላደገ በመሆኑ ክርክራችን ሐሳብ ከማመንጨት ይልቅ ወደ እልህና ኩርፊያ የሚመራን ሆኗል። ይኸም ዋልታ ረገጥነታችንን በማባባስ ወደ ገደል እየመራን ነው።

ስለዚህም ውይይት ላይ ትኩረት ሰጥቶ መሥራት አስፈላጊ ነው። የምሥራቁ ዓለም ኮንፊሽየሳዊ ባህል በውይይት ልማድ ላይ የተገነባ ነው ተብሎ ይታመናል። ነገር ግን ውይይት ምንም እንኳን አሳሳቢ ችግርን ለመፍታት ጥሩ መንገድ ቢሆንም ከክርክር የሚፈልቁ እንግዳ ሐሳቦችን ለማግኘት ደግሞ አይጠቅምም።

ስለዚህም ጎራ የለሽ ዕይታን ውጤታማ በሆነ መንገድ ለመገንባት በክርክርና ውይይት ክረትና ልቀት የተፈተለ ንግግር ያስፈልገናል። ይህም ከራሳችን ሐሳብ የተሻለ ሌላ ሐሳብ ሊኖር እንደሚችል ዐውቀን የመጠባበቂያ ክፍተት እንድንተው ያደርገናል። የያዝነው ሐሳብ ልክ ነው ብለን ለሌላ ሐሳብ በራችንን ጠርቅመን እንዳንዘጋ ያደርጋል። ከአክራሪነት ወጥተን የምናልባትን ምኅዳር በመካከል እንድንተው ያደርጋል።

ጊዜ-ታካኪነት

ሌላው የመደመር ዕንቅፋት የሆነ የአስተሳሰብ ችግር "ጊዜ ታካኪነት" ነው። ጊዜ ታካኪነት በትናንት፣ በዛሬ፣ ወይም ደግሞ በነገ ላይ ብቻ የማተኮር አባዜ ነው። በጊዜ ዕይታችን ከሦስቱ አንዱን ብቻ መርጠን ሁሌም ሐሳባችን ያንን ጊዜ የሚታከክ ከሆነ ወደ እውነቱ ለመቅረብ እንቸገራለን። ጊዜ ታካኪነት እንደ ርእሰ ጉዳዩ የሚለያይበት አጋጣሚ ብዙ ነው። በዚያው ልክ ደግሞ አጀንዳው ምንም ይሁን ምን በሁሉም ጉዳይ ላይ ጊዜ መርጦ የሚሸጎጥ ነው።

አንዳንዱ ሰው ሐሳቡና ንግግሩ ሁሉ ትናንትን የሚታከክ ነው፤ ሌላው ደግሞ ሁሉን ነገር በዛሬ መነጽር የሚመለከት ነው፤ አንዳንዶች ደግሞ ስለ ነገ ብቻ የሚጨነቁ ናቸው። ትናንትን፣ ዛሬን እና ነገን አስተሳስሮ የማይመለከትና አንዱን

የጊዜ ስሌዳ ብቻ መርጦ ያንን ሲታከክ የሚኖር ሰው ወደ እውነቱ አይቀርብም። ስለ ትናንት ገድል ብቻ እያወራን ውለን ማደር ዛሬንና ነገን እንዳናስተውል ያደርገናል። በተመሳሳይ ስለ ትናንት ሙሾ እያወረድን ዘመናችንን ከጨረስን የዛሬንና የነገን መከራ ሳንጋፈጥ በትናንት ተውጠን እንድንቀር ይይዘናል። ትናንት ከድክመቱ የሚሰጠንን ትምህርትና ከጥንካሬው የሚያወርሰንን ወኔ ይዘን ከዛሬና ከነገ ጋር አስተሳስረን ካልተጠቀምንበት ወደ ቁልቁለት ይወስደናል።

ሁሉ ነገራችንን ከትናንት ለመቅዳት መሞከርና ዛሬያችንን ወደ ትናንት መጎተት ዕድሜን አለማወቅ ነው። ከዚች አጭር ዕድሜያችን ላይ ትናንትን እያመነዠክን ልንኖር ከሞከርን የተሰጠንን ዕድሜ ምኑን ኖርንበት? ከትናንት መማር እንጅ ትናንትን መቀየር አይቻልም። ትናንትን የመቀየሪያ ምርጡ መፍትሔ ዛሬን አስተካክሎ መሥራት ነው።

በሌላ በኩል በዛሬ ላይ ብቻ ያተኮረና ነገሮችን በዕለታዊ መነጽር ብቻ የመመልከት አዝማሚያም በብዙዎቻችን ዘንድ ይስተዋላል። በዛሬ ድክመታችን ላይ ብቻ ማተኮር ውዝፍ ሥራ እንዳለብን መዘንጋት ነው። ትናንት ሳንሠራው ቀርተን ሲጠራቀም ቆይቶ አሁን ላይ የደረሰ ብዙ ውዝፍ ሥራ አለብን። የዛሬን ችግር የምንፈታው ውዝፍ ሥራችንን በፍጥነት በማቃለል ከሌሎች ጋር ተወዳዳሪ ሊያደርገን የሚችል አዎንታዊ ተዛማች ተጽዕኖ ያለው ዘዴ ስንከተል ነው። ተዛማች ተጽዕኖ ስንል በአንድ ጉዳይ ላይ የምንሠራው ሥራ በተዘዋዋሪ በሌሎች ጉዳዮች ላይም ለውጥ የሚያመጣ ሲሆንና "በአንድ ድንጋይ ሁለት ወፍ" ለመምታት የሚያስችል አቋራጭ መንገድ ሲፈጥር ነው።

ሰው የትናንት ተጽዕኖ አለበት። የጠባያችን፣ የማንነታችን እና የሰብእናችን ምንጩ ከኋላ ነው። አስተዳደራችንና ሥርዓታችን ከትናንት የሚመዘዝ ነገር አላቸው። ትናንትን አንጥሮ ማወቅ፣ እነዚህን ተጽዕኖዎች ለይቶ በጎውን ለመውሰድና አረሙን ለመንቀል ይጠቅመናል።

በሀገራችን የምንኮራባቸው ለዛሬ ተምረን ልንጠቀምባቸውና ለሌሎች አሳይተን ልናተርፍባቸው የምንችልባቸው ታሪካዊ ትሩፋቶች አሉን። ለዘመናት የዳበረ ዕውቀት፣ ቱባ ባህል፣ ከተፈጥሮ ጋር የተስማማ የአኗኗር መንገድ፣ የእርስ በርስ መስተጋብር፣ እምቢ ባይነትና ለነጻነት ሟች መሆን፣ ሀገርን መውደድና ሥነ ምግባራዊ አኗኗር ከትናንት የምንወስዳቸው ናቸው። በተቃራኒ ደግሞ ዐውቀን ልናርማቸው የሚገቡን የአመለካከት፣ የአሠራር፣ የልማድ፣ የአተራረክ፣ ወዘተ... የትናንት ጉዳዮችም አሉን። "ሁሉም ነገር ድሮ ቀረ" ዓይነት ብሂሎቻችን ዛሬ የሚደረግ ነገር ሁሉ የማይጥመው አስተሳሰብ መገለጫዎች ናቸው።

ሀገራችን ብዙ ዘመናዊ ጉዳዮችን የጀመረችው ከሌሎች በርካታ የዓለም ሀገራት ዘግይታ ነው። በሀገራችን የተስተዋሉና እየተስተዋሉ ያሉ ውስብስብ የፖለቲካ፣ የኢኮኖሚ፣ የማኅበራዊ እና የደኅንነት ችግሮች ወይም ፈተናዎች ለዘመናት የተከማቹ ውዝፍ ሥራዎቻችን ናቸው። ለዘመናት በተሳሳተ ፖሊሲና ተቋማዊ አደረጃጀት ምክንያት ሳይሠራ የቀረ የትምህርት፣ የጤና፣ የኤሌክትሪክ፣ የትራንስፖርት፣ ወዘተ... መሠረተ ልማቶችና ጠንካራ ተቋማት ያለመኖር ለድህነታችንና ኋላ ቀርነታችን ያደረገው አስተዋጽዖ በቀላሉ የሚገመት አይደለም።

የዲሞክራሲ አለመዳበር፣ የትምህርትና ሚዲያ ሥርጭት አለመስፋፋት፣ በተቋማት ውስጥ የሞያ ተገዥነት አለማደግ፣ የዜጎች ንቃተ ኅሊና አለመዳበር፣ የባለ ሥልጣኖች የሥልጣን አተያይ መዛነፍ፤ የፖለቲካ ፓርቲዎችና ምሁራን ጠንካራ አለመሆን፤ የሲቪል ተቋማት ተሳትፎ ዝቅተኝነት፤ የኢንዱስትሪና የከተሜነት አለመስፋፋት፣ ወዘተ... የተከማቹና ብዙ ሥራ የሚጠይቁ የዚህ ትውልድ ዕዳዎች ናቸው።

ይኸንን ሁኔታ ዘንግቶ የነገሮችን ጥንካሬም ሆነ ድክመት ከዛሬ ብቻ የሚመነጭ አድርጎ ማሰብ እና ድልንም ሆነ መደነቃቀፍን የዛሬ ውጤት ብቻ አድርጎ የመመልከት አባዜ በብዙ ሰዎች ዘንድ ይስተዋላል። ለምሳሌ፡- ድህነታችን ያልተቀረፈው ዛሬ ባለብን ድክመት ብቻ ሳይሆን ብዙ የተበላሹ ትናንቶችም ስላሉን ነው። በአስተሳሰብና በባህል፣ በአሠራርና በአስተዳደር ለድህነት ምቹ ሁኔታ የሚፈጥሩ መደላድሎች ሳይጠረጉ ከርመዋል። በሌላ በኩል በዲፕሎማሲው ላይ የምናሳያቸው ስኬቶች የዛሬ ጥንካሬያችን ውጤት ብቻ ሳይሆኑ ትናንት ያከማቸነው የዲፕሎማሲ ወረት ስላለን ጭምርም ነው።

ስለዚህም ነገሮችን ሁሉ ከዛሬ ጋር ብቻ ማያያዝ እና ችግሮችንም ሆነ ስኬቶችን የዛሬ ውጤት ብቻ አድርጎ ማሰብ ወደ እውነቱ አያቀርበንም። ይኽ በዕለቱ የአየር ሁኔታ ላይ ብቻ ጥገኛ የመሆን አስተሳሰብን “ዕለታዊነት” እንለዋለን። ዕይታችን ከወቅታዊ ድባቡ ብቻ የሚቀዳ ከሆነ ዕለታዊነት እያጠቃን እንደሆነ ልናስተውል ይገባል። ዛሬ፣ የትናንትና የነገን ሚዛን ማስጠበቂያ ካልሆነ ብቻውን ሲቆም ይዛነፋል።

በሀገራችን ብዙ የዕይታ ተጽዕኖ የሌለው ነገ ነው። ስለ ነገ የማሰብ ልማዳችን ብዙ የሚባል አይደለም። ከነገ አንጻር የሚቀረጸው ዕይታችን ከሌሎች ዕይታዎች ጋር ተሳስሮና ተመጣጥኖ መዳበር አለበት። ነገር ግን ነገ ላይ መቸንከርም የራሱ ጣጣ አለው። ሕይወትን በነገ መነጽር ብቻ ለመመልከት መሞከር በአንድ በኩል ባዶ ሕልመኝነት፣ በሌላ በኩል ቀቢፀ ተስፈኝነት ነው።

ተስፋ አስፈላጊ ነው። ሕይወትን በተስፋ መነጽር ብቻ መመልከት ግን በዕድሜ መጫወት ነው። ተስፋ ከዛሬ እውነትና ከትናንት እምነት ጋር ካልተናበበና ካልተመጋገበ ዕድሜን አስይዞ የመጫወት አደገኛ ቁማር ነው። ከሕልምም ከፊደልም ገበታ የራቁ ልጆቻችንን ይዘን ተስፋ ልንመግባቸው አንችልም። ተስፋ ላይ ተለጥፈን የማናልፋቸው እንቅልፍ የሚነሡ ጉዳዮች አሉብን።

በሌላ በኩል “ቀቢፀ ተስፈኝነት” የበለጠ አደገኛ በሽታ ነው። ቀቢፀ ተስፋ ከጊዜ ታካኪነት አዝማሚያዎች ሁሉ እጅግ አስከፊው ነው። የሞት ጉርብትና ነው። የዛሬውን ጉልበታችንን የሚያጠነክር፤ ከትናንት የወኔ ስንቅ የሚቀበል የተስፋ መነጽር ነው የሚያስፈልገን። ትናንትን ከዛሬ ጋር ፈትለን ከሕልማችን ሰም ውስጥ ስንነክረው ነው ተስፋችን ጧፍ ሆኖ ጨለማውን የሚያሻግረን።

በጊዜ ላይ ያለን ዕይታ በአንድ የጊዜ ክበብ ውስጥ የተለጠፈና አንዱን የጊዜ ጥግ የሚታከክ እንዳይሆን መነጽርን መወልወል ያስፈልጋል። የትናንትን ውዝፍ ሥራና ወረት፣ ከዛሬ ድክመትና ጥንካሬ እንዲሁም ከነገ ተስፋና ሥጋት ጋር እያናበብን ካልተመለከትነው ጊዜ ታካኪነት ዋጋ ያስከፍለናል። ጊዜ ታካኪነት

ለመደመር ትልቅ እንቅፋት የሚሆንበት ዋናው ምክንያት "ማከማቸት"ን የሚቃረን አስተሳሰብ በመሆኑ ነው። በሀገራችን የጉድለት ስሜትና የምልዓት ስሜት ያላቸው ሰዎች ከብቸኝነትን ጉድለት ለመውጣት የሚያስችላቸውን ሁኔታ አልፈጠሩም።

አእምሯቸውን በቀኖና የጠመዱ ሰዎች የጉድለት ስሜታቸው የሚያይል ሲሆን ትናንት አልጠቀመንም ብለው ስለሚያስቡ በትናንት ላይ ከመጨመር ይልቅ ትናንትን አፍርሰው እንደ አዲስ መጀመር ይፈልጋሉ። እነዚህ ሰዎች በተለምዶ "ተራማጅ" ተብለው የሚጠሩ ናቸው። ነገር ግን ርምጃቸው እንደ አዞ መንገድ የትናንትን ዱካ እያጠፉ ስለሚሄድ ጉዟቸው ከድክድክ የሚያላቅቅ አይደለም። "ተራማጆች" የትናንት ታካኪዎች ናቸው፤ ንግግራቸው ሁሉ በትናንት ላይ የሚያጠነጥን ነው። በመሆኑም ትናንት በተሠራው ላይ እየጨመሩ ክምችት ከመፍጠር ይልቅ ትናንትን ለማፍረስ ስለሚሮጡ ወረት ለማካበት አስቸጋሪ ይሆናል።

በአንጻሩ ስለትብብር የሚያቀነቅኑ ሰዎች ደግሞ የምልዓት ስሜታቸው ስለሚያይል ትናንት እንዳለ እንዲቀጥልና ዛሬ ላይ ምንም ነገር እንዳይጨመርበት ይወተውታሉ:: እነዚህ ሰዎች ደግሞ በተለምዶ "ወግ አጥባቂ" ተብለው ይጠራሉ። ወግ አጥባቂዎች ትናንት እንዳለ እንዲቆይና ዛሬ ላይ ምንም ነገር እንዳይጨመርበት ስለሚፈልጉ ክምችት ለመፍጠርና ወረት ለማካበት አስቸጋሪ ይሆናል።

ስለሆነም ክምችትን በማሳደግ መደመርን ዕውን ለማድረግ ከእነዚህ ጊዜ ታካኪ የአስተሳሰብ ዝንባሌዎች መላቀቅ ያስፈልጋል።

አቅላይነት

ሌላው ሁለንተናዊውን ትልቁን ምስል የጋረደው የአስተሳሰብ ችግር "አቅላይነት" ነው። አቅላይነት ነገሮችን በየብልታቸውና በአንድ ላይ ከነውስብስብነታቸው ለመረዳት ከመሞከር ይልቅ ነገሮችን በቀላል መንገድ ለመረዳት መሞከር ነው። አቅላይነት በብዙ ዓይነት መልክ ሊገለጥ ይችላል። ነገር ግን ሁሉም የአቅላይነት ሙከራ ስለነገሮች ቁንጽል ዕይታ በመያዝ የሚጠናቀቅ ነው።

የአቅላይነት አንዱ መልክ የተበጣጠሰ ዕይታ ነው። የተበጣጠሰ ዕይታ ነገሮችን በተነጣጠለና ትርጉም በማይሰጥ መንገድ መመልከት ነው። ብዙ ዕይታዎቻችን በተበጣጠሰ ዕይታ የተጠረነፉ በመሆናቸው የነገሮችን መጨረሻና ድምር ተጽዕኖ ለመረዳት ይከብደናል። አንዳንዴ ምን እየሠራን እንደሆነና ወዴት እንደሚያደርሰን ለመገንዘብ የሚቸግረን ዕይታችን ብጥስጣሽ ስለሚሆን ነው። አሁን የምንሠራው ሥራ ቀደም ብሎ ከተሠራውና በኋላ ከምንሠራው ሥራ ጋር ምን እንደሚያገናኘው ሳናውቅ ከሠራነው ወደ ግብ ሊያደርሰን አይችልም።

በድርጊቶቻችን መካከል የምክንያትና ውጤት ትስስር መኖሩን ማወቅ ይኖርብናል። ሆኖም በድርጊትና ውጤት መካከል የሚኖረውን ትስስር ማወቅ ብቻ በቂ አይደለም። ምክንያትና ውጤትን እንደ ወንዝ በአንድ አቅጣጫ ብቻ የሚፈስ ነገር አድርጎ መመልከት ስለ ነገሮች ሙሉ ሥዕል አይሰጠንም። የሀገራችንን ኋላቀርነትና የማደክደክ ጉዞ ውስጠ ምስጢሩን ለመረዳት በእያንዳንዱ የሀገሪቱ

ዱካዎች መካከል እንደ ድር እርስ በርሱ የተያያዘ ግንኙነት መኖሩን መረዳት ያስፈልጋል።

በትምህርት መስክ ውድቀት ሲያጋጥመን በጤናው፣ በግብርናው፣ በኢንዱስትሪው፣ በሌላውም መስክ ላይ ተጽዕኖ ስለሚያሳድር መላው ሥርዓቱን ሊያናጋው ይችላል። ስለዚህም የሕዝባችን ጤና የሚጓደለው በጤናው መስክ ላይ የምንሠራቸው ሥራዎች ስለደከሙ ብቻ ላይሆን ይችላል፤ ከፍተኛ የትምህርት ተቋማት ለጤና ዘርፉ ብቃት ያላቸው ሐኪሞች ስላላቀረቡለት ሊሆንም ይችላል።

አንድን ጉዳይ ስናይ ታሪካችንን፣ ባህላችንን፣ ልማዳችንን፣ እምነታችንን፣ አብረን ካላየናቸው በአንድ እጅ ማጨብጨብ ይሆናል። አካባቢና አየር ንብረት በሁሉም ጉዞዎቻችን የየራሳቸው ድርሻ ነበራቸው፤ አላቸውም። ዛሬ የያዝናቸው ተፈጥሯዊ ቅርጾችና ማንነቶች ከአካባቢና ከአየር ንብረት ጋር የተያያዙ ናቸው። ለዚህ ነው ነጥሎ መመልከት ችግር እንጅ መፍትሔ የማይወልደው።

ሁሉም መስኮች በምክንያትና ውጤት ሰንሰለት የተጠላለፉ በመሆናቸው ጥልፍልፉን በአግባቡ መረዳትና ስለ አጠቃላይ ሥርዓቱ ሙሉ ሥዕል መያዝ ያስፈልጋል። ይህም ከባለ አንድ አቅጣጫ ዕይታ ይልቅ የሥርዓትን ዙሪያ ጥምጥም ለማየትና ለመተንበይ የመሞከርን አስፈላጊነት የሚያሳይ ነው። ይህ የሥርዓትን ዙሪያ ጥምጥም የመረዳት ጉዳይ እጅግ አንገብጋቢ የሚሆነው ከተደፈቅንበት ዘርፈ ብዙ ኋላ ቀርነት በአጭር ጊዜ ለመውጣት ስስ ብልቶችን ለመለየት ስለሚጠቅመን ነው። ተዛማች ተጽዕኖ የሚያመጡልንን የሥርዓቱ ስስ ብልቶች እየለየን ሥርዓቱ በአቋራጭ ከኋላ ቀርነት እንዲወጣ ካላደረግን ውዝፍ ሥራው ተደርምሶ ይውጠናል።

አንዱ የመደመር ገጽታ ነገሮችን ነጥሎ ከማየት ይልቅ ሙሉውን በአወቃቀርና በአሠራር ተጣምረው ለማየት መቻልን ስለሚያበረታታ ነው። ያልተያያዘና ያልተደጋገፈ የሕይወት እውነታ ማግኘት አስቸጋሪ ነውና። ለዚህም ነው መደመር አቅላይ ሊሆን የማይችለው።

የአቅላይነት ዕይታ ሌላኛው መልክ የማሳበብና የማላከክ አዝማሚያ ነው። ከፊሎቻችን የችግራችንን ሁሉ መነሻ የፖለቲካ ችግር ልናደርገው እንፈልጋለን። ሌሎቻችን ደግሞ የችግሮቻችን ሁሉ ምንጭ ባህል ነው እንላለን። ሌሎቻችን እምነታችንን እንወቅሳለን፤ ሌሎቻችን ታሪካችንን፣ ሌሎቻችን መሪዎቻችንን እንከሳለን፤ ሌሎቻችን ያለንበትን አየር ንብረት፣ ሌሎች መልክአዓ ምድሩን፣ ሌሎች ብዝኃነታችንን፣ ሌሎች ደግሞ የፈጣሪና የቀደመ ትውልድ ርግማንን እንወቅሳለን። አሁንም እንዲህ ዓይነት ዕይታዎች የሥርዓትን ውስብስብነት ከመዘንጋት የሚመጡ ናቸው።

በኢኮኖሚ፣ በፖለቲካ፣ በባህል፣ በእምነት፣ በተፈጥሮ ሀብት፣ በታሪክ፣ በአየር ንብረት፣ በመልክዓ ምድር፣ ወዘተ... መካከል ከፍተኛ መስተጋብርና የምክንያትና ውጤት ግንኙነት አለ። የሁሉን ችግርም ሆነ መፍትሔ መነሻ ከአንድ ጉድጓድ እንደሚፈልቅ አድርጎ ማሰብ ከሥርዓቱ ውስብስብነት ለመራቅ የሚደረግ የአቅላይነት ሙከራ ነው። አላካኪነት ብዙውን ጊዜ አንድን ጉዳይ ብቻ በጥልቀት በማወቃችን የሚመጣ የአስተሳሰብ ችግር ነው።

በደንብ ያጠናነውና ያወቅነው ነገር ሁሉን ነገራችንን እንደሚወስን የማሰብ አዝማሚያ አለ። ፖለቲካን ብቻ በደንብ ሲያጠና የኖረ ሰው ፖለቲካን የሁሉ ነገር

ወሳኝ ያደርገውና ፖለቲካዊ አላካኪነትን ሊያዳብር ይችላል። ኢኮኖሚን ብቻ ሲያጠና የኖረ ሰው ደግሞ ኢኮኖሚያዊ አላካኪነትን ያዳብራል።

ሌላኛው የአቅላይነት ዕይታ መገለጫ "ሐሳባዊነት" ነው። ሐሳባዊነት ራሳችን ለፈጠርነው የሐሳብ መስመር ማሸርገድ ነው። አንድ የሐሳብ መስመር ከሳሉ በኋላ ያችን ለመከተል የሚደረግ መፍጨርጨር ነው። ሐሳባዊነት የርዕዮት መስመራችንን ለማስተካከል አስፈላጊ ቢሆንም በሌላ በኩል ነቢር ነበብ ዕይታ ያስፈልገናል። "ነቢር ነበብ" ዕይታ ከሐሳባዊ መስመር ባሻገር ከነባራዊ ሁኔታ ላይ ተነሥቶ ጉዞን የመንደፍ አስተሳሰብ ነው። ከተነከርንበት አረንቋ የሚያወጣንና ለተወሳሰበው ችግራችን መፍትሔ የሚሆነው ይህ የንቁነት ዕይታ ነው። ሐሳባዊነት ያስንፋል። ሕይወትን ወደ አንድ መስመር ሰብስቦ የሚመለከት አቅላይ አመለካከት ነው። ጉዞን እያዩ የማስተካከል ነቢር ነበብ ዕይታ ያስፈልገናል። እየሰበሰቡ፣ እያከማቹ እና እያካበቱ ለመሄድ ነባራዊ ሁኔታን ማንበብና ጉድለትን እየሞሉ መሄድ ይጠይቃል።

ነቢር ነበብ ዕይታ የተግባራዊነት ርትዕን መከተል ነው። በሀገራችን የሚንቀሳቀሱ የትኞቹም የፖለቲካ ኃይሎች የፖለቲካና የኢኮኖሚ መርሃ ግብር፣ ርዕዮተዓለም፣ የፖሊሲ ሐሳብም ሆነ ተዋስኦ ተጨባጭ የሀገሪቱን ሁኔታና ችግር የተረዳ መሆን ይኖርበታል። በቀላሉ ሊተገበር የሚችል እና ቢተገበር ዘላቂ መፍትሔ ሊያመጣ የሚችል መሆን ይጠበቅበታል። በውጤቱ ተዛማጅ፣ ተመጣጣኝ እና የሚያድግ ተጽዕኖ ሊያመጣ የሚችል ቢሆን ተመራጭ ነው። በመሆኑም የመደመር ዕሳቤ ነቢር ነበብ መርሕ እነዚህን ፍላጎቶች የሚመልሱ አማራጭ ሐሳቦች በሀገራችን የፖለቲካዊ ኢኮኖሚ መድረክ እንዲቀርብ የሚጎተጉትና የሚኮረኩር ነው።

የሀገራችንን ሁኔታ ዝም ብሎ ከሌላ ሀገር ተጨባጭ ሁኔታ የመጡ አመለካከቶችን ወይንም ርዕዮቶችን የሙጥኝ በማለት አይፈታም። በአንድ መነጽር ብቻ ሁሉን ነገር ለመፍታት መሞከር ውጤቱ ውድቀት ነው። እስካሁን የሄድንበት የፖለቲካ መንገድም የሚያሳየን ይህንን ነው። የሀገራችን ሁኔታ እጅግ ውስብስብ ስለሆነ ዝም ብሎ ጥቅል በሆነ አቅላይ አመለካከት ሊፈታ የሚችል አይደለም።

ከችግሮቹ ጋር ተመጣጣኝ የሆነ ሀገር በቀልና የሌሎች ሀገሮች ተሞክሮዎች የተቀመረበት መሬት የረገጠ መፍትሔ ይፈልጋል። ይህ በጥቅል አመለካከት መነሻውና መሠረቱ ሀገራዊ ሁኔታው እና በሀገሪቱ ውስጥ የቆዩ ሀገር በቀል አመለካከቶችንም መሠረት ያደረገ መሆን ይኖርበታል። የፖሊሲ አማራጮችን የምንለካው ከአጠቃላይ ርዕዮተዓለማዊ አቅጣጫ ተነሥተን ብቻ ሳይሆን፣ በተጨባጭ እየገጠሙን ላሉ ችግሮች መፍትሔ ይሆናሉ ወይ? ከሚለው መፍትሔ የሚሻ ተግባራዊ አመለካከት መሆን ይገባዋል። የፖለቲካዊ ኢኮኖሚ መፍትሔ ትክክለኛነት የሚረጋገጠው በተጨባጭ የገጠመንንና ተመርምሮ የተለየ ችግር የሚፈታ ሆኖ ሲገኝ ነው። ይኸም ሆኖ በመፍትሔነት የሚወሰዱ አማራጮች ራሳቸው ከአንድ አጠቃላይ ትክክልና ትክክል ያልሆነ ከምንለው መለኪያ በመነሣት ሊሆን ይችላል።

ለአብነት ያክል ነጻነት የሰው ልጅ ተፈጥሯዊ ማንነት ነው፤ ከሚለው ጥቅል ሜታፊዚካዊ አተያይ በመነሣት የሊበራል አቀንቃኞች የሰው ልጅ የዜግነት መብት መከበር አለበት የሚል ሐሳብ ያራምዳሉ። ከሰው ልጅ ክብር አንጻር ይህ ሊደገፍ

የሚችል አቋም ነው። ይህ አቋም ከሰብአዊ ክብር አንጻር ቢደገፍም፣ ለሰብአዊ ክብር የሚኖረው ተቀባይነት በመሠረታዊነት የሚመነጨው ነጻነቱ የተከበረ ዜጋ፣ ለማኅበረሰባዊ ብልጽግና የሚኖረው አዎንታዊ አስተዋጽዖን ከግንዛቤ በመክተት ነው።

ሰብአዊ መብትን መደገፍ ያለብን ከሞራላዊ መርሕ አንጻር አሳማኝ በመሆኑ ብቻ አይደለም። ነጻነት ተፈጥሯዊም ሆነ አልሆነ፣ የሰው ልጅ ነጻነቱ ሲከበር የሚያገኘው የአስተሳሰብ ነጻነት ሰብአዊ እምቅ ዐቅምን አሟጦ እንዲጠቀም ያስችላል። ሰብአዊ መብቱ የተከበረ የሰው ልጅ ራሱንና ማኅበረሰቡን ለማሻሻል ይጠቀማል ከሚል መነሻ ነው።

በአንጻሩ ይህ ነጻነት የሚያስገኘው ማኅበረሰባዊ ጥቅም ሚዛኑ ጎሎ ማኅበራዊ ጥቅምና ክብርን የሚጎዳ ሆኖ ሲገኝ አስፈላጊውን ገደብ ሊጣልበት ይችላል። እኩልነትንም በተመሳሳይ ተጨባጭ ከሆነ ማኅበራዊ ጠቀሜታው አንጻር ልንደግፈው እንችላለን። ይህ ከመርሕ አንጻር ትክክል ነው። "እውነት" ወይንም "ትክክል" የምንለው ነገር እንደዚህ ካለው ተጨባጭ ውጤት በመነሣት የምንለካው መሆን አለበት።

ሙያን መናቅ

እኛ ኢትዮጵያውያን ስለሥራ እና ስለሞያ ያለን አተያይ በተቃርኖ የተሞላ ነው። የድህነታችን ምንጬ፣ በክሂሎትና በቴክኒክ ዝቅ የማለታችን መንሥኤው እና የምርታማነታችን አለማደግ ምክንያቱ ከዚሁ፣ በሞያና ሥራ ዙሪያ ካለብን የተቃርኖ ዕይታ ችግር የተነሣ ነው።

ምንም እንኳን በአባባል ደረጃ "ሥራ ለሠሪው፥ እሾህ ላጣሪው"፣ "ሥራ ክቡር ነው"፣ "የሞያ ትንሽ የለውም"፣ "ሥራ ካልሠራችሁ፥ የት ሊገኝ ምሳችሁ"፣ "ሥራ ያጣ ገበሬ፥ ጨው የሌለው በርበሬ"፣ ወዘተ… የሚሉ ጥሩ ምሳሌያዊ ንግግሮችን ብንደጋግምም ወደ ዕለት ተዕለት ሕይወታችን ስንመጣ ግን ሞያን የምናከብር ሳይሆን የምንንቅ መሆናችን ግልጽ ነው። በኢትዮጵያ ረዥም ታሪክ ውስጥ ለሚሠራ ሰው የሚሰጠው ግምት ከአዎንታዊነት ይልቅ አሉታዊነት የተጫነው ነበር። የእጅ ጥበብ ባለሞያን "አንጥረኛ"፣ "ቡዳ"፣ "ካይላ"፣ ነጋዴን "መጫኛ ነካሽ"፣ አርሶ አደርን "አፈር ገፊ፣ አርብቶ አደርን "ዘላን"፣ ዘፋኝን "አዝማሪ"፣ መድኃኒት ቀማሚን "ሥር በጣሽ"፥ "መተተኛ"፣ ጸሐፊን "ደብተራ"፣ የቤት ሠራተኛን "ገረድ"፣ ሸማኔን "ቁጢት በጣሽ"፣ ወዘተ… በማለት ስናጥላላ ኖረናል።

በታሪካችን ውስጥ ሞያን በተመለከተ ያለን አመለካከት ሥራውን ከሠራተኛው የማላቅ፣ ሞያውን ከባለሙያው የማሳነስ፣ ውጤቱን ከሂደቱ ነጥሎ የማየት ችግር ነው። ባለሞያውን ንቆ የእጁን ጥበብ መውሰድ፣ ሠራተኛውን ተጠይፎ የሥራውን ውጤት ማድነቅ እንደ ማኅበረሰብ የእድገት ጉዟችን እንዲሰናከል ያደረገ ማነቆ ነው። ባለሞያው የሚሠራው ጥበበ እድ ከቤተ መንግሥት እስከ ቤተ መቅደስ፥ ከተራው ሕዝብ እስከ መኳንንት ቤት ድረስ ይጌጥበታል፣ ይበላበታል፣ ይለበስበታል፣ ይተኛበታል፣ ይዘፈንበታል፣ ይቀደስበታል፣ ይታረስበታል። ባለሞያው ግን የውርደት ስም እየተሰጠው ይናቃል። ከሌላው ሕዝብ ጋር እንዳይጋባ ይከለከላል።

መንደሩ የተለየ እንዲሆን ተደርጎ ይገለላል። በዚህ ሂደት ውስጥ ባለሞያዎች ሞያቸውን ምስጢራዊ እንዲያደርጉት፣ ዕውቀታቸውን ለጎረቤት ቀርቶ ለልጆቻቸው ሳያስተላልፉ ይዘውት እስከ ወዲያኛው እንዲሰናበቱ፣ እንደ ማኅበረሰብም በመደመር ውስጥ የሚገኘውን በረከት እንዳናገኝ አድርጓል።

ባለሞያውን ንቆ የሞያውን ውጤት የመፈለጉ አካሄድ የሀገሪቱን የኢንዱስትሪ ጉዞ ገድሎታል። ለሞያና ለባለሞያ የምንሰጠው ቦታ ዝቅተኛ ብቻ ሳይሆን አሸማቃቂ በመሆኑ ባለሞያው ዕውቀትና ጥበቡን አላሳደገውም። በአውሮፓና በሩቅ ምሥራቅ ጥንታዊ የጥበብ እድ ሞያዎች ወደ ጎጆ ኢንዱስትሪ፣ በሂደትም ወደ ታላላቅ ኢንዱስትሪዎች አድገዋል። በእኛ ሀገር ያንን ለማድረግ እንዳንችል ያደረገን አንዱ ምክንያት ለሞያና ለባለሞያ የነበረን አመለካከት ነው። ከክህነትና ከሹመት ውጭ ያለው ሥራ ሁሉ ተገቢውን ክብር አላገኘም። የኃይልም ሆነ የክብር ምንጭ በዋናነት ቤተ ክህነትና ቤተ መንግሥት ብቻ ነበሩ።

ይህ ጥበበኞችን ማናናቅ በተለይ በኋላ ቀሪ ማኅበረሰብ ደረጃ የጎላ ተጽዕኖ ያሳድራል። ሞያተኛ ሲናቅ እርሱም ሞያውን ሲተው፣ ሙያው በክብር ማደግና መሸጋገር ያቅተዋል። ከበሬ ማረሻ ወደ ትራክተር ማደግ ሲገባው ዛሬ ሌላው ቀርቶ ማረሻ ሠሪ ለማግኘት ብዙ ኪሎ ሜትሮችን የመጓዝ ችግር አስከትሏል። ማንም ሰው ማኅበረሰቡ የሚያራክሰውን ሞያ ተቀብሎ መቀጠል አይፈልግም። ይኸም እያደር የቴክኖሎጂ ሽግግር እድገትን አቀጭጮ አስቀርቷል።

ይህ ኋላ ቀር አስተሳሰብና ተግባር በአሁኑ ወቅት የፖሊሲ መሠረት የሌለውና ሰዎች በይፋ የማይደግፉት ቢሆንም እንደ ማንኛውም የማኅበረሰብ ሥሪት በአንድ ጀምበር የሚናድ አይደለም። አሁንም ቢሆን በአነስተኛና ጥቃቅን ተደራጅተው የሚሠሩ ዜጎችን የማጣጣል፣ የኮብል ድንጋይ የሚያነጥፉትን የማናናቅ፣ ነጋዴን ሁሉ አጭበርባሪ አድርጎ የማሰብ አባዜዎች በስፋት ይስተዋላሉ።

በመደመር ዕሳቤ መሠረት የሀገር እድገት የባለሞያዎች እድገት እውን ሊሆን አይችልም። ሞያ ከባለሞያው፣ አንዱ ሞያም ከሌላው ሞያ፣ እንዲሁም የሞያው ውጤት ከተጠቃሚው ተደምሮና ተጣምሮ ነው የምንፈልገውን ሥልጣኔ ልናይ የምንችለው።

ሞያን ከናቅን የተለያዩ አበርክቶዎችን መሰብሰብና ወደ ወረትነት መቀየር አንችልም። ሁሉም ሞያዎች ተሰብስበው ሲደመሩ ነው ትልቅ ጉልበትና የለውጥ አቅም ልናገኝ የምንችለው።

ሞገደኝነት፣ ፌዘኝነት እና አድር-ባይነት

የለውጥ ሐሳብን የምንቀበልበት መንገድ ከሦስት አንዱን ሳንካዎች የያዘ ነው። የመጀመሪያው "ሞገደኝነት" ሲሆን ይህም ሁሉንም የለውጥ ሐሳብ ላለመቀበል ሰበብ መደርደርና ለመዋጥ መቸገር ነው። ሁለተኛው ደግሞ "ፌዘኝነት" ሲሆን ይኸም ትላልቅ የለውጥ ሐሳቦችን ሁሉ ለቀልድና ለቧልት እያዋሉ ከቁም ነገራቸው ይልቅ ቀልዳቸው እንዲበዛ ማድረግ ነው። ነገሮችን በነጠረ ዐይን አይቶ ከማሰላሰል ይልቅ ነገሩን ዋዛና ፈዛዛ አድርጎ ማለፍ ነው። ፌዘኝነት በብዙ መልኩ ከሞገደኝነት ጋር የተያያዘ ወይም የሞገደኝነት ውጤት ነው። ሦስተኛው ደግሞ "አድርባይነት"

ሲሆን ከለውጥ ሐሳቡ ይልቅ ለግለሰቡ በማበር ሳይገባን ለመቀበልና ለማስረዳት መሯሯጥና በዚህም የባሰ ጥፋት ማድረስ ነው። በለውጥና ስኬት ውስጥ ሀገርና ሕዝብ እንዲጠቀሙ ሳይሆን ከለውጡ ይገኛል ተብሎ የሚታሰበውን ፍርፋሪ ለመልቀም ወሬ ማመላለስ፣ እያወደሱ፥ እያንቆለጳጰሱና የተለወጡ እየመሰሉ የግል ጥቅምን ማሳደድን ይመለከታል።

“ሞገደኝነት” የምንለው አዲስ ነገርን ለመቀበል የምናሳየውን ልግመትና እምቢታ ነው። በዚህም ምክንያት መሪዎች ከሌሎች ሀገራት የተማሩትን ጠቃሚ ነገር ወደ ሀገራችን ለማስገባት እጅግ ይቸገራሉ። ይኸም ብቻ ሳይሆን መሪዎቹ ራሳቸው አዲስ ነገር ለመቀበል ልግመኝነት ሲያሳዩም ይስተዋላል። ዐፄ ቴዎድሮስ ኢትዮጵያን አዘምናለሁ ብለው ሲነሡ የገጠማቸው አንዱ ፈተናም ይኼ ነው። ከአዲሱ ሐሳብ ጋር ተገናዝቦ ለውጣቸውን ከማፋጠንና ጉድለቱን ሞልቶ የተሻለ እንዲሆን ከማገዝ ይልቅ ብዙዎች ዳር ቆመው እንደ እብድ ያዩዋቸው ነበር።

አዲስ ነገርን ለመቀበል በምናሳየው “ሞገደኝነት” ምክንያት የመሪዎች ሕልም ወደ ሕዝቡ ዘልቆ ለመግባት ዕንቅፋት ይበዛበታል። በዚህም ምክንያት አዲስ ሐሳብ ይዘው የሚመጡ መሪዎች ከሕዝባቸው ሞገደኝነት ጋር መጋጨታቸው አይቀሬ ነው። ይኸኔ ሕልማቸውን ለማስፈፀም ሲሉ ከሞገደኞች ጋር ግብግብ ይገጥማሉ። ብዙ ጊዜ መሪዎችን ገዢ የሚያደርጋቸው ዋና ምክንያት የሕልማቸው ክፋት ሳይሆን ሕልማቸውን ለማስፈጸም ከጥበብና ከብልሃት ይልቅ ጉልበት መጠቀማቸው ነው።

ጉልበትን መጠቀም ቀላሉና አእምሮን የማይጠይቀው ዘዴ ነው። ሕዝብን አሳምኖና በነ ተጽዕኖ ፈጥሮ መምራት ግን እጅግ ፈታኝና ጥበብን የሚጠይቅ መንገድ ነው። መሪዎች ቀላሉን መንገድ በመምረጥ ሕልማቸውን ለማስፈጸም በሚያደርጉት መውተርተር ውስጥ ሕልማቸውን ማስፈጸም ቀርቶ የነበረንን እንኳን እንድናጣ እየሆንን ጉዟችን ወደ ኋላ ሆኗል።

“ፌዘኝነት” በሌላ በኩል ቁም ነገሮችን ሁሉ ወደ ቧልት በመቀየር ሐሳቦቹ ተገቢውን ዋጋ እንዳያገኙ ማድረግ ነው። እንደ ማኅበረሰብ ካሉብን ችግሮች አንዱ ሊያንገበግበን፣ ሊያስቆጨንና ሊያብሰለስለን በሚገባው ሁሉ ላይ ፌዝና ቧልት እየተረከን እንደማሽላው እያረርን መሳቃችን ነው። በሂደት የጉዳዩ አሳሳቢነት ቀርቶ ስለጉዳዩ እንቶኔ የቀለደው ቀልድ እየገነነ፣ ከችግራችን መፍትሔ ሳይሆን ቀልድ እንፈጥራለን።

አንድ አዲስ ሐሳብ ያነሣ ሰው ሐሳቡን ከፌዝና ከቧልት መጠበቅ ይጠበቅበታል። ይህ ካልሆነ ግን ለቁም ነገር የተባለው ሐሳብ ለቀልድ ውሎ ባክኖ ይቀራል። ቀልድ ጭቆናን ለመቋቋም የሚያገለግል ነገር ነው። ብዙ በጭቆና ውስጥ የሚኖሩ ሕዝቦች የጭቆናቸውን ሕመም የሚቋቋሙትና ኑሯቸውን የሚያስቀጥሉት ራሳቸውን በቀልድ እየደለሉ ነው። ነገር ግን ቀልድ ሰዎች ጭቆናን በሥርዓት ታግለው እንዳያሸንፉ ጊዜያዊ መደለያ ስለሚሆናቸው በሽታውን ከማዳን ይልቅ ሕመሙን የማስታገሻ መንገድ ነው። በዚህም ምክንያት ጭቆናን የማስቀጠል ሚና ይኖረዋል።

ኢትዮጵያውያንም ለረጅም ዘመን በጭቆና ውስጥ በመኖራችን ምክንያት የጭቆናን ሕመም የምንደልልበት የቀልድ ልማድ አዳብረናል። በርግጥ ቀልድ ጭቆናን ከመደለል ባሻገር ለገዢዎች መራራውን እውነት አዋዝቶ ለማቅረብ ይጠቅማል። ነገር ግን በቀልድ የቀረበን ነገር ከቁም ነገር ቆጥረው መፍትሔ የሚሰጡ ገዢዎች ከስንት አንድ ናቸው። በአጠቃላይ ቀልድ በእያንዳንዱ ጉዳይ ላይ መግባት ሲጀምርና ከቁም ነገር ጋር የሚለያቸውን ድንበር አልፎ ሲሄድ ጭቆናንም ሆነ ማንኛውንም ስሕተት ለማረም ዕድል ይነፍጋል። ትልልቅ ሐሳቦችን ያጫጫል።

የፌዘኝነት ልማድ የሰዎችን የሐሳብ ዕድገት ሲገድል ኖሯው። በተለየ መንገድ ለማሰብ የሞከሩ የሀገራችን ሰዎች ቀልደኞች ተደርገው ሲቆጠሩም ኖረዋል።

ሰዎች ሞክሮ መሳሳትንና አዲስ ነገር መጀመርን ይፈሩታል። ይሳቅብናል፤ መሳቂያ መሳለቂያ እንሆናለን፤ እናፍራለን፤ የሀገር መተረቻ እንሆናለን ብለው ይፈራሉ። በቁም ነገር ወስዶ ከማበረታታትና ከማረም ይልቅ በነገሩ ላይ ማፌዝ ስለሚመረጥ ከመናገር ዝምታ፣ ከመሥራት እጅ ማጣጠፍ፣ ከመሞከር መቆጠብ፣ ከመጀመር መከተል እንዲመረጥ አድርጎታል።

ሦስተኛው ሳንካ "አድርባይነት" ለውጥን የሚፈትነው ሌላኛው የአስተሳሰብ ጽንፍ ነው። አድርባይነት የመሪዎችን ሕልም ለጊዜያዊ ጥቅም ሲሉ ሳያላምጡ የመዋጥ ችግር ነው። አድር ባዮች ሕልሙን ሳያላምጡ ስለሚውጡት የሕልሙን ጣዕም አያውቁትም። የተነገራቸውን ሁሉ "እሺ" ብለው የሚቀበሉና "አቤት ወዴት" የሚሉ በመሆናቸው በገዢዎች ዘንድ ተወዳጅና ተመራጭ ይሆናሉ። ነገር ግን አድርባይነት ሕልምን ለማሳካት የሚጫወተው ሚና በአመዛኙ አሉታዊ ነው። መሪዎች ሕልማቸውን ከልቡ ተጋርቶ ያንን እውን ለማድረግ የሚደመርና ሕልሙ ላይ ችግር ሲኖርም ያንን ችግር ለመናገር፣ ከመሪዎችም ጋር ለመወያየትና ለመከራከር ወደ ኋላ የማይል ተከታይ ነው የሚያስፈልጋቸው። በሀገራችን ይህ የአድርባይነት አስተሳሰብ ከቅርብ ጊዜ ወዲህ በጣም እየጨመረ በመምጣቱ ምክንያት የሕዝብን ድጋፍና ተቃውሞ መለየት እስኪሳነን ድረስ ደርሶ ነበር። አድርባይነት የጋራ ግብን አስቀምጦ ለመንቀሳቀስ ትልቅ ዕንቅፋት የሆነብን ችግር ነው።

በፖለቲካውም ሆነ በሕዝብ አገልግሎት አመራር ሂደት ውስጥ አድርባይነት ትልቅ በሽታን ነው። በፖለቲካው መስክ አድርባይነት በሕዝብ ዘንድ ሲሠርጽ በሕዝብና በመሪ መካከል የሐሳብ ግብይት አይኖርም፤ ቢኖርም ጤናማ አይሆንም። ይኸም ማለት በአንድ ሀገር ፖለቲካ ውስጥ መንግሥት የሕዝብን ድምፅና ትክክለኛ ፍላጎት ማወቅ የሚችልበት መንገድ አይኖርም ማለት ነው። በዚህም መንግሥት የሕዝብን ሐሳብ ሳይገዛ የራሱን ሕልም ለመሸጥ የሚሞክርበት ሁኔታ ይፈጠራል፤ ያ ደግሞ ለፖለቲካ ቀውስ ይዳርጋል። መንግሥት የሕዝብን ፍላጎት ማወቅ የሚችለው ምክንያታዊ የሆነ የሐሳብ ልውውጥ በመሪና ተመሪ መካከል ሲካሄድ ነው። ድጋፉንም ሆነ ተቃውሞውን በግልጽ መመርመርና ለውጥ ማምጣት የሚቻለው አድርባይነቱ ሲቀር ነው። በሕዝብ አገልግሎት ሥራዎች ላይም መሪዎች በአድርባይ ሠራተኞች ስለሚከበቡና ከሞገደኞች ለመራቅ ሲሉ ከአድር ባዮች ጋር የጫጉላ ሽርሽር ውስጥ ይገባሉ።

አድር ባዮቹ ለተቋማት ስኬትና ለሕዝብ ጥቅም ከመጣር ይልቅ መሪዎቻቸውን በማስደሰት ጥቅም ለማግኘት ይጥራሉ። በተቋማት ውስጥም ለሕዝብ ከመቆምና ለተቋሙ ራዕይ ስኬት ከመረባረብ ይልቅ አለቃን ለማስደሰት ሲባል የመኩነስነስ ባሕርይ ይሰፍናል።

ሞገደኞች፣ ፌዘኞች እና አድርባዮች ወደ ምክንያታዊ ተከታይነት እስካልተለወጡ ድረስ ማንኛውም በጎ ሕልም በእነዚህ አስተሳሰቦች ምክንያት በቶሎ ይመክናል። ይህ ሲባል ግን ሞገደኝነትም ሆነ አድርባይነት የሕዝብ ወይም የተመሪ ችግሮች ብቻ ሳይሆኑ በመሪዎችም ላይ የሚስተዋሉ ጉዳዮች መሆናቸውን መገንዘብ ያስፈልጋል።

መሪዎች ከሕዝብ የሚነሣን ወይም ከተመሪዎቻቸው የሚሰነዘርን ተቃውሞና ሐሳብ እንደ አስፈላጊነቱ የሚቀበሉ ካልሆኑ ራሳቸው ሞገደኛ ይሆናሉ ማለት ነው። ይኸም መሪነት የሚያስፈልገውን የጋራ ሕልምን ትቶ የራሱን የመሪውን ሕልም ብቻ ይዞ ስለሚጓዝ መሪውን ከመሪነት ወደ ገዥነት ይቀይረዋል።

በሌላ በኩል ደግሞ መሪዎች የሕዝብን ሐሳብና ፍላጎት እያነጠሩ ከመውሰድ ይልቅ ሳያላምጡ የሚውጡ ከሆነ "ሕዝበኝነት" ያጠቃቸዋል። ሕዝበኝነት የመሪዎች አድርባይነት ነው። መሪዎች የሕዝብን ስሜታዊ ድጋፍ ለማግኘት ሲሉ የሕልም እንጀራ የሚጋግሩበት መንገድ ነው። አመክንዮአዊ በሆነ መንገድ እንደማይሳካ፣ ትክክልም እንዳልሆነ እያወቁ የሕዝብን ስሜታዊ ድጋፍ ለማግኘት ሲሉ ብቻ የማይሆነውን ይሆናል ይላሉ። ከዘላቂ ዓላማ ይልቅ ጊዜያዊ ነጠብጣቦችን ይመርጣሉ።

የምክንያታዊነት ጉድለታችን ሕይወት የሰጣቸው የሞገደኝነት፣ የፌዘኝነትና የአድርባይነት ችግሮች ምክንያታዊነት እየጎለበተ ሲሄድ እንደሚቀረፉ ግልጽ ነው። ምክንያታዊነት ሲጎለብት ተነጋግሮ ለመግባባት የሚያስችል ማኅበራዊና ፖለቲካዊ ንቃተ ኅሊና ይኖራል። ይህ ሲሆንም በብቸኝነትን ጉድለት ውስጥ እየበሰበሱ ከመምጣት ወጥቶ ወደ ክሡትነት ለማምራት ይቻላል።

የግብር ሳንካዎች፡- የመደመር "ቀይ መሥመሮች"

የግብር ሳንካዎቹ የመደመር ፍልስፍና "ቀይ መሥመሮች" ናቸው። ምንም እንኳን መደመር በአጠቃላይ የልኬት ፍልስፍና የሚታይ ቢሆንም የግብር ሳንካዎቹን ማለፍ የታችኛው ወለል መሥፈርት ነው። ይኸም ማለት የጉዞውን ኃይል የሚገቱና የሚገዘግዙ ድርጊቶችን፣ የተጓዦችን ልብ የሚያዝሉና ስግብግብነትን የሚያስፋፉ ተግባሮችን፣ ለግለሰቦችና ለጥቂቶች ጥቅም ሲባል የብዙኃኑንና የሀገርን ህልውና የሚገዳደሩ ልማዶችንና ጥፋቶችን በፍጥነትና በማያዳግም ሁኔታ ማስወገድን ታሳቢ ያደርጋል። በተለይም በላሸቀ ሞራል የሚደረጉ ዝርፊያዎችንና የተደራጁ ሌብነቶችን የሚታገሥበት ጎን የለውም።

እንዲሁም በስንፍናና በዳተኝነት ያለብቃት ከሚደረጉ ድፍረቶች የሚከሠቱትን ውጤት አልባና ዝርክርክ አሠራሮችንና ብክነቶችን አይቶ እንዳላየ የማያሳልፍበትና

የይለፍ ፈቃድ የሚከለክልበት ግልጽ የሆነ ቀይ መሥመር ያሠምራል። መደመር ሁለት ነገሮችን የሚጸየፍ ፍልስፍና ነው። በእነዚህ ሁለት ነገሮች ውስጥ የተዘፈቀ ሰው ለመደመር ራሱን ከነዚህ ነገሮች የግድ ማጽዳት ይኖርበታል፤ ከኅሊና ቢስነትና ከልግመኝነት።

ኅሊና-ቢስነት

ኅሊና ማለት በማኅበራዊ ሕይወታችን ውስጥ የምናወጣቸው የሞራል ሕግጋት በውስጣችን ሠርጸው የነገሮችን ክፉነትና በጎነት ለመበየን የሚያገለግሉበት ሥሪት ነው። የሰው ልጆች በግንኙነታቸው ውስጥ ክፉውን እየተው መልካሙን እንዲከተሉ የሚያደርጋቸው፣ የማኅበረሰቡን ሕግ የሚያጣቅሱበት፣ የሰዎች ግንኙነትና አብሮነት የሚመሠረትበት የአእምሮ ክፍል ኅሊና ነው። መደመር ዕውን እንዲሆን ሰዎችን የሚያግባባቸውና ለመደመር ዝግጁ የሚያደርጋቸው ኅሊና ነው። ሰዎች ይህን ለመደመር ዋና መሠረት የሆነውንና መተማመንን የሚፈጥረውን ነገር ዘንግተው ማኅበራዊ የሞራል ሕግጋትን የሚጥስ ነገር ውስጥ የሚገቡበትን ሁኔታ ነው “ኅሊና ቢስነት” የምንለው። ኅሊና ቢስነት ሀገራችንን ያጎበጣት፣ በመከራ የጠበሳት፣ ከችግሯ እንዳትወጣ የሚያልወሰውሳት አደገኛ ደዌ ነው።

የዲሞክራሲም ሆነ የብልጽግና ሙከራችን ስንዝር ሳንራመድ እያዳለጠ የሚመልሰን ኅሊና ቢስነት ስለተጣባን ነው። ስግብግብነት፣ ስለ ሰዎች ሕይወት አለመጨነቅ፣ ሌብነት፣ በሀገር ጥቅም ላይ መደራደር የመሳሰሉት ችግሮች ሁሉ ኅሊና ቢስነት ሲንሰራፋብን የሚመጡ ችግሮች ናቸው።

በሀገራችን ወንጀለኝነትን በተመለከተ የተዛባ አመለካከት አለ። ብዙውን ጊዜ ወንጀለኝነት የድሃው ማኅበረሰብ ክፍል ግብር ተደርጎ ይቆጠራል። ሕዝቡ እንደ ነውር የሚቆጥረውና በቀጥታ የሚያወግዘውም በድሆች የሚፈጸምን ወንጀል ነው። ለምሳሌ ያህል ስርቆት በድሆች ብቻ የሚፈጸም ወንጀል እንደሆነ ስለሚቆጠር፣ ማኅበረሰቡ በማኅበራዊ መቆጣጠሪያ ዕሴቶቹ የሚያወግዛቸውና የሚጠየፋቸው በጉልት ገበያ፣ በታክሲ ውስጥ እና በመሳሰሉት አካባቢዎች የሚደረጉ ስርቆቶችን ብቻ ነው። በሌብነት የሚሰይማቸውም እነዚህን ድሃ ወንጀለኞችን ብቻ ነው። ነገር ግን ኮትና ከረባታቸውን አድርገው ቢሮ የሚውሉ የመካከለኛውና የላይኛው መደብ ሌቦች ማኅበረሰቡንና ሀገሪቱን በጠቅላላ ለከፋ ቀውስ ይዳርጋሉ። እነርሱን ግን “ሲሾም ያልበላ ሲሻር ይቆጨዋል” በሚል ተረት እንዲያውም ያበረታታቸዋል። እነዚህ ባለከረባት ተምነሽናሽ ሌቦች ከድሆቹ ሌቦች በላይ የሀገሪቱ እድገት እንዲስተጓጎል በማድረግና የሕዝቡን ሞራል በማበስበስ የሚያስከትሉት ጉዳት ልክ የለውም።

በሀገራችን “የከረባት ለባሽ ወንጀል”ን በተለያዩ ባህላዊ ዕሴቶቻችን ስንደግፈውና ስናበረታታው በመቆየታችን፣ የተደራጀ ዘረፋ ከምንጊዜውም በላይ ተስፋፍቶና ጎልብቶ የመጣበት ጊዜ ላይ እንገኛለን። ስርቆት፣ ግድያ እና የመሳሰሉት በከረባት ለባሾቹ የቢሮ ሰዎች ሲፈጸም የሚጠየፉ ማኅበራዊ ዕሴቶች ገና አልተፈጠሩም። “ሹም ጠፋበት እንጅ ሰረቀ አይባልም” በሚል የተንሻፈፈ አስተሳሰብ ምክንያት በሀገራችን ስርቆት ከረባት አድርገው እስከ ፈጸሙት ድረስ

የማያሳፍር ድርጊት እስከመሆን ደርሷል። ግድያ፣ አፈና፣ ድብደባ፣ ወዘተ… ወንጀሎችም በከረባት ለባሹ ቢፈጸሙም ሕዝቡ ገና ሥም ያላወጣላቸው ወንጀሎች ናቸው።

ባሳለፍናቸው ዐሠርት ዓመታት ምንም እንኳን የተደራጀ ዘረፋን ለመታገል ከፍተኛ ጥረት ቢደረግም ጥረቱ ግን ውጤታማ አልነበረም። ይባስ ብሎ የተደራጀ ዘረፋ በመጨመሩ ምክንያት የሀገሪቱ ዋና ፈተና ሊሆን ችሏል።

የማኅበራዊ ፍትሕ ጥያቄዎችም ከዚህ ጋር በእጅጉ የተያያዙ ናቸው። ደካማ መንግሥት ባለበት ሀገር የተደራጀ ሌብነትና ዘረፋ አምስተኛው ብርቱ ኃይል ወይም የመንግሥት ተቀናቃኝ ሆኖ ሥሩን ይሰድዳል። ለዚህም አራተኛው የመንግሥት ቅርንጫፍ ተብሎ የሚጠራው የመገናኛ ብዙኃኑ ዘርፍ ነፃ አለመሆኑ፣ ሙሉ አቅሙን ያለመጠቀሙና ድምፅ የሌለው ፊሽካ መሆኑ አንዱ የደካማ መንግሥት መንሥኤና ምልክት ነው ሊባል ይችላል።

የአንድ ሀገር ሕጎች፣ ደንቦች እና ፖሊሲዎችም የተደራጀ ሌብነትን ለመግታትም ሆነ ለማስፋፋት ከፍተኛ ድርሻ አላቸው። ሕጉ፥ ደንቡ እና ፖሊሲው የሚደግፋቸው ከሆነ፣ ዜጎች በዘራፊዎችና በሌቦች በደል ሲፈጸምባቸው በደለኛውን ለመፋረድና ሌቦችን ለመጋፈጥ ይነሣሉ፤ ተከራክረውም ያሸንፋሉ። ሌሎችም እነርሱን አይተው ወደፊት ይመጣሉ። ሌቦችም መፍራት ይጀምራሉ።

ይህ አጥፊ ኃይል እንዲያቆጠቁጥ፣ ከዚያም እንዲፋፋ የሚያግዘው ሌላው ዋነኛ ጎሬ የግል አስተሳሰባችንና የጋራ ባህላችን ነው። ሰርቆ ማደግን በማያወግዝ ባህል ውስጥ፣ ዘርፎ መከበርን በማይጠየፍ ማኅበረሰብ ውስጥ፣ ሌብነትንና ዘረፋን መዋጋት ከባድ ነው። ሰው ግመል ሰርቆ ሊያጎነብስ ይቅርና በግመሉ ጀርባ ተፈናጦ ከበሮ እያስመታ እየተጨፈረለት የሚሄድበት ሀገርና ባህል ፈጥረናል። ሥልጣኑን ተጠቅሞ የሰረቀ ሹም የአደን በለስ እንደቀናው ጀግና በአደባባይ ወጥቶ ለመፎከር ይዳዳው ጀምሯል።

የሌባ ዐይነ ደረቅ ኪሳችንንና ልባችንን ያለምንም ሐፍረት በሚያደርቅበት አስፈሪ ባህል ውስጥ መኖር ከጀመርን ቆየን። የተደራጀ ሌብነትና ዘረፋን በተመለከተ ባህላችን ሊለወጥ ይገባል። አስተሳሰባችን መለወጥ አለበት። ቋንቋችን መለወጥ ይኖርበታል። ይህ ካልሆነ እድገታችን እንደ ጫጩ፣ ፍትሐችን እንደ ጨነገፈ፣ ኢኮኖሚያችን እንደ ተዳከመ መኖራችን ይቀጥላል። የተደራጀ ሌብነትና ዘረፋ በተንሰራፋበት ሀገር ውስጥ፣ ለእድገት ቁልፍ የሆነው ፍትሐዊ ውድድር ይዳከማል፤ ሌሎች የሚኖራቸው ተወዳድሮ የማሸነፍ ዕድልና አቅም መንምኖ ይጠፋል።

የተደራጀ ሌብነትና ዘረፋ ሲባል ከቀጥተኛ የገንዘብ ዝርፊያ ባሻገር ብዙ መገለጫዎች አሉት። ወንጀለኛን ለቅቆ፣ ንጹሑን በማሰር በፍትሕ ላይ የሚፈጸም ሌብነት አለ። ያለ ሕግና ያለ አግባብ ሌሎች እንዲጠቀሙ፣ እንዲያድጉ፣ እንዲሾሙ፣ እንዲያተርፉ በማድረግ እምነትንና እውነትን መዝረፍ አለ።

የተደራጀ ሌብነት ሲንሰራፋ፣ የሚሠራው እየደኸየ ተቀማጩ ይከብራል። ሰነፉ ተማሪ አልፎ፣ ጎበዙ ተማሪ ይወድቃል። በሕግ ዓለም ውስጥ ደግሞ ንጹሑ ታስሮ፣ ወንጀለኛው ይፈታል። በገበያ ላይ ተፈላጊው ዕቃ ተገፍቶ በርካሽ ለመሸጥ እየተገደደ፣ መናኛው ዕቃ በውድ ይሸጣል።

የተደራጀ ሌብነትና ዘረፋ ሀብታችንን ከማውደምም አልፎ ሀገራዊ ስማችንን ያጎድፋል። ክብራችንን ያሳንሳል። የዚህ ሥርዓት መንሰራፋት ዜጎች በመንግሥታቸው ላይ ያላቸውን እምነት ይሸረሽራል። በሰዎች፣ በድርጅቶች እና በማኅበረሰቦች መካከል ያለውን መተማመን ያጠፋል። ከምንም በላይ ዜጎች ለብቸኝነትን ይጋለጣሉ።

በማኅበረሰቡ የግንኙነትና የኑሮ መርሖች ላይ መተማመን ስለሚያጡና ኢኮኖሚያዊ የሚዛን መዛባት በከፍተኛ ሁኔታ ስለሚጨምር ተስፋ ቢስነት ይጫናቸዋል። ሠርቶ ለመለወጥ ያላቸው ፍላጎት ይላሽቃል። ምንም እንኳን ኢኮኖሚያዊ የሚዛን መዛባትና ብቸኝነትን ከኢኮኖሚ እድገት ጋር ተያይዘው የመምጣት ተፈጥሯዊ ባሕርይ ቢኖራቸውም በተደራጀ ሌብነትና ዘረፋ ላይ የተመሠረተ ሥርዓት ግን ብቸኝነትን በማባባስና የሕዝቦችን የሀገር ባለቤትነት ስሜት በመንጠቅ ለከፍተኛ ቀውስ ይዳርጋል።

የተደራጀ ሌብነትና ዘረፋን በመከላከል ረገድ መንግሥት እና ፖለቲከኞች የአንበሳውን ድርሻ መውሰድ የሚኖርባቸው ቢሆንም፣ የግሉ ዘርፍም ትልቅ ድርሻ ሊኖረው ይገባል። የግል ባለሀብቶች የመንግሥት ባለሥልጣናትን በሌብነት ከመክሰስ በተጨማሪ በራሳቸው ዐይን ውስጥ ያለውን ጉድፍም ማየት ይጠበቅባቸዋል።

ሲቪል ማኅበራት፣ የሃይማኖት አባቶች፣ የሀገር ሽማግሌዎች፣ ታዋቂ ግለሰቦች፣ ይኽን የእድገት ጠንቅ ለመዋጋት ምሳሌ ሆነው መሥራት፣ የሠሩትንም ለሕዝብ ማሳየት ይጠበቅባቸዋል። በሌላው ዓለም እንደሚታየው፣ መገናኛ ብዙኃንም ራሳቸውን አጠናክረው በመገኘት፣ ከፍተኛ ዘረፋን በማጋለጥ፣ ሌላ መንግሥትን ሞጋች የመንግሥት ዘርፍነታቸውን የሚያረጋግጥ ጠንካራ እንቅስቃሴ ማድረግ ይኖርባቸዋል። ራሳቸውን ከጎሊና ቢስነት ወደ ኅሊናዊነት በመቀየር።

በሀገር እድገትና በዲሞክራሲ ባህል ግንባታ ሂደት ውስጥ አሉታዊ ሚናው ከፍተኛ የሆነው እና አደገኛ ካንሰር ተደርጎ የሚቆጠረውን ይኽንን የኅሊና ቢስነት በሽታ ከሥሩ ነቅሎ ማጥፋት የመደመር መርሕ ተደርጎ መወሰድ ይኖርበታል። ይህ ደግሞ እውን የሚሆነው በተፈጥሮ የተቸርነውን የርትዕና የፍትሕ ዝንባሌ በዕውቀትና በተግባር በማበልጸግ በኅሊና መመራትን ከለመድን ብቻ ነው።

ማኅበረሰብ የኅሊና ነጻነትንና ንጽሕናን እንደ ዋና መርሕ ካልያዘው ማናቸውንም ግብ ለውጤት ማብቃት አስቸጋሪ ነው። ኅሊና ቢስነት በዜጎች መካከል አለመተማመንን በማጠናከር ጤናማ ግንኙነትን በማበላሸት ዜጎች በከባቢያቸው ተስፋ ቆርጠው በብቸኝነት ውስጥ እንዲወድቁ ያደርጋል። ኅሊና ቢስነት ለሰው ልጆች ግንኙነት መሠረታዊ ጉዳይ የሆነውን መተማመንን በማጥፋት ሰዎች ለጋራ ግብ እንዳይሰባሰቡና ግንኙነት እንዳይመሠርቱ ስለሚያደርግ የመደመር ትልቁ ሳንካ ይሆናል።

ልግመኝነት

"ለገመ" የሚለው ቃል ክፋትን፣ ጥመትን፣ ቸልታን፣ እምቢ ማለትን፣ ዐውቆ መተኛትን፣ ሐኬተኛ መሆንን የሚገልጥ ነው። ልግመኝነት ስንልም

"ክፉተኝነት፣ ጠማማነት፣ ቸልተኛነት፣ ሐኬተኛነት" ማለት ነው። እነዚህን ጠባያት አስተባብሮ የያዘው ውስጣዊ የባሕርይ በሽታ የሚገልጥ ቃል ነው።

በመደመር ፍልስፍና ከኀሊና ቢስነት ቀጥሎ እንደ ቀይ መሥመር የሚታየው ልግመኝነት ነው፤ "ወስፌ ከለገመ ቅቤ አይወጋም" እንዲሉ። ልግመኝነት ያቀድነውን ሁሉ የሚያመክን፣ የወጠንነውን የሚያጨነግፍ፣ የተለምነውን የሚያፈርስ፣ ወደፊት የሳብነውን ወደኋላ የሚጎትት ክፉ ልማድ ነው። ልግመኛ ሰው ራዕይ ፈልጎ የማግኘትም ሆነ የመሸከም ጉልበት የለውም። ሀገራችን ልግመኞችን ተሸክማ የምታዘግም ሳይሆን ታታሪዎችን አክብራ የምትከበር፤ ይዛም የምትፈተለክ መሆን አለባት።

ልግመኝነት ካለ መደመር የማይታሰብ ነው። መደመር የጋራ ዐቅምን ለጋራ ዓላማ አሚጦ መጠቀምን የሚፈልግ ሂደት ሲሆን፣ ልግመኝነት ዐቅምን ደብቆ ከዓላማው ለመቋደስ የመፈለግ አዝማሚያ ነው። ዐቅም ካልተደመረ ደግሞ ዓላማው ሊሳካ አይችልም። ስለዚህም ልግመኝነት መደመርን የሚፈታተነው ትልቅ ሳንካ ነው። በሀገራችን እነሱ ቁጭ ብለው በሌላው ወገናቸው ጥረት ሁሉ ነገር እንዲለወጥ የሚጠብቁ የዳር ተመልካቾች፣ ግባቸው የማይሳካበት አንዱ ምክንያት የእነሱ ዐቅም ስላልተደመረ እንደሆነ ይዘነጉታል።

የሀገራችን የሥራ ባህል ግምገማ እንደሚያሳያው የልግመኝነት ባሕርይ በሠራተኞች ብቻ ሳይሆን በአመራሮቻችንም ውስጥ ሥር እየሰደደ ከመጣ ውሎ አድሯል። በምንምና በማንም ሁኔታ አለመደንገጥ፣ ለሕዝብ ጥያቄ ጆሮ አለመስጠት እና ከችግር ጋር ተላምዶ ማንቀላፋት ማኅበራዊ አባዜ ከሆነ ቆይቷል።

አንድ ፕሮጀክት ከታቀደለት ወጭ በዐሥር እጥፍ አስወጥቶና ከታቀደለት ጊዜ በሦስት እጥፍ ዘግይቶ ሳይገባደድ ሲቀር የፕሮጀክቱ ኃላፊ በጥፋተኝነት ስሜት ከመፀፀት ይልቅ በጋዜጠኞች ፊት ቀርቦ በልበ ሙሉነት እዚህ ደረጃ ለማድረስ ምን ያህል ቁርጠኝነት የተሞላው ሥራ እንደሠራ ይደሰኩራል። ካቀደው ዓመታዊ ዕቅድ አምስት በመቶ ብቻ ያሳካ ኃላፊ "የእናቴ ቀሚስ አደናቀፈኝ" ዓይነት ምክንያቶችን ሲደረድር ምንም ሐፍረት አይሰማውም። ድሮ ድሮማ "ሞኝ ባያፍር የሞኝ ዘመድ ያፍር" ይባል ነበር። ዛሬ ግን የተሰጠውን ኃላፊነት ያልተወጣ፣ በሕዝብ ሀብትና ጊዜ የቀለደ ሹም የዘመድ ኩራት ወደ መሆን እያደገ ነው።

ይኽ ባህል አልፎ አልፎ የሚታዩ ፍሬ ሰጪ የለውጥ ርምጃዎችን በማሰናከል እንደ ሀገርና እንደ ሕዝብ ያደረሰው ጉዳት በቀላሉ ሊታለፍ የሚችል አይደለም። የተበላሸ ሞራልና ውጤታማነት የሌለው የሥራ ባህል እንደ ሀገር ወደ አዘቅት የሚገፋ ክፉ ልምምድ ነው።

ስንፍናና ልግመኝነት ክፉ ሥር ነው። በስንፍናና በልግመኝነት የሚከሠትን ውጤት አልባና ዝርክርክ አሠራርን ከመነሻው ቀይ መሥመር አሥምረን ማገድ አለብን። ይኽንን ለመሰለው ተቋማትንና ሀገርን ለሚጎዳ ጸያፍ ባህል የይለፍ ፈቃድ

የሚከለክልበት ግልጽ የሆነ ቀይ መሥመር በጉልህ ማኖር ወቅቱ የሚጠይቀው ጉዳይ ሆኗል።

እጅግ ከፍተኛ ኃላፊነት የሚጠይቁና ያለችሎታ ሊሠሩ የማይችሉ ቦታዎችን ጨምሮ በተለያዩ ደረጃዎች ሕዝብን ለማገልገል መንግሥት በከፈታቸው ቦታዎች ላይ የተቀመጡ ሰዎች በመረጃና በዕውቀት ራሳቸውን ሳያስታጥቁ፣ ጊዜንና ባለ ጉዳይን ከመጤፍ ሳይቆጥሩ፣ ከዓመት ዓመት ተግቶ እንደሠራ ሰው ከእርከን እርከን የሚያድጉበት ዘመን ጀምበሩ መጥለቅ ይኖርበታል።

መደመር ራስን በዕውቀትና በክሂሎት በማሻሻል፣ በትጋት፣ በልህቀት እና በውጤታማነት መለካትን ይጠይቃል። መንግሥታዊ ተቋማትም ሆኑ የፖለቲካ ድርጅቶች አማራጭ ያጡና ብቃት የሌላቸው ሰዎች ማጠራቀሚያ ጎተራ መሆናቸው ማብቃት ይኖርበታል። የሕዝብ አገልጋይ ሰዎች በባሕርያቸው ታማኝና በሞራል የተገነቡ፣ በችሎታቸውና በዕውቀታቸው ደግሞ ተወዳድረው ብልጫና ብቃት ያሳዩ በመሆናቸው ብቻ በሥራ ላይ መቆየት ይኖርባቸዋል። ያለውጤት በወሬና በትውውቅ ወንበር እያሞቁ ከአንድ ደረጃ ወደ ሌላ ደረጃ በእድገት ከፍ የሚሉባት የልግመኝነት ጀምበር ዳግም ላትወጣ መጥለቅ ይኖርባታል።

እድገት ያለበቂ ዕውቀትና ያለበቂ ትጋት ሊመጣ አይችልም። ሀገር በሰነፎችና ብቃት በሌላቸው ሰዎች ተመርታ አትለወጥም፤ አታድግም። መጠናቀቅ ባልቻሉ ፕሮጀክቶች ሳቢያ ሀገርና ሕዝብ በቢሊዮን የሚቆጠር ሀብት ለማጣታቸው አንዱ ምክንያት ከዚሁ የልግመኝነት ባህል የሚመነጭ ነው። የሕዝብ ተመራጮችም ሆኑ የአስፈጻሚው ዘርፍ ተሿሚዎችና ባለሙያዎች፣ ከማንም የተሻለ አርአያነት ያለው የሥራ ሞራልና ብቃት የጨበጡ መሆን ይጠበቅባቸዋል። ትናንትን ዛሬ ላይ የሚደግሙ ሳይሆኑ የተሻሻለና አዲስ ዛሬን ለመፍጠር የሚተጉ መሆን ይኖርባቸዋል።

"እምናና ካቻምና ሳይሆን እያየሁ፣ ዛሬም በዛ መንገድ ትመላለሳለህ" እንድትል አዝማሪ፣ እኛም በመጣንበት መንገድ እየተመላለስን የችግራችን ምንጭና ምክንያት በሆነው በከሸፈው የልግመኝነት ዘዴያችንና ግብራችን እየደጋገምን ነጉደን የተለየ ውጤት መጠበቅ አንችልም። ያ ከንቱ ድካም መሆኑን ያለፉት ጥቂት ዓመታት የሀገራችን ሁኔታ ማስረጃ ነው።

ነገን በዛሬ ዓይን የሚያዩ ሳይሆን ዛሬን በነገ ዓይን የሚያዩ የሕዝብ አገልጋዮች ግንባር ቀደም የለውጥ ሐዋርያት እንዲሆኑ ይጠበቃል። የመደመር የለውጥ ርምጃ እመርታዊ ውጤት ማስመዝገብ እንዲችል ታማኝነትን ከብቃትና ከትጋት ጋር አጣምረው የተላበሱ፣ የተቀላጠፈ ሥራን በመሥራት የሕዝብን አመኔታ በፍጥነት ሊመልሱ የሚችሉ ምርጥ ተሿሚዎችን፣ ባለሞያዎችን እና ሠራተኞችን ብቻ መያዝ አለብን። ከዚህም ባሻገር የተበላሹትን ነገሮች ለማስተካከል፣ የተጀመረውን ሀገራዊ የለውጥና የእድገት ጉዞ ከግብ ለማድረስ፣ ችሎታና ብቃትን መለያ ዓርማዎቹ ያደረገ ሕዝባዊ አገልጋይ ያስፈልገናል።

ክፍል ሁለት

የሀገራችን የፖለቲካ ስብራትና የጥገና አማራጭ

ምዕራፍ 5

ጭቆናና የኢትዮጵያ ሀገረ መንግሥት ህልውና

አንድ የፖለቲካ ሥርዓት በሌላ በተተካ ቁጥር በሚፈጠሩ ምስቅልቅሎች ምክንያት የሀገራችን ህልውና ሀገረ መንግሥቷን በጊዜያዊነት የማስተዳደር ሥልጣንን ካገኘ ቡድን ጋር ለዘለቄታው የተቆራኘ ይመስል አስተዳደራዊ ሥርዓቶች በተቀየሩ ቁጥር ስለሀገራችን የህልውና ቀጣይነት ዘወትር የምንቆዝም ሕዝቦች ሆነናል። የአንድ አስተዳደራዊ ሥርዓት ከስልጣን መወገድ ለሀገር መፍረስ አደጋ የሚሆንበት አጋጣሚ በዘመናዊው ሀገረ መንግሥታችን በተደጋጋሚ የሚስተዋል የታሪካችን እውነታ ሆኗል።

ከጣልያን ወረራዎች አንሥቶ እስከምንገኝበት ጊዜ ድረስ እንደዚህ ዓይነት ጭንቅ ውስጥ ማለፍ ዕጣ ፈንታችን ሆኖ ቆይቷል። በቅርቡም ተመሳሳይ ጭንቀት በለውጥ ውልደት ምጥ ውስጥ በምትገኘው ሀገራችን ውስጥ በጉልህ ታይቷል። ዲሞክራሲን በጠንካራ ተቋማዊ መሠረት ላይ ለማኖር እየተደረገ ባለው ወቅታዊ ጥረትም ላይ እያጋጠሙ ባሉ ግጭቶችና ትርምሶች ሀገራችን በድጋሚ ለሌላ አደጋ የተጋለጠችበት ሁኔታ ራሳችንን በጥልቅ እንድንፈትሽ የሚቀሰቅስ የማንቂያ ደወል ነው።

ሀገራችን በየጊዜው ከሚገጥማት የህልውና አደጋ አዙሪት መውጣት ያቃታት ለምንድን ነው? ከኛ ጋር ተቀራራቢ የመንግሥትነት ታሪክ እንዳላቸው ሕዝቦች ሁሉ ከጊዜያዊ አስተዳደራዊ ሥርዓቶች በዘለለ መዝለቅ የሚችል የሀገሪቱን ህልውና በአስተማማኝ ሁኔታ የሚያስቀጥል ሀገረ መንግሥታዊ ዐቅም መፍጠር የተሳነን ለምንድነው? የሚሉት ጥያቄዎች አሁን ላይ የፖለቲካችን ቁልፍ ጥያቄዎች ሆነው መጥተዋል።

ኢትዮጵያ በረጅም ታሪኳ ዙሪያዋን አሰፍስፈው ሲጠብቋት ከነበሩ ጠላቶቿ መንጋጋ ለማምለጥ አንዴ በመጋፈጥ ሌላ ጊዜም በማድፈጥ ነው ያሳለፈችው። ይኽም ጊዜያዊ ህልውናዋን ከማስቀጠል ያለፈ ፋይዳ ሳይኖረው አልፏል። ነገሥታቱ ከውስጥም ከውጭም የሚነሡትን አጣዳፊ የፖለቲካ ጥያቄዎች ለመፍታት ሲንገታገቱ ሀገሪቱን ለማበልጸግም ሆነ ለማሠልጠን የሚጠቅም አቅጣጫ ለመቅረጽም ሆነ ለመተግበር ፋታ አላገኙም። በዚህም ምክንያት ሀገሪቱ በተደጋጋሚ በአጣዳፊ የህልውና አጣብቂኝ ውስጥ እየተያዘች ነገሥታቱ ሙሉ ጊዜያቸውን ሀገር ለማረጋጋት ሲባክኑ እድሜያቸው ያልቅ ነበር።

ከዘመናዊ ሀገረ መንግሥት መፈጠር በኋላ ነገሥታት ከውጭ ጠላቶች ሀገራቸውን ከመጠበቅና ሃይማኖታዊ ክዋኔዎች ላይ ከማተኮር ወጥተው የብልጽግናና የሥልጣኔ ጉዳይን ትኩረት መስጠት ጀምረዋል። የዘመናዊነት ዕሴቶች በሆኑት የነጻነት፣ የእኩልነት እና የወንድማማችነት ጉዳዮች ዙሪያ ዝንባሌ አሳይተዋል።

በዓለም ላይ የሰው ልጆች ከቅድመ ዘመናዊነት ጊዜ በፊት የነበራቸውን የጉልበት ሕግ በማኅበራዊ ውሎችና በዘመናዊ ዕሴቶች እንደተኩት ሁሉ በእኛም ሀገር እነዚህ ዕሴቶች ትኩረት ማግኘት የጀመሩት የዘመናዊ ሀገረ መንግሥት ግንባታችንን ተከትሎ ነው።

ሆኖም እነዚህን ዕሴቶች የማበልጸግና የሕዝቡን ፍላጎት የማስከበር ርምጃዎች ውሱን ሆነው ቀጠሉ። ለዚህም አንዱና ዋናው ምክንያት የሀገረ መንግሥቱ ቅቡልነት ከጅምሩ በፈተና የተሞላ በመሆኑ ገዢዎች የሕዝብን ፍላጎት ከማሟላት ይልቅ ይኽን ቅቡልነት ለማምጣት ሲኳትኑ ማለፋቸው ነው።

የሀገረ መንግሥት ቅቡልነት ማለት ሕዝቦች በሀገረ መንግሥቱ ላይ እምነት ሲያሳድሩና ሲስማሙበት ማለት ነው። ጉዳዩ ከገዢዎች ቅቡልነት ጋር ሊያያዝም ላይያያዝም ይችላል። ገዢዎች ይኽን የሀገረ መንግሥቱን ቅቡልነት ለማምጣት መባከናቸው የሕዝብን ፍላጎቶች ለማሟላት የሚውለውን ጊዜና ትኩረት፣ የሀገርን አጣዳፊ ህልውና ለማስጠበቅ እንዲውል አድርጎታል። ቀደም ያሉት ነገሥታት ከውጭ የሚሰነዘርን አጣዳፊ የህልውና አደጋ ለመመከት ሲራወጡ እንዳሳለፉት ሁሉ፣ አዲሶቹ ገዢዎች ደግሞ ከውስጥ የሚሰነዘርን አጣዳፊ የህልውና አደጋ ለመመከት ሲራወጡ ጊዜያቸውን ይፈጁታል። ይኽም ሂደት የሕዝቡን ፍላጎት ለማሟላት የሚውለውን ጥረትና ጊዜ ያሳንሰውና ሕዝቡን ለብሶት ይዳርገዋል። ገዢዎቹ ሀገር በማረጋጋት ሂደት ውስጥ በጊዜያዊ ስልቶች ስለሚጠመዱ ቋሚውን የሕዝብ ፍላጎት ሳያሟሉለት ይቀራሉ። በመጨረሻም ለመውደቃቸው ምክንያት የሚሆነው የፍላጎቶቹ አለመሟላት ምሬትን ፈጥሮ የዐመፅ አቀጣጣይ ነዳጅ ስለሚሆነው ነው። ዋናውን ጉልበታቸውን የሕዝብን ፍላጎት ለማሟላት ሳይሆን አጣዳፊ የህልውና አደጋዎችን ለመመከት ስለሚያፈሱት የፍላጎት መጓደሉ ዐመፁን ጉልበት ይሰጠዋል። በዚህ ሂደት ውስጥም ጭቆናን ዋና የህልውና ማስጠበቂያ ዘዴ ያደርጉታል።

ለዚህ የገዢዎች የጭቆና መንገድ አንዱ ምክንያት የኢትዮጵያ ልሂቃን ሥሪት ነው። የኢትዮጵያ ልሂቃን በተለያዩ ታሪካዊና መዋቅራዊ ምክንያቶች ለማሰላሰል የራቁ ናቸው ብሎ ለማሰብ የሚያስደፍሩ አጋጣሚዎች አሉ። ብዙዎች

ያነበቡትን እንደ ምግብ ዝግጅት በቀጥታ ለመተግበር ያልማሉ እንጅ ነባራዊ ሁኔታን አገናዝበው ለመጓዝ የሚደርጉት ጥረት ደካማ ነው።

ጉዳዩ ከትምህርትና ከባህል ዳራ የሚመነጭ መዋቅራዊ ገጽ ቢኖረውም የልሂቃኑ ንዝህላልነትና ስንፍና ከተጠያቂነት የሚያድናቸው አይደለም። ገዢዎችም ከዚሁ የልሂቃን ባህል የሚመነጩ በመሆናቸው ድርጊቶቻቸው ከልሂቃኑ ብዙ የራቀ አይደለም።

ምንም እንኳን ሥልጣኑ ከነባራዊ የሀገረ መንግሥቱ ሁኔታ ጋር በቀጥታ ስለሚያጋፍጣቸው እውነታውን የተሻለ የመረዳት ዕድል ቢያገኙም ከመሠረታዊ የልሂቃን ባህል የተወለደው ፖለቲካዊ ሥሪታቸው ለችኮላና ለመደዴ ውሳኔ ይዳርጋቸዋል። ይኸም ተቀናቃኝ ልሂቃንን በኃይል ደፍጥጠው እንዲያልፉና ይኸንን ተከትሎም ልሂቃኑ የሚያንቀሳቅሱትን ሕዝብም አብረው እንዲደፈጥጡ ያደርጋቸዋል።

በሌላ በኩል ሀገራችን ከግራም ከቀኝም የሚነሡ ጽንፍ የረገጡ ሐሳቦችን በማቻቻል ለኢትዮጵያ ይበጃል ያሉትን ሚዛናዊ መንገድ ለመከተል የሞከሩ ጥቂት ውድ ልጆችን ለማፍራት ችላለች። ከግራም ከቀኝም የሚዘንበውን የጥላቻ ዶፍ ተቋቁመውና ችለው ሐሳባቸውን ከዘመን ዘመን ማሻገር የቻሉ ቢኖሩም የእነዚህ ቅን ዜጎች ሐሳብ አይሎ የብዙኃንን ይሁንታ በማግኘት ገዢ የመሆን ዕድል አላገኘም። በርግጥም ከቀኝም ከግራም ዱላ የሚሰነዘርበት ሐሳብ ዱላውን ተቋቁሞ ገዥ የመሆን ዕድሉ አነስተኛ ቢሆንም ይኸን የመሻቱ ጉዳይ ግን ችላ ሊባል የማይችል ነው። ዕድሉ በተገኘበት ወቅትም አስፈላጊው መሥዋዕትነት ተከፍሎም ቢሆን ለልዕልናው ሊቆምለት የሚገባ መልካም ሐሳብ ነው።

በበርካታ የታሪክ አጋጣሚዎች እንደተረዳነው ይበጃል ያልነውን ርዕዮተ አለም ስናነሣ ስንጥል የኖርን ሕዝቦች ነን። ጦርነት ውስጥ ስንገባ የሀገሪቱ የህልውና ጥያቄ ያሳስበናል፤ ጦርነቱን ስንጨርስ እንረሳዋለን። የጣልያንን ወረራ ለመመከት ከሀገሪቱ አራቱም አቅጣጫ ተምሞ ዓድዋ ላይ የከተመው የኢትዮጵያ ኅብረ ብሔር ጦር የዓድዋ ድልን ከተቀዳጀ በኋላ፣ ከጦርነቱ ማግስት ሀገረ መንግሥቱ የሕዝቡን መሠረታዊ ኋላ ቀርነት ለመመንገል የሄደበት ርቀት አመርቂ አልነበረም። ሌላው ቀርቶ ጠላት ጊዜ ወስዶና የጦር መሣሪያውን አዘምኖ በሌላ ስልት ተመልሶ ሊመጣብን ይችላል ተብሎ አልተጠበቀም።

ዋናው ችግር የህልውናን ጥያቄ ከጊዜያዊ፣ ከቅርብና ቀጥተኛ ችግሮች አንጻር ብቻ መመልከታችን ነው። የሀገራችንን የህልውና ጥያቄ ለመፍታት ግን በጊዜው የተጋረጠውን አደጋ ከማስወገድ በዘለለ አስቀድመን ለአደጋው የሚዳርገንንና አደጋውን አቀጣጥሎ ወደ ተጨባጭ የፖለቲካ ስብራት የሚቀይረውን ዘላቂ የችግር ሰንኮፍ መፍታት ያስፈልገናል። ለእርስ በርስ ግጭት ዋና መነሻና የነውጥ እርሾ የሆኑትን የፍላጎት መጓደል ችግሮች ለመፍታት ትኩረትን ወደዚያ ማዘንበል ያስፈልጋል።

ነውጥና የእርስ በርስ ጦርነት መስፋፋት የአንድ ሀገር ራስን የማጥፋት ሙከራ ነው ሊባል ይችላል። የአንድ ሀገር የህልውና አደጋ በሀገሪቷ ላይ ከውጭ በሚሰነዘር ጥቃት ብቻ ሳይሆን ከውስጥ በሚመነጭ ራስን የማጥፋት ሙከራ ጭምር

የሚመጣ ነው። በሌላ አገላለጽ ራሳችንን ከውጭ ወራሪ ለመታደግ እንደምንጥረው ሁሉ ራሳችንን ከራሳችን እኩይ ዕሳቤዎች ለመታደግ ወይም ከእርስ በርስ ግጭት ለመዳን መትጋት ያስፈልገናል።

ህልውናችንን በተዘዋዋሪ አደጋ ላይ ሲጥሉ ያስተዋልናቸውን ያልተሟሉ የሕዝባችንን ፍላጎቶች ሥጋዊ፣ ስምን የማስከበርና እና ነጻነት የመሻት ፍላጎቶች መሆናቸውን በሌላ ምዕራፍ ለማብራራት ተሞክሯል። ለመሆኑ እነዚህ ፍላጎቶች እንዴት ሊጓደሉ ቻሉ? የመደመር ፍልስፍናስ ፍላጎቶቹን እንዴት ሊፈታቸው አስቧል? እነዚህን መሠረታዊ ጥያቄዎችና ሌሎች ተያያዥ ጉዳዮችን መመልከት ያስፈልጋል።

የሀገራችን ሕዝብ ተግቶ ኑሮን የማሸነፍ፣ ከድህነት አረንቋ ወጥቶ በልቶና ጠጥቶ እፎይ የሚልበት፣ ከጦርነት አብሳሪ የነጋሪት ጉሰማ ወጥቶ በሰላም ውሎ የሚያድርበትን ሕልም ሰንቆ ለዘመናት የኖረ ሕዝብ ነው። እነዚህን ሕልሞች ሰንቆ መኖር ብቻ ሳይሆን ለሕልሞቹ መሳካት ዕንቅፋት የሆኑበትን ሁሉ ተፈጥሮ በቸረችውና ራሱም ጥሮ ግሮ በፈጠራቸው ዘዴዎች ሲታገል ኑሯል። አንዳንዴ ያዝ ለቀቅ እያደረገ አንዳንዴም በከፍተኛ ጽናት የጭቆና ቀንበሮችን አሽቀንጥሮ ለመጣል ሲተጋ ኑሯል።

ይህ ሕዝባችን ለዘመናት ሲታገል የኖረው ጭቆና በባሕርይው የሰው ልጆች ዕጣ ፈንታቸውን ከእጃቸው ላይ ተነጥቀው፣ ኑሯቸውን ከራሳቸው ፍላጎት ውጭ እንዲመሩ የሚያስገድድ ነበር። ጭቆና የሰዎችን ፍላጎት ለማሟላት የሚውለውን ማንኛውንም ነገር እየነጠቀ ለሌሎች ሰዎች መሻት እንዲውል ያደርጋል። ከአንዱ ምስኪን ጉሮሮ ላይ ቀምቶ ለሌላው ውስኪ ይቀዳል። የአንዱን ሰው አፍ ሸብቦ ሌላው ዓመቱን ሙሉ እንዲያወራ ያደርጋል። በአንዱ ሰው ውርደት ላይ የሌላውን ክብር ይገነባል።

በማንኛውም ማኅበረሰብ ውስጥ ሊሰፍን የሚችለውን ጭቆና በሁለት ከፍለን ልናየው እንችላለን። አንደኛው የጭቆና ዓይነት ከሰዎች ክፉ ሐሳብና ኀሊና የሚመነጭና በሰዎች ፍላጎትና ዕቅድ የሚተገበር ጭቆና ነው። እንዲህ ዓይነት ጭቆና ጨቋኝና ተጨቋኝ ያሉበትና ጭቆናው የሚያበቃውም ጨቋኞችን ታግሎ ድል በማድረግ ይሆናል። ይኸኛውን የጭቆና ዓይነት “ሰው ወለድ ጭቆና” ልንለው እንችላለን። ሁለተኛው የጭቆና ዓይነት ደግሞ ከመዋቅር ወይም ከሥርዓት የሚመነጭ ጭቆና ነው። ይኼኛው የጭቆና ዓይነት በዲሞክራሲያዊ ሀገራትም ጭምር የሚስተዋልና ጭቆናው ሆነ ተብሎ የማይከወን፣ ነገር ግን የተዘረጋው ተቋማዊ መዋቅር ወይም ሥርዓት ሰዎችን መርጦ የሚያጠቃና ፍላጎታቸውን የሚያጓድል ሲሆን ነው። ምንም እንኳን መዋቅሩን የሚዘረጉት ሰዎች በመሆናቸው አስቀድሞ ሰው ወለድ ጭቆና የነበረ ቢሆንም በጊዜ ሂደት የራሱን ህልውና ይዞ ከሰዎች ቀጥተኛ ቁጥጥር ውጭ የሚንቀሳቀስ ይሆናል። በዚህም ምክንያት የጭቆናው ምንጭ መዋቅሩ ነው ማለት ነው። ይህ ዓይነቱ ጭቆና “መዋቅር ወለድ ጭቆና” ሊባል ይችላል።

ሁለቱ የጭቆና ዓይነቶች እርስ በርሳቸው የሚቃረኑ መሆናቸው ሁለቱንም ጭቆናዎች ለማስወገድ የሚደረገውን ትግል ውስብስብ ያደርገዋል። የሰው ወለድ

ጭቆናን ለማስከበር በሚደረገው ጥረት ውስጥ ግለሰቦች ቅድሚያ እያገኙ ስለሚመጡ የቡድንን መብት የሚመለከተው መዋቅራዊ ጭቆና ይዘነጋል። ለመዋቅራዊ ጭቆና በሚሰጠው ትኩረት ውስጥ ደግሞ ግለሰቦች ይረሱና ሰው ወለድ ጭቆና ይበረታል። ሁለቱንም የጭቆና ዓይነቶች ለማስወገድ የሚደረገው ጥረት የፖለቲካ መንገዳችንን የሚወስን ጉዳይ ይሆናል።

ሰው ወለድ ጭቆና

ሰው ወለድ ጭቆናን ለመረዳት ያለፉት ሃምሳ ዓመታት የፖለቲካ ታሪካችን ብቻ ወስደን መመልከት ይበቃል። ባለፉት ሃምሳ ዓመታት በሀገራችን ዜጎች ላይ የተፈጸመው ግፍና መከራ እጅግ አስነዋሪና ሕዝባችንን እና ሀገራችንን ለዘለቄታዊ ችግሮች የዳረገ ነው። ኢትዮጵያውያን መሠረታዊ የሆኑ የግለሰብና የብሔር መብቶችን በመጠየቃቸው ብቻ ተደብድበዋል፤ ታስረዋል፤ ተገድለዋል።

በሰው ልጅ ላይ መፈጸም የሌለባቸው ሰቆቃዎች በዜጎች ላይ ተፈጽመዋል። ይህ የሕዝቦችንና የዜጎችን ነጻነት የመግፈፍና ቀፍድዶና አንገት አስደፍቶ የመግዛት አዝማሚያ መሠረታዊ የሆነውን የሰውን ልጅ ክብር ዝቅ የሚያደርግና የሕዝቦችን ማንነትና መብቶችን የሚደፈጥጥ አካሄድ ነበር።

ዜጎች እንዲራቡ፣ በበሽታ እንዲያልቁ፣ በችግር እንዲንከራተቱ እና ሀገር ጥለው እንዲሰደዱ ያደረገ የግፍ አገዛዝ ያሳለፍን ሕዝቦች ነን። ኢትዮጵያውያን ሁሉ የዚህ ጭቆና ቀንበር ሰለባ ናቸው። ኢትዮጵያውያን በዚህ የጭቆና ሰንሰለት ተጠፍረዋ፤ በዚህ የእሳት ጅራፍም ተገርፈዋል፤ በጀርባቸውም ይኽንን የግፈኞች ሰንበር ተሸክመው ይዞራሉ።

ጨቋኞች አዛዥ ናዛዥነታቸው የሚመነጨው ለጠብመንጃ ባላቸው ቅርበት ነው። ሥልጣናቸውን በጠመንጃ ስላገኙት ሊያስጠብቁት የሚሞክሩትም በጠመንጃ ነው። እናም ሥልጣናቸው የሚመነጨው ከሕዝብ ይሁንታና ከአስተዳደራዊ ቅቡልነት ሳይሆን ከጠመንጃ አፈሙዝ ይሆናል። “አፈ ሙዛችን ካዘነበለ ሥልጣናችንን እንነጠቃለን” ብለው ይፈራሉ። ሥልጣኑን በጉልበት ስላገኙት አንዱ ጉልበተኛ መጥቶ በድንገት ጉድ እንዳይሠራቸው ይሠጋሉ፤ ስለዚህም ዙሪያቸውን ከአካባቢያቸው፣ ከሃይማኖታቸው፣ ከብሔራቸው ወይም ከሥጋ ዘመዶቻቸው በተሰበሰቡ ታማኝ አገልጋዮች ይከበባሉ። ይህ ደግሞ የሀገሪቱን የፖለቲካ ተቋማት ገለልተኝነትና ብቃት እጅጉን ይጎዳል።

ሥልጣናቸውን ከሤራና ከጥቃት ለመታደግ የሚወስዱት ዘመድ የመሰብሰብ አካሄድ በመረብ እየተያያዘ ሲሰፋ ብቃት የሌላቸውን ሰዎች በዙፋኑ ዙሪያ ያከማቻል። ይህ ብቃት የሌላቸው ዘመዳሞች የሚፈጥሩት ሥርዓት ደግሞ የዜጎችን ፍላጎቶች የሚደፈጥጥ፣ ስለ እውነትና ዕውቀት ሳይሆን ስለ ሥልጣንና ጥቅም ብቻ የሚጨነቅ፣ ለራሳቸውና ለሥልጣኑ ባለቤቶች ብቻ የሚጠቅም ነውረኛ ሥርዓት ይሆናል። ይህ በዘመድ አዝማድ የመሳሳብ ችግር የሚመነጨው ሥልጣንን በነጻ ተቋማት አማካኝነት የማስጠበቅ ሥርዓት ስላልተዘረጋ ነው።

መሪዎች ሥልጣናቸውን ስለማስጠበቅ የማይጨነቁበትን፣ ይልቁንም ዋናው ትኩረታቸው የሕዝብንና የሀገርን ፍላጎት ማሟላት የሚሆንበትን ሥርዓት ስላልዘረጋን፣ መንበሩን የጨበጡ ሁሉ ራሳቸውን ከሤራና ከጥቃት ለመከላከል ጠብመንጃንና በዘመድ መሳሳብን ዋነኛ ስልት ያደርጉታል። ጨቋኞች በዘመድ የሚሰባሰቡት በዋናነት ሥልጣናቸውን ለማስጠበቅ እንጅ ለብሔራቸው፣ ለአካባቢያቸው ወይም ለሃይማኖታቸው ግድ ኑሯቸው አይደለም።

እነርሱ የወጡበት አካባቢ፣ ብሔር እና ሃይማኖት በከፍተኛ ጉስቁልና ውስጥ ቢኖሩም የጨቋኝነት ስሙ ግን ከእነርሱ ራስ ላይ አይወርድም። ሕዝቡ በጨቋኞቹ ላይ ያለውን ብሶትና ምሬት የሚወጣው ጨቋኞቹ የወጡበትን አካባቢ ሕዝብ በማግረርና በመተቸት ሊሆን ይችላል። ይህ አይነቱ አካሄድ ለጨቋኞቹ መደበቂያ ከመፍጠር አልፎ የተጠቂነትን ስሜት በህዝቡ ላይ በማስፈር ለጨቋኞቹ መጠለያ እንዲሆኑ ያደርጋል።

ሰው ወለድ ጭቆና በዋናነት ዜጎችን በመላ የሚበድልና ከግለሰቦች የሚመነጭ ቢሆንም ጥፋቱ ግን ለትውልዶች የሚሻገር፣ ዘለቄታዊ የሆኑ ተቋማትን የሚያከስም የሀገር ቀጣይነትን ጥያቄ ውስጥ የሚያስገባ ሊሆን ይችላል።

የሀገረ መንግሥታችን ዓይነተኛ መገለጫ የሆነውን ይህንን ሰው ወለድ ጭቆና በወሳኝነት በማስቀረት የተዘፈቅንበትን የጭቆና አዙሪት ለመበጠስ ጥንቃቄና ማስተዋል የተሞላበት መፍትሔ ያስፈልጋል። ዜጎች በገዛ ሀገራቸው ባይተዋር የማይሆኑበት፣ የተወሰኑ ሰዎች እንደፈለጉ የማይፈነጩበትና ሌላውን ሕዝብ የማያፍኑበት፣ ሥልጣን ከአፈሙዝ ሳይሆን ከሕዝብ ይሁንታ የሚመነጭበት፣ የዜጎች በክብር፥ በነጻነትና በእኩልነት የመኖር ጥያቄዎች የሚመለሱበት ሥርዓት መዘርጋት አስፈላጊ ነው።

መዋቅር ወለድ ጭቆና

ሁለተኛው የጭቆና ዓይነት ደግሞ ከመዋቅር ወይም ከሥርዓት የመነጨ ጭቆና ነው።

ይኼኛው የጭቆና ዓይነት በዲሞክራሲያዊ ሀገራትም ጭምር የሚስተዋልና ጭቆናው በይፋ የማይከወን ነገር ግን የተዘረጋው ባህላዊና ዘመናዊ ተቋማዊ መዋቅር ወይም አጠቃላይ ሥርዓት ሰዎችን መርጦ የሚያጠቃና ፍላጎታቸውን የሚያጓድልበት ነው።

ግለሰቦች ላይ ያለው ተጽዕኖ ዝግ ባይሆንም መዋቅር ወለድ ጭቆና በዋናነት በቡድኖች ላይ የሚፈጸም ነው። ቡድኖች በአንድ ነጠላ ጉዳይ ወይም ጥቅል ማንነትን በሚወስን መልኩ ሊዋቀሩ ይችላሉ። ለምሳሌ በግራ እጃቸው የሚጠቀሙ ሰዎች ግራኝነታቸው ብቻውን አንድ ቡድን እንዲፈጥሩ ሊያደርጋቸው ይችላል። ይህ በነጠላ ማንነት ላይ የሚመሠረት ቡድን ወደ ማንነት ቡድን ለማደግ ግን ግራኝነታቸውን በተመለከተ የሚደርስባቸው ተጨባጭ ወይም ሐሳባዊ ጭቆና ሊኖር ይገባል። ይህ ተጨባጭ ወይም ሐሳባዊ ጭቆና በጨመረ ቁጥር ቡድኑ የሰዎች ጥቅል ማንነት መገለጫ ሆኖ ይቀርባል።

መዋቅር በቡድኖች ላይ የሚያደርሰውን ጭቆና ለመከላከል "ቡድኖችን ማጥፋት ወይም ማዳከም መፍትሔ ነው" የሚል አመለካከት አለ። ይህ ሐሳብ የቡድኖች ጭቆና የሚበቅለው ከቡድኖች መፈጠር ጋር ተያይዞ ነውና፣ ቡድኖች ከሌሉ ወይም ከጠፉ የቡድን ጭቆና አይኖርም የሚል መከራከሪያ የሚያቀርብ ነው። የቡድኖቹ መፈጠር ራሱ መነሻው ጭቆና ነውና ቡድኖቹን በማጥፋት ጭቆናውን ማስወገድ ይቻላል የሚል ዕይታ ነው። ሆኖም ይህ አስተሳሰብ ሦስት መሠረታዊ ችግሮች አሉበት።

አንደኛ የሰው ልጆች አድማሰ ጠባብ አደረጃጀቶች በአጭር ጊዜ ውስጥ እየጠፉ ይሄዳሉ፤ በምትካቸውም ሲቪክ ኅብረተሰብ እየተተካ ይመጣል ብሎ ታሳቢ የሚያደርግ ነው። የሰው ልጆች ጉዞ ከአድማሰ ጠባብ ማኅበረሰብነት ወደ ሲቪክ ኅብረተሰብነት የሚሄድ ነው የሚለው ይህ አስተሳሰብ፣ አሁን ከምንመለከተው ነባራዊ እውነታ ጋር የሚሄድ አይደለም። አድማሰ ጠባብ ማንነቶች በዘመናዊነት ውስጥ እየጠፉ የሚመጡ ሳይሆኑ ልናመልጣቸው የማንችላቸው ማኅበራዊ እውነታዎች መሆናቸውን መገንዘብ ያስፈልጋል። በአጭር ጊዜ ውስጥ ጠፍተው ሲቪክ ኅብረተሰብ ይፈጠራል ብሎ ማሰብ እውነታውን መሸሽ ነው።

ሁለተኛው የዚህ አስተሳሰብ ችግር፣ የቡድን ጭቆናን በሲቪል መዋቅር ደረጃ ብቻ የሚገኝ አድርጎ ማሰቡ ነው። የሲቪል መዋቅሩ ማንኛውንም ግለሰብ በእኩል እንዲያስተናግድ ተደርጎ ከተዘረጋ የቡድን ማንነትን ማጥፋት ይቻላል ብሎ ታሳቢ ያደርጋል። ነገር ግን ግለሰቦችን እኩል የሚያስተናግድ የሲቪል ሥርዓት መገንባት ብቻ ቡድኖችን አያጠፋቸውም።

በቡድን ማንነቶች ላይ ሥነ ልቦናና ኢኮኖሚ ትልቅ ድርሻ አላቸው። ስለዚህም በሳይኮ ፖለቲካዊና በኢኮኖሚያዊ ሥርዓቱ ላይ የሚታዩ ዝንፈቶች በየጊዜው ቡድን መፍጠራቸውና ያሉትንም እያጠነከሩ መሄዳቸው አይቀርም። የላዕላይ መዋቅሩ ዝንፈቶች በቢሮክራሲ ብቻ የምንፈታቸው ጉዳዮች እንዳልሆኑ መገንዘብ ያስፈልጋል።

ሦስተኛው የዚህ አስተሳሰብ ችግር ቡድኖቹን ለማጥፋት የቡድኖቹን ችግር በአግባቡ መረዳትና የቡድኖቹን ዐቅም መገንባት እንደሚያስፈልግ መዘንጋቱ ነው። የቡድኖቹን ችግር ለመረዳትና ዐቅማቸውን ለመገንባት ደግሞ ቡድኖቹ መኖራቸውን መቀበል ያስፈልጋል። ስለዚህም ቢያንስ በስትራቴጂ ደረጃ ቡድኖች መኖራቸውን ካልተቀበልን ቡድኖች ለመብታቸው እንዲታገሉ ማድረግ አይቻልም። ለምሳሌ፣ የሴቶችን ችግር ለመፍታት መጀመሪያ ሴት የሚባል ቡድን መኖሩን መቀበል ያስፈልጋል፤ ለሌላ ቡድን አንታገልምና። ሴቶችንም ዐቅም መስጠትና ለፍላጎቶቻቸው እንዲታገሉ ማድረግ የሚቻለው በሴትነት ቆመው እንዲተባበሩ ለማድረግ ከተቻለ ነው። አለበለዚያ ሴትና ወንድ የሚባለውን የቡድን ክፍፍል በባዶ ሜዳ ልናጠፋው አንችልም። ሰዎችን ከጾታቸው ይልቅ በግለሰብነታቸው እንዲቆሙ ማድረግ የሚቻለው በመጀመሪያ ሴቶች በሴትነታቸው የደረሰባቸውን ጭቆና መረዳትና መታገል እንዲችሉ ማድረግ ሲቻል ነው። ለዚህ ደግሞ የሴትነት ማንነትን ተቀብሎ መነሣት ያስፈልጋል። ላብ አደሩ ከካፒታሊዝም የብዝበዛ ሥርዓት ለመላቀቅ የሚታገለው በመጀመሪያ ላብ አደርነቱን መቀበል ሲችል ነው። ስለዚህም የቡድን ማንነትን ማጥፋትና በግለሰብ ማንነት መተካት የሚቻለው በባዶ ሜዳ ለግለሰቦች

ብቻ ዕውቅና በመስጠት አይደለም። ይህ ዓይነቱ አካሄድ ጭቆናውን የሚያድበሰብስና ተጨቋኞቹ ለመብታቸው ተደራጅተው እንዳይታገሉ የሚያደርግ ነው።

ታድያ መፍትሔው ምንድነው? በቡድን ቅርጽ የሚከሠተውን መዋቅር ወለድ ጭቆና እንዴት ልናጠፋው ወይም ልንቀንሰው እንችላለን? የቡድን ማንነት የጭቆናን ቅሪት ሳይተው እንዴት ልናጠፋው እንችላለን? ይህን ችግር ለመፍታት የሰዎች ግንኙነት በእኩልነት ላይ ያልተመሠረተ እንዲሆን የሚያደርገውን መዋቅር በአግባቡ መረዳትና የተዛባውን ጎኑን ማስተካከል ያስፈልጋል። ይህንንም "መዋቅራዊ ጥገና" ልንለው እንችላለን።

መዋቅር ሁሌም በጊዜ ሂደት ያልተፈለጉና የተዛቡ ግንኙነቶች መፍጠሩ አይቀርም። ስለዚህም በየጊዜው አካሄዱን እያዩ መጠገን ያስፈልጋል። መኪና አንዴ ጥሩ ተደርጎ ስለተሠራ ቆይቶ ወደ ጋራጅ ከመሄድ እንደማያድነን ሁሉ፣ መዋቅርም የፈለገውን ያክል በአግባቡ ቢዘረጋ በየመንገዱ የሚገጥሙት ብዙ ዓይነት እንቅፋቶችና አጋጣሚዎች በመኖራቸው ምክንያት ሁሌም ጥገና የሚፈልግ ነገር ነው።

በሀገራችን ከፖለቲካ መዋቅር የሚመነጩ በርካታ የሕዝብ ችግሮችና በደሎች አሉ። የፖለቲካ መዋቅሩ የወለዳቸው ጭቆናዎች ከትናንት የተቀበልናቸው ሸክሞችና ዛሬ የምንፈጥራቸው የነገ ዕዳዎች ናቸው። ሀገራችን በአጠቃላይ ዘጠኝ ዋና ዋና የመዋቅር ጥገና የሚፈልጉ የቡድን ማንነቶች አሉባት። እነርሱም ብሔር፣ አካባቢ/ክፍለ ሀገር፣ የአካል ጉዳት፣ የመሐል/የጠረፍ ነዋሪነት፣ መደብ፣ ሥርዓተ ጾታ፣ ዕድሜ፣ ከተሜነት/ገጠሬነት እና ሃይማኖት ናቸው።

ቢያንስ ለጊዜው በጉልህ የሚገኙትና የሚጨበጥ መዋቅራዊ ጭቆና የሚስተዋልባቸው እነዚህ ዘጠኙ ናቸው። ለወደፊቱ የነዚህ የቡድን ማንነቶች አዳዲስ ገጾችም ይሁኑ እንደ አዲስ የሚፈጠሩ ሌሎች የቡድን ማንነቶች መፈጠራቸው የሚጠበቅ ነው። ስለዚህም በመዋቅሩ ላይ ተከታታይ ጥገና ማድረግ አስፈላጊ ነው።

የመዋቅር ጥገናውን ለማድረግ በርካታ ተግዳሮቶች ቢኖሩም ሁለት ተግዳሮቶችን በዋናነት መጥቀስ ይቻላል። የመጀመሪያው የመዋቅር ወለድ ጭቆናው በጊዜ ሂደት ተፈጥሯዊ ምስቅልቅሎችን በመፍጠር ውስብስብነት ያላቸው፣ በቀላሉ ለመረዳትና ለመፍታት አስቸጋሪ የሆኑ እርስ በርሳቸው የተጠላለፉ የፖለቲካ ችግሮችን ይፈጥራል። ሁለተኛው የቡድናዊ አክራሪነትና አጸፋዊ ጭቆናዎችን በማስከተል በጥገናው ላይ መሰናክልን መፍጠሩ ነው።

የመዋቅር ወለድ ጭቆና ውስብስብነት

መዋቅር ወለድ ጭቆና እንደ ሰው ወለድ ጭቆና ግልጽና ለመረዳት ቀላል አይደለም። የጭቆናው ባሕርይም የተወሳሰበና በቀላሉ ተረድቶ መፍትሔ ለመስጠት የሚመች አይደለም። በዚህም ምክንያት የመዋቅር ወለድ ጭቆናን ለአጠቃላይ ኅብረተሰቡም ይሁን ለጭቆናው ገፈት ቀማሽ ለመረዳት የተራዘመ ጊዜ የሚወስድ ነው። በተለይም ጭቁኖች በጭቆናቸው ዙሪያ ያላቸው ግንዛቤ ዝቅተኛ መሆኑ ከፍተኛ ችግር ነው። ይህ የጭቁኖች የግንዛቤ ዝቅተኝነት የተለያዩ መልኮች ሊኖሩት ይችላል። አንዱ የግንዛቤ ችግር ጭቁኖች ጭቆናቸውን አለማወቃቸው ነው።

እየተጨቆኑ መሆናቸውን ካላወቁ ደግሞ ከጭቆናው ለመውጣት የሚያደርጉት እንቅስቃሴ አይኖርም።

ከቡድን አባላቱ መካከል ጭቆናቸውን ተረድቶ የሚጮህላቸውና የሚያስተምራቸው ሰው ከሌለ ጭቆናቸውን ሳይረዱት ይቀራሉ። መዋቅራዊ ችግሩን ለመረዳት ይበልጥ ውስብስብ የሚያደርገው ጉዳይ ደግሞ የተደራራቢ ጭቆና መኖር ነው። ለምሳሌ አንዲት ሴት በሴትነቷ የሚደርስባት ጭቆና እንዳለ ሆኖ በሌላ በኩል ደግሞ አካል ጉዳተኛ ብትሆን፣ የሚደርስባት ጭቆና ተደራራቢ ነው ማለት ነው። የመዋቅር ወለድ ጭቆናን ውስብስብ ባሕርይ ተረድቶ ለመብት መታገል አስቸጋሪ ከመሆኑ የተነሣ ብዙ ቡድኖች ከመዋቅር ጭቆና ለመውጣት የሚያደርጉት ትግል ዝቅተኛ ነው። በአንጻሩ መጨቆናቸውን የተረዱ ቡድኖች በመብት ትግሉ ገፍተው ይሄዳሉ። ለምሳሌ በሀገራችን በብሔሮች ዙሪያ ያለው ትግል ከፍተኛ ነው። ለዚህም ሰዎች ከሌሎች የቡድን ማንነታቸው ይልቅ የብሔር የቡድን ማንነታቸው ላይ ይበልጥ ንቃተ ኅሊናቸው መዳበሩ ትልቅ አስተዋጽዖ አለው። የዚህ ምክንያትም የብሔር የቡድን መብትን የሚያቀነቅኑ ልሂቃን ከሌሎች የቡድን መብት አቀንቃኞች ይልቅ ድምፃቸውን ከፍ አድርገው ስለጮኹ ነው።

ሌላኛው ችግር ጭቆናን በይሁንታ መቀበል ነው። የቡድን አባላቱ ስለጭቆናቸው ቢያውቁም ወይም ቢነገራቸውም ጉዳዩ ልክ እንደሆነና ሊጨቆኑ እንደሚገባቸው የሚናገሩና በይሁንታ የሚቀበሉ ከሆነ ጭቆናቸውን ተቀብለዋል ማለት ነው። ቡድኖቹ ለረጅም ጊዜ ሲጨቆኑ ከመኖራቸው የተነሣ መዋቅሩ የፈጠራቸውን የተዛቡ አስተሳሰቦች በመቀበል በራሳቸው ላይ የሚፈርዱ ከሆነ ጭቆናን በፍቃደኝነት መቀበል ነው።

እጅግ አደገኛው የአስተሳሰብ ችግር ራስን በራስ መጨቆን ነው። ራስን በራስ መጨቆን የጭቆናው ሥነ ልቦናዊ ገጽታ ነው። ቡድኖች ለረጅም ጊዜ በሚያዳብሩት የተዛባ ግንኙነት የተነሣ ለራሳቸው የሚሰጡት ግምት አነስተኛ ስለሚሆን መዋቅሩ ከተጠገነ በኋላም ይህን ግምታቸውን ላያስተካክሉትና ራሳቸውን ከተጨቋኝነት አስተሳሰብ ላያላቅቁት ይችላሉ። ይህም የተጨቋኝነት አስተሳሰብ ጭቆናውን ለማስቀጠል የሚያመች ሥነ ልቦና ይፈጥራል።

ይህም ጭቁኖችን የሚተች ወይም ተበዳይን የሚወቅስ ተቀናቃኝ አስተሳሰብ ይወልዳል። ይህም ሄዶ ሄዶ ጭቆናቸውን ምክንያታዊ ሊያደርግ የሚሞክር ሕዝባዊ አስተሳሰብ ይፈጥራል።

በሌላ በኩል ሌላውን ኅብረተሰብ ወይም ቡድን ስለጭቁኖቹ የጭቆና ሁኔታ ማስረዳት ተጨማሪ ችግር ነው። መዋቅር ወለድ ጭቆና በግልጽ የማይታይና በቀላሉ ለመረዳት አስቸጋሪ በመሆኑ ሌላው ኅብረተሰብ ስለ ቡድኖቹ ጭቆና በቀላሉ ላይረዳ ይችላል። በአሁኑ ጊዜ በሕዝብ ዘንድ የሚስተዋለው የግንዛቤ ችግር ቀጥተኛና ግልጽ አይደለም። ምንም እንኳን በቡድኖቹ እኩልነት ዙሪያ በቃል ደረጃ ስምምነት ቢኖርም በተግባር የሚታየው ግን ድብቅ አመለካከት መኖሩን ነው። ለምሳሌ በዘረኝነትና በጾተኝነት ዙሪያ የተደረጉ ጥናቶች እንደሚያትቱት በሁለቱም የቡድን ማንነቶች ዙሪያ እኩልነትን የማይቀበል ሰው በግላጭ ባይኖርም፣ በዓለማችን ላይ የሚስተዋሉት ድርጊቶችና አስተያየቶች ግን ችግሮቹ በድብቅ እንደቀጠሉ እንጅ

እንደጠፉ አያመለክቱም። ለዚህም ነው ስለሴቶች እኩልነት በሚወራበት በዚህ ዘመን በተግባር ግን ሴቶችን ወደ አመራር የማምጣት ጉዳይ ውዝፍ ሥራ ሆኖ የቀጠለው።

በአጠቃላይ መዋቅር ወለድ ጭቆና ውስብስብ በመሆኑ ምክንያት የጭቁኖችንም ይሁን የሌላውን ማኅበረሰብ ግንዛቤና አመለካከት መቀየር አንዱ የመዋቅር ጥገናው ፈተና ነው። ነገር ግን ችግሩ በዚህ ብቻ የሚያቆም አይደለም። ጭቆናው ውስብስብ በመሆኑ ምክንያትና በየጊዜው ቅርጹን፣ መጠኑን እና ዒላማ የሚያደርጋቸውን ቡድኖች የሚቀያይር በመሆኑ መንግሥት ራሱ ስብራቱን በአግባቡ ተረድቶ ጥገና ለማድረግ ይቸገራል። ስብራት ከላይ ሲመለከቱት የማይታይ ነገር ግን በወጌሻዎች ሲፈተሽና ሲዳሰስ ችግሩ የሚታወቅ ጉዳይ እንደሆነው ሁሉ መዋቅራዊ ስብራትንም መንግሥት በቀላሉ ለመረዳት ይከብደዋል። በጥቅሉ ስብራት መኖሩን ቢያውቅ እንኳን የችግሩን መጠንና ስፋት እንዲሁም የት ላይ መታሸት ወይም መጠገን እንዳለበት ለመረዳት ይቸገራል።

ይህን የሚፈታው ዋና ጉዳይ ጥናት ማድረግ ነው። ለምሳሌ በትምህርት ተሳትፎ ረገድ ከተለያዩ የቡድን ማንነቶች አንጻር ልዩነቱ ቢጠና፣ በብሔር፣ በጾታ፣ በአካባቢ፣ በመሐልና ጠረፍ ነዋሪነት፣ ወዘተ... ከፍተኛ ልዩነት መኖሩ አይቀርም።

ይህን ልዩነት በጥናት ከለዩ በኋላ የሚሰጠው መፍትሔ ግን በሲቪልም በፖለቲካም ድምር ዐቅም የሚተገበር መሆን አለበት። የችግሮቹን ልክ በጥናት እየለየን ከተለያዩ የቡድን ማንነቶች አንጻር መፍትሔ ካልሰጠን ፖለቲካችን በአሉባልታና በስሜት ብቻ የተሞላ ይሆናል።

ቡድናዊ አክራሪነትና አጸፋዊ ጭቆና

የግለሰብ መብት አቀንቃኞች የቡድን ማንነትን በማጥፋት ስም ጭቆናውን የሚያድበሰብስና የጭቆና ቅሪትን የሚተው መፍትሔ ነው ያመጡት ብለናል። ሆኖም በሌላ በኩል ደግሞ የቡድን ማንነትን ይዞ ከጭቆና ለመውጣት መታገል፣ የቡድን አክራሪነትን በመፍጠር ከሚፈታው ይልቅ የሚፈጥረው ችግር እየባሰ መጥቷል። የቡድን መብትን ለማስከበር የሚደረገው ትግል ጫፍ እየረገጠ፣ የሀገርን ሰላም የሚያናጋና ዜጎች ተቻችለው እንዳይኖሩ የሚያደርግ ነው። የዚህም ምክንያቱ የቡድን ማንነት ሥነ ልቦናዊ ገጽታ ስላለው፣ የመብት ታጋዮቹ መብትን በማስጠበቅ ሂደት ወደ ሥነ ልቦናዊ ጦርነት ስለሚገቡ ነው። ሥነ ልቦናዊ ጦርነቱም ሀገርን ወደ ብጥብጥ ይወስዳታል።

ከቡድናዊ አክራሪነት ጋር የተያያዘው ሌላው ጉዳይ አጸፋዊ ጭቆና ነው። አጸፋዊ ጭቆና ማለት "ተጨቁነናል" ብለው የታገሉ ቡድኖች ትግላቸው ገደቡን አልፎና መሥመሩን ጥሶ እነሱም በምላሹ ለመጨቆን ሲሞክሩ የሚከሠት ችግር ነው። ለእኩልነት ከታገሉ በኋላ የእኩልነት መሥመሩን ጥሰው እነርሱም በተራቸው ሌሎችን መጨቆን ሲፈልጉ አጸፋዊ ጭቆና ይስተዋላል። ብዙዎቹ የአፍሪካ ሀገሮች የቅኝ ግዛት ጭቆናን ታግለው ካሸነፉ በኋላ በራሳቸው ሰዎች ወደ መጨቆን ተሻገሩ። የቅኝ ግዛትን ጭቆና የታገሉትም ሰዎች ከቅኝ ገዥዎች ያልተናነሰ ጨቋኞች ሆኑ። መዋቅራዊ ጥገና በማድረግ ሂደት ውስጥ አንዱ ፈተና ቡድኖቹ መብታቸውን

ከማስከበር አልፈው አጸፋዊ ጭቆና ውስጥ እንዳይገቡ መከላከል ነው። ብዙ ጊዜ ቡድኖቹ አጸፋዊ ጭቆና ውስጥ የሚገቡት መዋቅር ወለድ ጭቆናን በአግባቡ ካለመረዳታቸው የተነሣ እንደ ሰው ወለድ ጭቆና ስለሚቆጥሩት ነው። ጭቆናውን ከአንዳች ማኅበረሰብ ጋር ያገናኙታል። በዚህም የተነሣ በንጹሐን ዜጎች ላይ ቂም ይቋጥሩና አጸፋዊ ጭቆና ውስጥ ይገባሉ።

ምዕራፍ 6

ኢትዮጵያዊ ዲሞክራሲን የመፍጠር ትልም

ጭቆናን በሁለንተናዊ መልኩ አስወግዶ ሕዝብን የሀገር ባለቤት ለማድረግ የሕዝብን የሥልጣን ባለቤትነት የሚያረጋግጥ ሥርዓት ያስፈልጋል። ሕዝብ የሥልጣን ባለቤት ይሁን ማለት በራሱ ጉዳዮች ላይ የመወሰንና ፍላጎቶቹን የማሟላት ዕድል ይሰጠው ማለት ነው። የሕዝብ ፍላጎቶችን ሳይሸራርፉና ፍላጎቶቹን ሳይደፈጥጡ ለመምራትና የሥልጣን ባለቤትነቱን ለማረጋገጥ ከነእንከኑ ከዲሞክራሲ የተሻለ አማራጭ ሥርዓት የለም።

ዲሞክራሲ ማለት የሥልጣን ቅቡልነት ከዘር ሐረግ፣ ከጉልበት ወይም ከማናቸውም ሌላ ተጽዕኖ ይልቅ ከሕዝብ ይሁንታ የሚመነጭ ሲሆን ማለት ነው።

የሥልጣን ቅቡልነት ስንል ሀገርን እያስተዳደረ ያለው አካል በሕዝቡ ዘንድ ያለው ተቀባይነት ማለታችን ነው። በኢትዮጵያ አብዛኞቹ የሥልጣን ቅቡልነት አማራጮች ተሞክረዋል። በታሪክ ወደኋላ ስንሄድ ዋነኛዋ የሥልጣን ቅቡልነት ማጎተም መቺ ቤተ ክርስትያን ስትሆን ከቤተ ክርስትያኗ መሪዎች ጋር ስምሙ ያልሆነ መሪ ቅቡልነት አጥቶ መንበሩ የሚነቀነቀው በቶሎ ነበር። የቅቡልነት መነሻውም የዘር ሐረግና ጉልበት ተቀላቅሎም ነበር። ነገሥታት አንዳንዴ በጦርነት አሸንፈው ሥልጣን ይይዛሉ፤ ሌላ ጊዜ ደግሞ ሥልጣን ከአባት ወደ ልጅ ይተላለፋል። በሁለቱም ሂደት ላይ ግን የቅቡልነት ዋናዋ ምንጭ ቤተ ክርስትያን ነበረች።

ለዘመናዊው የኢትዮጵያ መንግሥታት ታሪክ ከቤተ ክርስትያን አጽዳቂነት ውጭ ለመጀመሪያ ጊዜ ሥልጣን የያዘው የደርግ መንግሥት ነው። የደርግ መንግሥት በአንድ በኩል የዘውዳዊ ሥርዓቱ የቅቡልነት ምንጭ የሆነውን

መለኮታዊ ትርክት ስለተወ፣ በሌላ በኩል ደግሞ አዲስ የቅቡልነት ምንጭ የሆነውን ዲሞክራሲን ለማስፈን ዝግጁ ስላልነበረ ዘመነ መንግሥቱ በቅቡልነት ዕጦት ሲናጋ ነበር ያለፈው። ኢሕአዴግ ወደ ሥልጣን ሲመጣ ቅቡልነትን ከዲሞክራሲያዊ ሥርዓት ለማግኘት የሞከረ ቢሆንም ቆይቶ ግን ቅቡልነትን ከኢኮኖሚ ልማት ለማምጣት ዝንባሌ አሳይቷል። ከድህነት በቶሎ መውጣት የቻሉት የደቡብ ምሥራቅ እስያ ሀገራት ቅቡልነትን ከኢኮኖሚ ልማትና ከብልጽግና ለማምጣት የቻሉበት አጋጣሚ ቢኖርም፣ ኢንዶኔዥያን የመሰሉ ሀገራት ላይ ይህ የቅቡልነት ምንጭ ከተወሰኑ ዓመታት በላይ ሊያስኬድ አልቻለም። ይኸም ፊታቸውን ወደ ዲሞክራሲ እንዲመልሱ አስገድዷቸዋል። ኢሕአዴግም ምንም እንኳን ቅቡልነትን ከኢኮኖሚ ልማት ማምጣት ይቻላል በሚለው መርሕ ተጉዞ ድህነትን በመቀነስና የሕዝቦችን ኑሮ በአንጻራዊነት በማሻሻል ላይ አተኩሮ ቢሠራም የኢኮኖሚ እድገቱ የጥራት ችግር በቶሎ ባለመቀረፉና የዲሞክራሲ ጥያቄዎች እያየሉ በመምጣታቸው ቅቡልነቱ እየተሸረሸረ ለፖለቲካዊ ትርምስ ዳርጎናል።

በኢትዮጵያ የዘውዳዊው ሥርዓት የቅቡልነት ምንጭ ደርቆ የተለያዩ ሕዝባዊ ጥያቄዎች በልሂቃን በኩል መንሸራሸር የጀመሩት በዋናነት በ1960ዎቹ የተማሪዎች ንቅናቄ ጊዜ ነው። የዘመናዊነት ዕሴቶች የሆኑት የነጻነት፣ የእኩልነት እና የወንድማማችነት ጥያቄዎች በአዲሱ ዘመናዊ ልሂቅ መቀንቀን የጀመረው በዚህ ወቅት ነበር። ከእነዚህ ዕሴቶች የመነጩ ሦስት ጥያቄዎች በንቅናቄው ወቅት ጎልተው ወጥተዋል። የመጀመሪያው ከመደብ ትግል ጋር የሚያያዘው የመሬት ጥያቄ ጉዳይ ነው። መሬትን ከገባር ሥርዓቱና ከአስገባሪ ባላባቶች ይዞታ አላቆ የአርሶ አደሩ ንብረት ለማድረግ ከፍተኛ ትግል ተደርጓል። ሁለተኛው የብሔራዊ ማንነት ጥያቄ ሲሆን ኢትዮጵያ "የብሔሮች እስር ቤት ናት" ከሚል የችግር ትንተናና መፍትሔ ራስን በራስ እስከ ማስተዳደር፣ አልፎም እስከ መገንጠል የሚደርስ ትርክትን ያዘለ ነው። ሦስተኛው ጥያቄ ሥልጣን ወደ ሕዝብ እንዲመለስና ሕዝባዊ አስተዳደር እንዲቋቋም የሚጠይቀው የዲሞክራሲ ጥያቄ ነው።

እነዚህ ሦስት ጥያቄዎችን ለመመለስ ቢያንስ ሁለት አብዮቶች አሳልፈናል። የ1966ቱ አብዮት ከነውስንነቶቹም ቢሆን የመሬት ባለቤትነትን ጥያቄ መሬትን ለአርሶ አደሩ በማከፋፈል መልሷል ማለት ይቻላል። የ1983ቱ አብዮት ደግሞ የብሔር ጥያቄን ከነውስንነቶቹም በሕገ መንግሥቱና በፌደራል ሥርዓቱ በዋናነት መልስ እንዲያገኙ አድርጓል። በሁለቱም አብዮቶች በአግባቡ ሳይመለስ እስከ አሁን የዘለቀው የዲሞክራሲ ጥያቄ ነው። ይህ ብቻም ሳይሆን በሁለቱ አብዮቶች የተገኙ ድሎችንም ጠብቆ ለማስፋትና ባለው ላይ ለመገንባት ዕንቅፋት የሆነው የዲሞክራሲ እጦት ወይም የአምባገነን ሥርዓት መደርጀት ነው። የሁለቱ ጥያቄዎች ጉዳይ አሁንም አጀንዳ ሆኖ የቀጠለበት አንዱ ምክንያት መልሶቻቸው በዲሞክራሲ መሠረት ላይ የቆሙ ስላልነበሩ ነው።

ሁለቱ አብዮቶች በተከታታይ ሊመልሷቸው የሞከሩት የመደብና የብሔር ጥያቄዎችን ስንመለከት ሁለቱም ጥያቄዎች በእኩልነት ዕሴት ላይ የቆሙ እንደሆኑ መታዘብ እንችላለን። ይህም ከሦስቱ የዘመናዊነት ዕሴቶች መካከል የእኩልነት ዕሴት ብቻውን ጎልቶ እንደወጣ ያሳየናል። በአንጻሩ የነጻነትና የወንድማማችነት ዕሴቶች በሁለቱ አብዮቶች ውስጥ ዝቅተኛ ሥፍራ ነበራቸው። በመሆኑም በነጻነትና

በወንድማማችነት ዕሴቶች መሠረት ላይ የሚቆመው የዲሞክራሲ ሥርዓት በሀገራችን በሚጠበቀው መጠን ሊገነባ አልቻለም። ምንም እንኳን ዲሞክራሲ በቃል ደረጃ በሁሉም የፖለቲካ ልሂቃን አፍ ውስጥ ባይጠፋም ለዲሞክራሲ መሠረት የሆኑት ሁለቱ ዕሴቶች ግን በፖለቲካችን ውስጥ ዝቅተኛ ሥፍራ የያዙ ናቸው። የእኩልነት ጥያቄን ብቻ አጉልቶ ይዞ ዲሞክራሲን መገንባት ደግሞ የማይታሰብ ነው።

ምንም እንኳን ባለፉት ጥቂት ዓመታት የተነሡት የፖለቲካ አለመረጋጋቶች ምክንያታቸው አሁንም የእኩልነት ጥያቄ ቢሆንም የእኩልነት ጥያቄውን ያባባሰው ግን የመንግሥት አፈና ነው። ይህም የነጻነት ዕሴት ባለፉት ዓመታት ትልቅ የፖለቲካ ለውጥ አነሣሽና ገፊ ምክንያት እንደነበር ያሳየናል። የእኩልነት ጥያቄውን ጉልበት የሰጠውና ውስጥ ለውስጥ እንዲቀጣጠል ያደረገው የነጻነት እጦት ነበር ማለት ይቻላል። በብሔሮች መካከል ያለ ግጭት፣ የፖለቲካው ጤና ማጣትና የመሳሰሉት ከዓመታት በፊት ከነበረው ሁኔታ ጋር ሲነጻጸር እጅግ የከፋ ነው። ችግሩን ከመፍታት ይልቅ እየተወሳሰበ እንዲመጣና የሀገሪቱን ህልውና እንዲፈታተን ያደረገው ዋና ነገር ደግሞ ጭቆና ነው።

በዘመናዊ የፖለቲካ ታሪካችን ውስጥ እጅግ ዝቅተኛ ይዞታ ያለውና በአግባቡ ያልዳበረው የዘመናዊነት ዕሴት ወንድማማችነት ነው። ወንድማማችነት ማለት የሰው ልጆች ሥጋዊ ዝምድና፣ አካባቢያዊ ማንነት ወይም ሌላ አጥር ሳይገድባቸው እርስ በርስ የሚደጋገፉበትና አንዱ የሌላው ችግር እንዲገደው የሚያደርገው ዕሴት ነው። ይህ ዕሴት የሰው ልጆችን የሞራል ማኅበር ያሰፋና እኛና እነሱ ከሚል ክፍፍል ወጥቶ ሁሉም የሰው ልጆች "እኛ" በሚል የሞራል ማኅበረሰብ ውስጥ እንዲታቀፉ የሚያደርግ ነው። ይህ የሰው ልጆች የሞራል ማኅበር እየሰፋ መምጣት ቀድሞ ከዘመድና ከአካባቢ ውጭ ላለ ሰው ብዙ አዘኔታና ርኅራኄ የሌለውን ሰው ስለሁሉም የሰው ልጆች የሚገደው ሰብአዊ ፍጡር እንዲሆን አድርጎታል። ስለ አንድ አካባቢ ወይም ስለ አንድ ማኅበረሰብ ለመጨነቅ በማኅበረሰቡ ውስጥ መፈጠርን የግድ የማያደርግ አስተሳሰብን የሚፈጥር ነው።

በኢትዮጵያ የወንድማማችነት ዕሴት ዝቅተኛ መሆን የእኩልነትና የነጻነት ጥያቄዎችን በዲሞክራሲያዊ መንገድ ለመፍታት የምንችልበትን ዕድል እያወሳሰበ ፖለቲካችን በግጭትና በውጥረት የተሞላ እንዲሆን አድርጎታል። የእኩልነትና የነጻነት ጥያቄዎችን ተግባብተን ለመፍታትና በመርሕ ላይ ተመሥርተን ለመጓዝ ዕንቅፋት የሆነው የዚህ ዕሴት አለመዳበር ነው። በእርግጥ በተማሪዎች ንቅናቄ ወቅት ይህ ዕሴት የመደብንም ሆነ የብሔርን ጥያቄዎች ከራሳቸው አካባቢ ተሻግረው የሚመለከቱ ወጣቶችን ማፍራት ችሎ ነበር። ከገዢ መደብ ቤተሰቦች ወጥተው የመደብም ሆነ የብሔር ጥያቄን በፊት አውራሪነት ያቀነቀኑ ብዙ ወጣቶች ነበሩ።

ሆኖም የብሔርና የመደብ ጥያቄዎች የሰው ልጅ በመሆናችን ማንኛችንም ልንታገልላቸው የሚገባን መሆናቸው ቀርቶ የየአካባቢው ልሂቅ አጀንዳ ብቻ መሆን ሲጀምሩ ጥያቄዎቹ እየተወሳሰቡና ቅርጻቸውን እየቀያየሩ መጡ። ይህ የሆነውም የእኩልነት ጥያቄን በወንድማማችነት ስሜት ሲያቀነቅኑ የነበሩ አስተሳሰቦች ወደ ዳር እየተገፉ ጥያቄው ለአካባቢ በመቆርቆር መንፈስ ስለተተካ ነው።

በአሁኑ ጊዜ የሀገራችን ፖለቲካ ዋና ጉዳይ የሆነው የዲሞክራሲ ጥያቄ ነጻነትን ከማምጣት ባሻገር የብሔርንም ሆነ የመደብ ጥያቄዎችን በአግባቡ ለመፍታት አመች ሁኔታን የሚፈጥር መሆኑ ግልጽ ቢሆንም ዲሞክራሲን ለመገንባት እጅግ አስፈላጊ የሆነው የወንድማማችነት ዕሴት ደካማ መሆን ግን የዲሞክራሲ ግንባታችንን የሚፈትን ጉዳይ ነው።

የወንድማማችነት ዕሴት ከሲቪክ ባህል መዳበር ጋር በእጅጉ የተሳሰረ ነው። የሲቪክ ባህል የምንለው ከአድማስ ጠባብ ማኅበረሰባዊ የጥቅም ቱክክሮች ወጥቶ ሀገራዊ ጉዳዮችና ፖሊሲዎችን በንቃት የሚከታተልና የሚሳተፍ ኅብረተሰብ ያለበት ባህል ማለት ነው። የፖለቲካ ፓርቲዎች አማራጭ ፖሊሲዎችን ለሕዝብ አቅርበው ለሥልጣን ለመፎካከር ይችሉ ዘንድ ከማኅበረሰባዊ ማንነት የተሻገረና በፖሊሲ ምዘና ላይ የሚያተኩር ኅብረተሰብ ያስፈልጋል። የፖለቲካ ውድድሩም አማራጭ ፖሊሲዎችን በማቅረብ ላይ የተመሠረተ እንዲሆን ያደርገዋል።

የሲቪክ ባህል ባልዳበረባቸው ሀገራት ሕዝብ በአካባቢያዊ የጥቅም ቱክክሮች ስለሚያዝ በሐሳብ ውድድር ላይ የሚመሠረተውን የዲሞክራሲ ሥርዓትን እውን ለማድረግ አስቸጋሪ ይሆናል። ሕዝብ አማራጭ ፖሊሲዎች ቀርበውለት የሚፈልገውን ፖሊሲ መርጦ መተዳደሩ ይቀርና ፖለቲካው በማኅበረሰባዊ ጉዳዮች እንዲወጠር ያደርገዋል። ይኽም ፖለቲካውን በብሔርና በሃይማኖት ቡድኖች ውጥረት ውስጥ ይጥለውና ፖለቲካዊ አለመረጋጋትን ይፈጥራል።

ይህ ሁኔታም ዲሞክራሲ ህልውናችንን ይጎዳል በሚል መንፈስ መንግሥታት ወደ ጭቆና አዙሪታቸው እንዲመለሱ ያደርጋቸዋል። በዲሞክራሲ ውስጥ በፖለቲካ ኃይሎች መካከል የሚፈጠረው ውጥረት ተከታታይ ብጥብጦችን በማስነሣት የሀገረ መንግሥት ህልውናን ስለሚፈታተን ሕዝብም ሆነ መሪዎች ዲሞክራሲ ብጥብጥን ስለሚያስከትል አያስፈልግም የሚል ድምዳሜ ውስጥ ይገባሉ። ምንም እንኳን ዲሞክራሲ በዘመናችን ዝነኛ የሥልጣን ቅቡልነት ምንጭ ቢሆንም ዲሞክራሲ ብቻውን ግን ቅቡልነትን ሊያመጣ አይችልም። ለዚህም ነው ዲሞክራሲያዊ ሥርዓትን በዘረጉ ማግስት ቅቡልነትን አጥተው በነውጥ የሚታመሱ መንግሥታትን የምናየው። ነገር ግን በኃይል ለመግዛት የሚደረገው ጥረትም ሀገራትን ከብጥብጥ አዙሪት የሚያላቅቃቸው አልሆነም። አፈና ቂምን እየወለደ ችግሩን ይበልጥ እያወሳሰበው ስለሚመጣ ሁሌም በሥጋት ውስጥ መኖር የእንደኛ ዓይነት አዳጊ ሀገራት ዕዳ ሆኗል።

ይህን የሲቪክ ባህል አለመኖርና በአድማስ ጠባብ አደረጃጀቶች መካከል የሚፈጠር ውጥረት አርግበው ወደ ዲሞክራሲ መግባት የቻሉ ሀገራት አሉ። ሆኖም እነዚህም ሀገራት አብዛኞቹ ዲሞክራሲያቸው ተቋማዊ መደላድል የሌለውና ወደ አምባገነንነት መቼ እንደሚመለስ ማረጋገጫ በሌለው ሥጋት ውስጥ የሚኖሩ ናቸው። ምንም እንኳን ሂደቱን ለመጀመር ተነሣሽነት ቢያሳዩም ዲሞክራሲው በእግሩ መቆም አቅቶት ሲውተረተርና ሌላ ፖለቲካዊ አለመረጋጋቶች ሲንጡት አስተውለናል። ዲሞክራሲን ዘግይተው ከጀመሩ ሀገራት መካከል በተደጋጋሚ የሚጠቀሱት የደቡብ አሜሪካ ሀገራት ዲሞክራሲያቸው አሁንም ጸንቶ መቆም ስላልቻለ ሀገረ መንግሥቱን ለማስቀጠል በሚያስችል ጊዜያዊ ክብካቤ እንጅ በተቋማትና በባህል ላይ የቆመና የማይቀለበስ ዲሞክራሲ መገንባት አልቻሉም።

ይኸም ሲቪክ ባህልን ሳይገነቡ ዲሞክራሲን መመሥረትና ማጽናት እጅግ ፈታኝና ስለተፈለገ ብቻ የሚሳካ ቀላል ጉዳይ አለመሆኑን የሚጠቁም ነው።

ስለሆነም ያለንበትን ነባራዊ ሁኔታ ከግምት ውስጥ ያስገባ፣ ውስብስብ ችግሮቻችንን በየደረጃው የሚፈታ፣ በእኛ ልክና መጠን በጥንቃቄ የምንገነባው ኢትዮጵያዊ ዲሞክራሲ ያስፈልገናል። ይህን ዓይነት ዲሞክራሲ ለመገንባት ደግሞ ዓለም አቀፋዊ ተሞክሮዎችን ግምት ውስጥ ማስገባት፣ ያለንበትን ነባራዊ ሁኔታ ማገናዘብ እንዲሁም የሄድንበትን መንገድ መፈተሽ ያስፈልገናል።

የዲሞክራሲ ግንባታ አማራጮች

ዲሞክራሲ ጥንት ገና ከጅምሩ ቀጥተኛና ኢቀጥተኛ የሚሉ አማራጭ አደረጃጀቶችን ይዞ ነው የተነሣው። ቀጥተኛ ዲሞክራሲ ዜጎች በሀገራቸው ጉዳይ ላይ በቀጥታ የሚሳተፉበትና ውሳኔ የሚያሳልፉበት አደረጃጀትን ተመራጭ መንገድ የሚያደርግ ነው። በአንጻሩ ኢቀጥተኛ ወይም የውክልና ዲሞክራሲ ዜጎች እነሱን ወክለው ውሳኔ የሚያሳልፉላቸውን ሰዎች በመምረጥ ፍላጎታቸውን የሚያስፈጽሙበት መንገድ ነው።

በአሁኑ ጊዜ በዓለም ላይ በሰፊው ጥቅም ላይ የሚለው የዲሞክራሲ አደረጃጀት የውክልና ዲሞክራሲ ነው። ሆኖም ቀጥተኛ ዲሞክራሲም ከውክልና ዲሞክራሲ ጋር ተዳብሎ ተግባር ላይ ይውላል። ሁለቱ የዲሞክራሲ አማራጮች በጊዜ ሂደት በመጡ የተለያዩ አማራጮች ውስጥ የተጽዕኖ ሥፍራ አላቸው። በጥቅሉ ሲታይ ግን የውክልና ዲሞክራሲ በታሪክ ውስጥ ከፍተኛ ሥፍራ እየያዘ በመምጣቱ ስለ ዲሞክራሲ አደረጃጀት የሚነሡ ሐሳቦች ባመዛኙ የውክልና ሂደት ላይ የሚያጠነጥኑ ናቸው።

ቀጥተኛ ዲሞክራሲ በአሁኑ ጊዜ ተግባራዊ የሚደረግባቸው ሁኔታዎች ጥቂት ናቸው። በቀጥተኛ ዲሞክራሲ ውስጥ የዜጎች ተሳትፎ የድምፀ ውሳኔ ወይም የውይይት ቅርጽ ሊይዝ ይችላል። በዓለም ላይ በሰፊው ተግባራዊ የሚደረገው የማሳተፊያ መንገድ መንግሥት አከራካሪ ጉዳዮችን ለድምፀ ውሳኔ ሲያቀርብና በሕዝብ አነሣሽነት ድምፀ ውሳኔ የሚሰጥባቸው ጉዳዮች ሲኖሩ ነው። በሌላ በኩል ከድምፀ ውሳኔ ባሻገር በውይይት ወይም በተዋስኦ ላይ የሚመሠረት ዲሞክራሲ የበለጠ ውጤታማ ነው የሚሉ ሊቃውንትም አሉ። በተለይም የብሔርና የሃይማኖት ውጥረት ያለባቸው ሀገራት በተዋስኦ ላይ የተመሠረተ ቀጥተኛ ዲሞክራሲን ተግባራዊ ቢያደርጉ ውጥረቶችን በውይይት ማርገብ ይችላሉ የሚል ሐሳብ ያቀርባሉ። ቀጥተኛ ዲሞክራሲ ስዊዘርላንድን በመሰሉ ሀገራት ወደ ታችኛው የመንግሥት መዋቅር ዘልቆ ዜጎችን በውሳኔ ለማሳተፍ ጥቅም ላይ ይውላል።

ከቀጥተኛ ዲሞክራሲ ጋር የሚቀራረብ ዜጎችን በሲቪል ማኅበራቶቻቸው በኩል ማሳተፍ ያስፈልጋል የሚል ሐሳብም በተለያዩ ሊቃውንት ይቀርባል። ይኼኛው ሐሳብ የሕዝብን ሥልጣን በአግባቡ ለማረጋገጥ የሀገረ መንግሥት ሥልጣንን ለሲቪል ማኅበረሰብ ተቋማት ማካፈል ያስፈልጋል ብሎ የሚያምን ነው። በዋና ይዘቱም የተለጠጠ ሊበራሊስት አስተሳሰብ ነው ማለት ይቻላል።

በዚህ የቴክኖሎጂ ዘመን ቀጥተኛ ዲሞክራሲን በተለያዩ የቴክኖሎጂ ስልቶች ተግባራዊ ማድረግ የተለመደ ነው። የሕዝብ አመለካከት መሰብሰቢያ መጠይቆች ለዚህ አንድ ምሳሌ ናቸው። ቴክኖሎጂ በመንግሥታትና በዜጎች መካከል ያለውን ርቀት በመቅረፍና የጊዜና የቦታ አይመቼነትን በመሻገር ዜጎች በፖለቲካ ላይ በቀጥታ የሚሳተፉበትን ሁኔታ ፈጥሯል። ማኅበራዊ ሚዲያዎች ይህንን የሕዝብ ቀጥተኛ ተሳትፎ በማሳለጥ በኩል ትልቅ ሚና ይጫወታሉ።

የጊዜና የቦታ ችግሩ በቴክኖሎጂ እየተቀረፈና በታችኛው የአስተዳደር እርከን እየተፈታ ቢመጣም ቀጥተኛ ዲሞክራሲ አንድ መሠረታዊ የፍልስፍና ድክመት አለበት፤ ይኼውም ሕዝበኝነት ነው። የዚህ ዲሞክራሲ አቀንቃኞች ሕዝብን በውሳኔ አሰጣጥ ሂደት ውስጥ በቀጥታ ማሳተፍን ዋነኛ የሕዝብ አስተዳደር መገለጫ አድርገው ይወስዳሉ። "ዲሞክራሲ የሕዝብ አስተዳደር ነው" ካልን ሕዝብ በቀጥታ ውሳኔ የሚያሳልፍበት መንገድ ተመራጭ ነው ይላሉ። በዚህ አስተሳሰብ መሠረት ሕዝብን በወኪሎቹ አማካኝነት ማሳተፍ የሕዝብን ጥቅም በእኩይ ልሂቃን ማስበዝበዝ ይሆናል ስለሚሉ ነው። ይህ ሕዝብን ዐዋቂና በጎ አሳቢ በአንጻሩ ልሂቃንን ደግሞ በዝባዥና ከሕዝቡ ፍላጎት ውጭ የሚራመዱ እንደሆኑ ታሳቢ የሚያደርግ አስተሳሰብም ሕዝበኝነት ሊባል ይችላል።

ምንም እንኳን ሕዝብን ማሳተፍና በራሱ ጉዳይ ላይ ውሳኔ ሰጭ እንዲሆን ማድረግ አስፈላጊ ቢሆንም ቀጥተኛ ዲሞክራሲን ከባድ የሚያደርገው የሕዝብ የኑሮ ሁኔታ ነው። ሕዝብ ብዙ ጊዜውን ለዕለት ጉርሱና ኑሮውን ለማሻሻል ስለሚያባክን ቀኑን እንደ ልሂቃን ፖለቲካን በመከታተልና በማጥናት የሚያሳልፍ አይደለም። ስለዚህም ከጥቅል ነገሮች ባሻገር በዝርዝር ጉዳዮች ላይ በቂ መረጃ የመሰብሰቢያና የመተንተኛ ጊዜና የሕይወት ዘይቤ የለውም። ልሂቃን በአንጻሩ እያንዳንዱን ፖለቲካዊ ጉዳይ የመከታተል፣ የማጥናትና የመፈተሽ ዕድሉ ስላላቸው ነገሮችን በተሻለ መረጃና ዕውቀት ላይ ቆመው ለመወሰን ይችላሉ።

በዚህ የማኅበራዊ ሚዲያ ዘመን የሕዝብን ቀጥተኛ ተሳትፎ ሲያሳልጥ የተከሠተው አንድ ፈተና የሕዝበኝነት አመለካከት መናርና የሕዝበኛ የፖለቲካ ልሂቃን መበራከት ነው። በማኅበራዊ መገናኛ ብዙኃን ላይ ሕዝብና የለውጥ አራማጆች በሚያነሷቸው ስሜታዊ ሐሳቦች በመወሰድ ለሕዝብ የሚጠቅመውን መንገድ ትቶ በሕዝብ ጊዜያዊ ውዳሴ ለማግኘት መሯሯጥ በሀገራችን ትልቅ ፈተና ሆኖ መጥቷል። በዓለም ላይ የቀጥተኛ ዲሞክራሲ ደካማ ጎንን መታዘብ የሚቻለው ማኅበራዊ መገናኛ ብዙኃኑ በአንጻራዊነት ጠንካራ የሚባሉ እንደ ፈረንሳይ ዓይነት ሀገራትንም ሳይቀር ሲነቀንቃቸው መታየቱ ነው።

የውክልና ዲሞክራሲ በበኩሉ በምርጫ ላይ የሚያተኩር የዲሞክራሲ ዓይነት በመሆኑ በዚህ ዲሞክራሲ ላይ የሚነሡ ሐሳቦች በምርጫና በተያያዥ የውክልና ጉዳዮች ላይ የሚያጠነጥኑ ናቸው። በዚህ ዘመን ነጻ፣ ፍትሐዊ እና ተአማኒ ምርጫ ማካሄድ የእውነተኛ ዲሞክራሲያዊ ሥርዓት ዋነኛ ማሳያ ተደርጎ ይቆጠራል። በአሁኑ ጊዜ እውነተኛ ምርጫ ተካሄደ የሚባለው ሂደቱ ዜጎችን ያሳተፈ ሲሆንና ውጤቱ ደግሞ ፓርቲዎች አንጻራዊ የሆነ ውክልና የሚያገኙበት ሲሆን ነው። የሂደቱን አሳታፊነት ለመለካት ዋናው ነገር የመራጮች ቁጥር ነው። ብዙ መራጮች የተሳተፉበት ምርጫ በደምሳሳው አሳታፊ ምርጫ ተደርጎ ይቆጠራል። ውጤቱን

በተመለከተ ደግሞ በምርጫው የሚወዳደሩ ፓርቲዎች አንጻራዊ በሆነ መልኩ መቀመጫ ካገኙ በደምሳሳው ውጤቱ ውክልና የታየበት ነው ሊባል ይችላል።

የውክልና ዲሞክራሲ አንዱ ትልቅ ድክመት ተደርጎ የሚጠቀሰው ልሂቃዊነት ነው። ልሂቃዊነት ማለት "ፖለቲካን የሚያውቁና የሚረዱ ልሂቃን ናቸው" የሚልና ለልሂቃን የተጋነነ ግምት የሚሰጥ አስተሳሰብ መሆኑ ነው። የውክልና ዲሞክራሲ ለስሙ የሕዝብ አስተዳደር ይባል እንጅ ልሂቃን በፖለቲካ ተወዳድረው የሚያስፈጽሙት የራሳቸውን የልሂቃንን ፍላጎት እንጅ የምስኪኑን ሕዝብ ፍላጎት ብቻ አይደለም፤ በአጭሩ ይህ ዲሞክራሲ በብዙኃን ስም የተመረጡ ልሂቃን የነገሡበት የልሂቃን አስተዳደር ነው የሚል ትችት ይቀርብበታል። ልሂቃን ተወክለው ከሕዝብ ይልቅ የራሳቸውን ፍላጎት የሚያስከብሩበትና በሕዝብ ስም የፖለቲካና የኢኮኖሚ ጉልበተኞች የሚገዙበት ሥርዓት ነው ይሉታል።

ይህ ትችት "ውኃ አይቋጥርም" ብለው የሚከራከሩት ሊቃውንት "የልሂቃን አይቀሬነት"ን ፅንሰ ሐሳብ አምጥተዋል። የልሂቃን አይቀሬነት ማለት በየትኛውም አካሄድ ብንሄድ ከልሂቃን የበላይነት ማምለጥ አይቻልም የሚል ነው።

በኅብረተሰብ ውስጥ ሁሌም የመምራት ዐቅምና ፍላጎት ያላቸው ጥቂቶች ላቅ ያሉት (ልሂቃን) ናቸው ይላሉ። ስለዚህም በዲሞክራሲያዊም ሆነ በሌሎች ማናቸውም ዓይነት ሥርዓቶች የልሂቃን ወደ ፊት መምጣት አይቀሬ ጉዳይ ነው በማለት ይከራከራሉ። የውክልና ዲሞክራሲ ቀዳሚ ማሳያ ተደርጎ የሚቆጠረው የአብላጫ ድምፅ ዲሞክራሲ ነው። ይህ የዲሞክራሲ አደረጃጀት "የብዙኃን አመራር፤ የህዳጣን መብት" በሚል መርሕ የሚታወቅና አብላጫ ድምፅ ያገኘ ፓርቲ ሀገር የሚያስተዳድርበት ሥርዓት ነው። አደረጃጀቱ ህዳጣንን ከውሳኔ ሰጭነት የሚያገልና ከሥልጣን ውጭ የሚያደረግ ነው በሚል ትችት ይቀርብበታል። የአብላጫ ድምፅ ዲሞክራሲ መሠረቱ የሲቪክ ባህል ከገነቡ ሀገራት ስለሆነ የምርጫ ሂደቱ በከፍተኛ የሐሳብ ፉክክር ላይ የተመሠረተ ነው።

በዚህ ዓይነቱ ዲሞክራሲ ላይ የሚሰነዘረው አንድ ትችት የምርጫ ፉክክሩ እየጦዘ ሲመጣ ፓርቲዎች ለማሸነፍ ሲሉ የሕዝበኝነት ዝንባሌ ውስጥ እንዲገቡ ያደርጋቸዋል የሚል ነው። ይህም ማለት ፓርቲዎች ምርጫን ለማሸነፍ ሲሉ ስሱ የሆኑ ጉዳዮችን (ለምሳሌ ብሔርን) በማጣቀስ ከፍተኛ ድምፅ ለማግኘት ይሞክራሉ። ይህም የምርጫው ሂደት በስሜት የጦዘ ያደርገዋል። እንደኛ ባሉ በብሔርና በሃይማኖት የተከፋፈሉ ሀገራት ላይ የአብላጫ ድምፅ ዲሞክራሲ የምርጫ ፉክክርን በማካረር ለብጥብጥና ለአደጋ የማጋለጥ ውጤት ይኖረዋል። ሆኖም ይህን ፉክክር ለጊዜው አስታግሠው ሰላማዊ ምርጫ ማድረግ የቻሉ አንዳንድ ሀገራት መኖራቸው የሚዘነጋ አይደለም። ሌላኛው በአብላጫ ዲሞክራሲ ላይ የሚቀርበው ትችት ስለ ሂደት እንጅ ስለ ውጤት አይጨነቅም የሚል ነው። በዚህም ምክንያት በብሔርና በሃይማኖት በተከፋፈሉ ሀገራት ላይ አንድ አብላጫ ድምፅ ያለው ቡድን ሁሌም አሸናፊ የሚሆንበትና ሥልጣንን በብቸኝነት የሚቆጣጠርበት ሁኔታ ይፈጠራል ሲሉ ይተቹታል።

የሲቪክ ባህል ባልተገነባባቸውና በተለይም በማንነት ፖለቲካ በተወጠሩ ሀገራት ላይ የአብላጫ ድምፅ ዲሞክራሲ አይሠራም የሚል ሐሳብ የሚያራምዱ

ሊቃውንትና ፖለቲከኞች በድምፅ ብልጫ ሳይሆን በመግባባት ላይ የተመሠረተ ዲሞክራሲ የተሻለ አማራጭ መሆኑን ይናገራሉ። ምንም እንኳን ዲሞክራሲ ማለት በዝነኛና በመሠረታዊ ትርጉሙ ከአብላጫ ድምፅ ጋር የተያያዘና በፉክክር ላይ የተመሠረተ ሥርዓት ቢሆንም ይህ ሥርዓት በብሔርና በሃይማኖት ለተከፋፈሉ ሀገራት እንደማያዋጣ እነዚህ ሊቃውንት ይናገራሉ። ምንም እንኳን በመግባባት ላይ የተመሠረተ ዲሞክራሲ የህዳጣንን መብት በማስከበር ረገድ ተመራጭ ነው ቢባልም አንዳንድ ሊቃውንት በመግባባት ላይ የተመሠረተ ዲሞክራሲ ፖለቲካውን ከብዙኃን አስተዳደር ወደ ህዳጣን አስተዳደር የሚቀይርና በምትኩ የብዙኃንን ልሳን የሚዘጋ ነው ይሉታል።

በመግባባት ላይ የሚመሠረት ዲሞክራሲ ዘግይተው ወደ ዲሞክራሲ ለመግባት በሚሞክሩና በተለይም በብሔርና በሃይማኖት ክፍፍል በሚታመሱ ሀገራት ዘንድ ተመራጭ ዲሞክራሲ እየሆነ የመጣ ይመስላል። በአሁኑ ጊዜ በሽግግር ፖለቲካዎች ውስጥ ጎልቶ የሚሰማውና በተራው የዲሞክራሲ ተዋስኦውን የተቆጣጠረው ይህ አደረጃጀት ነው። የዲሞክራሲ ዝነኛ ትርጉም ከአብላጫ ድምፅ ዲሞክራሲ ወደ መግባባት ዲሞክራሲ እየተቀየረ በሚመስል ሁኔታ ብዙ የዲሞክራሲ ግንባታ ርምጃዎች በመግባባት ላይ የተመሠረተ ዲሞክራሲን ታሳቢ የሚያደርጉ ናቸው። በመግባባት ላይ የሚመሠረት ዲሞክራሲ ቢያንስ አራት ጉዳዮችን ሊያካትት ይችላል። ታላቅ ቅንጅት፣ የህዳጣን ድምፅን በድምፅ የመሻር ሥልጣን፣ ተመጣጣኝ ውክልና እና የአካባቢ ራስ መርነት።

በእነዚህ አራት መሠረታዊ ጉዳዮች ላይ የሚዘረጋው ሥርዓት የህዳጣንን ጥያቄዎች አስቀድሞ ስለሚመልስና ማኅበረሰባዊ ጥያቄዎችን ኢፖለቲካዊ ስለሚያደርግ ግጭቶችን በመቀነስ የተረጋጋ ዲሞክራሲ ይፈጥራል የሚል መከራከሪያ ያቀርባሉ። በመግባባት ላይ የተመሠረተ ዲሞክራሲ በጥቅሉ ትብብርን መሠረት ያደረገ ነገር ግን ማኅበረሰባዊ ማንነትን ታሳቢ የሚያደርግ የዲሞክራሲ አደረጃጀት ነው።

በመግባባት ላይ የተመሠረተ ዲሞክራሲ ብሔረሰባዊ ማንነትን ቋሚ አድርጎ የመመልከት አዝማሚያ ያለውና በዚህም አካባቢያዊ ማንነቶችን ከማቀራረብ ይልቅ በመካከላቸው ያለውን ውጥረት የሚያስቀጥል ነው የሚል ትችት ይቀርብበታል። ይህ አደረጃጀት በአውሮጳ እንደ ኔዘርላንድ፣ ቤልጅየምና ስዊዘርላንድ በመሳሰሉ ሀገራት የሚሠራ ቢሆንም በአዳጊ ሀገራት ላይ ሊሠራ እንደማይችል የሚከራከሩ አሉ። ዋነኛው ትችትም በአዳጊ ሀገራት ያለው ችግር እንደ አውሮጳውያኑ መልክዓ ምድርን መሠረት ያደረገ ብሔረሰባዊ ፉክክር ሳይሆን፣ ቋንቋን ወይም የትውልድ ሐረግን የሚያጣቅስ ብሔረሰባዊ ፉክክር ስለሆነ ችግሩን ከመፍታት ይልቅ ያባብሰዋል የሚል ነው። በዚህ ትችት መሠረት የአውሮጳውያኑ ንዑስ ማኅበረሰቦች በአካባቢያዊ ጥቅም ላይ የተመሠረቱና የባህልም ሆነ ሌላ ልዩነታቸውን የሚገነዘቡት መልክዓ ምድርን መሠረት ባደረገ መንገድ ነው። ይህ አደረጃጀት የልሂቃንን የሥልጣን ጥም ለማርካት የሚመች በዚህም ምክንያት ልዩነትን መሠረት ያደረጉ ፉክክሮችን ከማለዘብ ይልቅ የሚያስፋፋ ከረጅም ጊዜ አንጻር ሄዶ ሄዶ ሀገራዊ ሰላምና መረጋጋትን አደጋ ውስጥ የሚከት ነው የሚል ትችት ይቀርብበታል።

ይህን ዓይነት ትችት የሚሰነዝሩት ሊቃውንት በዋናነት ዲሞክራሲ ብሔረሰባዊ ማንነትን በተሻገረ የፖለቲካ ፉክክር ላይ መመሥረት አለበት የሚሉ

ናቸው። በእነዚህ ሊቃውንት ዕሳቤ መሠረት በብሔረሰባዊ ማንነት ተደራጅቶ “ትብብር” ከማድረግ ይልቅ በኅብረ ብሔራዊ መንገድ ተደራጅቶ “ፉክክር” ማድረግ የተረጋጋ ዲሞክራሲን ለመፍጠር የበለጠ ውጤታማ ነው። በሌላ አገላለጽ በማንነት ዙሪያ መሰባሰቡ የሚያመጣውን መካረር የሚያስወግደው፣ ሰዎች ከነጠላ ማንነት ይልቅ ብዙ ማንነት እንዳላቸው ዐውቀው ፖለቲካቸውን ማንነትን ተሻጋሪ ካደረጉት ነው። ይህ አማራጭ ከመግባባት ዲሞክራሲ በተቃራኒ የፖለቲካ ፉክክርን ታሳቢ የሚያደርግ ነው።

አንዳንድ ሊቃውንት በቀጥተኛ ዲሞክራሲ አቀንቃኞች ዘንድ የሚነሣውን በተዋስኦ ላይ የተመሠረተ ዲሞክራሲ መጠቀም የተረጋጋ ዲሞክራሲ ለመፍጠር መፍትሔ ነው ይላሉ። በዋናነትም የመግባባት ዲሞክራሲን በተዋስኦ ላይ እንዲመሠረት ማድረግን በመፍትሔነት ያስቀምጣሉ።

ጥቂት ሀገራት (ለምሳሌ፣ እስራኤልና ኢስቶኒያ) ደግሞ ብዙኃን የሆኑት ብሔሮች በሀገሪቱ የበላይነት ይዘው የሚቀጥሉበት “የብሔር ዲሞክራሲ” ገንብተዋል። ይህ ዓይነት አደረጃጀት በሀገሮቹ ውስጥ ህዳጣንን በብዙኃን ፍላጎትና ቅርጽ የሚያስገዛ መሆኑ በተግባር ከአብላጫ ድምፅ ዲሞክራሲ ጋር የሚያመሳስለው ቢሆንም፣ ዜጎችን በአንድ ብሔራዊ ማንነት ከመቅረጽ ይልቅ የብሔር ማንነትን ቋሚ ነገር አድርጎ መውሰዱ በመግባባት ላይ ከሚመሠረት ዲሞክራሲ ጋር ያመሳስለዋል።

ምን ዓይነት ዲሞክራሲ ያስፈልገናል?

በቀደመው ምዕራፍ እንደተገለጸው የሰው ልጆች ተደማሪ ፍላጎቶቻቸውን ለማሟላት በሚያደርጉት ጥረት ውስጥ ጥረታቸውን የሚደፍቅና በ“እኔ አውቅልሃለሁ” መርሕ አንዱን ፍላጎት ብቻ ነጥሎ ለማሟላት የሚሞክረው የጭቆና ሥርዓት ነው። ይህም አንድን ፍላጎት ብቻ ለማሟላት የሚደረገው ጉዞ የሕዝቦችን ፍላጎት እያጓደለ ለተከታታይ ዐመፅና ብጥብጥ የሚያነሣሣቸው ሆኗል። ሥጋዊ ፍላጎትን አሟልቶ እኩልነትና ነጻነትን የሚያጓድል፣ ነጻነትን ሰጥቶ ቁራሽ እንጀራ የሚነፍግ፣ እኩልነትን ሰጥቶ ነጻነትን የሚነፍግና እኩል የሚያስርብ፣ ወዘተ... ሥርዓት ሁሉ የሰው ልጆችን ፍላጎት የሚያጓድል የጭቆና መንገድ ነው። ስለዚህም የምንዘረጋው ዲሞክራሲያዊ ሥርዓት የሰው ልጆችን ተደማሪ ፍላጎቶች ያገናዘበ መሆን ይኖርበታል። አንዱን ፍላጎት ብቻ አንጠልጥሎ የሚሮጥ ሥርዓት የሀገራችንን ህልውና በአስተማማኝ መሠረት ላይ ሊያቆምልን አይችልም።

ተደማሪ ፍላጎቶችን ሁሉ እንዴት በአንዴ ለማሟላት ይቻላል? የሰው ልጅ ዐቅም ውስን አይደለም ወይ? የሚሉ ጥያቄዎች መነሣታቸው አይቀርም። ቀደም ብሎ እንደተጠቀሰው፣ በመደመር እሳቤ መሠረት የሰው ልጅ ዕጣ ፈንታውን የመበየን ዕምቅ ዐቅምና ነጻ ፍቃድ ያለው ፍጥረት ነው። ሆኖም ይኸን የሰው ልጆች ዕምቅ ዐቅም ያለብክነት አጠራቅሞ ውጤታማ ለማድረግ በመደመር ፍኖት መጓዝና አንዱ ለአንዱ ዕዳ ሳይሆን ኃይል የሚሆንበትን መንገድ መከተል ይኖርበታል። ይህን ለማድረግ በመጀመሪያ ጭቆናን ለማስወገድ የጋራ ግብና ቁርጠኝነት ሊኖር

ይገባል። ጭቆናን ያለቅሪት ለመበጣጠስ ደግሞ ሰው ወለድና መዋቅር ወለድ ጭቆናን አዳብሎ መመልከት የሚችል ኅሊና ያስፈልጋል።

በሀገራችን ስለዲሞክራሲ የሚነሡ አብዛኞቹ ሐሳቦች ዲሞክራሲን በአንዱ የጭቆና ዓይነት ላይ ብቻ እንዲያጠነጥን የሚፈልጉ ናቸው። እነዚህ በአንድ የጭቆና ዓይነት ላይ ብቻ የማተኮር ዝንባሌዎች አንዱን የጭቆና ዓይነት በሌላኛው የጭቆና ዓይነት ውስጥ በግድ ለማጠቃለል የመሞከር እንጅ አንዱን በሌላኛው ላይ ደምሮ የመመልከት አማራጭን የያዙ አይደሉም። ብዙዎቹ ክርክሮች የግለሰብ መብት ሲከበር የቡድን መብት አብሮ ይከበራል በሚልና በተቃራኒው የቡድን መብት ሲከበር የግለሰብ መብት አብሮ ይከበራል በሚሉ አመክንዮዎች የታጠሩ ናቸው።

አመክንዮዎቹን ለማስረዳትም የተለያዩ ሩቅ ምሳሌዎችን በመሳብ የሚደክሙ ናቸው። ነገር ግን ከሁሉ በፊት ሁለት የተለያዩ ጭቆናዎች ከሆኑ የአንዱ መከበር ሌላኛውን እንዴት ሊያስከብረው እንደሚችል መጠየቅ ያስፈልጋል። መጀመሪያውኑ ሁለት የተለያየ መነሻ፣ ይዘት እና ቅርጽ ያላቸው ሁለት ችግሮች በአንዱ ልክ ብቻ በተሰፋ መፍትሔ እንዴት ሊፈቱ ይችላሉ? ይህ ዓይነት አካሄድ የአንድን በሽታ መድኃኒት ለሌላ በሽታ መፈወሻነት ለመጠቀም እንደማሰብ ያለ ስሕተት ነው።

ሰው ወለድ እና መዋቅር ወለድ ጭቆና ምንም እንኳን አንዱን ከአንዱ ነጥሎ ለማየት በማይቻል ሁኔታ የተሳሰሩ ቢሆንም በሌላ በኩል ግን የተለያየ ምንጭና ተፈጥሮ አላቸው። ስለሆነም በአንዱ ልክ ብቻ በተመተረ መፍትሔ ሌላውን ለመፍታት ከመሞከር ይልቅ ሁለቱንም የሚያስተናግድ መፍትሔ መፈለግ የተሻለ ነው።

መፍትሔ በመፈለግ ሂደቱ ውስጥ አንዱ መሠረታዊ ጉዳይ ለሁለቱ ጭቆናዎች ሚዛናዊ ትኩረት የመስጠት ጉዳይ ነው። በቡድን መብት ወይም በግለሰብ መብት ላይ ብቻ ትኩረቱን የሚያደርግ አካሄድ አንዱን ፍላጎት አሟልቶ ሌላኛውን ያጓድላል። ስለ ብሔሮች መብት ወይም ስለ እኩልነት ብቻ ስንጨነቅ የዜጎች አጠቃላይ ነጻነትና ደኅንነት ይዘነጋል። በሌላ በኩል ስለ ዜጎች ነጻነት ስናወራ የብሔሮች እኩልነት ይረሳል። ስለዚህም ሁለቱን የጭቆና ዓይነቶች ወይም ሁለቱን የመብት ዓይነቶች አንጻራዊ ትኩረት ሰጥቶ መነጧት ያስፈልጋል።

በኢትዮጵያ ሁለቱን የጭቆና ዓይነቶች የምንመለከትበት መነጽር ከሲቪክና ማኅበረሰባዊ ብሔርተኝነት ጋር የተያያዘ ነው። ሲቪክ ብሔርተኞች በግለሰብ መብት ላይ የሚያተኩሩ ሲሆን፣ ለቡድን መብት መከበር ያላቸው ፍላጎት ግን በአመዛኙ ከቃል የዘለለ አይደለም። በሌላ በኩል ማኅበረሰባዊ ብሔርተኞች ደግሞ ነገሮችን ሁሉ ከብሔር ጋር የማያያዝና የግለሰቦችን መብት የመዘንጋት ክፍተት አለባቸው። ስለሌሎች የቡድን ማንነቶችም ግድ ያላቸው አይመስሉም።

በሀገራችን ሁለቱ ብሔርተኝነቶች በጣምራ በመኖራቸው ምክንያት በማኅበረሰባዊ ብሔርተኝነት ላይ ብቻ ያተኮረ መፍትሔ ብዙ ርቀት አያስጉዘንም። በሀገራችን ባለፉት ዓመታት አነሰም በዛ በመግባባት ላይ የተመሠረተ ዲሞክራሲያዊ ሥርዓትን ለመዘርጋት ተሞክሮ ነበር።

ለመዘርጋት የተሞከረው ሥርዓት የህዳጣንን መብት በማስከበር ላይ ያተኮረና በብሔር ልሂቃን ስምምነት ላይ የተመሠረተ ሥርዓት ነው። ይህ ሥርዓት ከነጉድለቱ

የብሔሮችን መብት ለማስከበር የሞከረና በመግባባት ላይ የተመሠረተ ዲሞክራሲን ለመዘርጋት በቂ መነሻ ይዞ የተነሣ ነው። ሆኖም ይህ ሙከራችን በሀገራችን ያለውን የሲቪክ ብሔርተኝነት የዘነጋ ነበር።

በኢትዮጵያ ታሪክ ውስጥ ብሔረ መንግሥት ለመገንባት በተደረገው ሙከራና ቀደም ብሎ በኢትዮጵያ ሕዝቦች መካከል በነበረው መስተጋብር ምክንያት በከፊል የተገነባ ሲቪክ ኅብረተሰብ አለ ማለት ይቻላል። ስለሆነም የኢትዮጵያ ፖለቲካ ከዚህ ሲቪክ ኅብረተሰብ በሚመነጨው ሲቪክ ብሔርተኝነትና የዚህን ሲቪክ ኅብረተሰብ ሥሪት በሚቃወመው የማኅበረሰባዊ ብሔርተኝነት መካከል የተወጠረ ነው።

በመግባባት ላይ የተመሠረተ ዲሞክራሲ ለመገንባት ያደረግነው ሙከራ በዋናነት በማኅበረሰባዊ ብሔርተኞች መካከል በተደረገ መግባባት ላይ የተመሠረተ እንጅ የሲቪክ ብሔርተኞችን ያስተናገደ ነው ማለት አይቻልም። ለዚህም ነው አደረጃጀቱ ከጅምሩ በሲቪክ ብሔርተኞች ዘንድ የኢትዮጵያን አንድነት የሚያፈርስና የሕዝቦችን አብሮ መኖር የሚያደፈርስ ተደርጎ የሚቆጠረው። የተረጋጋ ዲሞክራሲያዊ ሥርዓት ለመፍጠር ካስፈለገ ማኅበረሰባዊ ብሔርተኞች እርስ በርስ ብቻ ሳይሆን በማኅበረሰባዊ ብሔርተኞችና በሲቪክ ብሔርተኞች መካከልም መግባባት መፍጠር ያስፈልጋል።

በማኅበረሰባዊና በሲቪክ ብሔርተኞች መካከል የሚስተዋለው አንድ ትልቅ ችግር በልሂቃዊነትና በሕዝበኝነት መካከል የተፈጠረው ዋልታ ረገጥ ዕይታ ነው። ማኅበረሰባዊ ብሔርተኞች የችግሮችን መፍትሔ ሁሉ ከልሂቃን መግባባት ውስጥ የሚያስሱ ናቸው። በልሂቃን መካከል የሚደረግን ድርድር የችግሮች ሁሉ መፍቻ ቁልፍ አድርገው ይመለከታሉ። ይህም የልሂቃዊነት ዝንባሌያቸውን የሚያሳይ ነው። በሌላ በኩል ደግሞ ሲቪክ ብሔርተኞች የልሂቃንን ውትወታ ቸል ብለው "ሕዝቡ የሚፈልገው" የሚሉትን ሐሳብ ያራምዳሉ። የተለያዩ ልሂቃንን የወሳኝነት ድርሻና ዐቅም ዘንግተው በደፈናው የሕዝበኝነት ፖለቲካ እንዲፈጠር ይፈልጋሉ። ይህ ደግሞ አሁን ባለው ተጨባጭ ሁኔታ ብዙ አያስኬድም። እንደዚህ ያለው ልሂቃዊነትም ሆነ ሕዝበኝነት ነገሮችን በተሻለ ሚዛን ከመመልከት ይልቅ ጥግ የመያዝ አዝማሚያዎች ናቸው።

ባለፉት ዓመታት በመግባባት ላይ የተመሠረተ ዲሞክራሲ ለመገንባት የተደረገው ጥረት በሐሳብ ደረጃ ሲቪክ ብሔርተኝነትን ካለማቀፉ ባሻገር በተግባር ደረጃ ደግሞ ከማኅበረሰባዊ ብሔርተኞች በኩል ትችት ይቀርብበታል። ትችቱም ብሔሮች በሕግ የተሰጣቸው መብት ለይስሙላ የተቀመጠ እንጅ በተግባር የተተረጎመ አይደለም የሚል ነው። ሥርዓቱ በሚጠበቀው መጠን ውጤታማ ያልሆነው በአተገባበር ችግር ምክንያት ነው የሚል መከራከሪያ ያቀርባል።

በትግበራ ሂደቱ የገጠሙ ችግሮችና መርሕ አልባ አሠራሮች እንደተጠበቁ ሆነው ይህ አደረጃጀት በሚፈለገው መጠን ውጤታማ ያልሆነበት አንዱ ምክንያት በልሂቃን መካከል ትብብር ባለመኖሩ ነው። በመግባባት ላይ የተመሠረተ ዲሞክራሲ በመዋቅር ደረጃ ልዩነትን እንዲያስተናግድ ሲደረግ፣ ልዩነቱ ጫፍ እንዳይረግጥ ደግሞ የልሂቃን ትብብር እንደ ልጓም ሆኖ ማገልገል አለበት ብሎ ታሳቢ የሚያደርግ ነው። ብሔር ተሻጋሪ አደረጃጀትን የሚያቀነቅኑ ልሂቃን በኅብረ

ብሔራዊ ድርጅቶች መካከል የሚኖርን "ፉክክር" መሠረት ሲያደርጉ የመግባባት ዲሞክራሲ አቀንቃኞች ግን በብሔር ድርጅቶች መካከል የሚኖርን "ትብብር" መሠረት ያደርጋሉ። በእኛ ሀገር የብሔር ልዩነትን የሚያስተናግድ ሥርዓት ዘርግተን፣ ልዩነቱ ጫፍ እንዳይረግጥ የሚያደርገውን "ትብብር" ግን ዘንግተነዋል። ስለሆነም ዲሞክራሲያችን በመዋቅርም ሆነ በልሂቃን ደረጃ ልዩነትን ብቻ የሚያጎላ በመሆኑ የተረጋጋ ዲሞክራሲ ለመመሥረት አስቸጋሪ ነው።

ሌላኛው በሙከራችን ላይ የተስተዋለው ችግር ከላይ እንደተጠቀሰው የመግባባት ዲሞክራሲ ካለው የልሂቃዊነት ዝንባሌ የሚመነጭ ነው። የልሂቃዊነት ዝንባሌው መዋቅር ወለድ ጭቆናን የሚመለከተው ልሂቃንን በማግባባት ጊዜያዊ መረጋጋትን ከማምጣት አንጻር ብቻ እንጅ ጭቆናውን ከልብ አስወግዶ የሕዝብን ፍላጎት ለማምጣት አልነበረም። በሌላ አገላለጽ የመግባባት ዲሞክራሲያችን ከአዎንታዊ ሰላም ይልቅ አሉታዊ ሰላም በማምጣት ላይ ያነጣጠረ ነው። አሉታዊ ሰላም የብጥብጥ አለመኖርን እንደ ሰላም የሚቆጥር ሲሆን ጭቆናን በማስቀጠል ላይ የተመሠረተና ጭቁኖችን ዝም በማሰኘት ላይ የሚያተኩር አተያይ ነው። የልሂቃን ስምምነት በብዙ መልኩ ለልሂቃን የሥልጣን ሽሚያ እንዲመች የብሔር ጉዳይን በማጦዝ ላይ የሚመሠረት እንጅ መሬት ላይ ያለውን መዋቅር ወለድ ጭቆና ከምር ለመፍታት የሚሄድበት መንገድ ውስንነት ይታይበታል።

የየብሔሩ ልሂቃን አንጻራዊ ሥልጣን አግኝተው ዝም ብለው መቀመጣቸውን እንደ ሰላም ስለሚቆጥር በጥቅሉ መዋቅር ወለድ ጭቆናን ለመፍታት የሚሄድበት ርቀት አጭር ነው።

ይህ ችግር በሌሎች የዲሞክራሲ ዓይነቶችም ላይ የሚስተዋል ነው። የዲሞክራሲ አደረጃጀቶች ሁሉ ዋነኛ ጥረታቸው ብጥብጥን ማስቀረት እንጅ ጭቆናን ማስቀረት ላይ የሚያተኩር አይደለም። ይህ ሂደት ነው የቡድን መብቶችን ሁሉ ወደ አንድ ጥግ ወስደን ከብሔር መብት ጋር ብቻ እንድናዛምዳቸው ያደረገን። ብሔር ከብዙዎቹ የቡድን ማንነቶች ሁሉ አንዱ ቢሆንም ለልሂቃን የፖለቲካ መሰባሰቢያነት በመዋሉ ምክንያት የፖለቲካችን ብቸኛ የትኩረት ነጥብ የሆነ ይመስላል። ይህ ሌሎችን የቡድን መብቶች ሁሉ ዘንግቶ ትኩረትን በብሔር ላይ ብቻ የማድረግ አካሄድ ጭቆናን ከማስወገድ ወይም የቡድኖችን መብት ከማስከበር ይልቅ አሉታዊ ሰላም በማምጣት ላይ ማተኮርን ያሳያል። ይህም የብሔርንም ሆነ የሌሎችን ቡድኖች ጭቆና ለማስወገድ የምንሠራው ሥራ ውጤታማ እንዳይሆን አድርጎታል።

በመደመር ዕሳቤ የምንገነባው ዲሞክራሲ የግለሰቦችንም ሆነ የቡድኖችን ጭቆና ከምር ወስዶ ጭቆናን ለማጥፋት የሚሠራ ነው። የቡድን ጭቆናን የምንታገለው አሉታዊ ሰላምን ለማምጣት ወይም ጊዜያዊ መረጋጋትን ለመፍጠር ብቻ ሳይሆን ጭቆናን አስወግዶ የሰው ልጆችን ፍትሐዊ ተጠቃሚነት ለማረጋገጥ መሆን ይኖርበታል።

መደመር ማኅበረሰባዊ ብሔርተኝነትን እና ሲቪክ ብሔርተኝነትን አመቻምቾ የሚጓዝ፣ ባለው የመግባባት ዲሞክራሲ ላይ የጎደለውን የልሂቃን ትብብር ለማምጣት የሚሠራ የዲሞክራሲ አማራጭን ይከተላል። የነበረውን ከማፍረስ ይልቅ

በነበረው ላይ እየጨመሩ ማከማቸት፣ ስሕተቶችን እያረሙና አዳዲስ ሐሳቦችን እያከሉ ቀጣይ ጉዞን መተለም ወረታችንን የሚያሳድግ መንገድ ነው። ስለሆነም በቀደመው የመግባባት ዲሞክራሲ ሙከራችን ላይ የታዩ ስሕተቶችን እያረምን፣ አዳዲስ ሐሳቦችን እየጨመርን መቀጠል እንጅ በድጋሚ ዘለን ሌላ ሙከራ ውስጥ መግባት አያስፈልገንም። ሀገራችንን ከቤተ ሙከራነት ለማውጣት ዋናው መፍትሔ ያለፈውን በትክክል መዝኖ ችግሩን እያስተካከሉ መሄድ ነው።

በብሔር ልሂቃን መካከል ያለውን ውጥረት ለማርገብና በቀደመው ድርድር ውስጥ ተገቢ ቦታ ያላገኘውን ሲቪክ ብሔርተኝነት ለማካተት ቀጣይ ተዋስኦ መር ድርድሮችን ማድረግ አስፈላጊ ነው። ተዋስኦ መር ድርድር ስንል ለመፍትሔና ለአቋም ከመሮጣችን በፊት ግንኙነታችንን የሚያስተካከል ዕርቅ ማድረግ፣ ጥናቶችና የውይይት መድረኮችን እያዘጋጀን ታፍነው የቆዩና ያልተሰሙ ድምፆችንና ሐሳቦችን እንዲደመጡ መግፋት፣ በብቸኝነት ጉድለት ውስጥ እየጠፉ ያሉ ልሂቃንን እንዲሰባሰቡ በማድረግ የንቁ ልሂቃን ክምችታችንን ማሳደግ እና በሂደቱም በተለያዩ ጉዳዮች ላይ ድርድር ማድረግ ማለት ነው። ይህ ሂደት ለመደመር ዕንቅፋት የሚሆኑብንን አስተሳሰቦችና ዝንባሌዎች እየገራና እያረቀ፣ ምክንያታዊነትን እያጎለበተልን ስለሚመጣ ለዲሞክራሲ ግንባታችን መሠረታዊ ጉዳይ ነው። የሲቪል ማኅበረሰብ ተቋማት፣ ሚዲያዎች እና ምሁራን ከነበሩበት ሁኔታ ወጥተው እንዲጠናከሩና በዲሞክራሲ ግንባታችን ውስጥ ትልቅ ሚና እንዲጫወቱ ማድረግ ትልቅ አስተዋጽዖ ይኖረዋል። ለምሳሌ እንደ ቱኒዝያ ባሉ ሀገራት ውስጥ የሲቪል ማኅበረሰብ ተቋማት ለዲሞክራሲ ግንባታ ያደረጉት አስተዋጽዖ በቀላል የሚታይ አይደለም።

በእንዲህ ዓይነት በሁሉም አካላት ተሳትፎና በመደመር የምንገነባው ዲሞክራሲ ከራሳችን ነባራዊ ሁኔታ እየተቀዳ ችግራችንን የሚፈታ ይሆናል። ከእኛው ባህሎችና ዕሴቶች ላይ ተነሥተን የሕዝባችንን ሥነ ልቦናና የኑሮ ሁኔታ ያገናዘበ በልካችን የተሰፋ ዲሞክራሲ ያስፈልገናል። በብቸኝነት ጉድለት ውስጥ በምትዳክር ሀገር ውስጥ የምንገነባው ዲሞክራሲ ደግሞ ከብቸኝነት ጉድለት የሚያወጣንን የመደመር ዕሴት የሚገነባና ከችግሮቻችን በቶሎ ለመላቀቅ የሚያስችለንን ድምር ዐቅም ወይም ወረት የሚሰጠን መሆን አለበት። የውዝፍ ሥራችንን ክምችት የምናቃልለው፣ የዐቅማችንን ክምችት ስናካብተው ነው። በዚህ ሂደት የምንገነባው የመደመር ዲሞክራሲ የመጨረሻ ግቡ የሲቪክ ባህል የዳበረባትና በሐሳብ ውድድር ላይ የተመሠረተ ዲሞክራሲ የሚኖርባትን ኢትዮጵያ ዕውን ማድረግ ነው። ዲሞክራሲና የሀገር ህልውና የማይጋጩበትን፣ በባህል ላይ የሚቆም የዲሞክራሲ ሥርዓትን መገንባት ነው።

ምዕራፍ 7

የሀገረ መንግሥት ቅቡልነትን የማረጋገጥ ፈተና

የሀገረ መንግሥት ቅቡልነት ማለት ሕዝብ ወይም ልሂቃን ሀገረ መንግሥቱን የፍላጎታቸው አስፈጻሚ ወኪል አድርገው የሚቆጥሩበት መጠን ነው። የሀገረ መንግሥት ቅቡልነት ሲኖር ዜጎች ኃይልን የመጠቀም ብቸኛ ሥልጣን ያለው ሀገረ መንግሥቱ ብቻ እንደሆነ ይቀበላሉ። የአንድ ሀገረ መንግሥት ጥንካሬም ከተቋማቱ ብርታትና የማስፈጸም ዐቅም ባሻገር በዚህ የሀገረ መንግሥት ቅቡልነት ላይ የሚመሠረት ነው። ሀገረ መንግሥት "የተቋማት ሥሪት ነው" የሚሉ ሊቃውንት እንዳሉ ሁሉ፤ በተቃራኒው ሀገረ መንግሥት ከተጨባጭ የተቋማት ሥሪትነት ይልቅ "በዜጎች አእምሮ ውስጥ የሚቀረጽ ሐሳባዊ ጉዳይ" በመሆኑ ዜጎች ያልተቀበሉት ሀገረ መንግሥት ህልውናው አደጋ ውስጥ ይወድቃል የሚሉም አሉ።

በመፍረስ ላይ ያሉ ሀገረ መንግሥታትን ለማቋቋም ዓለም አቀፉ ማኅበረሰብ በተቋማት ግንባታ ላይ ያነጣጠሩ ጥረቶች ቢያደርግም አብዛኞቹ ጥረቶች ስኬታማ የማይሆኑት ሀገረ መንግሥቶቹ በሕዝቡ ወይም በልሂቃን ቅቡልነት ስለማይኖራቸው ነው። ይህም ለጠንካራ ሀገረ መንግሥት መፈጠር የሀገረ መንግሥት ቅቡልነት ማግኘት ምን ያክል ወሳኝ ጉዳይ እንደሆነ የሚያመላክት ነው። የሀገረ መንግሥት ቅቡልነት በዋናነት የልሂቃን ስምምነት ውጤት መሆኑ የሚካድ አይደለም። ልሂቃን ተስማምተው ያልተቀበሉትን ሀገረ መንግሥት ሕዝቡ በደፈናው ይቀበለዋል ብሎ ማሰብ የልሂቃንን የጥምዘዛና የተጽዕኖ አቅም አለመረዳት ነው።

የኢትዮጵያ ሀገረ መንግሥት ከቅቡልነት ይልቅ በተቋማት ብርታት ላይ የቆመ ነው ማለት ይቻላል። በተለያዩ ጊዜዎች የተነሡትን ፖለቲካዊ መንገራገጮች አልፎ ህልውናውን አስጠብቆ መቀጠል የቻለውም በተቋማት ብርታት ነው።

በአንጻሩ ለመንገራገጮቹ ምክንያት የሆነውን የሀገረ መንግሥት ቅቡልነት ለማምጣት የሄድንበት መንገድ ግን ስኬታማ አልነበረም። ይህም በሀገረ መንግሥት ቅቡልነት ላይ ብዙ የቤት ሥራዎች እንዳሉብን የሚያመላክት ነው።

የሀገረ መንግሥት ቅቡልነት ችግር ከሁለት መሠረታዊ ጉዳዮች ጋር የተያያዘ ነው ማለት እንችላለን። ከቁስ ተሻጋሪ ዕሴቶች እና ከሀገረ መንግሥት ምሥረታ ታሪክ። በአንድ በኩል ቁስ ተሻጋሪ ዕሴቶች ባልዳበሩባቸው ሀገራት ዜጎች ፖለቲካን ከቡድን ጥቅም አንጻር ስለሚያስተሳስሩትና የሲቪክ ባህል ስለማይኖር፣ በዚህም ምክንያት ግጭቶች ስለሚበረክቱ የሀገረ መንግሥት ቅቡልነትን ማምጣት ያስቸግራል። ይህም ችግሩንም ሆነ መፍትሔውን በዋናነት ኢኮኖሚያዊ ገጽ ይሰጠዋል። ቁስ ተሻጋሪ ዕሴቶችን በማዳበር የሀገረ መንግሥት ቅቡልነትን ለማምጣት ዋናው ጉዳይ ኢኮኖሚያዊ ልማትን ማምጣት ቢሆንም ከኢኮኖሚ ሥራዎች ጎን ለጎን ዕሴቶችን የሚገነባ የባህል ግንባታ ሥራ በፖለቲካው መስክ መሠራት አለበት።

በአጠቃላይ ቁስ ተሻጋሪ ዕሴቶችን ለማጎልበት የሚሠራው ኢኮኖሚያዊና ፖለቲካዊ ሥራ የሀገረ መንግሥት ቅቡልነትን በማረጋገጥ ረገድ ዘላቂውና አስተማማኙ መንገድ ነው። (ስለባህል የቀረበውን ምዕራፍ ይመልከቱ።) በሌላ በኩል የሀገረ መንግሥት ምሥረታ ታሪክ በምስቅልቅል የተሞላ ከሆነ ቅቡልነትን ማግኘት እጅግ አስቸጋሪ ይሆናል።

የፖለቲካ ልሂቃን ሀገረ መንግሥቱን በተመለከተ የተለያየ ተረክ ስለሚኖራቸውና በምሥረታው ወቅት የተከሠቱ ሁነቶችን የሚተረጉሙበት መንገድ ስለሚለያይ ሁሌም ግጭትና ትርምስ ይኖራል። ይኽም የሀገረ መንግሥት ቅቡልነትን ችግርና መፍትሔ ፖለቲካዊ ገጽ ይሰጠዋል። ከዚህ የሀገረ መንግሥት ምሥረታ ታሪክ ጋር ተያይዞ የሚከሠተውን ምስቅልቅል ለመፍታት የሚሠራው ሥራ ለችግሩ ዘላቂ መፍትሔ ባይሆንም ለችግሮች ፈጣን መልስ የሚሰጥ መሆኑ አያጠያይቅም። በዚህ ምዕራፍ የምንመለከተውም ይህን የአጭር ጊዜ ፖለቲካዊ መፍትሔ ነው።

ብሔርተኝነትና የኢትዮጵያ ሀገረ መንግሥት ምሥረታ ታሪክ

በአውሮጳ በአንድ በኩል በአንድ ማኅበረሰብ የተገነቡ ብሔረ መንግሥታት ሲኖሩ በሌላ በኩል ግን ከአንድ ማኅበረሰብ ይልቅ በሀገረ መንግሥቱ ጥላ ሥር የተሰባሰቡ የተለያዩ ማኅበረሰቦች የገነቧቸው ብሔረ መንግሥታት አሉ። ጀርመንን የመሰሉ ሀገራት በአንድ ማኅበረሰብ ማንነት ላይ የተመሠረተ ሀገረ ብሔር የገነቡ ሲሆን፣ በሌላ በኩል ፈረንሳይን የመሰሉ ሀገራት የተለያዩ ማኅበረሰቦች በአንድ መንግሥት ሥር ሆነው ከፈጠሯቸው ብሔረ መንግሥታት መካከል በምሳሌነት ይጠቀሳሉ። የእነዚህ ብሔረ መንግሥታት አፈጣጠር ልዩነት የሚያሳየን ነገር ቢኖር ብሔርተኝነት በአንድ ማኅበረሰብም ይሁን በብዙ ማኅበረሰቦች እንደሚገነባ ነው። ማኅበረሰባዊ ብሔርተኝነትም ሆነ ሲቪክ ብሔርተኝነት በዓለም ሀገረ መንግሥታት ታሪክ ውስጥ የሚገኙ እውነታዎች ናቸው።

በ1960ዎቹ እና በ1970ዎቹ ገደማ በርካታ ሊቃውንት በአውሮጳ የብሔርተኝነት ኃልዮቶችን ለመፍተል ተረባርበዋል። እነዚህ ሊቃውንት ሁሉም ማለት ይቻላል ብሔር በማኅበራዊ ሂደት የሚገነባ ነገር እንደሆነ ይስማማሉ። ይህም ማለት ብሔርን እንደ ቋሚና ተፈጥሯዊ ነገር የሚቆጥረውን የቆየ ዕይታ ጥለው ብሔር የሚለዋወጥና የሚገነባ ጉዳይ እንደሆነ ያምናሉ። ከነዚህ ሊቃውንት መሐል ከፊሎቹ ጉዳዩ ከዘመናዊነትና ከዘመናዊ ሀገረ መንግሥት ምሥረታ ጋር የተያያዘ በመሆኑ የብሔር አፈጣጠር መዋቅራዊ መሠረት አለው ይላሉ።

በእነዚህ ሊቃውንት ዕይታ መሠረት የኢንዱስትሪ መስፋፋትና የዘመናዊ ሀገረ መንግሥት መመሥረት ለብሔሮች መፈጠር ምክንያት ሆኗል። የሀገረ መንግሥታት ክብረ በዓሎችና ባንዲራዎች እንዲሁም ሌሎች ከእሱ ጋር የተያያዙ ክዋኔዎች ሰዎችን በብሔርተኝነት ስሜት ውስጥ እንዲገቡ አድርጓቸዋል። በእነርሱ አረዳድ መሠረት ሀገረ ብሔር የብሔርና የዘመናዊ ሀገረ መንግሥት ጋብቻ ውጤት ነው። ስለዚህም ብሔርተኝነት የሀገረ መንግሥታት መፈጠርን ተከትሎ የመጣ ዘመናዊ ክሥተት ነው።

በሌላ በኩል ሌሎች ኃልዮተኞች ብሔርተኝነት ዘመናዊነትን ተከትሎ የመጣ ነገር በመሆኑ ቢስማሙም የፖለቲካና የኢኮኖሚ መዋቅር ለውጥ ውጤት ሳይሆን የምናብ ውጤት ነው ይላሉ። ብሔሮችንም "ምናባዊ ማኅበረሰቦች" ሲሉ ይጠሯቸዋል። ከአንዱ የሀገሪቱ ጫፍ የሚኖር ሰው በሌላ ጫፍ የሚኖረውን ሰው አያውቀውም፤ አብሮት ኖሮም አያውቅም፤ ነገር ግን በምናብ የአብሮነት ወዳጅነት ይፈጥራል ይላሉ። ስለዚህ በእነዚህ ሊቃውንት ዕይታ መሠረት ነገሩ አብሮ የመኖር ሳይሆን በምናብ የመገናኘት ጉዳይ ነው። ለዚህም የኅትመት መገናኛ ብዙኃኑ መስፋፋት ትልቅ አስተዋጽዖ አድርጓል። በጋዜጦች አማካኝነት ዜጎች በአንድ ማኅበረሰብ ውስጥ እንደሚኖሩ እንዲሰማቸው አድርጓል ይላሉ። ሆኖም ይህ ሐሳብ ሩቅ የሚያስኬዳቸው አልሆነም። በአንድ በኩል ብሔሮች ብቻ ሳይሆን ከጎሳ ጀምሮ ማንኛውም ማኅበረሰብ በአካል ላይገናኝ ይችላል የሚል ትችት ቀረበባቸው። በሌላ በኩል ደግሞ ብሔሮች "ከየት መጣን?" የሚያስብላቸው ምልክታዊ የጋራ ይዞታ ያላቸው እንጅ በባዶ ነገር ላይ የተፈጠሩ አይደሉም የሚል ትችት ተሰነዘረባቸው። ይህ ትችት ብሔሮች "ከየት መጣን?" የሚለውን ትርክቶቻቸውን የሚገነቡባቸው የጋራ ምልክቶች ወይም ባህላዊ ውርሶች አሏቸው ከሚል መነሻ ነው።

ሆኖም በሌላ በኩል ሌሎች ሊቃውንት ብሔርተኝነት የፖለቲካና የፖለቲከኞች ውጤት የሆነ ርዕዮተዓለማዊ ሥሪት እንደሆነ መከራከሪያ ያቀርባሉ። በእነዚህ ሊቃውንት መከራከሪያ መሠረት ብሔሮች የፖለቲካ ልሂቃን ለፖለቲካ ግባቸው የሚፈጥሯቸው ነገሮች እንጅ የምልክት ትስስር ዋና ጉዳያቸው አይደለም። ለዚህም ማሳያ የሚሆነው አንድ ዓይነት ቋንቋ የሚናገሩ ወይም በአንድ ማኅበረሰብ ውስጥ ያሉ ሕዝቦች በተለያየ ብሔርተኝነት ውስጥ ሆነው የተለያየ ሀገር መመሥረታቸው ነው።

ይህም የብሔር ማንነት የፖለቲካ ልሂቃን ፖለቲካዊና ኢኮኖሚያዊ ምኞቶቻቸውን ለማሳካት እንዳሻቸው የሚጠመዝዟቸውና የሚገነቧቸው ነገሮች እንጅ የምልክታዊ ትስስር ውጤቶች አይደሉም የሚል ነው።

በሌላ በኩል አንዳንድ ማርክሲስቶች ብሔር በተሳሳተ መንገድ የተገለጠ የመደብ ንቃተ ኅሊና ነው ይላሉ። ይህም ማለት በኢኮኖሚ ሥርዓቱ ምክንያት የሚከሠተውን የመደብ ልዩነት ሌላ የማንነት ቀለም በመስጠት ዋናው ችግር እንዳይፈታ የሚያደርግና የመደብ ጭቆናውን የሚያድበሰብስ የሐሰት ማንነት ነው ይላሉ። በተመሳሳይ አንዳንድ ኢኮኖሚስቶች ብሔር የገበያ ጉድለትን ለመሸፈንና ኢኮኖሚያዊ ችግሮችን ሌላ መልክ ለመስጠት የተፈበረከ ነገር ነው ይላሉ።

ስለብሔርተኝነት በሌላው ዓለም የተፈጠሩ አብዛኞቹ ኃልዮቶች አነሰም በዛም ስለኢትዮጵያ ሁኔታ ለመረዳት ይጠቅሙናል። በመጀመሪያ ደረጃ አብዛኞቹ ኃልዮቶች የሀገረ ብሔርን አመጣጥ ከዘመናዊነት ጅማሮ ጋር ያያይዙታል። አነሰም በዛ ይህ ጉዳይ የኢትዮጵያን ሀገረ መንግሥትም ይመለከታል። ምንም እንኳን ኢትዮጵያ ፖርቱጋልን እንደመሳሰሉ ሀገራት ቀደም ያለ ባህላዊ ብሔር ነበራት የሚሉ ዕይታዎች ቢኖሩም ዋናውን የሀገረ ብሔር አመጣጥ እውነት አይቀይረውም። የሀገራችን የዘመናዊነት ጅማሮ የተከሠተው በ19ኛው ክፍለ ዘመን መጨረሻ ላይ በመሆኑ የሀገረ ብሔር ግንባታውም ከዚህ ጊዜ ጋር የተያያዘ ነው።

አንዳንድ የሀገራችን ልሂቃን የ“ምናባዊ ማኅበረሰብ” ኃልዮትን በመዋስ የሀገራችንን ሁኔታ ለመረዳት ይሞክራሉ። የሀገሪቱንም የፖለቲካ ችግር ሁላችንን የምታስማማ ምናባዊት ሀገር መፍጠር ካለመቻላችን ጋር ያያይዙታል።

በሌላ በኩል ጉዳዩን ከጋራ ትዝታ ጋር አገናኝተው ለመረዳት የሞከሩ ልሂቃን አሉ። በእነዚህ ልሂቃን ዕይታ መሠረት ኢትዮጵያውያን በከየት መጣን ትርክታችን ውስጥ የጋራ ትዝታን በተገቢው መጠን አልገነባንም ይላሉ። ስለትናንት ስናወራ እጅግ የተራራቀ ይዘትና ስሜት በወል ትዝታዎቻችን ውስጥ ይታያል ይላሉ።

አንዳንድ ልሂቃን ደግሞ ብሔር የፖለቲከኞች የእጅ ሥራ ነው የሚለውን ሐሳብ በመከተል የኢትዮጵያን የብሔር ፖለቲካ ችግር ከፖለቲካ ልሂቃን የፖለቲካ ምኞትና ጥቅም አንጻር ይመለከቱታል።

የሀገራችንን ፖለቲካ ከፍተኛ ውጥረት ውስጥ የከተተው ዋና ምክንያት የልሂቃኑ ስግብግብነትና ሥልጣን በአቋራጭ የማግኘት ምኞት እንደሆነ ያስረዳሉ። የፖለቲካ ስብራታችንንም ከፖለቲካ ነጋዴዎች መበራከት አንጻር ለመመልከት ይሞክራሉ።

እነዚህ የተጠቀሱት አረዳዶች ሁሉም የሚነግሩን እውነት አለ። ነገር ግን ሙሉውን ምስል በአንድ ኃልዮት ጠቅልለው ለማየት ሲሉ የሚስቷቸው ብዙ እውነቶች አሉ። ለምሳሌ በኢትዮጵያ የሚስተዋለው የብሔር ችግር “የፖለቲካ ነጋዴዎች ስግብግብነት ውጤት ነው” የሚለው ዕይታ ልክ የሆነባቸው ብዙ ምክንያቶች አሉ። ነገር ግን ከስግብግብነት ባሻገር ለብሔር መብት የሚታገሉትን ብዙ ሰዎች ጭቃ የሚቀባ ነው። በተመሳሳይ ሌሎች ዕይታዎችም ከፊሉን እውነት ብቻ የሚነግሩን እንጅ ሰፋ ያለ ምስል አሟልተው የሚያስጨብጡን አይደሉም።

የኢትዮጵያ የፖለቲካ ልሂቃን በብሔርተኝነት ዙሪያ ከሚያቀርቧቸው መከራከሪያዎች አንዱ የሀገሪቱ የቡድን ሥሪት በአካባቢያዊነትና በሃይማኖት እንጅ በብሔርተኝነት ዙሪያ አልተገነባም የሚል ነው። እነዚህ ልሂቃን በኢትዮጵያ ብሉይ ፖለቲካ ውስጥ የፖለቲካ አሰላለፍ አካባቢን ብሎም ሃይማኖትን መሠረት ያደረገ

እንጅ ብሔርን መሠረት ያደረገ ስላልሆነ የብሔር ጉዳይ ለሀገሪቱ ታሪክና ነባራዊ እውነታ እንግዳ ነው ይላሉ። በኢትዮጵያ ሀገረ መንግሥት ምሥረታ ዋዜማም ሆነ መባቻ የራሳቸው አስተዳደር የነበራቸው አካባቢዎች እንጅ ብሔሮች አልነበሩም። ስለዚህም ቡድንን መሠረት ያደረገ ችግር ቢኖር እንኳን በሃይማኖትና በአካባቢ ላይ የተመሠረተ ነበር የሚል መከራከሪያ ያቀርባሉ።

የብሔር ማንነት ብቸኛ የማንነት ምንጭ ሆኖ ነጥሮ መውጣቱን የማይቀበሉ ሌሎች ልሂቃን ደግሞ የሰው ልጆች የተለያዩ ቡድናዊ ማንነቶች ያሏቸው ሆኖ እያለ በብሔር ላይ ብቻ ማተኮር የሕዝብን ችግር በአግባቡ አለመረዳት ነው ይላሉ።

ምንም እንኳን የተጠቀሱት መከራከሪያዎች ብሔር በፖለቲካችን ውስጥ የያዘውን የተጋነነ ሥፍራ በመጠቆም በኩል ውጤታማ ቢሆኑም "ብሔር ለምን ከሌሎቹ የቡድን ማንነቶች በላይ ገንኖ ሊወጣ ቻለ?" የሚለውን ግን አይመልሱም። ሌሎች ምክንያቶች እንደተጠበቁ ሆነው ብሔር ከሌሎቹ ማንነቶች ገንኖ የወጣበት አንዱ ምክንያት የብሔር ጭቆና መኖር ነው።

አንድ የቡድን ማንነት እየጠነከረ የሚመጣውና ሰዎችን በዚያ ማንነታቸው ዙሪያ የሚያንቀሳቅሰው ሰዎች ያን ማንነታቸውን መሠረት ያደረገ መድልዎ ወይም ጭቆና ሲደርስባቸው ነው። ሆኖም ይህ ጭቆና ዋነኛ የሕዝብ ማንቀሳቀሻና የማንነት ፖለቲካ ማታገያ የሚሆነው ልሂቃን ጭቆናውን ለዓላማቸው በሚያውሉበት መጠን ነው። ስለዚህም የብሔርተኝነትንም ሆነ የሌሎች የቡድን ማንነቶችን ለመረዳት በጥያቄዎቹ ውስጥ የልሂቃንን ሚናና የችግሩን ትክክለኛ ገጽታ ለይተን መረዳት ይኖርብናል።

የሀገረ መንግሥት ምሥረታ በኢትዮጵያ

የኢትዮጵያ ሀገረ መንግሥት ምሥረታ ከሰሜን ወደ ደቡብ በተደረገ ባህላዊ የግዛት መስፋፋት የመጣ ነው። ይህን የመስፋፋት ሂደት የኢትዮጵያ የፖለቲካ ልሂቃን ከቅኝ ግዛት፣ ከብሔራዊ ጭቆና እና ከሀገረ መንግሥት ግንባታ አንጻር ይመለከቱታል።

ሂደቱን ከቅኝ ግዛት አንጻር የሚመለከቱት ልሂቃን ጉዳዩን ከዘመን አቻዎቻቸው ከአፍሪካ የፀረ ቅኝ ግዛት ትግል ኃይሎች የኮረጁት ይመስላል። ሐሳቡም ባህላዊውን የግዛት መስፋፋት ከቅኝ ግዛት ጋር በሩቁ ሊያመሳስል የሚሞክር ነው። በአንጻሩ ሂደቱን እንደ ተፈጥሯዊ የሀገረ መንግሥት ምሥረታ የሚመለከቱት ልሂቃን ከአውሮጳ ሀገረ መንግሥት ግንባታዎች ጋር ለማመሳሰል ይሞክራሉ። በሌላ በኩል ደግሞ ጉዳዩን ከብሔራዊ ጭቆና አንጻር የሚመለከቱት ልሂቃን በደቡብና በሰሜን ኢትዮጵያ የነበረውን የመሬት ሥሪት ልዩነት በማንሣት ይከራከራሉ።

የሀገረ መንግሥቱ ምሥረታ የምስለት ፖሊሲን ያስከተለ ሂደት መሆኑና ውጤቱ ግን አንድ ሀገረ ብሔር ከመፍጠር ይልቅ ተንጠልጥሎ የቀረ ወይም በከፊል የተገነባ ሀገረ ብሔር መሆኑ ለሀገራችን ልሂቃን የመከራከሪያ ጉዳይ ሆኗል። አንዳንዶች ጉዳዩ የተከሠተው ሀገሪቱ ምስለቱን ለማካሄድ በነበራት የዘመናዊነት መዋቅር ውሱንነት ነው ሲሉ፣ ሌሎች ደግሞ አብላጫ ያለው ብሔር ስላልነበረ

ወይም ደግሞ ተስፋፊው የሸዋ ባላባት ባህሉንና ቋንቋውን በተቀረው የሀገሪቱ ሕዝብ ላይ ለመጫን የነበረው ቁጥር ውሱንነት ስለሚያግደው ነው ይላሉ።

የምስለት ፖሊሲው በኢትዮጵያ የፖለቲካ ልሂቃን ዘንድ የብሔር ጥያቄና የማንነት ፖለቲካ በአጸፋዊነት እንዲቀሰቀስ መንሥኤ ሆኗል። በ1960ዎቹ ዓለም አቀፋዊ አድማስ የነበረው ሶሻሊዝምና በወቅቱ የሚነሡት ብሔር ተኮር ፍልስፍናዎች ለማንነት ፖለቲካ አጀንዳ መቅረጫና የነበረውን ጭቆና ዓለም አቀፋዊና ኃልዮታዊ ትርጓሜ መስጫ የሆኑበትን ሁኔታ ፈጥሯል።

ይህ ሁኔታም የኢትዮጵያ ፖለቲካ በማኅበረሰባዊ ብሔርተኝነት እና በሲቪክ ብሔርተኝነት መካከል በሚደረጉ ተዋስኦዎች የተወጠረ እንዲሆን አድርጎታል። የኢትዮጵያ ሀገረ ብሔር በአንድ በኩል በከፊል ስለተገነባ ሲቪክ ብሔርተኞችን ወልዷል። በሌላ በኩል ደግሞ ሂደቱ በአጭር ስለተቀጨ በየአካባቢው ማኅበረሰባዊ ብሔርተኞችን ፈጥሯል። የኢትዮጵያን ፖለቲካ ለመለወጥና የሀገረ ብሔሩን ቅቡልነት ለማረጋገጥ በሁለቱ ብሔርተኞች መካከል ግማሽ መንገድ ተጉዞ መቀራረብ ያስፈልጋል።

በተማሪዎች የመብት አቀንቃኝነትና በቀሪው የሀገራችን ሕዝብ ደጋፊነት የተቀጣጠለው የ1960ዎቹ የፖለቲካ እንቅስቃሴ፣ በቁጥር የበዙ የመብት ጥያቄዎችን ያነገበና ልዩ ልዩ አደረጃጀቶችንና ስልቶችን የተከተለ ቢሆንም፤ በጊዜው ይነሡ የነበሩ የመብት ጥያቄዎች ማዕከላዊ ማጠንጠኛ ከብሔር ማንነት ጋር የተሳሰሩ የፖለቲካ ጥያቄዎች እንደነበሩ ይታወሳል።

በተከታታይ የመጡ መንግሥታት እነዚህን ጥያቄዎች ለመመለስ የየራሳቸውን ሙከራ ያደረጉ ቢሆንም የጥያቄዎቹ ይዘትና ቅርጽ በየጊዜው እያደገና እየተለወጠ በመምጣቱ እና በፖሊሲ የአፈጻጸም ጉድለቶች ምክንያት ላለፉት ሃምሳ ዓመታት የዘለቀው የማንነት ፖለቲካ በምንገኝበት ዘመንም የሀገራችን ፖለቲካ ዋነኛ መገለጫ ሊሆን ችሏል። በቋንቋ ከመናገር መሠረታዊ ጥያቄ የጀመረው የማንነት ፖለቲካ ባለፉት ሃምሳ ዓመታት ቅርጹን በመቀየርና በማደግ አሁን ላይ ደርሷል።

ፌደራላዊ ሥርዓታችን የሀገራችንን ብሔረሰቦች መሠረታዊ የሆነውን የራስን ቋንቋና ባህል የመጠቀምና የማሳደግ ብሎም ራስን በራስ የማስተዳደር መብታቸውን ለማስከበር ችሏል።

ሆኖም የፌደራል ሥርዓቱ የሀገራችንን ብሔሮች መሠረታዊ የመብት ጥያቄ በተሟላ መልኩ መመለስ ቢችልም፤ ራስን በራስ የማስተዳደር መብትን በተሟላ መልኩ ከመተግበር ጋር ተያይዞ በነበሩ የአፈጻጸም መዛነፎች፣ ብሎም ባለፉት 27 ዓመታት እያደጉ የመጡ የሕዝቦች አዳዲስ ኢኮኖሚያዊና ፖለቲካዊ ፍላጎቶችን በአመርቂ ሁኔታ ለመመለስ ባለመቻሉ ላለፉት አምስት ዓመታት ሀገራችን በቀውስ አዙሪት ውስጥ እንደ ተዘፈቀች የቅርብ ጊዜ ትዝታችን ነው። ለቀውሶቹ መሠረታዊ ምክንያት የሆነው የዲሞክራሲ እጦት መሆኑን በማመን ባለፉት ጥቂት ጊዜያት የተወሰዱት የዲሞክራሲ ማሻሻያ ርምጃዎች፣ ሀገራዊ መረጋጋታችንን ያሻሻሉ፣ የሕዝቦችን ዲሞክራሲያዊ እኩልነት ያስከበሩና ሀገራዊ መግባባትን በማጠናከር ሰላማችንን ያመጡ ናቸው።

ሀገሪቱ የተመሠረተችበት ሁኔታና ከእርሱ ጋር ተያይዞ የመጣው ለዓመታት የተገነባ የማንነት ፖለቲካ፣ ሕዝቡ ለሀገረ መንግሥት ያለው አስተሳሰብ አሉታዊ እንዲሆንና የሀገረ መንግሥቱ ቅቡልነት እንዲሸረሸር ከፍተኛ አስተዋጽዖ አድርጓል። በዚህ ምክንያት በሀገራችን ሕዝቦች ዘንድ የጋራ ማንነትና ዕሴት እየተሸረሸረ በመምጣቱ፣ በዋና ዋና ሀገራዊ ጉዳዮች ላይም ተጻራሪ አቋም እንዲፈጠር ምክንያት ሆኗል። የጋራ ዕሴት መዳከምና መሸርሸር በተለይ ለማንነት ፖለቲካና ለብሔር ጽንፈኝነት መጠዝ የራሱ የሆነ አስተዋጽዖ አበርክቷል።

የብሔር አጀንዳና አስተሳሰብ በሀገራችን ታሪክ ከፍተኛው ደረጃ ላይ ደርሷል። ብሔር የፖለቲካ ኃይሎች፣ የወትዋቾች እና የልሂቃን ዋነኛ መሰባሰቢያ ሆኗል። የኢትዮጵያን ብሔሮች በጋራ የሚያቆይ ኢኮኖሚያዊ፣ ማኅበራዊ እና ፖለቲካዊ ሐሳብና መርሐ ግብር እየተመናመነ መጥቶ ሀገሪቱ እንዳትሰነጣጠቅና ሕዝቦቿም ማባሪያ ወደሌለው እልቂት እንዳያመሩ ሥጋት ተፈጥሯል። ለዚህም አንዱ ምክንያት በማኅበረሰባዊ ብሔርተኞች እና በሲቪክ ብሔርተኞች መካከል በእልህ የተሞላና "እኔ ብቻ ነኝ የማውቀው" በሚል መንፈስ የሚመራ ዋልታ ረገጥ የፖለቲካ ጉዞ መኖሩ ነው።

ዕርቀ ሰላምና ብሔራዊ መግባባት

ጭቆናን በማስወገድ ዲሞክራሲያዊት ኢትዮጵያን ለመፍጠርና ሀገራዊ ቅቡልነትን ለማረጋገጥ፣ መተግበር ያለበት አንዱ ጉዳይ ዕርቀ ሰላምና ብሔራዊ መግባባትን በሀገራችን ማስፈን ነው። በመሠረቱ ብሔራዊ መግባባት ከነጻ ተቋማት ግንባታ ተነጥሎ የሚታይ ጉዳይ አይደለም። ነጻ ተቋማትን በመገንባትና ብሔራዊ መግባባትን በማምጣት መካከል የትኛው ይቀድማል? የሚለውን ጥያቄ በተመለከተ ሁለት ዓይነት አማራጮች በብዛት ሲነሡ ይስተዋላል።

አንዳንዶች ነጻ ተቋማት ተገንብተው በነጻነት መከራከር፣ መወያየትና መደራደር ካልተቻለ በስተቀር ብሔራዊ መግባባትን ለማምጣት አስቸጋሪ ነው ይላሉ። የዚህ ሐሳብ አቀንቃኞች በጭቆና ሥርዓት ውስጥ የቆየ ሕዝብ በነጻነት ተነጋግሮ ለመግባባት የሚችልበት ዕድል ስለሌለና ሂደቱም ጊዜ የሚወስድ በመሆኑ በመጀመሪያ ነጻ ተቋማትን መገንባት ያስፈልጋል የሚሉ ናቸው።

ሌሎች ደግሞ ብሔራዊ መግባባት ሳይኖር ነጻ ተቋማትን ለመገንባት አይቻልም የሚል መከራከሪያ ያቀርባሉ። ይህ መከራከሪያ የነጻ ተቋማቱ ግንባታ በራሱ በብሔራዊ መግባባት ላይ የተመሠረተ ስለሆነ ነጻ ተቋማትን ለመመሥረት ከመጀመራችን በፊት ከብሔራዊ መግባባት ላይ መድረስ አለብን የሚል ነው።

እነዚህ ክርክሮች ሁለቱን ጉዳዮች ወደ ጽንፍ የወሰዱና ነባራዊ ሁኔታውን ከማጤን ይልቅ ለሐሳባዊ ክርክሮች ቅድሚያ የሚሰጡ ናቸው። ክርክሮቹ በብሔራዊ መግባባትም ይሁን በነጻ ተቋማት ግንባታ በኩል ከአሁን በፊት ምንም እንዳልተሠራ ታሳቢ የሚያደርጉ በመሆናቸው አንዱን ከአንዱ ማስቀደም የግድ ይመስላቸዋል።

ነገር ግን ሁለቱ ጉዳዮች ከዜሮ እንደማይነሡ ታሳቢ ካደረግን የሚጻረር ብቻ ሳይሆን የሚመጋገብ ጎንም አላቸው። ለምሳሌ ባለን የመግባባት መጠን ላይ

ቆመን ነጻ ተቋማትን በጥንቃቄና በማስተዋል የምንገነባ ከሆነና በተቋማቱ ነጻነት ላይም በጥቂቱ እንኳን መስማማት ከጀመርን ይህ ስምምነት ብሔራዊ መግባባትን ያጠናክረዋል። ብሔራዊ መግባባት በዜጎች እምነት ላይ የተመሠረተ ጉዳይ በመሆኑ ዜጎች በተቋማቱ ላይ እምነት ማሳደር ሲጀምሩ ወደ ብሔራዊ መግባባት ማምራታችን አይቀሬ ነው።

በሌላ በኩል ካለን ተቋማዊ ዐቅም ላይ ተነሥተን ብሔራዊ መግባባትን ለመፍጠር የምንሠራቸው ሥራዎችና ሕዝባዊ ተዋስኦዎች በተቋማቱ ግንባታ ላይ አዎንታዊ ሚና መጫወታቸው የማይቀር ነው። ብሔራዊ መግባባቱ እየጠነከረ በሄደ ቁጥር የተቋማቱ ገለልተኝነትና ታማኝነት እየጠነከረ የሚሄድ ይሆናል። በመሆኑም ነጻ ተቋማትን የመገንባትና ብሔራዊ መግባባትን የመፍጠር ጉዳዮች ጎን ለጎን እየተመጋገቡ ሊሄዱ የሚችሉ ጉዳዮች ናቸው። በአንዱ ጉዳይ ላይ የምናስመዘግበው ስኬት ለሌላኛው ጉዳይ ማሳኪያ ወረት እየሆነ የሚመጣ ነው።

ብሔራዊ መግባባት ከልሂቃን መግባባት ጋር በእጅጉ የተቆራኘ ነው። ምንም እንኳን ብሔራዊ መግባባት በጥቅሉ በአንድ ሀገር ውስጥ የሚኖርን ጥቅል ስምምነት የሚያመለክት ቢሆንም፣ ስምምነቱ ከልሂቃን መግባባት ቀድሞ ሊከሠት፣ ተነጥሎ ሊታይ ወይም ከዚያ ውጪ ጸንቶ ሊኖር አይችልም።

ብሔራዊ መግባባት ማለት ወሳኝ በሆኑ ሀገራዊ ጉዳዮች ላይ የአብዛኛው ሕዝብ ጥቅል ስምምነት መኖር ማለት ነው። ዜጎች በወሳኝ ሀገራዊ ጉዳዮች ላይ ያላቸው ሐሳብ ጽንፍ የረገጠና የተራራቀ ከሆነ በሀገሪቱ ላይ ብሔራዊ መግባባት አለ ለማለት አይቻልም። ሀገራችን ከባንዲራ ጀምሮ በበርካታ ጉዳዮች ላይ ብሔራዊ መግባባት ያልተፈጠረባት ሀገር ነች። በብዙ ጉዳዮች ላይ ተወያይተን ብሔራዊ መግባባት ላይ መድረስ አለብን። ሆኖም ብሔራዊ መግባባት ላይ ለመድረስ አስቀድመን ያለፉ ቁስሎቻችንን ማከምና ማዳን ይገባናል፤ ዕርቀ ሰላም ማውረድ ያሻናል። ዕርቀ ሰላም ሳናወርድ ብሔራዊ መግባባት ላይ ለመድረስ አስቸጋሪ ነው። ዕርቀ ሰላም ያለፉ ቁስሎቻችንን የሚያክምና በጉዟችን ውስጥ ቁስሉን የሚነካኩ ሰዎች ቢኖሩ እንኳን እንዳያመረቅዝ የሚያደርግ መፍትሔ ነው።

በጊዜያዊ ድርድር ላይ ብቻ የተዘረጋ መንገድ ውስጡ ሥጋት፣ ፍርሃት እና ጥርጣሬ ስለማያጣው ችግሩን በቋሚነት ለመፍታት ዕርቀ ሰላም ማውረድ አስፈላጊ ነው።

ዕርቀ ሰላምን በተመለከተ የሀገራትን ተሞክሮ በወፍ በረር ለአብነት ያክል ብንመለከት፤ አስከፊ የአፓርታይድ ሥርዓት የፈጠረውን ቁርሾ ለመፍታት (ደቡብ አፍሪካ)፣ ብሔር ተኮር የእርስ በርስ ጦርነትንና መገዳደልን ለመሻገር (ሩዋንዳ)፣ በረጅም የታሪክ ሂደት ውስጥ በአንድ የሕዝብ ክፍል ላይ የደረሰን ታሪካዊ በደል ዕውቅና በመስጠት በቀጣይ መሰል መገለሎች እንዳይፈጠሩና ይልቁንስ የተጎዱ ማኅበረሰቦች በተለያዩ የማትጊያ ስልቶች የተሻለ ተጠቃሚ የሚሆኑበት አግባብ እንዲፈጠር (አውስትራልያና ካናዳ)፣ እንዲሁም አንድ መንግሥት (ፓርቲ) በሥልጣን ላይ እያለ ያበላሻቸውን ነገሮች በማደስ፣ ወደ አዲስ የታሪክ ምዕራፍ ለማሻገር ቁርጠኛ ሲሆን የእውነት አፈላላጊ ኮሚቴ በማዋቀርና ያለፉ ጥፋቶችን

በመዘርዘር ልዩነቶችን ለማስተካከል ሲነሣ (ቺሊ፣ ኮሎምቢያና አርጀንቲና) ዕርቀ ሰላም ሲከናወን ታይቷል።

ሂደቱ አስፈላጊ በሚሆንበት ምክንያትና ዓውድ፣ ዕርቀ ሰላም በበርካታ መንገዶችና ስልቶች ሊከናወን ይችላል። ሀገራዊ ዕርቁ በመንግሥት ለውጥ ላይ የተከሠተ ከሆነ በሽግግር መንግሥት ሊከናወንና በሽግግር ፍትሕ ሊታጀብ ይችላል። የሽግግር ፍትሕ የእውነት አፈላላጊ ኮሚሽን በማቋቋምና ወንጀል የፈጸሙ አካላት ወንጀላቸውን እንዲናዘዙ በማድረግ በተቃራኒው ደግሞ የመቀጣጣትና የመበቃቀል ሂደት እንዳይቀጥል በይቅርታና በዕርቅ መንፈስ የመፍታት ሂደት ነው።

ሂደቱ ተጠያቂነትንና ይቅርታን፣ ፍትሕና ዕርቅን፣ እንዲሁም ቅጣትንና ምሕረትን አቻችሎ፣ ተጎጂዎችንም ሆነ አጥፊዎችን ካለፈው ተምረው የወደፊት ሕይወታቸውን ቀና እንዲያደርጉ የማድረግ ጥረት ነው። የፍርድ ሂደትንና ከፍርድ ሂደት ውጭ ያሉ ስልቶችን በሙሉ በመጠቀም የሚከናወን ሲሆን፣ በመጨረሻም ጥፋታቸውን የተናዘዙ አካላት በይቅርታና በምሕረት እንዲለቀቁና ይህን ያላደረጉ አካላት ደግሞ አስፈላጊው ሕጋዊ እርምጃ እንዲወሰድባቸው የሚያደርግ ነው።

ከዚህ በተቃራኒው ሀገራዊ ዕርቁን የግድ ያደረገው ታሪካዊ በደል ከሆነ ደግሞ በማስረጃዎች የተደገፈ ጥልቅ የታሪክ ዳሰሳ በማካሄድ በዘመናት ሂደት ጉዳት በደረሰበት የማኅበረሰብ ክፍል ላይ የደረሱ ጥፋቶችንና በደሎችን በመዘርዘር ለበደላቸው ዕውቅና የመስጠት ሥራ ይሠራል።

በኢትዮጵያ በዕርቀ ሰላምና በብሔራዊ መግባባት ዙሪያ ሐሳቦች መቅረብ ከጀመሩ ዓመታት ተቆጥረዋል። ባለፉት ሁለት ዐሠርት ዓመታት በእነዚህ ጉዳዮች ላይ ሁለት የተራራቁ ጽንፎች ታይተዋል። በአንድ በኩል ተፎካካሪ የፖለቲካ ኃይሎችና በእነርሱ ጎራ ያሉ የፖለቲካ ጸሐፊዎች ኢትዮጵያ ከገባችበት ፖለቲካዊ ችግር መሠረታዊ በሆነ መልኩ እንድትወጣ ዕርቀ ሰላም እና/ወይም ሀገራዊ መግባባት ያስፈልጋል ሲሉ ይሞግታሉ። ይህ ሐሳብ ቀደም ሲል በሁለት ምክንያቶች ውድቅ ሲደረግ ቆይቷል።

የመጀመሪያው በታሪካችን የነበረው የብሔር ብሔረሰቦች ግንኙነት አንዱ በዳይ ሌላው ተበዳይ ሆነው ይቅርታ የሚጠያየቁበት ሳይሆን ከገዥ መደቦች ፍላጎትና ድርጊት ጋር የተያያዘ ነው የሚል ነው። የሕዝቦች ግንኙነት በጋራ መከባበር፣ በመዋለድና በመዋደድ የዘለቀ በመሆኑ ዕርቅ የሚለው ሐሳብ ተፈጻሚነት አይኖረውም የሚል ነው። ሁለተኛው ምክንያት ደግሞ ብሔራዊ መግባባት እንዲፈጠርባቸው ተብለው የሚነሡት ጥያቄዎች በፖለቲካ ትግል ሊደረግባቸው የሚችሉ አጀንዳዎች ናቸው የሚል ሐሳብ ነው።

በአንጻሩ ተፎካካሪ የፖለቲካ ፓርቲዎችና ጸሐፊዎች ዕርቀ ሰላም እንዲካሄድ ቢወተውቱም በጉዳዩ ላይ የጠራ ግንዛቤ ካለመያዝም ባሻገር፣ የኢሕአዴግን አመራሮችና ፖሊሲዎች በማጠልሸትና በእውነትም ይሁን በሐሰት በመወንጀል ላይ ያተኮሩ ነበሩ። ተቀናቃኝ ፓርቲዎች አክራሪ የፖለቲካ አቋም በማራመድ ኢሕአዴግን በጥላቻ አመለካከት እየሣሉ በመንቀሳቀሳቸው በማንኛውም መንገድ ሥልጣን ቢያገኙ እስካሁን ያስመዘገባቸውን ድሎች በሙሉ አፍርሰው ከዜሮ

እንደሚጀምሩና ከበቀል ርምጃ እንደማይመለሱ ተደርገው በሥጋት እንዲታዩ አድርጓቸዋል።

ይህም በመሆኑ ሥልጣን ላይ መዝለቅ እንደ ፖሊሲ ማስፈጸሚያ ወይም ማገልገያ ሳይሆን እንደ ህልውና ማቆያ ብቸኛ መንገድ እንዲታይ አድርጎታል። በዚህ የተካረረ መንፈስ አንዱ ሌላውን ያለምንም ማወላወል "ሀገር አጥፊ" አድርጎ እየተመለከተ ፍሬያማ የሆነ የዕርቅና የመግባባት ስምምነት ለማድረግ አስቸጋሪ ይሆናል።

ኢትዮጵያ ካላት የሃይማኖትና የብሔር ብዝኃነት ጋር ተዳምሮ በአሁኑ ወቅት የደረሰችበት ጫፍ የረገጠ የፖለቲካ ውጥረትና ውጥረቱን ከምክክር ይልቅ በጉልበት የመፍታት ልማድ ሥር መስደዱ፣ ዕርቀ ሰላም ለኢትዮጵያ አስፈላጊ መሆኑን የሚያመለክት ነው።

ኢትዮጵያ ለዕርቀ ሰላም የቀረበ ሂደት ያሳለፈችው በ1983 ዓ.ም. የሽግግር ወቅት ነበር። በአንድ በኩል ዐፄ ኃይለ ሥላሴን ጨምሮ በርካታ ባለሥልጣናትን ያለምንም የፍርድ ሂደት የገደሉትና ከዚያም በኋላ በነበረው የ17 ዓመታት አገዛዝ በርካታ ወንጀሎችን የፈጸሙት የደርግ አመራሮች ለሌሎች በነፈጉት ፍትሕ ፊት እንዲቆሙ ተደረጉ። በሌላ በኩል ደግሞ በሀገር ውስጥም ሆነ በውጭ የነበሩ የታጠቁም ሆነ ያልታጠቁ ተቃዋሚዎች ወደ ሀገር ውስጥ ገብተው እንዲሳተፉ ዕድል ተሰጠ። በዚህም የተሳካ ጅምር ተከናውኖ ነበር። ነገር ግን የደርግ ዘመን ሠራዊትን ሙሉ በሙሉ ማግለሉና በጊዜ ሂደት አነግ፣ የሲዳማ ነጻነት ንቅናቄና ሌሎችም ኃይሎች መውጣታቸው በተለይም የዕርቀ ሰላም ሂደቱን የሚመራ ገለልተኛ ተቋም አለመመሥረቱ፣ ቀስ በቀስ ሂደቱን እየተቀለበሰ እንዲሄድ አደረገው።

በሌላው ወገን የመንግሥት ሥልጣን የጨበጠውን ኃይል እንደ ባዕድ የማየት፣ መሠረታዊ ለሆነው የመንግሥትነት ሥልጣኑና ኃላፊነቱ ዕውቅና ያለመስጠትና የመገዳደር አካሄድ ከመንግሥት ውጭ ባለው ኃይል ላይ ይንጸባረቅ ነበር። በዚህም የተነሣ ከመንግሥት ውጪ የነበረው አካል ለይቅርታና ለመግባባት የሚገባውን ገንቢ ሚና ተጫውቷል ለማለት አይቻልም። በተለይ በወቅቱ ለመጀመሪያ ጊዜ ሐሳብን የመግለጽ ነጻነት መበሠሩን ተከትሎ የተጀመሩት አብዛኞቹ የኅትመት ሚዲያዎች ሂደቱን በሚያደናቅፉ የውሸት ዘገባዎች ፍብረካ ላይ በመጠመዳቸው ገዢው ፓርቲም ቀስ በቀስ ጉዳዩን በጥርጣሬ በማየት የአጸፋ ምላሽ እንዲሰጥ አስገድዷል። የነበረው የዕርቅ መንፈስ እየተቀለበሰ መጥቶ በአጭር ጊዜ ውስጥ ከአካታች ምኅዳር ወደ አግላይና ጠባብ የፖለቲካ ምኅዳርነት ሊቀየር በቅቷል።

በ1999 ዓ.ም. መጨረሻ አካባቢ ሂደቱ ከተደፋበት ዳግም ቀና የማለት ዕድል አጋጥሞት ነበር። ምርጫ 97ን ተከትሎ በተከሠተው ብጥብጥ ታስረው የነበሩ ፖለቲከኞችን ለማስፈታት ሀገራዊ የሽምግልና ኮሚቴ ተቋቁሞ ብዙ ጥረት ካደረገ በኋላ አመራሮቹ በይቅርታ መውጣታቸው ይታወቃል። ነገር ግን የተፈቱበት ሂደትና ከተፈቱ በኋላ በተለይ በመንግሥት መገናኛ ብዙኃን ይተላለፍ የነበረው መረጃ የአሸናፊና ተሸናፊ፣ የይቅርታ አድራጊና ይቅርታ ጠያቂ ክፍፍል የሚፈጥር ስለነበር መንፈሱ ተረብሿል።

ከውስን ቀናት በኋላ በተከበረው የኢትዮጵያ ሚሊኒየም አከባበርም የተፈቱት ሰዎች ሳይሳተፉ ወደ ውጭ ሀገራት መውጣታቸውና የተወሰኑት የትጥቅ ትግል ለመጀመር፣ ሌሎቹ ደግሞ ወደ ሀገር ላለመመለስ መወሰናቸው ሂደቱ እንዲመክን አድርጎታል።

ባለፉት አራት ዓመታት በሀገሪቱ የተከሠተውን የፖለቲካ፣ የኢኮኖሚና የደኅንነት ቀውስ ለመፍታት ከታቀዱት በርካታ የለውጥ ሐሳቦች መካከል አንዱ ከተቃዋሚ ፓርቲዎች ጋር በመወያየት መግባባት መፍጠር ነበር። ነገር ግን በሀገር ውስጥ ያሉት ሁሉም ፓርቲዎች አለመካተታቸውና የሚወያዩት ፓርቲዎችም "ለመደራደር በመደራደር" እና "ስለ መደራደር በመደራደር" ረጅም ጊዜ በመውሰዳቸው የሚታይ ውጤት ለማምጣት አልተቻለም።

በሀገራችን በመንግሥታት የሽግግር ወቅትም ሆነ በዘመነ መንግሥታቸው ውስጥ ባሉ መሪዎች ተቀናቃኝን በሙሉ ዐቅምና ጉልበት ደፍጥጦ ከጨዋታ ውጭ ማድረግ የተለመደ ክፉ ባህላችን ነበር። በተቀናቃኞችን ውድቀትና መቃብር ላይ ካልሆነ በቀር አሸናፊነታችንን ለማረጋገጥ የምንችል አይመስለንም። ጀግና ለመፍጠር ጦርነት፣ አሸናፊ ለመባል ተሸናፊ እንዲኖረን ብዙ እንደክማለን። ይህ ሂደት ደግሞ ከድህነትና ከጉስቁልና በቀር የትም እንደማያደርስን በታሪካችን ውስጥ በተደጋጋሚ አረጋግጠናል። ዛሬም ይህንን እኩይ ጠባይ ከአስተሳሰባችንም ሆነ ከአኗኗራችን ውስጥ አላራቅነውም። የፖለቲካ ቃሎቻችን ሳይቀሩ በ "ፀረ" የታጠሩ መሆናቸው ለዚህ ሁነኛ እማኝ ነው።

ይህ ልማድ "ጠላትና ወዳጅ" ከሚል ዋልታ ረገጥ አስተሳሰብ የሚመነጭ ነው። ማንኛውንም ኃይል በጠላትነትና በወዳጅነት መፈረጅ የሰዎችን ተነጋግሮ የመግባባትና ወስኖ የመለወጥ ባሕርይ የሚቃረን ኋላ ቀር አስተሳሰብ ነው። ከእኛ ሐሳብና መንገድ የተለየን ሰው በሐሳብ በልጠን ከማሳመንና ይህ ሳይሆን ሲቀርም ልዩነትን አቻችሎ ከመሄድ ይልቅ በቋሚ የጠላትነት ፍረጃ ውስጥ መክተት ከዚህ የአስተሳሰብ መዛነፍ ጋር የሚያያዝ ነው።

መሪዎች ሕዝባዊ ቅቡልነትን ለማግኘት የሚሹት የቀደመውን መሪ ኃጢአት በመዘርዘር እንጅ የራሳቸውን መልካም ሥርዓት በመዘርጋት አይደለም።

በዚህም ምክንያት ከትውልድ ወደ ትውልድ የሚተላለፈው የመሪዎቹ ኃጢአት ብቻ ይሆናል። ይህም ማለቂያ የሌለው የቂም ውርስ ይዘን እንድናዘግም አድርጎናል። የትናንት ወዲያውን ቂም ስናውጠነጥን ትናንት ሌላ ቂም ተወለደ፣ የትናንቱን ቂም ስናውጠነጥን ደግሞ ዛሬ ሌላ ቂም ተወለደ። ከዚህ አዙሪት ለመላቀቅ የምንችለው ሂደቱን በይቅርታ ዘግተን፣ ቁስሎቹን በፍቅር አክመን ስለወደፊቱ መንገዳችን ቆራጥ ውሳኔ ስናሳልፍ ነው። ዕርቀ ሰላም የምናወርድበትን መንገድ ስናስብም የሌሎችን ሀገራትን ተሞክሮ ግምት ውስጥ ማስገባታችን እንደተጠበቀ ሆኖ የሀገራችንን ዕሴቶች በጠበቀ መንገድ መሆን ይኖርበታል።

የችግሮቻችንን ውስብስብነት ፈትተን ቅቡልነቱ የተረጋገጠ ሀገረ መንግሥት ለመፍጠርና የኢትዮጵያን ህልውና ለማረጋገጥ ዕርቅን አስቀድመን በሌሎች ጉዳዮች ላይ በታደሰ መንፈስ ቀጣይ ድርድሮችን እናደርጋለን። ብሔራዊ መግባባት በፖለቲካ ድርድር ላይ ብቻ የሚመሠረት ነገር ከሆነ በፉክክርና በቂም መንፈስ ስለሚካሄድ

ውጤታማ አይሆንም። በዕርቀ ሰላም ጀምረን ለድርድር ከሚመች የሰከነ መንፈስ ውስጥ ከገባን ግን ድርድሩ ውጤታማ የሆነ ብሔራዊ መግባባት ያመጣል።

በፖለቲካ ድርድሮች ታሪክ ውስጥ አንድ ትልቅ የድርድር መድረክ አዘጋጅቶ የፖለቲካ ችግሮችን በዋናነት በዚያ መድረክ ለመፍታት የመሞከር ልማድ አለ። ይህ ልማድ መሠረታዊ በሆኑ ጉዳዮች ላይ ልሂቃን ከተስማሙ ቀሪው በፖለቲካ ሂደት የሚጠራ ይሆናል ብሎ ታሳቢ የሚያደርግ ነው።

በሀገራችንም ግልጽ የድርድር ስያሜ ባይሰጠውም አሁን ያለው ሕገ መንግሥት የተረቀቀው በዚህ "የታላቅ ድርድር መንገድ" ነበር። ነገር ግን እንዲህ ዓይነት የድርድር መድረኮች ከትችትና ከወቀሳ የሚያመልጡ አይደሉም። ምንም ያህል በጥሩ ሁኔታ ቢካሄዱ ከቅሬታና ከውዝግብ የጸዱ አይሆኑም። ለጊዜው በአንጻራዊነት የተሳካ ቢመስልም እንኳን ትንሽ ጊዜ ቆይቶ ውዝግብ መውለዱ አይቀርም። በተለይም በእንደኛ ዓይነት የጥያቄዎች ብዛት የትየለሌ በሆነበት ሀገር ችግሮችን በአንድ መድረክ ቅርጽ መስጠት ይቻላል ብሎ ማሰብ አስቸጋሪ ነው።

ከዚህ ይልቅ ችግሮቻችንን በሳይንሳዊ መንገድ ለመተንተን፣ ለመከራከርና ለመወያየት ቅድሚያ ሰጥተን በተዋስኦ የሚመራ የድርድር ስልት ብንከተል መልካም ይሆናል። ይህም ማለት ችግሮቻችንን እና ባለድርሻዎችን በደንብ የለየና በየጊዜው ነጠላ ችግሮችን እየፈታ የሚሄድ ቀጣይነት ያለው የድርድር ስልት መከተል ማለት ነው። ይህም ችግሮችን ከላይ ከላይ ፈትተን ጥልቀት የሌለውና ጥያቄዎቹ እንዲያገረሹ የሚያደረግ መንገድ ከመከተል ይልቅ ችግሮችን በጥልቀት ተመልክቶ በጥልቀት የሚፈታ መንገድ መከተል ማለት ነው።

በጥናትና በፖለቲካ ተዋስኦ መደላድሉን በመፍጠር ነጠላ ጉዳዮችን ወደ ድርድር ማምጣት የበለጠ ውጤታማ ያደርገናል። ይህም በውይይቶቻችን መካከል መናበብ እየተፈጠረና ውጥረት እየረገበ እንዲመጣ ስለሚያደርግ ብሔራዊ መግባባትን ለመፍጠር አዋጭ መንገድ ነው። በተጨማሪም ብሔራዊ መግባባትን በማምጣት ሂደት ውስጥ የቀደሙ ሥራዎችና ሙከራዎቻችንን ከአዲስ ከማስጀመር ይልቅ ከእነሱ ላይ የምንወስደውን ወስደን ስሕተታቸውን እያስተካከልን ለመጓዝ ይህ መንገድ የተሻለ ነው።

ምዕራፍ 8

የነጻ፣ ገለልተኛና ብቁ ተቋማት ግንባታ

የሰው ልጆች ኅብረት መሥርተው እርስ በርስ ተደጋግፈው በመኖር የሚታወቁ ፍጡራን ናቸው። የሚመሠረተው ኅብረት በጥቂት የሚዛመዱ ሰዎች አልያም እርስ በርስ በማይተዋወቁ በርካታ ሰዎች መካከል ሊሆን ይችላል። ኅብረቱ በማይተዋወቁ በርካታ ሰዎች መካከል ሲመሠረት ግንኙነቱን የሚያሳልጡ ተቋማት ያስፈልጋሉ። ተቋማቱም የጋራ ሕግጋትን በማጽናት ከኅብረቱ ጋር የማይጣጣሙ ግለሰባዊ ምርጫዎችን ያርቃሉ።

ግለሰቦች የግል ጥቅማቸውን ለማሳደግ ሲያስቡ ከሌሎች ግለሰቦች ጋር ግንኙነት ይፈጥራሉ። የግንኙነት ሕግጋትም ይህን መሠረት በማድረግ ይመነጫሉ። ካለፈ ልምዳቸው ተነሥተው የወደፊት የትብብር ሕይወታቸውን የሚመሩ ወይም የሚገዙ ሕግጋትን ያዘጋጃሉ። ሕግጋቱ በግንኙነቱ ሂደት የሚፈጠሩ ችግሮችን ለማስወገድ የሚያግዙና ውጤታማ የጋራ ሥራ ለመሥራት የሚያስችሉ ሁኔታዎችን የሚፈጥሩ ናቸው። በዚህም ሕግጋትን የማውጣትና ለሕግጋቱም የመገዛት ችሎታን ያዳብራሉ። ሕግጋቱም ከጊዜ ወደ ጊዜ እየተለመዱና ተቋማዊ ቅርጻቸው እየዳበረ፣ ጊዜውና ከባቢያዊ ሁኔታዎች በሚጠይቁት አስገዳጅ ሁኔታ እየተሻሻሉ ይቀጥላሉ። ይህ ታሪካዊ ውደት ነው ለተቋማት መፈጠርና መጠናከር ምክንያት የሆነው።

ከተቋማት ግንባታ ጋር ተያይዞ በበለጸጉትና ባልበለጸጉት ሀገሮች መካከል የሚታዩ ልዩነቶች በዋናነት የሚንጸባረቁት በሀገረ መንግሥት ጥንካሬ፣ በሕግ የበላይነት መረጋገጥ እና በተጠያቂነት መስፈን ጉዳዮች ዙሪያ ነው። የበለጸጉት ሀገሮች ከሞላ ጎደል በሦስቱም ጉዳዮች ጠንካራ የማስተዳደርና የማስፈጸም

ብቃት ያላቸው ተቋማትን የገነቡ ሲሆን፣ በማደግ ላይ ያሉ ሀገሮች ግን በእነዚህ መመዘኛዎች ሲመዘኑ በብዙ መልኩ ወደኋላ የቀሩ ናቸው።

አንዳንድ ሀገሮች ዘመናዊ ሀገረ መንግሥት ቢኖራቸውም የሀገረ መንግሥቱ ኃይል በሕግ ስለማይገደብ ጥቂቶች እንደፈለጋቸው የሚፈነጩበትና ተጠያቂነት የሌለበት ሁኔታ ይፈጠራል። አንዳንዶች ደግሞ ዘመናዊና ጠንካራ ሀገረ መንግሥት ሳይገነቡ የሕግ የበላይነት የሰፈነበት ዲሞክራሲያዊ ሥርዓት ለመመሥረት ስለሚንቀሳቀሱ ትንሽ ሕዝባዊ እምቢተኝነት ሲፈጠር በቀላሉ ሲፍረከረኩ ይታያል።

ሀገራችን ኢትዮጵያ የሥልጣኔ ተምሳሌት ተደርገው እንደሚወሱት የአውሮጳና የእስያ ሀገራት ሁሉ በረጅም የመንግሥትነት ታሪኳ ጠንካራ ማዕከላዊ መንግሥት የመሠረተች ቢሆንም በታሪኳ የተሟላ የሕግ የበላይነትና ተጠያቂነት ያለበት ፖለቲካዊ ሥርዓት ለማስፈን አልቻለችም። በዚህም ምክንያት ፖለቲካዊ መረጋጋቷን በዘላቂነት ለማስጠበቅ አቅቷት በታሪክ አቻዋ ከሆኑ ሀገራት ተለይታ በሁለንተናዊ ኋላ ቀርነትና ድህነት ውስጥ እንድትማቅቅ ሆናለች።

በዓለማችን ላይ ዘግይተው መልማት ከቻሉ ሀገራት መካከል ጃፓን አንዷ ነች። የልማታዊ መንግሥት የእድገት ፈለግ አብነት ተደርጋ የምትጠቀሰው ጃፓን፣ በሁለተኛው የዓለም ጦርነት ከደረሰባት አሰቃቂ ሽንፈት አገግማ ዓለምን ያስደመመ ፖለቲካዊና ኢኮኖሚያዊ ልማት ለማስመዝገብ የቻለችው፣ በዕውቀትና በችሎታ ላይ የተመሠረቱ ጠንካራ ተቋማትን በመገንባቷ ነው። ይህ ጃፓን ከምዕራቡ ዓለም የቀሰመችውና ከሀገሪቱ ነባራዊ ሁኔታ ጋር አጣጥማ ተግባራዊ ያደረገችው የጠንካራ ተቋማት ግንባታ ተሞክሮ፣ ለብዙ የሩቅ ምሥራቅ እስያ ሀገሮች በምሳሌነት አገልግሏል።

በአጭር ጊዜ ውስጥ "ተአምራዊ" የተባለና ዓለምን ያስደመመ እድገት ያስመዘገቡት ሲንጋፖር፣ ታይዋን፣ ደቡብ ኮሪያ፣ ማሌዥያና ሌሎች የደቡብ ምሥራቅ እስያ ሀገሮች፣ ከጃፓን ባገኙት ተሞክሮ ተነሥተው፣ ጠንካራ ተቋማትና ቢሮክራሲ በመገንባት ፈጣን ልማትን ለማረጋገጥ ችለዋል።

በአንጻሩ በሀገራችን ምንም እንኳ ባለፉት 27 ዓመታት የልማታዊ መንግሥት ፈለግን እንከተላለን ብንልም የልማታዊ መንግሥት ዋነኛ መለያና የጥንካሬ ምንጭ የሆነውን ብቁ ተቋማትን የመገንባት ውስንነታችን ከፍተኛ ነው። ሀገረ መንግሥቱ የተዋቀረባቸው ተቋማት በፓርቲና መንግሥት መደባለቅ፣ መንግሥታት ሲቀያየሩ አፍርሶ በመገንባት አባዜ እንዲሁም ከማኅበራዊና ኢኮኖሚያዊ ለውጥ ጋር አብረው ተቋማት ባለመታደሳቸው የተነሣ ሀገረ መንግሥቱ በደቀቁ፣ ሙያዊ ብቃታቸው ዝቅተኛ በሆኑ፣ እንዲሁም ነጻና ገለልተኛ ባልሆኑ ተቋማት የተደራጀ ነው።

በፓርቲና በመንግሥት መካከል ያለው መደባለቅ፣ መንግሥታት ሲቀያየሩ አፍርሶ ለመገንባት አባዜያቸው አንዱ ምክንያት ነው። ተቋማት ሀገረ መንግሥቱን ሳይሆን መንግሥታቱን ብቻ እንዲያገለግሉ ተደርገው ከተቀረጹ፣ መንግሥት ሲቀየር ከአዲሱ መንግሥት ጋር ለመቀጠል የሚያስችላቸውን ገለልተኝነት አያዳብሩም። ይህም ተቋማቱን አፍርሰን እንደ አዲስ እንድንጀምር ስለሚያደርገንና ክምችትን ስለሚያጠፋ፣ ሥራዎቻችንን ካለበቂ ወረት እንድንጀምር እንገደዳለን። ስለዚህም ሁሌም ለማጅ የሆኑ ተቋማትን ይዘን እናዘግማለን።

በሌላ በኩል ተቋማት ከማኅበራዊና ኢኮኖሚያዊ ለውጦች ጋር አብረው አለመታደሳቸው ከተገነቡበት የጊዜ ታካኪነት አስተሳሰብ ጋር የሚገናኝ ነው። ከለውጥ ጋር አብሮ ለመለወጥና ለውጥን እያነበቡ አሠራርን ለመቀየር፣ ከወግ አጥባቂነት አስተሳሰብ መላቀቅ ያስፈልጋል። ይህ ሳይሆን ሲቀርና ተቋማት በወግ አጥባቂ ሰዎች ሲሞሉ፣ ከከባቢያቸው ጋር የሚያደርጉት ግንኙነት ስለሚቋረጥ በብቸኝነት ጉድለት ውስጥ እየበሰበሱ ይመጣሉ።

በአጠቃላይ ተቋማት በሁለት ዋና ዋና ምክንያቶች የተነሣ የመልካም አስተዳደር እጦት የሰፈነበት ሥርዓት እንዲኖር አድርገዋል። የመጀመሪያው "የቤተ ዘመድ መረብ (ፓትሪሞኒያሊዝም)" ሲሆን ሁለተኛው ደግሞ "ተቋማዊ ችኮነት" ነው።

የቤተ ዘመድና የጥቅም ሸሪኮች መረብ የወለደው የተቋማት ድቀት

አንዱ የተቋማት ችግር የሕዝብ አገልጋይነት ስሜት በሌላቸው፣ የሞያ ብቃትና ዲሲፕሊን በጎደላቸው፣ በቤተ ዘመድና በጓደኝነት በተሰበሰቡ ወይም ከሕዝብ ጥቅም የግል ጥቅምን በሚያስቀድሙ ባለሞያዎች ስብስብ (ፓትሪሞኒያሊዝም) ምክንያት የሚከሠት ነው። በዕውቀት ላይ በተመሠረተ ምክንያታዊ የሥራ ክፍፍል የሚመራ፣ በሰው ኃይል ምልመላ ሂደትም ሆነ በዜጎች ላይ ውሳኔ በማሳለፍ ሂደት ከግለሰባዊ ምርጫ የተጠበቀ ተቋም መፍጠርና የተፈጠረውንም ጠብቆ መዝለቅ ከባድ ጥረት የሚጠይቅ ሥራ ነው። ይህን ማሳካት ባልተቻለበት ሁኔታ በቤተ ዘመድና በእከክልኝ ልከክልህ መርሕ የሚመራ የወዳጆች መረብ የሚዘውረው ተቋም እንፈጥራለን። ከዚህ ዓይነት አሠራር የሚጠብቁት ሕግጋትና ዕሴቶች በማይኖሩበት ጊዜ ማናቸውም ኅብረተሰብ ከተጠቀሰው ችግር ውስጥ መዘፈቁ የማይቀር ነው።

ይህ ዓይነቱን ችግር ጠንካራ የቅርብ ክትትልን፣ ግልጽነትን እና ተጠያቂነትን መሠረት ያደረገ የአሠራር ሥርዓት በመዘርጋት መከላከል ይቻላል። አፍሪካ በዚህ ዓይነቱ የዝምድና አሠራር ችግር እጅግ የተተበተበች አህጉር ነች። ቀደም ብሎ ሀገራችንን ጨምሮ ሌሎችም የአፍሪካ ሀገራት ባህላዊውን የዝምድና አሠራር የተውት ቢመስልም፣ ችግሩ መልኩን ቀይሮ ከዘመናዊ ቢሮክራሲ ጋር ተዳብሎ በመምጣት "ኒዮ-ፓትሪሞኒያሊዝም" እንዲፈጠር ዕድል ከፍቷል።

በኒዮ-ፓትሪሞኒያል ሥርዓቶች የባለሥልጣናት ዘመዶች ወይም የጎሳቸው አባላት በተለያዩ የመንግሥት የሥራ ዘርፎች ከሌሎች ጋር የተደረበ ወይም አሻሚ የሆነ ሥልጣን እንዲኖራቸው ይደረጋል። ወይም ለአንዳንድ ግለሰቦች የተለየ ሥልጣን የሚሰጥ መዋቅር ይፈጥርላቸዋል። በዚህ መሰል ሂደት በሕዝብ አስተዳደር ውስጥ ከብቃት ይልቅ ታማኝነት ሚዛን ይደፋል። ይህ ሁኔታ ሌሎች ዜጎችን በብቸኝነት ውስጥ እንዲደበቁና እንዳይደመሩ ስለሚያደርጋቸው የብዙ ብቁ ሰዎች ዐቅም ባክኖ ይቀራል። በእንደኛ ዓይነት በብዙ ጉዳይ ላይ የዐቅም ችግር ባለበት አዳጊ ሀገር ውስጥ ደግሞ ሁሉንም ዐቅም ደምረን ካልተጠቀምን በስተቀር በጥቂት ዘመዳሞችና አድር ባዮች ጥረት ብቻ ለውጥ ልናመጣ አንችልም።

የተቋማት ዘላቂ ውጤታማነት ዋነኛ መለኪያው ተቋማቱ በአንድ ወቅት ይመሯቸው ከነበሩ ግለሰቦች ህልውና ተሻግረው በሚሄዱ አሠራሮች የሚመሩ መሆን ወይም አለመሆናቸው ነው። ግለሰቦች ተቋማትን በመቅረጽ ረገድ ሚና ያላቸው መሆኑ እሙን ቢሆንም በአግባቡ የዳበሩ ተቋማት ከግለሰብ ህልውና ባሻገር ዘልቆ የሚሄድ ልዕልና ያላቸውና የተሻሉ አዳዲስ ሰዎችን ለማሠልጠንና ለመመልመል የሚያስችል ሥርዓት ያላቸው ናቸው። በኒዮ-ፓትሪሞኒያሊዝም ምክንያት የሚከሠተው አንዱ ችግርም ተቋማት ከግለሰብ ዘመዳሞች ህልውና ጋር የተሳሰሩ መሆናቸው ነው። ይህም ሁኔታ ተቋማቱ ከምችት እንዳይኖራቸውና እያደጉና እየጎለመሱ ከመሄድ ይልቅ ሁሌም ልጅ እንዲሆኑ የሚያደርጋቸው ነው።

ተቋማዊ ችኮነት የወለደው የተቋማት ችግር

ሌላኛው የተቋማት ግንባታ ተግዳሮት ተቋማዊ ችኮነት ነው። በኢኮኖሚና በሌሎች ዘርፎች ሀገሪቱ እያደገች ባለችበት ፍጥነትና ልታቀርብ በምትችለው ማኅበራዊ አገልግሎቶች መጠን መካከል ክፍተት ሲፈጠር፣ ከለውጥ ጋር የማይራመድ የተዝረከረከ መንግሥታዊ አስተዳደር ይፈጠራል። ያ ነው ተቋማዊ ችኮነት ማለት።

ተቋማዊ ችኮነት የተቋማዊ አደረጃጀት ዕድገት ከሕዝብ ንቃተ ኅሊና አንጻር ሲታይ ኋላ ቀር በሆነበት ማኅበረሰብ ውስጥ የሚከሠት ችግር ነው።

የከተማዎች በፍጥነት ማደግ፣ የትምህርት መስፋፋት፣ የኢንዱስትሪ ልማትና የሚዲያ ተቋማት ማደግን የመሳሰሉ ፈጣን ማኅበራዊ ለውጦች ሲከሠቱ ለፖለቲካዊ ንቃተ ኅሊና መስፋፋት፣ ለፖለቲካዊና ኢኮኖሚያዊ ጥያቄዎች መበራከትና ለተለያዩ የፖለቲካ ተሳትፎዎች መስፋፋት ምክንያት ይሆናሉ። ይህ ሲፈጠር ደግሞ ቀደም ሲል የፖለቲካ ቅቡልነታቸው ሰፊ የነበሩ የፖለቲካ ተቋማት ቅቡልነታቸው እየተመናመነና አዳዲስ ጥያቄዎችን የማስተናገድ ዐቅማቸው ከዕለት ወደ ዕለት እየተሸረሸረ ይሄድና ለፖለቲካዊ አለመረጋጋት ምቹ ሁኔታዎች እየተፈጠሩ ይሄዳሉ። በአጭሩ ሀገራት ምጣኔ ሀብታዊ ዕድገታቸውን በሚመጥን መልኩ የፖለቲካና አገልግሎት ሰጪ ተቋማትም አብረው ማደግ ካልቻሉ ውጤቱ ደካማ መንግሥት መፍጠር ይሆናል።

ተቋማት የሚፈጠሩት በአንድ አካባቢ የሚከሠቱ ተፈጥሯዊ ወይም ማኅበራዊ ተግዳሮቶችን ለመቋቋም ነው። ተቋማት አንዴ ከተፈጥሩ በኋላ ጸንቶ የመቆየት ዝንባሌ ይኖራቸዋል። ነገር ግን ተቋማት በጠንካራ ሕግጋትና በማኅበራዊ ድንጋጌ፣ በልማዳዊ ተግባራትና በሌሎች ሥነ ልቦናዊ ይዘቶች ድጋፍ እንዲቆሙ የሚደረጉ በመሆኑ በቀላሉ ሊለወጡ አይችሉም። ተቋማትን ጠብቆ የማቆየት ፍላጎት ህልውናን ጠብቆ ከማቆየት ጋር የተያያዘ ነው። በመሆኑም ከአዳዲስ ሁኔታ ጋር ተጣጥሞ ለመዝለቅ ይቻል ዘንድ ነባር ሕግጋትና የአሠራር ሥርዓቶችን ለመለወጥ የሚያስገድዱ አዳዲስ ሁኔታዎች ሲፈጠሩ እንደገና ተፈትሸው በጋራ ስምምነት ሊለወጡ ይገባል።

አንዳንድ ጊዜ ይህ ድርድር በማኅበረሰብ መረጋጋት ላይ አደጋን ከሚጋርጥበት ደረጃ ላይ ሊደርስ ይችላል። ተቋማቱን ለመፍጠር ወይም ከሌላ ተውሶ ለመውሰድ

ያስገደዱን ሁኔታዎች ጠፍተው ሌሎች አዳዲስ ሁኔታዎች የሚፈጠሩበት ጊዜ አለ። በዚህ ጊዜ ነባሮችን ተቋማት በወግ አጥባቂነት ይዞ ለመዝለቅ ጥረት ሲደረግ ተቋማቱ ከአዲሱ ሁኔታ ጋር በፍጥነት መጣጣም ይቸግራቸዋል።

ኅብረተሰቡ ነባራዊ ሁኔታ ሲለወጥ የተቋማቱም ሁኔታ ተጣጥሞና ተዛምዶ እንዲለወጥ ለማድረግ ከተሳነው፣ ደካማ ሀገረ መንግሥት ይፈጠራል።

ነባሮቹን ተቋማት ጠብቆ የማቆየት ጠንካራ የወግ አጥባቂነት ፍላጎት ለወቅቱ ሁኔታ የማይመጥኑ አሮጌ ተቋማትን ተሸክመን እንድንንገታገት ከማድረጉም በላይ ውድቀት ውስጥ እየተዘፈቅን መሆናችንንም እንዳናይ ያደርገናል። የተቋማዊ ችኮነት ችግርን ለመቅረፍ አስቀድሞ ማኅበራዊና ኢኮኖሚያዊ ለውጦችን ተንትኖና ተንብዮ የሚሠራ ቀድሞ የነቃ አመራር፣ ቢሮክራሲ እና ባለሞያ መፍጠርን ይጠይቀናል።

ከሀገራዊ ሪፎርም ዝለት ለመውጣት

ጠንካራና መልካም የመንግሥት አስተዳደር ለመፍጠር የተቋማት ግንባታ የሪፎርም ሥራዎች እጅግ አስፈላጊ ናቸው። ሪፎርሙ በመንግሥት መዋቅር ውስጥ ያልነበሩ አዎንታዊ ውጤቶችን ለማግኘት፣ የመንግሥት ሥራዎች የሚሠሩባቸው የቆዩ አመለካከቶች፣ አሠራሮች፣ አደረጃጀቶችና ሂደቶች በታቀደና በተቀናጀ ሁኔታ በአዳዲስ የሚለወጡበት መሣሪያና ትግል ነው። ጠንካራ የማስፈጸም ዐቅም ያለው ተቋምና መንግሥት ሲፈጠር፣ ብቁና ሥነ ምግባር ያለው እንዲሁም በሚወስዳቸው ርምጃዎች ተጠያቂ ሊሆን የሚችል ባለሞያ ይኖራል። በመንግሥታዊ ጉዳዮች በንቃት የሚሳተፍ ኅብረተሰብ ይፈጠራል። ሁሉም አካላት በሕግ የበላይነት አምነው የሚንቀሳቀሱበትና መልካም አስተዳደር የሰፈነበት የፖለቲካና የኢኮኖሚ ሥርዓት ይገነባል።

ከዚህ ጋር ሊታለፍ የማይገባው ጉዳይ የሲቪል ሰርቪስ ማሻሻያዎችን ከምክነት መታደግ ነው። በሀገራችን ከሁለት ዐሥርት ዓመታት በላይ የተካሄዱት የሲቪል ሰርቪስ ሪፎርሞች፣ ሁሉም ሊባል በሚችል ደረጃ መሠረታዊ ለውጥ ያላመጡ እና የመከኑ ናቸው ብሎ ለመደምደም ይቻላል። ይልቁንም ከሪፎርሞች ብዛት፣ ተከታታይነትና አንዱን ጥሎ ሌላውን ከማንሣት አባዜ የተነሣ፣ ሲቪል ሰርቪሱም ሆነ መላው የሀገራችን ሕዝብ "የሪፎርም ዝለት" ሰለባ ሆነዋል። ስለ አዲስ የተቋማት ሪፎርም መርሃ ግብርና መሣሪያ ለመስማትም ሆነ ለመቀበል ሕዝቡ የሚታክትበት ሁኔታ ተፈጥሯል። የተቋማት ግንባታ ሪፎርምን ለማሳካት በሀገር አቀፍ ደረጃ ሌላ የሪፎርም ንቅናቄ መፍጠር በራሱ አዳጋችና ውጤታማነቱም አጠራጣሪ ነው።

ምንም እንኳን በአንዳንድ ሀገራት ላይ የሠሩ ቢሆንም አንዱ ሌላኛውን ተከትለው በመምጣት ተግባራዊ ሊደረጉ የተሞከሩትና ለውጤት ያልበቁት የሪፎርም ፓኬጆች (መሠረታዊ የሥራ ሂደት ለውጥ /ቢ.ፒ.አር./፣ ውጤት ተኮር የምዘና ሥርዓት /ቢ.ኤስ.ሲ./፣ የለውጥ ሠራዊት ግንባታ /ጂ.ኢ.ጂ./፣ ካይዘን፣ ደሊቨሬብልስ፣ ወዘተ...) ሲቪል ሰርቪሱ ለሀገር አቀፍ የለውጥ መርሃ ግብሮች ያለውን ፍላጎት አደንዝዘውታል። ለውጥ ሳያመጣ በተደጋጋሚ የተወሰደ መድኃኒት ከሕመም አምጭው ሕዋስ ጋር እንደሚለማመደው ሁሉ፣ ሲቪል ሰርቪሱም

እንደዚያ ሆኗል። የሚመጡ የሲቪል ሰርቪስ ሪፎርሞችን ከባነርና ቲሸርት፣ ከቆብና ከአበል፣ ከስብሰባና ከመፈክር ያልፋሉ ብሎ አያምንም።

ለዚህ ሀገራዊ የሪፎርም ዝለት በርካታ ምክንያቶች ቢኖሩም ዋና ዋናዎቹ ግን ሞገደኝነት፣ ዓውድን ያላገናዘበ ትግበራ፣ የአመራር ብቃት ችግር እና የፖለቲካ ጣልቃ ገብነት ናቸው። ማንኛውንም የሪፎርም ፓኬጅ ምንነቱን እንኳን በአግባቡ ሳይረዱ ለማጣጣልና ተግባራዊነቱን ለማደናቀፍ የሚሞክሩ ልሂቃንና እነሱን ተከትለው ሪፎርሙን በሞገደኝነት የሚያመክኑ ሠራተኞች ለዝለቱ ትልቅ አስተዋጽዖ አላቸው። በሌላ በኩል ደግሞ መንግሥት የአመራር ብቃት ችግርን አለመቅረፉ፣ የየተቋማቱንና የሀገራችንን ዓውድ ግንዛቤ ውስጥ ያልከተተ የሪፎርም ትግበራ ማካሄዱ እንዲሁም ፖለቲካው በሲቪል ሰርቪሱ ውስጥ ከሪፎርም ፓኬጆቹ ጋር የሚጋጩ ነገሮችን ጣልቃ ስለሚያስገባ ሪፎርሞቻችን የተጠበቁትን ያክል ውጤታማ አይደሉም።

በመሆኑም ሀገራዊ ቅርጽ ከያዘ የሪፎርም አዲስ ፓኬጅ ይልቅ ያልተማከለና ለዘርፍ ልዩ ባሕርይ ትኩረት የሚሰጥ፣ በዕውቀት የሚመራና የሴክተሩን ፍላጎት መሠረት ያደረገ ሪፎርም የበለጠ ውጤታማ ይሆናል። እንዲህ ዓይነት ዘርፍና ተልዕኮ ተኮር የተቋማት ግንባታ ሪፎርም ታክቲክ ስኬታማነት በዋነኛነት የሚወሰነው፣ በየተቋማቱ የበቁ የለውጥ ሐዋርያት ካሉ ነው። ይህን ለመፍጠር ደግሞ የአመራር ብቃት እጅግ መሠረታዊ ጉዳይ ነው።

ምዕራፍ 9

የፖለቲካ አመራር ከገዢነት ወደ መሪነት

የአመራር ጥያቄ በግለሰብና በሥርዓት መካከል የሚገኝ ማኅበራዊ፣ ተቋማዊ እና ሀገራዊ መስተጋብር ነው። በአንድ በኩል የሰው ልጆች የለውጥ ወኪሎች በመሆን ሥርዓትን መቀየር ይችላሉ ከሚለው መከራከሪያ ጋር አብሮ የሚሄድ ሲሆን፤ በሌላ በኩል ደግሞ ሥርዓትን ሰዎች ስለፈለጉ ብቻ የሚቀይሩትና የሚያሾሩት ነገር አይደለም የሚለውን መከራከሪያ ለመቀበል የሚሞክር ኃልዮታዊ ውጥረት ውስጥ አልፏል።

ምንም እንኳን ሥርዓት ግለሰቦች ስለፈለጉ ብቻ የሚያሾሩት ነገር አለመሆኑና ግለሰቡንም ጨምሮ የሚያሾር ሂደት መሆኑን መቀበል ቢያስፈልግም በሌላ በኩል ግን ግለሰቦች የሥርዓቱን ተጽዕኖና የሥርዓቱ አካልነታቸውን ተቋቁመው አዲስ ፋና ሊያሳዩ እንደሚችሉ መገንዘብ ያስፈልጋል። ይህን የግለሰብና የሥርዓት ተቃርኖ ለማስታረቅ የተሞከሩ ኃልዮታዊ ጥረቶች ሁሉ በአመዛኙ ስኬታማ ናቸው ለማለት ባይቻልም፣ ከታሪክና ከነባራዊ ሕይወታችን እንደምንረዳው ግን፣ ግለሰቦች ራሳቸው የሥርዓት ውጤት ቢሆኑም ሥርዓትን የማስተካከልና ለውጥ የማምጣት ዐቅም አላቸው።

የአንድን ሀገር ቁሳዊና መንፈሳዊ ሀብት ወደሚጨበጥ ብሔራዊ ዐቅምና ኃይል ቀይሮ የሀገርን ልማትና ህልውና ለማረጋገጥ መሪዎች ትልቅ ድርሻ አላቸው። የቤተሰብ፣ የተቋም ወይም የሀገር ውድቀትና ስኬት ተቋማቱ ከተመሩበት ፍልስፍናና ከመሪዎቹ ብቃት ጋር በእጅጉ የተቆራኘ ነው።

ኅብረተሰብ በማንኛውምና በየትኛውም ጊዜ ሰፊ የመለወጥና የማደግ ዕምቅ ፍላጎትና ዐቅም ያለው ነው። አመራር ይህንን ዕምቅ ዐቅም ወደ ተጨባጭ ሀብት በመለወጥ፣ የለውጥ ፍላጎቱን ማሳካት የሚችል ነው። አመራሩ የተሳሳተ ከሆነም የኅብረተሰቡን ዕምቅ ዐቅም ለማያቋርጥ ጥፋት የሚያውልበት ሁኔታ ይፈጠራል። ለዚህም ነው በአንድ ኅብረተሰባዊ እንቅስቃሴ ውስጥ አመራር ቁልፍ ነው የሚባለው። የመሪና ተመሪ መስተጋብር ቀጣይነት ያለውና ትውልድ ተሻጋሪ መሆን የሚችለው፣ የአንድን ቡድን ጊዜያዊ ፍላጎት ለማርካት ሳይሆን ምልዓተ ሕዝቡን ተጠቃሚ ለማድረግ የሚችልና ሁሉም የሚጋሩት፣ በቅብብሎሽ ሊፈጸም የሚችል ዓላማና ራዕይ ሲኖረው ብቻ ነው።

አዳጊ ሀገራት በማኅበራዊ፣ በፖለቲካዊ እና በኢኮኖሚያዊ ዘርፎች ያሉባቸውን መሠረታዊ ችግሮች በመለየት፣ ዘላቂ መፍትሔ ለመስጠት የሚያስችል ብቃት ያለው አመራር፣ ከበለጸጉ ሀገራት በላቀ ሁኔታ ያስፈልጋቸዋል። ምክንያቱም፣ በበለጸጉ ሀገራት በኅብረተሰቡ ውስጥ የዳበረ የዕውቀትና የልምድ ክምችት ከመኖሩ በተጨማሪ፣ የላቀ የአመራር ብቃት የሌላቸውን የፖለቲካ መሪዎች በቀላሉ ለማስወገድ የሚያስችል ዲሞክራሲያዊ ሥርዓት አለ።

ለዚህ ያልታደሉት እንደ ኢትዮጵያ ያሉ አብዛኞቹ የአፍሪካ ሀገራት፣ የአመራር ችግሮችን ለማረም ይቅርና ችግሩ ስለመኖሩም ለማወቅ ዕድሉ አይኖራቸውም።

ሀገራችን ባላት ሀብትና ጸጋ ልክ ተጠቅማ ከድህነት በፍጥነት ለመውጣት ያልቻለችበት አንዱ ምክንያት ከአመራር ውድቀት ጋር በእጅጉ የተቆራኘ ነው። በባህላችን እየተወራረሰ በመጣው አስተሳሰብ መሠረት፣ መሪ ማለት ገዥና የማይገሰስ ሥልጣን ያለው ነው። በንድፈ ሐሳብ ደረጃ መሪዎች "የሕዝብ አገልጋዮች መሆን ይኖርባቸዋል" የሚለው መሠረታዊ ሐሳብ ተደጋግሞ ቢገለጽም ወደ ተግባር ሲሸጋገር ግን ሁሉም በየዐቅሙና በየደረጃው መሪ ሳይሆን ገዥ ሆኖ እንደሚታይ ግልጽ ነው።

መሪነትን ከገዢነት የሚለየው ጉዳይም፣ ገዢነት ተከታዮችን በጉልበት የማፍራትና የራስን ሕልም በሌሎች ላይ በኃይል የመጫን መንገድ ሲሆን፣ መሪነት ግን ከጉልበት ይልቅ በጎ ተጽዕኖ ማሳደርንና ማሳመንን የሚጠይቅ መንገድ ነው። ገዢነት የራስን ሕልምና ፍላጎት ለማሳካት የሚደረግ ጥረት ሲሆን፣ መሪነት ግን የጋራ ኅብረተሰባዊ ሕልምን እውን ለማድረግ የሚደረግ ትግል ነው። በሀገራችን ዘመናዊ ታሪክ ውስጥ ገዢነት እንጅ መሪነት ሰፊ ሥፍራ ይዞ አይታይም።

አሁን የምንገኝበት የተወሳሰበ ችግርም ሆነ ወደፊት ልንደርስበት የምንፈልገው የበለጸገ ዲሞክራሲያዊ ኅብረተሰብ፣ ከምንጊዜውም በላይ ከዚህ የገዢነት አስተሳሰብ የወጣ ብቃት ያለው ሰፊ የአመራር ኃይልን ይሻል።

በሀገራችን የተስተዋሉ የመሪነት ፈተናዎች

በሀገራችን መሪነት ስለምን የሚገባውን ሥፍራ አላገኘም? በሕዝብና በመሪዎች መካከል ያለው ግንኙነት በተቃርኖ የተሞላ እንዲሆን ያደረገው ምክንያት ምንድነው? እነዚህንና የመሳሰሉትን ጥያቄዎች ከታሪካዊ ዳራዎችና ካለንበት ሁኔታ ተነሥተን መፈተሽ ለቀጣዩ የአመራር ግንባታችን እጅግ አስፈላጊ ነው።

የጋራ ሕልምን የመፍጠር ፈተና

በሀገራችን መሪነት እንዳይዳብር ከሚያደርጉት ምክንያቶች አንዱ የጋራ ሕልም ጉዳይ ነው። መሪዎች ተመሪዎችን ወደ ጋራ ሕልም በመሳብ ሕልማቸውን እውን ለማድረግ ሲቸገሩ በታሪካችን ብዙ ጊዜ ታይተዋል። ምንም ያህል ትልቅ ሕልም ቢይዙ፣ የመሪነት ብቃት የሚወሰነው ሕልማቸውን ወደተከታዮቹ በማጋባት ዐቅማቸው ላይ ነው። ሕልማቸውን በተከታዮች ላይ አጋብተው መሪና ተመሪ የጋራ ሕልምን ለማሳካት በጋራ ቁርጠኝነት እንዲንቀሳቀሱ ማድረግ የመሪነት ብቃት ነው።

በሀገራችን መሪዎችና ተመሪዎች የጋራ ሕልም እንዳይኖራቸው ካደረጉት ምክንያቶች አንዱ ምክንያታዊ ኅብረተሰብ አለመገንባታችን ነው። ዘመናዊ ትምህርት ወደ ሀገራችን ሙሉ በሙሉ ከገባ አንድ ምዕተ ዓመት እንኳን ያልሞላው በመሆኑ ምክንያታዊ አስተሳሰብ በሕዝባችን ውስጥ ስር አልሰደደም። አውሮጳውያን ዘመናዊ ትምህርትን ቢያንስ ከአንድ ሺሕ ዓመት በፊት ቀድመውን ጀምረዋል። እጅግ የዘገየው የዘመናዊ ትምህርት ጅማሯችን ያመጣብን የምክንያታዊነት አስተሳሰብ ውሱንነት መሪነትን በምክንያት እና በዕውቀት እንዳንመዝነው አድርጎናል።

ነገር ግን የጋራ ሕልምን ለመፍጠር የምክንያታዊ አስተሳሰብ አለመዳበር ብቸኛ እንቅፋት አይደለም። በሀገራችን መሪዎች ሕልማቸውን በተመሪዎች ላይ እንዳያጋቡ የሚያደርገው ሌላው ዋና ምክንያት የመሪዎቹ የሞራል ወረት መመናመን ነው።

“የሞራል ወረት” መሪዎች በበጎነት የሚነሡበትና የሚታወቁበት መጠን ነው። በበጎነት ስሙ የማይነሣና ይልቁንም በክፉ አሳቢነቱና በመጥፎነቱ ስሙ የሚነሣ መሪ፣ ሕልሙን በተመሪዎቹ ላይ ሊያጋባ ቀርቶ እንደመሪም የመቆጠር ዐቅም አይኖረውም። ስለዚህም ሕልምን በተመሪ ላይ ለማጋባት በመጀመሪያ ደረጃ ተመሪው መሪውን እንደ በጎ አሳቢና ለተመሪው ጥቅም እንደሚጥር መልካም ሰው ሊቆጥረው ይገባል። ተመሪው መሪውን እንደ ክፉና የተመሪውን ጥቅም ለራሱ ዓላማ እንደሚያውል መሠሪ የሚቆጥረው ከሆነ፣ የመሪውን ሕልም ሊጋራው አይችልም። በአንጻሩ መሪው በጎ አሳቢና ለተመሪው ጥቅምና ፍላጎት የቆመ ነው ብሎ ካሰበ ተመሪው ሕልሙን ለመጋራት የበለጠ ዝግጁ ይሆናል።

መሪዎች ከሁሉም በፊት በሕዝብ ዘንድ የሚታመኑ በጎ ሰዎች መሆናቸውን ማሳየት አለባቸው። ይህን የበጎነት ስምና እምነት ሳያገኙ በተመሪው ውስጥ ሕልምን መትከል አይችሉም። የሞራል ወረት ሳይኖረው ለመምራት የሚሞክር መሪ ከመሪነቱ ወጥቶ ገዢ ይሆናል። የሞራል ወረት ሳይኖር ለመምራት መሞከር ከተመሪ ጋር በግልጽ ጦርነት ውስጥ የመግባት ያክል ነው። በእንዲህ ዓይነት ሁኔታ ምንም መልካም ነገር ቢያደርጉና የትኛውንም መልካም ሕልም ቢያልሙ በተመሪው ዘንድ ተቀባይነትን ለማግኘት አይችሉም።

መሪውን ያልተቀበለ ሕዝብ የሚቃወመው የመሪውን ሥራ ብቻ ሳይሆን ሰብእናውን ጭምር ነው። ሥራን በማስተካከል ወይም አንዳንድ ውሳኔዎችን በማሳለፍ የሚፈታ ጉዳይ አይኖርም። ችግሩ የሚፈታው በጥልቀት ራስን በመፈተሽ ድክመትን በጥንቃቄ በማረም ነው። ይህ ደግሞ በሀገራችን የተለመደ አይደለም።

ይህን ችግር የበለጠ አስከፊ የሚያደርገው በሀገራችን የፖለቲካ ባህል ውስጥ ጥርጣሬ በከፍተኛ ደረጃ የተጠናወተን ችግር መሆኑ ነው። እምነት በተገቢው መጠን ያልዳበረበት የፖለቲካ ባህል ከቀጥተኛ መልእክት ይልቅ ዙሪያ ጥምጥም ትርጉሞች እና አንድምታዎች ይበዙበታል። ተነጋግሮ ለመግባባትም ምጥ ይሆናል። በዚህም ምክንያት የሞራል ወረት አንዴ ከተመናመነ በኋላ መልሶ ለማሰባሰብ እጅግ አስቸጋሪ ይሆናል። ማንኛውም ዓይነት በጎ ንግግር እንኳን ለጥርጣሬና ለዙሪያ ጥምጥም ትርጉሞች የተጋለጠ ስለሚሆን በተመሪው ላይ ሕልምን ማጋባት ከንቱ መላላጥ ይሆናል።

ደካማ የስሜት ልቀት የሚደቅነው ፈተና

የጋራ ሕልምን ካለማዳበር ቀጥሎ መሪነት እንዳይዳብር የሚያደርገው ሌላው ምክንያት የስሜት ልቀት ጉዳይ ነው። መሪነት ከሚፈልጋቸው ጉዳዮች አንዱ የስሜት ልቀት ነው። የስሜት ልቀት ማለት ስሜቶቻችን እንዲሠለጥኑብን ሳይሆን እንድንሠለጥንባቸው የማድረግ ብቃት ማለት ነው። በሀገራችን ሕልምን በጥበብ የማጋባት ጥረታችን ፈተና ሲገጥመው የምንወስደው ስሜታዊ ርምጃና የምንከተለው የስሜት መንገድ ሀገራችንን ለማያቋርጥ የቁልቁለት መንገድ የሚዳርጋት ነው።

በታሪካችን መሪነት የሚገጥመው አንዱ ፈተና የስሜት ድቀት ነው። የተመሪዎቹንም ሆነ የራሱን ስሜት የማይረዳና ስሜቱን የማይቆጣጠር መሪ የታሪክ ዕድፍ ይሆናል። እንዲህ ዓይነት መሪዎች ወደ ገዢነት የተለወጡ ናቸው። ገዢዎች ደግሞ የስሜታቸው ባሪያዎች ናቸው።

በሀገራችን እጅግ ዘግናኝ ከሆኑ የጭፍጨፋ ታሪኮች ጀርባ የስሜት ድቀት መኖሩ አያጠራጥርም። ለነጭ ሽብርና ቀይ ሽብር እልቂት የስሜት ድቀት አስተዋጽዖ የሚናቅ አይደለም። ከዚያ በፊትም ሆነ በኋላ የተከሠቱ ደም መፋሰሶችና መከራዎች ከስሜት ድቀት ጋር በእጅጉ የተቆራኙ መዘዞች ናቸው። በሰብአዊ ፍጡር ላይ በ21ኛው ክፍለ ዘመን ሊፈጸም የማይገባ ተግባር በየጨለማ እስር ቤቶቹና በየድብቅ ማጎሪያዎቹ የተፈጸመው የስሜት ድቀት ባጠቃቸው መሪዎቻና ከነርሱ በባሱ ኃይልና ሥልጣንን መሠረት ያደረገ ትዕዛዝን "ለምን?" ብለው ለመጠይቅ በማይችሉ የስሜት ተገዢ መኮንኖቻቸው ጭምር ነው።

ድክመቶቻችንን በሁለት ከፍለን ልናያቸው እንችላለን። አንደኛው የሕዝብን ስሜቶች የመረዳት ችግር ነው። አንድ መሪ የተከታዮቹን ስሜት ካልተረዳና የስሜቶቹን ምክንያትና የሚያስከትሉትን ውጤት ካልመረመረ የስሜት ልቀቱ ላሽቋል ወይም የስሜት ድቀት ውስጥ ገብቷል ማለት እንችላለን። ሕዝብና ተከታይ ሲከፋ ለምን እንደተከፋ መመርመር፣ የስሜቱን መጠንና አቅጣጫ ማጤን፣ እንዲሁም ስሜቱ ሊያስከትለው የሚችለውን አደጋ መገንዘብ አስፈላጊ ነው። መሪዎች ሮቦቶች አይደሉም፤ ሰዎች ናቸው። ሰብአዊ ስሜቶችንም ከሰዎች ጋር ይጋራሉ። መሪ የሆኑትም ሰው ስለሆኑ ነው። መሪዎች የተመሪዎቻቸውን ብቻ ሳይሆን የራሳቸውን የስሜት ሁኔታም መገንዘብ ይኖርባቸዋል። በሀገራችን ይህ የራስንም ሆነ የተመሪን ስሜት የመረዳት አዝማሚያ ፈጽሞ የመነመነ ነው። ስሜቶች በመሪዎች ላይ በመሠልጠናቸው ምክንያት መሪና ተመሪ የሚገናኙት ከእነርሱ ቁጥጥር ውጭ

በሆነ የስሜት ማዕበል ውስጥ ነው። አጠቃላይ የግንኙነት ድባቡ የስሜት አረፋ የሚደፈቅበትና ስክነትና ማስተዋል የጠፋበት ነው። የሕዝብን ብሶትና ንዴት በወቅቱና በተገቢ ሁኔታ ያልተረዳ መሪ ሕዝብን እየገዛ እንጅ እየመራ አይደለም።

ሁለተኛው ችግር ስሜትን ለመቆጣጠር ያለመቻል ነው። በሀገራችን ሕልምን በጥበብ ማጋራት የሚከብዳቸው መሪዎች ሕዝቡን በጉልበት ለመግዛት ሲሞክሩና አልሳካ ሲላቸውም ከፍተኛ ንዴትና ግልፍተኝነት ውስጥ ይገባሉ። ተመሪው ሕልማቸውን ባለመጋራቱና እነርሱም በጉልበት ስለሚገዙት አንድ ቀን ከሥልጣኔ ያወርደኛል ብለው ይፈራሉ። በዚህም ፍርሐት ተውጠው ሕዝቡን በጭካኔ ይቀጠቅጣሉ። የፍርሐት ስሜታቸውን በአግባቡ ለመቆጣጠር ስለሚሳናቸው ያገኙትን ሁሉ ያጠቃሉ፤ ያስራሉ፤ ይገርፋሉ፤ ይገድላሉ። ጉዳዩ ከዚህ አልፎ የገዢና ተገዢ ስሜት ይበልጥ እየሻከረ ሲመጣ ደግሞ የመሪዎች ፍርሐት ወደ ንዴት ያድጋል። ይህም ሀገሪቱን ወደ ለየለት ቀውስና ደም መፋሰስ ያመራታል። ለዚህ ነው መሪዎች በመጀመሪያ ደረጃ የፍርሐት ስሜታቸውን መቆጣጠር ያለባቸው።

መሪዎችና ገዢዎች የሚለያዩበት አንዱና ዋናው ምክንያት ገዢዎች ሕልማቸውን ለማጋባት በሚያደርጉት ጥረት ውስጥ ከጥበብ ይልቅ በስሜት መነዳታቸውና የተመሪያቸውንም ሆነ የራሳቸውን ስሜት ለመቆጣጠር አለመቻላቸው ነው። ይህም ተመሪን በተጽዕኖ ሳይሆን በጉልበትና በቅጣት ለሕልማቸው እንዲገብር ስለሚያደርግ ዋናውን የመሪነት ትርጉም ይጣረሳል።

የአመራር ብቃትንና የቡድን ተዋጽዖን የማስታረቅ ፈተና

በሀገራችን መዋቅር ወለድ ጭቆናን ለመፍታት ከሲቪክ ሥርዓቱ ባሻገር ፖለቲካዊ ርምጃዎች ወሳኝ መሆናቸው ቀደም ባሉት ምዕራፎች ተጠቁሟል። እነዚህ ፖለቲካዊ ርምጃዎች ደግሞ አንዱ ጎናቸው የአመራሮችን የቡድን ተዋጽዖ ግምት ውስጥ ማስገባታቸው ነው። ይህ ሂደት ለቡድኖቹ ፖለቲካዊ ዕቅም ስለሚሰጣቸው መዋቅራዊ ጭቆናን ለመታገል ትልቅ አስተዋጽዖ ይኖረዋል። ነገር ግን የቡድን ተዋጽዖ መዋቅር ወለድ ጭቆናን ለማስወገድ አንዱ መንገድ ወይም መሣሪያ መሆኑ ቀርቶ በራሱ ግብ ወይም መዳረሻ ከሆነ ከፍተኛ ችግር ይፈጥራል።

በሀገራችን በአመራሮች የቡድን ተዋጽዖ ውስጥ በልሂቃን ዘንድ እስካሁን ትልቅ ትኩረት ያገኘው የብሔሮች ውክልና ነው። ለዚህም አንዱ ምክንያት የቤተ ዘመድ ትስስር ወይም ፓትሪሞኒያሊዝም አመራሮችን ከአንድ አካባቢ ብቻ እየሰበሰበ ሥልጣኑን በብቸኝነት እንዲቆጣጠሩት ስለሚያደርግ ነው።

ይህ ዓይነቱ ሁኔታ ደግሞ ቁሳዊ ፍላጎታችን ባለመሟላቱና የሕይወት ዋስትና ባለመረጋገጡ ያለቺውን ሀብት በተለያየ መንገድ ለመቀራመት የሚደረግ ጥረት ነው። ይህ ሂደትም የሀገሪቱን ሀብት ከማሳደግና በዚያ ተጠቃሚ ከመሆን ይልቅ፣ ያለቺውን ጥሬ ሀብት ለመቀራመት የሚያሰፈስፉ ልሂቃንን አበራክቷል።

በዚህም ምክንያት የአመራር ውክልና ጥያቄ በዚች የመቀራመት ስሌት ዙሪያ ብቻ እንዲያጠነጥን አድርጎታል። ይህም የአመራር ጥያቄ ከብቃት ወጥቶ ከብሔር ውክልና ጋር ብቻ እንዲቆራኝ አድርጎታል። አመራር ሕዝብን በእኩልነት የሚያገለግል መሆኑን፣ ነገር ግን ከዚህ ሂደት የሚያመልጡ ጉዳዮች ሲኖሩ

መፍትሔ ለመስጠትና በቤተ ዘመድ መሰባሰብን ለማስወገድ ደግሞ የብሔር ውክልናን ግምት ውስጥ ማስገባት እንደሚያስፈልግ ተዘንግቶ የዜጎች መብትና ጥቅምን ከብሔር ልሂቃን ውክልና ጋር ብቻ የማያያዝ ዝንባሌ ታይቷል። ይህም ሁኔታ ልሂቃን ለሀገርና ለሕዝብ ጥቅም ከልባቸው በትጋት ከመሥራት ይልቅ ሕዝብን በስሜት እየኮረኮሩ በብሔር ውክልና ስም ወደ አመራርነት ለመውጣት እንዲያሜሩ አድርጓቸዋል። ትጋትና ብቃት ተረስተው የብሔር ውክልና ዋነኛ ቁም ነገር ተደርጎ እንዲቆጠር አድርጓል።

ይህ በብሔር ውክልና ላይ ብቻ የማተኮር አባዜ ሌላ ችግርም ይፈጥራል። የአመራር ውክልናው ሌሎችን የቡድን ዓይነቶች ዘንግቶ ብሔርን ብቻ መሠረት ያደረገ በመሆኑ ብዙ መዋቅር ወለድ ጭቆናዎች በሚጠበቀው ደረጃ እንዳይፈቱ አድርጓል። እስከዛሬ በነበረን ሂደት ውስጥ ሴቶች በአመራርነት የነበራቸው ውክልና አነስተኛ መሆኑ የሴቶች መብት በፖለቲካችን ውስጥ ያለው ሥፍራ አነስተኛ እንዲሆን ትልቅ ሚና ተጫውቷል። በጠረፍና በመሐል ሕዝቦች መካከል በብዙ ጉዳዮች ላይ ያለው ልዩነት በዚህ ብሔር ተኮር የውክልና ሥርዓት ምክንያት ትኩረት ሳያገኝ ቆይቷል።

በሀገራችን አመራር ሕዝብን በትጋትና በብቃት የሚያገለግል እንዲሆን በዋናነት በሥራው ልክ የሚመዘንበት ሁኔታ መፈጠር አለበት። ሕዝብን እየዘረፉና እያሰቃዩ በጎን ደግሞ በሕዝብ ስም የሚምሉ ልሂቃን ተወግደው፣ ታታሪና ብቁ ሰዎች ወደ አመራርነት እንዲመጡ ከተፈለገ አመራርን ከብሔር ውክልና ጋር ብቻ አጣብቀን የምናይበት መነጽር ሊስተካከል ይገባዋል።

በሀገራችን መገንባት የምንፈልገው የአመራር ዓይነት

አሁን ሀገራችን እየገባችበት ያለው ዲሞክራሲያዊ ለውጥ ዕርገታዊ ለውጥ ብቻ አይደለም፤ መሠረታዊ የዓይነትና የጥራት ለውጥም ጭምር እንጂ። ይህም የእመርታዊ ለውጥ ባሕርይ ነው። ይህን እመርታዊ ለውጥ በተለምዷዊው የእድገት ለውጥ ግንዛቤ ብቻ ልናመጣው አንችልም። ይህን ለውጥ የሚገነዘብና ለውጡን ዳር ማድረስ የሚችል መሪ ማግኘት አንገብጋቢ ጉዳይ የሚሆነውም ለዚህ ነው። ስለዚህም በአመራር ግንባታችን ውስጥ አንዱ መሠረታዊ ጉዳይ ብቁ ሰዎችን ወደ አመራርነት የማምጣት ጉዳይ ነው።

ሕዝቡን በአእምሮም ሆነ በስሜት መርቶ ወደ ግብ ለመድረስ ከኅብረተሰቡ ውስጥ በየደረጃው ላቅ ያሉትን ወደ መሪነት ማምጣት አስፈላጊ ነው። ይህን ባለማድረጋችን የሚያስተጋባው ራዕይ ቀርቶ ለራሱ ራዕይ የሌለው መሪ በየደረጃው ፈጥረናል። ራዕይ ከሌለ ተመሪዎችን መነሸጥ አይቻልም፤ ተመሪዎች ካልነሸጣቸው ደግሞ ወደ ግብ የሚያደርስ ሥራ ለመሥራት አይችሉም።

ራዕይ እንደ ሽልማት ነው፤ ቀድሞ የቀረበ ሽልማት። ከውስጥ የመነጨ ተነሣሽነት የሚኖረው ራዕይ ሲኖር ነው። ከውጭ ከሚመጣ ጥቅማ ጥቅም ይልቅ፣ የተመሪ ተነሣሽነት ዘላቂና ውጤታማ የሚሆነው ራዕይ የሚባለውን የንጋት

ኮከብ እንዲመለከት ስናደርገው ነው። በሀገራችን በውጫዊ ማበረታቻ ላይ ብቻ በማተኮራችን የተነሣ ብዙ ሰዎች በሀገራቸው ጉዳይ ላይ የማይተጉና ጥቅም ብቻ የሚያሳድዱ ፍዝ ዜጎች እንዲሆኑ አድርጓቸዋል። ይህ ሁኔታ የሚቀየረው ራዕይ ያላቸው፣ ራእያቸውን በተመሪያቸው ላይ የሚያጋቡ እና ተመሪያቸውን በራዕይ ኃይል የሚነሽጡ መሪዎችን ስንፈጥር ነው።

እንዲህ ዓይነት አሻጋሪ መሪዎች የምናገኛቸው ብቻ ሳይሆን የምንፈጥራቸውም እንደሆኑ ማሰብ በጣም አስፈላጊ ነው። ለዚህም በአጭር ጊዜ ውስጥ ብቁ መሪዎችን ለማግኘትና ለመፍጠር የምንችልበትን ስልት ከመቀየስ ባሻገር መሠረታዊ የመሪነት ባህላችንን ለመቀየር ሰፊ ሥራ መሥራት ይኖርበታል።

ትምህርት ቤቶች ዜጎችን በመሪነት ክሂሎት የሚቀርጹ መሆን አለባቸው። አለቃ ሲባል አለንጋ የሚያስታውሱ ሕፃናት ስለመሪነት ትክክለኛ ሐሳብና ክሂሎት ይዘው አያድጉም። በቤተሰብ ደረጃም ኅብረተሰቡ መሪነትን እንዲማር ሥራዎች መሠራት አለባቸው። ልጆቹንና ሚስቱን በቤቱ አስቤዛ ጉዳይ እንኳን የማያማክር አባወራ ከቤቱ ውጭ ብቁ መሪ ሊሆን አይችልም። እንደ ኅብረተሰብ በማኅበራዊ ተቋሞቻችን የምናራምደው የመሪነት ሥነ ልቦና የረጅም ጊዜ ሥራ የሚጠይቅ ሰፊ የባህል ለውጥ አጀንዳ ነው። አሁን ያለብንን አጣዳፊ ችግር ለመፍታት ደግሞ በመሪነት ሥልጠና መስክ ሰፊ ሥራ መሥራት አለበት።

በአጠቃላይ በዚህ ወቅት ሀገራችን የምትፈልገው አመራር ከማፍረስና ከተናጠል ጉዞ ይልቅ ባለው ላይ የሚያከማችና የተበታተነውን የዜጎች ዐቅም የሚሰበስብ፣ ከስሜታዊነት የጸዳ እንዲሁም በጋራ ግብ ዙሪያ ተመሪዎችን ማስፈንጠር የሚችል ነው። ዐቅምን በማከማቸት፣ በመሰብሰብ እና በማካበት እየተበታተነ የሚባክነውንና በብቸኝነት ጉድለት የሚጠፋውን ዐቅም ደምሮ ወደ ትልቅ ፖለቲካዊና ኢኮኖሚያዊ ወረትነት መቀየር የሚችል ነው።

ምዕራፍ 10

የፖለቲካ ባሕል ግንባታ፤ ዘላቂውና አስተማማኙ መንገድ

ጭቆናን አሽቀንጥሮ ጥሎ በሕዝቦች ፈቃድ ላይ የተመሠረተና ተጠያቂነት ያለበት ሥርዓት ለማስፈን ዘላቂውና አስተማማኙ መንገድ የዲሞክራሲ ባህል ግንባታ ነው። የተቋማት ግንባታ በራሱ ሥጋ ብቻ እንጅ ነፍስ የለውም። ተቋማቱ ሕይወት ኖሯቸው መንቀሳቀስ የሚችሉት ተቋማቱን መሸከም የሚችል ባህል ሲገነባ ብቻ ነው። ሀገራችን በምዕራባውያን የአብርሆት ሂደት ውስጥ ያለፈች ባለመሆኗና የዘመናዊ ትምህርት ታሪኳ እጅግ በጣም አጭር በመሆኑ የዲሞክራሲ ተቋማቱን ውጤታማ በሆነ መልኩ እንዲሠሩ የሚያደርግ ባህል የለንም።

በቤተሰብ፣ በማኅበረሰብ ተቋማት፣ በአካባቢ፣ ወዘተ... የዲሞክራሲ ባህል ካልዳበረ በተቋማቱ ላይ ብቻ ሊሠራ አይችልም። አንድ ተማሪ በክፍል ውስጥ የክፍል አለቃውን ዲሞክራሲያዊ በሆነ መልኩ ሳይመርጥ፣ ዕድርና ዕቁብ ላይ ዲሞክራሲያዊ ምርጫ ሳይኖር፣ በእምነትና በባህል ተቋማት ዲሞክራሲያዊ ባህል ሳይዳብር በሀገር ደረጃ ዲሞክራሲያዊ ባህልን ለማዳበር አዳጋች ነው።

የሰው ልጅ ራሱ የዘረጋቸውን ተቋማት ቀርቶ ተፈጥሮን እንኳን የሚጠመዝዝ ዐቅም አለው። የዲሞክራሲ ባህል ካልዳበረ ነጻ ተቋማቱን ጠምዝዞ በሂደት ለጨቋኞች ለማስረከብ የሚያግደው ነገር የለም። የዲሞክራሲ ተቋማትን ገንብተው በአመዛኙ ነጻና ፍትሐዊ ምርጫ ያደረጉ አንዳንድ ሀገራት እየተመላለሱ ለብጥብጥ አዙሪት የሚዳረጉት የዲሞክራሲ ባህላቸው በሚገባው ደረጃ ባለመዳበሩ ነው።

የዲሞክራሲ ባህልን በሀገር ደረጃ የመገንባት ፕሮጀክት ከፍተኛ ትግል የሚጠይቅና ረጅም ጊዜ የሚወስድ እጅግ ውስብስብ ጉዞ ነው። ዲሞክራሲ ሲቪክ

ባህልን ይፈልጋል። ሲቪክ ባህልን የመገንባት ጉዳይ ደግሞ ከአንድ ሀገር ሁለንተናዊ የኢኮኖሚያዊና ማኅበራዊ ዕድገቶች ጋር በእጅጉ የተቆራኘ ነው። ኢኮኖሚያዊና ማኅበራዊ እድገቱ ዝቅተኛ የሆነ ሕዝብ ከአካባቢያዊ የጥቅም ፉክክሮች አልፎ በሐሳብ ውድድር ላይ ለሚመሠረት ፖለቲካ እንግዳ ነው።

እንዲህ ዓይነቱ ኅብረተሰብ በአድማሰ ጠባብ አጀንዳዎች ስለሚጠመድና ቁስ ተሻጋሪ ዕሴቶችን ስላላዳበረ በሐሳብ ውድድር ላይ ለሚመሠረተው የዲሞክራሲ ሥርዓት የሚመች አይደለም። ሲቪክ ባህል ከፖለቲካዊ ቸልተኝነት ወጥቶ ሀገር አቀፍ ፖለቲካዊ ጉዳዮችና ውሳኔዎችን የሚከታተልና በውሳኔዎቹም በተለያየ መንገድ የሚሳተፍ ነው። በሲቪክ ባህል ውስጥ አኩራፊነት፣ ባይተዋርነት፣ ምን አገባኝ ባይነት ብዙ ቦታ የላቸውም። ፖለቲካን መከታተል ብቻ ሳይሆን በፖለቲካው የራስን ኃላፊነትና መዋጮ ማዋጣትን ያካትታል። ዜጎች ከሠፈር አጀንዳና ከጎሳ የጥቅም ፉክክር ወጥተው ሀገርን ስለሚጠቅመውና ስለሚያሻግረው የፖለቲካ ውሳኔና አቅጣጫ የሚጨነቁበት ባህል ነው።

የፖለቲካ ባህልን በመቅረጽ ሂደት ውስጥ የኅብረተሰቡ የቆየ ባህልና የመንግሥታት ሚና ጎን ለጎን ሊታዩ የሚችሉ ናቸው። በአንድ በኩል ኅብረተሰቡ በአጠቃላይ ማኅበራዊ ተቋማቱ በተለይም በቤተሰብ ሥርዓት ውስጥ ከዲሞክራሲያዊ መርሖች ጋር ጭራሽ የተፋታ ከሆነ የሀገሪቱ የፖለቲካ ባሕልም ከዲሞክራሲ የተፋታ ይሆናል። ሕዝብ የሌለውን ባህል ለምርጫና ለፖለቲካ ሲል አያመጣውም። በሌላ በኩል ደግሞ መንግሥት በሚዲያና በተቋማቱ በኩል በሕዝቡ ላይ በተደጋጋሚ የሚያሠራጨው ፖለቲካዊ መልእክት የሀገሪቱን የፖለቲካ ባህል በመቅረጽ በኩል ትልቅ ሚና አለው።

የዲሞክራሲ ባህል ግንባታ ከትምህርት መስፋፋት፣ ከመረጃ ሥርጭት፣ የግለሰቦችን መሠረታዊ ኢኮኖሚያዊና ማኅበራዊ ፍላጎቶች ማሟላት ከመቻል፣ በጠቅላላው ከልማትና ከብልጽግና የእድገት ደረጃ ጋር የተሳሰረ ነው። ከፖለቲካ ሰዎች ምሁራዊና ባህላዊ እድገት፣ ከሲቪል ተቋማት መስፋፋትና ንቁ ተሳታፊነት፣ ከፖለቲካ ድርጅቶች ብስለትና ጥንካሬ ጋር የተሳሰረ ነው። የዲሞክራሲ ባህል ግንባታ በሚዲያው፣ በፍትሕ፣ በጸጥታና በሌሎች ተቋማት የሙያ ብቃት ላይ የተመሠረተ ነው።

በአንድ በኩል የተቋማት ግንባታ በሌላ በኩል ደግሞ የብሔራዊ መግባባት ሥራዎች ስንሠራ፣ ለዲሞክራሲ ባህል ግንባታ ግማሹን መንገድ የምንጓዝ ይሆናል። እነዚህን ውስብስብ ሥራዎች መሥራት አማራጭና መተኪያ የሌለው ክንውን መሆኑ እንደተጠበቀ ሆኖ የዲሞክራሲ ባህል ግንባታ ፕሮጀክቱን ውጤታማ ለማድረግ የሕዝቡን ብሔራዊ ጠባይ፣ ሥነ ልቦናዊ መገለጫ እና ኅብረተሰባዊ ልማድ ያገናዘበ ከሆነ የዲሞክራሲ ባህል ግንባታ ጥረታችንንና ልፋታችንን ሊያሳጥረው ይችላል።

የጋራ ባህልና ዕሴቶቻችን

ምንም እንኳን በኢትዮጵያ ውስጥ ዓይነተ ብዙ ብሔሮች ወይም ኅንጉርጉር መልክ፣ ጠባይ፣ ወግ እና ልማድ ያላቸው ሕዝቦች ቢኖሩም በእነዚህ ልዩነቶች ውስጥ የሚያመሳስላቸው ኢትዮጵያዊ ማንነት አላቸው። ኢትዮጵያውያን እንደ ማንኛውም

ሀገር ሕዝብ በጊዜ ሂደት የተሸመነ የጋራ ጠባይ አላቸው። ኢትዮጵያ የረጅም ታሪክ ባለቤት በመሆኗና ሕዝቦቿ ለረጅም ጊዜ እርስ በርስ የትብብርና የፉክክር ግንኙነት በማድረጋቸው ብዙ ጠባዮችን፣ ባህሎችን እና ዕሴቶችን ተወራርሰዋል።

በኢትዮጵያ ውስጥ በተደጋጋሚ የተከሠቱት ሦስት ታሪካዊ ሁነቶች ሕዝቡን ሲያስተሳስሩትና የጋራ ዕሴቶችን እንዲፈጠር ሲያደርጉት ኖረዋል። እነርሱም፦ ጦርነት፣ ፍልሰትና ሃይማኖታዊ እንቅስቃሴ ናቸው።

ኢትዮጵያ ውስጥ በአራቱም አቅጣጫዎች ጦርነቶች ነበሩ። እነዚህ ጦርነቶች ከውጭ ኃይል ጋር የሚደረጉና እርስ በርስ የሚደረጉ ናቸው። ጦርነቶቹ ከውጭ ኃይል ጋር በሚደረጉበት ጊዜ ከየአቅጣጫው የሚሰባሰበው ተዋጊ ኃይል (ብዙ ጊዜ በሰላም ጊዜ ገበሬ፣ በጦርነት ጊዜ ወታደር የሚሆነው ኃይል) ረዥም ርቀቶችን አቋርጦ ይሄዳል። በጉዞውም ሆነ በውጊያው ቦታ ዝምድናና የባህል መወራረስ ይፈጠራል። አንዳንድ ጊዜም የውጭውን ወራሪ እንዲከላከል በዚያው ሠፍሮ የሚቀር የወታደር ብርጌድ ይኖራል። ይህም የባህል፣ የእምነት፣ የቋንቋና የሥጋ ዝምድና መወራረስን ይፈጥራል። በእርስ በርስ ውጊያዎቹ ጊዜም አሸናፊው በተሸነፊው አካባቢ ወታደር ስለሚያሠፍር ወይም ሄዶ ስለሚሠፍር በዚያው ተዛምዶ የመቅረቱ ዕድል ሰፊ ነው።

ሁለተኛው ደግሞ ፍልሰት ነው። በሀገሪቱ ውስጥ ሰው ሠራሽና የተፈጥሮ አደጋዎች በደረሱ ቁጥር ሕዝቦች ከአንዱ ቦታ ወደ ሌላ ቦታ ይፈልሳሉ። ረኃብ ሲኖር፣ የእርሻ መሬት ጥበት ሲፈጠር፣ የከብት ግጦሽ ሲጠፋ፣ ከሌሎች ጎሳዎች በሚደርስ ግፊት አንድ ሕዝብ ወደ ሌላ የሀገሪቱ አካባቢ ይፈልሳል። በዚህም የተነሣ እርስ በርስ መጋባት፣ መተሳሰር፣ ባህል መወራረስና የጋራ ማንነት መፍጠር የተለመደ ሆኗል።

ሦስተኛው ሃይማኖት ነው። ሃይማኖት ድንበር ተሻጋሪ ማንነትን ከሚፈጥሩ ነገሮች አንዱ ነው። የተለያዩ ማኅበረሰቦች አንድን እምነት ሲቀበሉ እምነቱ በባህላቸው ላይ ተጽዕኖ ይፈጥራል። በዚህም የተነሣ የጋራ ዕሴቶችና ባህሎች ይኖሯቸዋል። ከዚህ በተጨማሪም የእምነቱ አስተማሪዎች ከቦታ ወደ ቦታ ይንቀሳቀሳሉ። አማኞች የየቤተ እምነታቸውን ቅዱሳት ቦታዎችን ለመሳለም ከአንድ አካባቢ ወደ ሌላ አካባቢ ይሄዳሉ። ወጣቶቹ የእምነት ትምህርቶችን ለመማር ከሥፍራ ሥፍራ ይሄዳሉ። በእምነት አንድነት ምክንያት በተለያዩ ማኅበረሰቦች መካከል የጋብቻ ዝምድና ይፈጠራል።

እነዚህና ሌሎች ምክንያቶች ተደምረው በሕዝቦች መካከል የጋራ ዕሴቶች፣ ባህሎች፣ ልማዶች እና ማንነቶች ይፈጠራሉ። በተለይም ከዘመናዊ ሀገረ መንግሥት ግንባታ ሂደት ጋር ተያይዞ ኢትዮጵያውያን በጋራ የገነቡትን ብሔራዊ ጠባይና ማንነት መለየት ይቻላል። የጋራ ፖለቲካዊና ኢኮኖሚያዊ ሁኔታዎች ከታሪካዊ ትስስሩ ጋር ሲደመሩ የኢትዮጵያውያንን የጋራ ዕሴትና ጠባይ ያመለክቱናል።

ቁስ ተሻጋሪ ዕሴቶችና የዲሞክራሲ ባህል ግንባታ

የአንድን ሀገር ዲሞክራሲያዊነት ከሚወስኑት ነገሮች አንዱ የሕዝቡ ዕሴት ነው። ዕሴቶች በዕለት ተዕለት ሕይወታችን ውስጥ ነገሮችን የምንመዝንባቸው

መስፈርቶች ናቸው። እነዚህ መስፈርቶች ብያኔዎቻችንን ሁሉ የሚወስኑና በባሕርያችን ላይ ትልቅ ተጽዕኖ የሚፈጥሩ ጉዳዮች ናቸው። ለየትኛው ጉዳይ የበለጠ ዋጋ እንደምንሰጥ ወይም የቱን እንደምናስቀድም የሚጠቁሙ ልማዶች ናቸው። ጥናቶች ከዲሞክራሲያዊ ባህል ጋር የተያያዙ ዐሥር መሠረታዊና ዓለም አቀፍ የሆኑ የሕዝብ ዕሴቶችን ለይተዋል።

1. **ራስን መምራት፡** - ራስን ችሎ ለማሰብና ራስን በራስ ለመምራት መቻል፣ ለመምረጥ፣ ለመፍጠር፣ ነጻ ለመሆን፣ ግብ ለማስቀመጥ መጣጣር
2. **መነቃቃት፡** - የተነቃቃ ሥነ ልቦና፣ የበራለት፣ የሕይወትን ፈተና የማሸነፍ ሞራል
3. **ዓለም አቀፋዊነት፡** - ከሥጋዊ ወይም ከአካባቢያዊ ዝምድናና ወዳጅነት በዘለለ ስለሰው ልጆች መጨነቅ
4. **ቅንነት፡** - አብሯቸው የሚኖሩትን ሰዎች ለመርዳትና ከፍ ለማድረግ መጣር፣ የአጋዥነት፣ የይቅር ባይነት፣ ኃላፊነትን የመሸከም፣ መልካም ወዳጅነትን የመመሥረት ጠባይ
5. **ደስታ አሳሽነት፡** - ደስታን ማሰስና የሚያዝናኑ ነገሮችን ማሰስ
6. **እሽ ባይነት፡** - ለሌሎች ሐሳብና ፍላጎት ተገዢ መሆን፣ በራስ ከማሰብና ከመወሰን ይልቅ የሌሎችን ሐሳብና ፍላጎት መቀበልና የዚያ ተገዢ መሆን
7. **ደኅንነት፡** - ስለደኅንነት ወይም ከአደጋና ከጥቃት ስለመጠበቅ መጨነቅ
8. **ጨዋነት፡** - ለሌሎች ሰዎች መልካም መሆን፣ ችግራቸውን መረዳትና ለማገዝ መፈለግ፣ የወዳጅነት ስሜት
9. **ስኬት፡** - ስኬታማ ለመሆን መትጋት፣ ኑሮን ለማሟላት መጣር
10. **ሥልጣን፡** - የበላይ ለመሆንና ሥልጣን ለማግኘት መጣር፣ ለሥልጣንና ለበላይነት መፎካከር።

ዲሞክራሲና የኢኮኖሚ ልማት ዝቅተኛ የሆነባቸው ሀገራት ለኋለኞቹ አምስት ዕሴቶች (እሽ ባይነት፣ ደኅንነት፣ ጨዋነት፣ ስኬትና ሥልጣን) ትልቅ ዋጋ ይሰጣሉ። ይህም ማለት ዜጎች በኅብረተሰቡ ልማድ የሚደፈቁበትና አዲስ ሐሳብ ለማመንጨት የሚፈሩበት፣ ፍርሐትና ጥርጣሬ የነገሠበት፣ ለግለሰባዊ ስኬትና ሥልጣን እሽቅድድም የሚደረግበት ሀገራዊ ሁኔታ ይኖራል ማለት ነው። በዚህም ምክንያት ጠልፎ መጣል፣ የሥልጣን ግጭትና አድርባይነት የሰፈነበት ኅብረተሰብ ይኖራል ማለት ነው። ሀገራችን ኢትዮጵያ በኢኮኖሚ ልማቷ ገና በማደግ ላይ ስላለች፣ ዲሞክራሲም ገና በጅምር ላይ የሚገኝ በመሆኑ የእነዚህ ኋላ ቀር ዕሴቶች የበላይነት ይስተዋልባታል።

ከእነዚህ ዕሴቶች መካከል የስኬት ዕሴት በተለየ ሁኔታ በሀገራችን ዝቅተኛ እንደሆነ በደምሳሳው ማስተዋል ይቻላል። ጉዳዩ ከጠበኝነት ጠባያችን ጋር የሚገናኝ ነው። ነገሮችን በጉልበት ለማስፈጸም የምንሮጥና በትጋት ስኬት ላይ ከመድረስ ይልቅ ሰዎችን በጉልበትና በሤራ ለማሸነፍ ትልቅ ዋጋ የምንሰጥ ይመስላል። በዚህም የተነሣ ሠርቶ ለመለወጥና የሕይወትን ግብ ለማሳካት ያደጉ ሀገራትን የጠቀማቸው የስኬት ዕሴት በእኛ ሀገር ግን ዝቅተኛ ቦታ ሳይሰጠው አልቀረም።

ከዕሴቶቹ መካከል በሀገራችን ጎልቶ የሚታየው አንዱ ዕሴት እሽ ባይነት ነው። በአዳጊ ሀገራት ውስጥ የእሽ ባይነት ዕሴት ስለሚጎለብት ጥቂት ልሂቃን ብዙኃኑን እሽ ባይ እንደፈለጉት ለጥፋት ሊነዱት ይችላሉ። ግለሰቦች የራሳቸውን ሐሳብ የመያዝና የማራመድ፣ አዳዲስ ሐሳቦችን የማመንጨት ሁኔታቸው በማኅበረሰቡ የተገደበ ስለሚሆን ሀገር የሚጠቅሙ አዳዲስ ሐሳቦችን ለማግኘት አስቸጋሪ ይሆናል። በሀገራችንም ይህ የዜጎች የመጠየቅ፣ የመመርመር፣ የሚጠቅመውንና የሚጎዳውን የመፈተሽ ዕሴት ደካማ በመሆኑ ምክንያት ልሂቃን በቀላሉ ዜጎችን ለጥፋት ያሠማሯቸዋል።

እሺ ባይነት ዜጎች በመንጋ እንዲጓዙ፣ እንዳያመዛዝኑ፣ እንዳይጠይቁና እንዳያስተውሉ ያደርጋቸዋል። በአንድ ቡድን ውስጥ ያለን ፍላጎትና አስተሳሰብ ብቻ እንዲመለከቱና እንዲያከብሩ ብሎም ለዚያ እንዲዋደቁ ይዳርጋቸዋል። መጽሐፍን በሽፋኑ፣ ሰውን በእምነቱና በብሔሩ፣ ሐሳብን ባነሣው ሰው ማንነት ብቻ የመመዘን አባዜ ውስጥ ይጥላል። ይህም ዜጎችን ለልሂቃን ብዝበዛ የሚዳርጋቸውና የልሂቃንን ጥቅም ለማስከበር ሲባል የእርስ በርስ ግጭቶች የሚለኮሱበት አደገኛ ሁኔታን ይፈጥራል። በርግጥ የእሽ ባይነት ዕሴት ለመደመር ከተጠቀምንበት በጎ አስተዋጽዖ አለው። ለትብብር ከፍተኛ ትኩረት በሚሰጠው የምሥራቁ ኮንፊሽየሳዊ ባህል ውስጥ የእሽ ባይነት ዕሴት ከነውስንነቱም ቢሆን አዎንታዊ አስተዋጽዖ አበርክቷል። በጥቂት የተማረ ሰው መሪነት ብዙ ኃይል አንቀሳቅሶ ታላላቅ ሥራዎችን እንዲሠሩ አድርጓቸዋል።

የዚህ ዕሴት ሌላኛው መዘዙ ለሕዝቦች ጤናማ ግንኙነትና ለዲሞክራሲያዊ ባህል መጎልበት መሠረት የሆነውን የመቻቻል ባህል የሚጻረር መሆኑ ነው። የመቻቻል ባህል ከዘመናዊነት ጋር አብሮ የሚያድግ በኢንዱስትሪያዊነትና በከተማ መስፋፋት የሚጠነክርና በዲሞክራሲ የሚጎለብት ወሳኝ ባህል ነው። መቻቻል ማለት የተለየ ማንነትን፣ ባህልን ወይም ሐሳብን የሚያከብርና የሚያስተናግድ በሰላም አብሮ ለመኖር መሠረት የሆነ ባህል ነው።

ኢትዮጵያ ብዙ ብሔሮች፣ ሃይማኖቶች፣ ወጎች፣ ልማዶችና የፖለቲካ ትርክቶች ያሉባት ሀገር በመሆኗ ይህን ብዝኃነት የሚያስተናግድ ጠንካራ የመቻቻል ባህል ያስፈልጋታል። ለሀገሪቱ ብሔራዊ ደኅንነት ከፍተኛ የውስጥ ሥጋት የሆነውና ለእርስ በርስ ግጭት የዳረገን የመቻቻል ባህል አለመኖር ሲሆን ይህም ከእሽ ባይነት ዕሴት መግነን የሚመነጭ ነው። ለጥፋት የሚነዱትን "ለምን?" ብሎ ከመጠየቅ ይልቅ ጥሪያቸውን "አሜን" ብሎ ተቀብሎ ለጥፋት የሚሰማራው ወጣት በእሽ ባይነት ዕሴት ውስጥ ያደገ ነው።

በሀገራችን ሥልጣን የኢኮኖሚ ዋስትና ማረጋገጫ መንገድ ተደርጎ ይቆጠራል። ዜጎች ሕዝባቸውን ለማገልገል ከመጣር ይልቅ ዋና ትኩረታቸው በሥልጣን ውስጥ ኢኮኖሚያዊ ፍላጎታቸውን ማሳካት ነው። ይህ ደግሞ ከኢኮኖሚ ልማት ዝቅተኛነት ጋር ተያይዞ የሚከሠት ነው። በሀገራችን ሥልጣንን ከሙስናና ከስርቆት ጋር ያዛመድንበት መንገድ ይህንን የሚያመለክት ነው።

አንድ ሰው ወደ ሥልጣን ሲመጣ የሚያስፈጽማቸውን ፖሊሲዎች፣ የሚያስባቸውን ሐሳቦች፣ የሚያቅዳቸውን ዕቅዶች፣ የሚያመጣቸውን ለውጦች

ከቁም ነገር ቆጥሮ የሚረዳው ጥቂት ነው። ይልቁንስ እንቀርበዋለን፣ እናውቀዋለን፣ እንዛመደዋለን በማለት በዘመነ ሥልጣኑ እንዲጠቅማቸው ያስባሉ። እርሱ ባይጠቅማቸው እንኳን ስሙን እያጣቀሱ ይጠቀማሉ። ሌሎቹ ደግሞ እርሱን ባለማወቃችን፣ ባለመዛመዳችን፣ ባለመቅረባችን፣ የኛ ባለመሆኑ ተጎዳን ብለው ያማርራሉ። ጥረታቸውም ለመቅረብና ለመተዋወቅ ነው። የሁለቱም ደስታና ቅሬታ ሥልጣንን ከሙስና ጋር ከማያያዝ ልማድ የሚመጣ ነው።

ከዚሁ ቁሳዊ ጥቅም አሰሳ ጋር ተያይዞ የሚከሠተው አንዱ ችግር የማኅበራዊ ኃላፊነት መላላት ነው። ኢኮኖሚያዊ ፍላጎትን ለማሟላትና የኑሮ ዋስትናን ለማረጋገጥ በሚደረገው የአዳጊ ሀገራት ጥረት ውስጥ ዜጎች ማኅበራዊ ኃላፊነትን መወጣት ከጥቅማቸው ጋር የሚጋጭ እንደሆነ ያስባሉ። በዚህም ምክንያት ግለሰቦችም ሆኑ ድርጅቶች የማኅበረሰብንና የሀገርን ጥቅም የሚጻረርና የሚጎዳ ማኅበራዊ ኃላፊነት የጎደለው ተግባር ውስጥ ይሳተፋሉ።

የአንድ ሀገር እድገት ከማኅበራዊ ኃላፊነት መጎልበት ጋር ከፍተኛ ትስስር አለው። ማኅበራዊ ኃላፊነት ዝቅተኛ የሆነባቸው ሀገራት ኢኮኖሚያዊ ልማትና ሥልጣኔን ለማምጣት ይቸገራሉ። ለጋራ ሀገራዊና ኅብረተሰባዊ ጥቅምና ደኅንነት ግድ የሌለውና የራሱን ፍላጎት ብቻ ለማስፈጸም የሚሮጥ ዜጋ የሀገርን ሀብት በማባከንና በሀገር ንብረት ላይ በደል በማድረስ ሀገሪቱን ከድህነት አረንቋ ውስጥ ይዘፍቃታል።

በሀገራችን በግንባታው ዘርፍ የሚስተዋሉ መሥመር የለቀቁና ሀገርን የሚጎዱ የዘረፋ ተግባሮች የማኅበራዊ ኃላፊነት የማይሰማው ዜጋ ዓይነተኛ ማሳያዎች ናቸው። ማኅበራዊ ኃላፊነት የማይሰማው ዜጋ መኖር ጉዳቱ አሁን ላለው ትውልድ ብቻ ሳይሆን የነገውንም ትውልድና የሀገሪቱን የወደፊት ጉዞ የሚያሰናክል ነው። የአካባቢ ጥበቃ ሥራዎቻችን ውጤታማ የማይሆኑትና አካባቢያችን ለሰፊ አደጋ እየተጋለጠ የመጣው ማኅበራዊ ኃላፊነት በማይሰማው ዜጋ ግዴለሽ ተግባር ምክንያት ነው።

ማኅበራዊ ኃላፊነት የማይሰማው ዜጋ ለተፈጥሮ ሀብት አይጨነቅም፤ ለነገ ትውልድ አያስብም። "እኔ ከሞትኩ ..." በሚል አጥፊ መርሕ የራሱን ጥቅም ብቻ ያሳድዳል።

ስለዚህም ዘላቂ ልማትንና ዲሞክራሲን ለማረጋገጥ ከፍተኛ መሰናክል ይሆናል። በማኅበረሰባችን ውስጥ ያሉ ባለሀብቶቻችንም ቢሆኑ ማኅበራዊ ኃላፊነታቸውን ለመወጣት የሚሠሯቸው ሥራዎች እጅግ አነስተኛ ናቸው። ከአጥሩ ሥር ሽንት እየተሸና የሚመለከት መጠጥ ቸርቻሪ ለአካባቢው የሕዝብ ሽንት ቤት ከማሠራት ይልቅ "አጥር ሥር የሚሸና ውሻ ብቻ ነው" የሚል ትልቅ ስድብ አዘል ማስጠንቀቂያ መለጠፍ ይቀናዋል። በስማቸው ነጻ የትምህርት ዕድል ከፍተው ጥቂት ተማሪዎችን እንኳን ለማስተማር የሚሞክሩ ባለሀብቶች ብርቅዬ ናቸው።

እንደ ኅብረተሰብ ማኅበራዊ ኃላፊነት ያለመሰማት ችግራችን እጅግ ሥር የሰደደና በእያንዳንዱ ዕለታዊ ድርጊታችን የሚስተዋል ነው። ለዚህም ነው በሀገራችን ዜጎች ማኅበራዊ ኃላፊነት እንዲሰማቸውና ኃላፊነታቸውንም እንዲወጡ ሰፋፊ ሥራዎች መሠራት የሚኖርባቸው።

ሌላው በሀገራችን ጎልቶ የሚታየው ዕሴት የደኅንነት ጉዳይ ነው። ሕዝባችን በዘመናት ታሪኩ ውስጥ ደኅንነት ቁልፍ ጉዳዩ እንደነበር የሚያሳየን በሰላምታው ነው። "እንደምን ከረምክ፣ እንደም ሰነበትክ፣ እንደምን አደርክ፣ እንደምን ዋልክ" የሚሉት ጥያቄዎች የሰውን ደኅንነት የሚመለከቱ ናቸው። "ልጆቹ፣ ከብቶቹ ደኅና ናቸው? ቀዬው ሀገሩ ደኅና ነው?" የሚለው የሰላምታ ጥያቄ ደኅንነትን የተመለከተ ነው። ጦርነት፣ ቸነፈር፣ የአካባቢ በተፈጠሮ ምክንያት መናጋትና ወረርሽኝ ማኅበራዊ ደኅንነቱን ሲነሣው የኖረ ሕዝብ "ደኅና ነህ?" ብሎ ቢጠይቅ አይፈረድበትም።

እንደኛ ዘመናዊነት ባግባቡ ባልሰፈነበት ሀገር ዜጎች የደኅንነት ስሜት አይሰማቸውም። ሁሌም አካባቢያቸውን በሥጋት ይመለከታሉ። በትርና ጠመንጃ ካልያዙ ደኅንነታቸው የሚጠበቅ አይመስላቸውም። ይህ የደኅንነት ሥጋትም ዜጎች ደኅንነታቸውን በጉልበታቸው ለማስከበር እንዲሞክሩና የሕግ የበላይነት እንዳይከበር አሉታዊ ሚና ይጫወታል።

ከዚሁ ጋር ተያይዞ የሚታየውና የዲሞክራሲ ባህልን ለመገንባት ተግዳሮት የሚሆነው የኢትዮጵያውያን አንዱ ብሔራዊ ጠባይ ጠበኝነት ነው። ጠበኝነት በዚህች ሀገር ጉዞ አዎንታዊና አሉታዊ ሚና ተጫውቷል። ሀገር በጠላት እንዳትወረርና ነጻነት ተከብሮ እንዲኖር ያስቻለ ዕሴት ነው።

ሀገር በጠላት በተወረረች ቁጥር ልዩ ሥልጠናና ቅስቀሳ ሳይፈልግ እመር ብሎ የሚነሣ የነጻነትና ሉዓላዊነት አፍቃሪ ዜጋ እንዲኖር አድርጓል። በሌላ በኩል ደግሞ ሁሉንም ነገር በኃይል አሰላለፍ ማየት፣ ማንኛውንም ነገር በጠላትና ወዳጅ መነጽር መለካት፣ ሁሉንም ነገር ከማሸነፍና መሸነፍ ጋር ማያያዝ፣ ወዘተ... እንዲሠራፋ አድርጓል።

የውይይትና የክርክር ባህል በጭፍለቃና በመጠፋፋት ላይ እንዲመሠረት ያደረገውና ፖለቲካችንን ያበላሸው አንዱ ምክንያት ኢትዮጵያውያን ጠበኛ መሆናችን ነው። ጠበኝነት በሁለት ተቀናቃኝ የሞራል ዕሴቶቻችን ግብግብ ውስጥ ጸንቶ የመጣ ጠባያችን ነው። አንደኛው እያበረታታው፣ ሌላኛው እየኮረኮመው። በአንድ በኩል ከባህል የሚመነጨው ጀግናን የሚያሞግሰውና ጀግንነትን ከጠበኝነት ጋር የሚያያይዘው የሞራል መርሓችን ሲሆን በሌላ በኩል ከሃይማኖታዊ የሞራል አስተምህሮ የሚመነጨውና ኃይለኝነትንና ጠበኝነትን የሚኮንነው የሞራል መርሓችን ነው።

የጠበኝነት ባሕርያችን የሐሳብ ልዩነትን እንደ ጠብ ስለሚወስድ ለመጠፋፋት ምክንያት ይሆናል። ውይይትንና በዕውቀት ላይ የተመሠረተ ክርክርን ትቶ የአሸናፊና ተሸናፊ ሩጫን የሚጋብዝ በመሆኑ ከውስጥ ለሚመነጭ ብሔራዊ የደኅንነት አደጋ ያጋልጠናል። ጠበኝነትን መግራት በአንዳንድ ተቋማትና በመንግሥት ጥረት ብቻ የሚስተካከል ሳይሆን ዘርፈ ብዙ የሆነ የባህል ሽግግር በማምጣት እውን የምናደርገው ነው። ለዚህም የትምህርት ሴክተሩ፣ የባህል ኢንዱስትሪው፣ የሲቪልና የማኅበረሰብ አቀፍ ተቋማትና የፍትሕ አካላት በትብብር ሊሠሩ ይገባል። የእምነት ተቋማትም ጠበኝነትን ሲገዳደሩት እንደኖሩት ሁሉ ባላቸው የሞራል ሥልጣንና ግብረገባዊነት ይኽንን እልኸኛ ጠባይ በማረቅ ለሐሳብ ልዕልና ለማስገዛት መጣር አለባቸው።

የንግግር ባህላችንን ለማሳደግ በግልጽ ከሚታየው የጠበኝነት ጠባያችን ባሻገር እንደ ሐሜት፣ አሽሙር፣ ለበጣና ሸርደዳ ያሉ ተዘዋዋሪ የጠበኝነት ጠባዮችን መጋፈጥ ያስፈልጋል። በፊት ለፊት ንግግር የሚያምንና በቀላሉ የሚግባባ ማኅበረሰብን ለመፍጠር ከድብቅነት ልማድ ወደ ግልጽነት ልማድ የተሸጋገረ ማኅበረሰብን መመሥረት አለብን። ግልጽ ማኅበረሰብ ከምስጢርና ከመንሾካሾክ ይልቅ ለመነጋገርና ለመተዋወቅ ቦታ የሚሰጥ፣ በመረጃና ማስረጃ የሚተማመን፣ ችግሮቹን አምቆ በመያዝ ሳይሆን አጋልጦ በማስጣት የሚያምን፣ ከጓዳ ሹክሹታ ይልቅ በአደባባይ ውይይትና ክርክር የሚመካ ኅብረተሰብ ነው። ሀገራችን ችግሮችን በንግግር በመፍታትና ጠበኝነት ሊያስከትል የሚችለውን ውድመት በመቀነስ በኩል ትልቅ ሚና መጫወት የሚችሉ የሽምግልና ባህሎች አሏት። በሁሉም ብሔረሰቦች ዘንድ ከሚገኙ ዕሴቶች መካከል አንዱ የግጭት ማስወገጃ ሰላማዊ መንገድ ነው። ግጭትን ለማስቀረትና ሲፈጠርም ለማስወገድ የሚረዱ የማኅበራዊ ግልግል፣ ሽምግልና፣ ዳኝነት፣ ዕርቅና ይቅርታ ባህሎች አሉን። ነገር ግን እነዚህ ዕሴቶች እየተሸረሸሩ በመምጣታቸው ማኅበራዊ ፍርድ ለሀገር ሰላምና መግባባት ሊጫወት የሚችለውን ሚና በሚገባው ደረጃ እየተጫወተ አይደለም። ለሽምግልናና ለሽማግሌዎች ትኩረት ሰጥተን፣ ሰላምን በመፍጠርና ጠበኝነትን በማብረድ ረገድ ያላቸውን ዐቅም መጠቀም ከቻልን፣ ከአሁን በፊት በሀገራችን ላይ አልፎ አልፎ ከተስተዋሉት የሰላምና የመግባባት ሙከራዎች የሚልቅ ውጤት ማስመዝገብ ይቻላል።

የዲሞክራሲ ባህል ግንባታችን ዜጎች በተሠማሩበት መስክ ሁሉ ዲሞክራሲያዊ እንዲሆኑና ከመንግሥት ጋር ያላቸው ግንኙነትም በዚህ ባሕርይ ላይ የቆመ እንዲሆን ያለመ ነው። ይህን ለማሳካትም ዲሞክራሲያዊ ዕሴቶችን በየደረጃው ለማሥረጽ መሥራት ይኖርብናል። የዲሞክራሲያዊ ዕሴቶች መፈጠር ከኢኮኖሚ ልማት ጋር በእጅጉ የተያያዘ ቢሆንም ይህን አዝጋሚ ተፈጥሯዊ ሂደት በአቋራጭ መገንባት ያስፈልጋል። ይህን ለማድረግ አንዱ ዘዴ ዕሴቶችን ለመገንባት የሚያስችሉ የሕግ ማሕቀፎችን ማዘጋጀት ነው። የሰው ልጅ ዕሴቶች የድርጊታቸውን ድግግሞሽ ተከትለው የሚመጡ በመሆናቸው ድርጊቶቻቸውን በሕግ ማሕቀፍ በመወሰን ዕሴቶቹን ማዳበር ይቻላል። ለምሳሌ፣ በዕድሮች ወይም በጀምያዎቻችን መተዳደሪያ ደንብ ላይ ሰብሳቢው አባላቱን በዓመት ሦስቴ እንዲሰበስብ የሚያስገድድ አንቀጽ ቢኖረው፣ ሰብሳቢውም በአንቀጹ መሠረት አባላቱን መሰብሰብ ቢጀመር፣ ከተወሰነ ጊዜ በኋላ ሰብሳቢው መሰብሰብን ዕሴቱ ያደርጋል፤ ሳይሰበስብ ሲቀር እንደተሳሳተ ማሰብ ይጀምራል። በተመሳሳይ አባላቱም ስብሰባ ካልተጠሩ ሰብሳቢው እንደተሳሳተ ማመን ይጀምራሉ። ስለዚህ በሕገ ደንቡ አማካኝነት የተጠያቂነት ዕሴትን ማዳበር ተቻለ ማለት ነው።

በመሆኑም በኅብረተሰባችን ውስጥ በየደረጃው የሕግ ማሕቀፎችን በጥንቃቄ በመቅረጽ የዲሞክራሲ ዕሴቶችን መገንባት እንችላለን። ከዚህ በተጨማሪ የባህል ኢንዱስትሪው ዕሴቶችን በመገንባት በኩል ያለውን ትልቅ ሚና በአግባቡ እንዲጫወት መደገፍ ያስፈልጋል።

ክፍል ሦስት

የሀገራችን የኢኮኖሚ ሥርዓት ስብራትና የጥገና አማራጭ

ምዕራፍ 11

የኢትዮጵያ ኢኮኖሚ ትሩፋቶችና የዕድገት ጥራት ፈተና

ኢትዮጵያ ባለፉት ሃያ ስምንት ዓመታት በተለያዩ መስኮች ኢኮኖሚያዊ እድገትና ማኅበራዊ ለውጥ አስመዝግባለች። ከሃያ ስምንት ዓመታት በፊት 48 ሚሊዮን የነበረው የሕዝብ ቁጥር አሁን ወደ መቶ ሚሊዮን ተጠግቷል። በአሁኑ ወቅት ከ60 በመቶ በላይ የሚሆነው ሕዝብ ዕድሜው ከ30 ዓመት በታች የሚገኝ ነው።

በ1983 ዓ.ም የነበረው ጠቅላላ የሀገር ውስጥ ኢኮኖሚ መጠን (ጂዲፒ) 7·9 ቢሊዮን ዶላር ሲሆን በ2010 ዓ.ም ወደ 84·4 ቢሊዮን ዶላር በመድረስ ከዐሥር እጥፍ በላይ አድጓል። ከድህነት ወለል በታች የሚገኘው የሀገራችን ሕዝብ በ1992 ዓ.ም. ከነበረበት 44·2 በመቶ በመቀነስ በ2008 ዓ.ም. ወደ 23·5 በመቶ ወርዷል።

የሕዝባችን የነፍስ ወከፍ ገቢ በ1983 ዓ.ም. ከነበረበት 164 ዶላር በ2010 ዓ.ም. ወደ 883 ዶላር ደርሷል። አማካይ የመኖር እድሜ እየተሻሻለ መጥቶ በ1980ዎቹ መጀመሪያ ከነበረበት 47 ዓመት በ2009 ዓ.ም. ወደ 65 ዓመት ከፍ ብሏል። በአሁኑ ወቅት 30 ሚሊዮን የሚጠጋ ሕዝብ በተለያዩ እርከኖች በትምህርት ገበታ ላይ ይገኛል።

ባለፉት ዓመታት የመጡት ማኅበራዊና ኢኮኖሚያዊ ለውጦች በዋናነት መንግሥት ከፍተኛ መዋዕለ ንዋይ በማፍሰስ ማኅበራዊ አገልግሎቶችና መሠረተ ልማት ለማስፋፋት ባደረገው ጥረት የተገኙ ናቸው። በዓለም አቀፍ ደረጃ በተከሠተው አዲስ የኃይል አሰላለፍ ምክንያት ለዕድገቱ ምቹ ውጫዊ ከባቢ ተፈጥሯል። በዚህም ከፍተኛ መጠን ያለው የልማት ፋይናንስ በብድርና በርዳታ መልኩ ተገኝቷል።

በሀገር ውስጥም በባንኮች አማካኝነት የተሰበሰበ ገንዘብ ለኢንቨስትመንቱ በእጅጉ አጋዥ ሆኗል።

ሆኖም የተመዘገበው እድገት የጥራት ችግር እንዳለበት ብዙዎች ይስማማሉ። ጥራት ያለው እድገት የተረጋጋና ዘላቂ ሆኖ ምርታማነትን የሚያሳድግ፣ አስተማማኝ የሥራ ዕድል የሚፈጥር፣ ድህነትን የሚያጠፋና የተሻለ የኑሮ ሁኔታን የሚያመጣ ነው። የኢኮኖሚ እድገት ማስመዝገብ በአጠቃላይ ካለማደግ በእጅጉ የተሻለ ቢሆንም፣ የተለያዩ ዓይነት የኢኮኖሚ እድገቶች አሉ። አንዳንድ እድገት ለጊዜው የተፈጥሮ ሀብትን አላግባብ በመጠቀም ወይንም በመጪው ትውልድ ላይ የማይገባ ዕዳን በመከመር ሊገኝ ይችላል።

አንዳንድ እድገቶች ደግሞ በተፈለገው ደረጃና ወቅት ድህነት የማይቀርፍና በብዙ ዘርፎች የሥራ ዕድል የማይፈጥር ሊሆን ይችላል። በተስተካከለ ቅኝት ውስጥ የማይፈጸሙ የእድገት ዓይነቶች ቀጣይነት የሌላቸው፣ ቦግ ዕልም የሚሉ እና የሕዝባቸውን የልማት ጥም የማያረኩ ናቸው።

ለማስረጃ ያህል የኢራቅን የጦርነት ወቅት የኢኮኖሚ ሁኔታን ማየት የልማት ትርጓሜን ማስተካከል ምን ያህል ወሳኝ መሆኑን ያመልክታል። እንደሚታወቀው ኢራቅ እ.ኤ.አ በ2003 በአሜሪካ ወረራ ሥር ነበረች። በዚህ የጦርነት ወቅት በሀገራቸው ከፍተኛ የሕይወት ኅልፈትና ስደት፣ የንብረትና መሠረተ ልማት ውድመት እንዲሁም የማኅበራዊ ኑሮ ሥርዓት መበተን ደርሷል። ሆኖም ግን በተለመዱት የኢኮኖሚ እድገት መለኪያዎች የሀገራቸው ኢኮኖሚ ሲለካ በዚህ ወቅት በነበሩት ተከታታይ ዓመታት አጠቃላይ የሀገር ውስጥ ምርት 54 በመቶ የሚደርስ ዓመታዊ እድገት ነበረው። ይህ የሚያሳየን እድገትን ብቻ መለካትና የልማት ዋነኛው ዓላማ አድርጎ መነሣት፣ የዜጎችን ሕይወት የማሻሻልንና የብልጽግና ፍላጎታችንን የማርካትን ትልቁን ዓላማችንን እንድንስት እንደሚያደርገን ነው።

እድገቱ ባለፉት ዓመታት ለታየበት የጥራት ክፍተት በኢኮኖሚው ውስጥ የታዩ የተለያዩ ችግሮች አስረጅ ናቸው። እነዚህን የኢኮኖሚ ችግሮች በአግባቡ ለመረዳት በሽታውን ከምልክቶች ለይቶ ማወቅ አስፈላጊ ነው። ዓበይት ምልክቶቹን ለአብነት ለመጥቀስ ያክል የኑሮ ውድነት፣ ሥራ አጥነት፣ የቁጠባና ኢንቨስትመንት ፍላጎት አለመጣጣም፣ የመንግሥት ፕሮጀክቶች ዝርክርክነት፣ የኤክስፖርት ንግድ መዳከምና የውጭ ምንዛሬ እጥረት፣ የበጀት ጉድለት፣ የመዋቅራዊ ሽግግር አዝጋሚነት፣ ኮንትሮባንድና ሕገ ወጥ ንግድ፣ ወዘተ... መዘርዘር ይቻላል።

ሆኖም ግን እነዚህ ነጠላ ችግሮች በራሳቸው የሚቆሙ ሳይሆኑ ከአጠቃላይ የኢኮኖሚ ሥርዓቱ መዋቅራዊ ስብራቶች የሚመነጩ ናቸው። በሌላ አገላለጽ እርስ በርሳቸው የተሳሰሩ የበሽታው ምልክቶች ናቸው። የኢኮኖሚውን ዋና በሽታ ከመዳሰሳችን በፊት የበሽታውን ምልክቶች መመልከት ስለኢኮኖሚ ችግሩ ሙሉ ስዕል እንዲኖረን ያደርጋል።

የፍትሐዊ ተጠቃሚነት ችግር

የኢኮኖሚ እድገት በየደረጃው ሕዝቡን የሚጠቅም መሆን አለበት። ከዚህ አንጻር በሀገራችን እያጋጠሙ ያሉ ዋና ዋና ችግሮች የዋጋ ንረትና የኑሮ ውድነት፣ ኢ ፍትሐዊ የሀብት ክፍፍል፣ አስተማማኝና ዘላቂ የሥራ ዕድል አለመኖር እና የኢኮኖሚያዊና የማኅበራዊ መሠረተ ልማት ጥራት ፈተናዎች ጋር የተያያዙ ናቸው።

ከፍተኛ የሆነ የዋጋ ግሽበት የኢኮኖሚ ችግር አንድ አመልካች ነው። በኢኮኖሚው ውስጥ የዋጋ ግሽበት በአንድ አሐዝ ደረጃ ሲገደብ ለባለሀብቱም ሆነ ለሸማቹ እንዲሁም ለአጠቃላይ ኢኮኖሚው ጤንነት ተመራጭ ነው። በሀገራችን ባለፉት ዓመታት የዋጋ ግሽበትን በአንድ አሐዝ የመገደብ የመንግሥት የፖሊሲ አቅጣጫ ነበር። ሆኖም ግን መረጃዎች እንደሚያሳዩት ከ1995 - 2010 ዓ.ም. በነበሩት የበጀት ዓመታት አማካይ የዋጋ ግሽበቱ 15 በመቶ በመሆኑ ዕቅዱን ለማሳካት ከባድ ፈተና ሆኖ ቆይቷል። በዚህ ተከታታይ የዋጋ ግሽበት ምክንያት ለዓመታት ቋሚ ገቢ ያለው እና ድሃው የኅብረተሰብ ክፍል የችግሩ ገፈት ቀማሽ ሆኗል። ይኽን ያህል የዋጋ ግሽበት ለተከታታይ ዓመታት መሸከም የቻሉ ሀገራት በጣም ጥቂት ናቸው።

በሀገራችን በተከታታይ ለተከሠተው የዋጋ ግሽበት መንሥኤ የመንግሥት ገንዘብ ፖሊሲ፣ የፖለቲካ አለመረጋጋት፣ የሀገር ውስጥ የአየር ንብረት መዛባት እና ዓለም አቀፋዊ ሁኔታዎች አስተዋጽዖ ሊኖራቸው እንደሚችል ይታመናል። ሆኖም ግን የዋጋ ግሽበቱ ዋነኛ መንሥኤ የአቅርቦትና የፍላጎት አለመጣጣምን ተከትሎ በአመዛኙ ከምግብ ሸቀጦች ዋጋ መናር ጋር የተያያዘ መሆኑ ሊሠመርበት ይገባል።

ሌላው የኢኮኖሚ ችግር ከፍትሐዊ ተጠቃሚነት ጋር የተያያዘ ነው። በውል እንደሚታወቀው ዘላቂና ከምዕራፍ ወደ ምዕራፍ የሚሻገር ልማት ሊኖር የሚችለው እድገቱ ለአብዛኛው የኅብረተሰብ ክፍል በየደረጃው ተደራሽ ሲሆንና ፍትሐዊ ተጠቃሚነት ሲረጋገጥ ነው። የልማት እንቅስቃሴ አንዱ ተጠቃሚ፣ ሌላው የበይ ተመልካች የሚሆንበት ከሆነ ዘላቂ ሰላምንም ሆነ ሁለንተናዊ ብልጽግናን ማረጋገጥ አይችልም።

ጥራት የጎደለው የኢኮኖሚ ዕድገት ከሚያስከትላቸው የጎንዮሽ ጉዳቶች አንዱ የዜጎች የገቢ ልዩነት መስፋት ነው። በዜጎች መካከል ያለን የሀብት እና የገቢ ሥርጭት መለኪያ የሆነው ጂኒ ኮፊሸንት በ2008 በጀት ዓመት በሀገራችን 0.33 ሆኖ ተመዝግቧል። ይህ አፈጻጸም ከሌሎች የአፍሪካ ሀገራት አንጻር ሲታይ የተሻለ ነው። ሆኖም ግን በ2003 በጀት ዓመት ከነበረበት 0.30 የመጨመር አዝማሚያ አሳይቷል። በአብዛኛው የዚህ የገቢ ልዩነት መነሻ ምክንያት የኢኮኖሚው እድገት ሳይሆን ኢኮኖሚው ያደገበት መንገድ ነው።

ከፍተኛ የመንግሥት ብድርን ማዕከል ያደረገ የመሠረተ ልማት መስፋፋት በአብዛኛው የጠቀመው በዘርፉ የተሰማራውን ውስን ባለሀብት ነው። በፕሮጀክቶች ተቀጥሮ የሚሠራው ሰፊ የሰው ኃይል ጠቀም ያለ ክፍያም ሆነ ቋሚና አስተማማኝ የሥራ ዕድል አልተፈጠረለትም። በመሆኑም አሐዞች ከሚያመላክቱት ባሻገር

የፍትሐዊነትና የአካታችነት ጥያቄ በዜጎች ዘንድ በስፋት የሚነሣ ሆኗል። ይህ በቀጣይ ትኩረት የሚሻ ነው። የደሃ ደሃ የሆኑት የኅብረተሰብ ክፍሎች ከእድገቱ በሚፈለገው ደረጃ ተጠቃሚ ባለመሆናቸው የተለየ ትኩረት ይሻሉ።

የኢኮኖሚ እድገቱን ተከትሎ ከድህነት ወለል በታች ያሉ ዜጎች ቁጥር ቢቀንስም በአንጻሩ በከፋ ድህነት ውስጥ ያሉ ዜጎች ቁጥር የመጨመር አዝማሚያ እንዳሳዩ ጥናቶች ያመለክታሉ። ይህ የሚያሳየን ቀድሞ ከድህነት ወለል ሥር የነበሩ የተወሰኑ ዜጎች ከወለሉ ከፍ ብለው ከድህነት ቢወጡም፣ ገሚሶቹ ዜጎች ግን ድህነታቸው ብሶ ወደታች በመውረድ እንደራቁ ነው።

ሌላው መታሰብ ያለበት ከድህነት መውጣት ማለት ከተመጣጠነና ከተመቻቸ ኑሮ ላይ መድረስ ማለት አለመሆኑን ነው። ዜጎች ከድህነት ከወጡ በኋላም ፍላጎታቸውን የሚያሟላ የልማት ሥራ አይቆምም። ይልቁንም የዕለት ጉርስን በማግኘት ትግል ላይ ካተኮረ ኑሮ ተሻግሮ በዕውቀት አእምሮን ወደ ማበልጸግ ኑሮ እንዲሸጋገሩ ቀጣይነት ያለው የልማት ሥራ ይጠይቃል። ከዚህ አንጻር የሀገራችን የልማት ፍልሚያ ከፍተኛ ድል ቢያስመዘግብም የሚቀረን ጉዞ በጣም ረጅም መሆኑ እሙን ነው።

የሥራ አጥነትና ከዐቅም በታች በሆኑ የሥራ መስኮች የተሠማራ ሕዝብ ቁጥር መጨመር ሀገራችን ካጋጠሟት ከባድ ፈተናዎች ዋነኛው የድህነት ምንጭ ነው። የተፈጠረው ልማት ሥራ አጥነትን በተወሰነ መጠን የቀነሰው ቢሆንም የሥራ ፈላጊው ቁጥር እድገትና የሚፈጠረው የሥራ ዕድል በፍጹም አልተመጣጠኑም። በተለይ የግል ዘርፉ በሚያጋጥመው የፋይናንስ አገልግሎት ችግርና የተንዛዛ የኢንቨስትመንት ከባቢ ሁኔታ ሳቢያ፣ ሰፊና አስተማማኝ የሥራ ዕድል መፍጠር አልቻለም። እንዲሁም የሥራ ፈጠራ ተነሣሽነትና ችሎታ ያለው ወጣት ዜጋ ማፍራትም የሥራ ዕድል ከመፍጠር ያላነሰ ፈተና ሆኗል።

የሥራ ዕድል የሚስፋፋው ተነሣሽ ግለሰቦች ለራሳቸው ሥራ ፈጥረው፣ የፈጠሩት ሥራ ስኬታማና ትርፋማ ሆኖ፣ ለሌሎች የሥራ ዕድል ሲፈጥር ነው። ስለዚህ የሥራ ዕድል ፈጠራ ሥራ መነሻ መሆን ያለበት ፈጣሪ ዜጎችን የማበረታታት እርምጃ ነው።

በሀገራችን በየዓመቱ ሁለት ሚሊዮን ያህል ዜጎች ለሥራ እድሜ ሲደርሱ ኢኮኖሚው የሚፈጥርላቸው የሥራ ዕድል ከአንድ ሚሊዮን አይበልጥም። በአሁኑ ጊዜ በሀገራችን የሥራ ፈላጊዎች ቁጥር ከ10-14 ሚሊዮን እንደሚደርስ ይገመታል። የገጠሩ የሀገራችን ክፍል እንደከዚህ ቀደም ሥራ ያጣውን የኅብረተሰብ ክፍል ሸሽጎ ማቆየት አልቻለም። በገጠሩ የሀገራችን ክፍል ሰፊ የሆነ የመሬት አልባነት እና የሥራ ዕድል እጥረት አለ። በየጊዜው የተሞከሩ የተለያዩ የሥራ ፈጠራ መርሃ ግብሮች የተወሰነ ውጤት ያስገኙ ቢሆንም በቀጣይነት የሥራ ዕድል ለማስፋት ተስፋ የሚጣልባቸው ናቸው ለማለት ያስቸግራል። ከዚህ ሁኔታ ውስጥ ለመውጣት የወደፊት የኢኮኖሚ እድገት ውጤታማነት ተፈጥሯዊ የሆነውን ሥራ አጥነት በመቅረፍ እና በዋናነት ለወጣቶች በሚፈጥረው የሥራ ዕድል መለካት ይኖርበታል።

ወጣቶች በኢኮኖሚ እድገት ውስጥ ተጠቃሚ ሳይሆኑ ሲቀሩና የኢኮኖሚ ሥርዓቱ ከተሳትፎ ሲተፋቸው፣ በዚኽም ምክንያት ለሥራ አጥነት ሲዳረጉ፣ ለባይተዋርነት ይጋለጣሉ። በዚህም ምክንያት የገዛ ኅብረተሰባቸውን በበጎ የማይመለከቱ መሆን ይጀምራሉ። ይኽም ሲሆን የሀገር ተረካቢ የሆነው የሰው ኃይል ባክኖ ይቀራል።

የማክሮ ኢኮኖሚ መዛባቶች

የበጀት ጉድለት፣ የቁጠባና የኢንቨስትመንት አለመጣጣም፣ የብድር ጫና፣ የንግድ ሚዛን ጉድለት፣ የውጭ ምንዛሬ እጥረት እና የመሳሰሉት የማክሮ ኢኮኖሚ ችግሮች በዋነኛነት ከኢኮኖሚ እድገቱ ጋር ተያይዘው የሚመጡ ችግሮች እንደሆኑ ቢታመንም፤ የመንግሥት ስትራቴጂክ አመራር ድክመቶች ታክለዉበት ችግሮቹ የተወሳሰቡበትና የተባባሱበት ሁኔታ ባለፉት ዓመታት በሀገራችን ተስተውሏል። እነዚህን የማክሮ ኢኮኖሚ ችግሮች የውስጥና የውጭ ሚዛን መዛባቶች በሚል በሁለት ከፍሎ መመልከት ይቻላል።

በውስጣዊ የኢኮኖሚ ሚዛን መዛባት ሥር የበጀት ጉድለትና የሀገር ውስጥ ቁጠባና ኢንቨስትመንት መካከል ያለው አለመጣጣም ዋነኞቹ ናቸው። የመንግሥት ገቢ ከሀገር ውስጥና ከውጭ በብድርና በዕርዳታ የሚገኝ ነው። ከዚህ ውስጥ ከፍተኛውን ድርሻ የሚይዘውና ይበልጥ አስተማማኝ የሚሆነው የግብር ገቢ ነው። የመንግሥት የፊስካል ፖሊሲ ትኩረት የግብር ገቢን ማሳደግና የላቀ የልማት ውጤት በሚያስገኙ (ድህነትን በሚቀርፉ ዘርፎች) ላይ ወጪው እንዲያተኩር ማድረግ ነው። በሀገራችን ባለፉት ስምንት ዓመታት የግብር ገቢ አበረታች እድገት በማስመዝገብ ሰፋፊ የልማት ፕሮጀክቶችን ለማካሄድ ቢያግዝም፣ የግብር ገቢ ከጠቅላላ የሀገር ውስጥ ምርት ያለው ድርሻ እያሽቆለቆለ መጥቷል።

የግብር ገቢ ምጣኔ ከዓመት ወደ ዓመት እያሽቆለቆለ መሆኑ ብቻ ሳይሆን ከእኛ በተመጣጣኝ እድገት ደረጃ ላይ ከሚገኙ ሀገራት ሁሉ ያነሰ ነው። የግብር ገቢን ለማሳደግ የግብር አስተዳደሩን ማዘመን፣ መሠረቱን ማስፋት፣ እንዲሁም በፈቃደኝነት ላይ የተመረኮዘ ግብር የመክፈል ባህል ማጎልበት ያሻል።

በአጠቃላይ የኢትዮጵያ በጀት ወጪ በብዙ መጠን ለወረት ሥራዎች የሚመደብ መሆኑ ጠቃሚ ሆኖ ሳለ፣ ለመደበኛ ወጪ የሚመደበው በየጊዜው አነስተኛ መሆኑ የኦፕሬሽን ሥራዎች እንዲጎዱ አድርጓል። በሌላ በኩል ባለፉት ዓመታት የልማት ፋይናንስ ከሀገር ውስጥ ብቻ ሳይሆን ከውጭ ብድር ጭምር የመጣ በመሆኑ፣ ሀገሪቱን ወደ ከፍተኛ የዕዳ ጫና እንድትሸጋገር አድርጓታል።

በአጠቃላይ ከመንግሥት ገቢና ወጪ አንጻር ያለው ፈታኝ ሁኔታ የሚያሳየው የሀገር ውስጥ የግብር ማሰባሰብ ዐቅማችንን ደካማነት፣ የውጭ ዕዳ ክፍያ በጣም ከፍተኛ መሆንን፣ የወጪ ፍላጎት ከጊዜ ወደ ጊዜ ገቢያችን ከሚያድግበት ምጣኔ በላይ እየጨመረ መሆኑን ነው። በዚኽም ምክንያት የበጀት ጉድለት ከተቀመጠው ገደብ እንዳያልፍ ሲባል ፍላጎት እንዲገደብ ተደርጓል። ይኽም የዜጎቻችንን የመሠረተ ልማት ፍላጎት የማሟላት ሂደት ላይ አሉታዊ ተጽዕኖ ፈጥሯል።

የሀገር ውስጥ የኢኮኖሚ ሚዛንን ከመጠበቅ አንጻር በሀገር ውስጥ ቁጠባና ኢንቨስትመንት መካከል ያለው ልዩነት መጥበብ አልቻለም። የሀገር ውስጥ ቁጠባና ኢንቨስትመንት መሳ ለመሳ የሚጓዙ ሁነቶች ናቸው።

የሀገር ውስጥ ቁጠባ ሲያድግ ገንዘቡ ለኢንቨስትመንት የሚሆን ወረት ምንጭ ስለሚሆን፣ ኢንቨስትመንትም በእኩል ደረጃ እንዲያድግ ይጠበቃል። ሆኖም ግን በሀገራችን በቁጠባና በኢንቨስትመንት እድገት መካከል ያለው ልዩነት እየሰፋ ይገኛል። በርካታ ኢንቨስትመንት በሀገር ውስጥ የቁጠባ ገንዘብ ሳይሆን በውጭ ሀገር ቁጠባ (ብድርና ርዳታ) መሸፈኑ ቀዳሚ ተግዳሮት ነው።

የሀገር ውስጥ ቁጠባችን በመንግሥት፣ በኩባንያዎች እና በቤተሰብ ደረጃ በሚገባው መጠን እንዳያድግ የተፈታተነው አንዱ ጉዳይ የፍጆታ ባህል እየዳበረ መምጣቱ ነው። የተነሣነው ከከፋ ድህነት በመሆኑ ገቢ ሲጨምር ፍጆታ መጨመሩ የሚደንቅ አይደለም። ምክንያቱም የሰው ልጅ ከቁጠባ ይልቅ ለመሠረታዊ ፍላጎቶቹ መሟላት ቅድሚያ ይሰጣልና። ዜጎች ገቢያቸውን በሙሉ ሲብስም ብድር ውስጥ ገብተው ለፍጆታ የሚያውሉት ከሆነ ቁጠባ ሊኖር አይችልም። የግልና የቤተሰብ ኑሯቸውንም ቆጥበውና ዕሴት ገንብተው ለክፉ ጊዜ መጠጊያ የሚሆኑና ለትውልድ የሚያወርሷቸውን ሀብቶች ማፍራት አይችሉም።

በሌላ በኩል የገንዘብ ነክ ትምህርቶች በጥራትም በስፋትም ተስፋፍተው አልተሰጡም። ይህም ዜጎች ስለባንክና የገንዘብ አገልግሎቶች ያላቸው ግንዛቤ ውስን እንዲሆን በማድረግ፣ ቁጠባችን በሚፈለገው ደረጃ እንዳያድግ አድርጎታል። የመቆጠብ ውሳኔ ከግንዛቤ በተጨማሪ ፍጆታ ላይ የማዋልና የመቆጠብ ጥቅሞችን የማወዳደር ጥያቄም ነው።

ከዚህ አንጻር የዜጎችን የመቆጠብ ፍላጎት ያዳከመው የቁጠባ የወለድ ተመን ከዋጋ ግሽበት በማነሱ እንዲሁም በፋይናንስ ተቋሞች በኩል ቁጠባን የሚያበረታቱ አገልግሎቶች አለመስፋፋት ናቸው። በመንግሥት በኩልም ምንም እንኳን ቁጠባን የሚደግፉ የኢንሹራንስና የቦንድ አሠራሮችን መዘርጋቱ ጥሩ ውጤት የተመዘገበበት ቢሆንም በቂ የቁጠባ አሠራሮችን አለመዘርጋቱ ቁጠባ በሚጠበቀው ደረጃ እንዳያድግ አድርጎታል። በዚህም ምክንያት የሀገር ውስጥ ቁጠባን በሚፈለገው ልክ ለማሳደግ ባለመቻሉ የውጭ ቁጠባ ጥገኝነታችን ከፍተኛ ሆኗል። ይህ ተግዳሮት እየሰፋ የሚሄድ ከሆነ ለውጭ ተጽዕኖ የሚያጋልጠንና የፖሊሲ ነጻነት የሚያሳጣን ከመሆኑም በላይ፣ አስተማማኝና ዘላቂ የመሆን ዕድሉም የመነመነ ነው።

የማክሮ ኢኮኖሚ መዛባት ሌላኛው ገጽታ የውጭ ሚዛን መዛባት ሲሆን በዋናነት ከገቢና ወጭ ንግድ አፈጻጸም ሚዛን ጋር የተያያዘ ነው። አሁን ባለው የሀገራችን የኢኮኖሚ ምርታማነት ደረጃ ለሀገራችን የኢኮኖሚ እንቅስቃሴ አስፈላጊ የሆኑ ሸቀጦችንም ሆነ የልማት ዕቃዎች ፍላጎት በሀገር ውስጥ ማሟላት የማይቻል በመሆኑ ከውጭ ማስገባት ግዴታ ነው። ይኽንንም ለማሳካት የውጭ ምንዛሬ አቅርቦት ወሳኝ ነው። የንግድ ሚዛን ጉድለት ለአሳሳቢ የውጭ ምንዛሪ እጥረት ዳርጎናል። የብር ምንዛሪ ተመን ከጠንካራ ዓለም አቀፍ ገንዘቦች አንጻር ከፍ ማለት ከወጭ ንግድ ይልቅ የገቢ ንግድን የበለጠ አትራፊ አድርጎ የራሱን አሉታዊ አስተዋጽዖ አድርጓል።

የውጭ ምንዛሬ አቅርቦታችን አስተማማኝ ምንጭ የሆነው የሸቀጦች የወጭ ንግድ አፈጻጸም ከመሻሻል ይልቅ ከድጡ ወደ ማጡ እየተጓዘ ነው። የኢኮኖሚው የገቢ ዕቃዎች ፍላጎት ከዓመት ዓመት በመጨመሩ በወጪና ገቢ ንግድ መካከል ያለው ልዩነት ከፍተኛ ነው። ይኽንን ተከትሎ የተከሰተው የውጭ ምንዛሬ እጥረትም የክፍያ ሚዛኑን ከማዛባቱም በላይ፣ ሌሎች ተጓዳኝ የገንዘብ ፖሊሲ አስተዳደራዊ ችግሮችን ማባባሱ አልቀረም።

የሸቀጦች የወጪ ንግድ ገቢያችን ከፍተኛ አፈጻጸም ባስመዘገበበት ዘመን የተገኘው ገቢ ከሦስት ቢሊዮን ዶላር አይበልጥም። የወጪ ንግድ ገቢያችን ከአጠቃላይ ኢኮኖሚው አንጻር ያለው ድርሻ ባለፉት ሰባት ዓመታት በተከታታይ ሲያሽቆለቁል ቆይቷል። የገቢ ንግድ ወጪን ፋይናንስ ለማድረግና የኢኮኖሚውን እድገት ለማስቀጠል በዚህ ወቅት ቢያንስ የዚህ ስድስት እጥፍ ያስፈልገን ነበር። ከሸቀጦች ወጪ ንግድ የምናገኘው ገቢ ተደምሮ በአሁኑ ጊዜ ከውጭ ሀገር የምናስገባውን የአንድ ዓመት የነዳጅ ገቢ ንግድ ወጪ እንኳን አይሸፍንም። በዚህ ዓይነት ሁኔታ ውስጥ ቀጣይነት ያለው ልማት ማረጋገጥ ከባድ ፈተና ይሆናል።

በሌላ በኩል ለብዙ ተከታታይ ዓመታት ከውጭ ከምናስገባቸው ምርቶች ውስጥ አብዛኞቹን በሀገር ውስጥ ማምረት አልቻልንም። በተለይ የግብርናና በቀላል ኢንዱስትሪ የሚመረቱ ምርቶችን በሀገር ውስጥ ማምረት ሲገባን ከውጭ ማስገባት ቀጥለናል። የስንዴ አምራች ሀገር ሆነን በየዓመቱ ወደ አንድ ሚሊዮን ቶን የሚጠጋ ስንዴ የውጭ ምንዛሬ እየከፈልን ማስገባታችን ከፍተኛ ጉዳት አለው።

የቢራ ገብስ በሀገር ውስጥ አምርተን ለፋብሪካዎች ማቅረብ ሲገባን፣ ከፍተኛ መጠን ያለው የቢራ ብቅል ገብስ ከውጭ ማስገባታችን ዶላር እያወጣን ሕዝቡን ቢራ እንደማጠጣት ይቆጠራል።

በየዓመቱ ከ400 - 500 ሚሊዮን ዶላር የሚጠጋ ገንዘብ እያወጣን የምግብ ዘይት ከውጭ እናስገባለን። ለምግብ ዘይት ምርት ግብዓት የሚሆኑ ዋና ዋና የቅባት እህሎችን (አኩሪ አተር፣ ሱፍ፣ ኑግ፣ ተልባ፣ ወዘተ...) ለማምረት የሚያስችል አመቺ ሀገራዊ ሁኔታ እያለን፣ በዘርፉ ራሳችንን ለመቻል ትኩረት ሰጥተን መሥራት አልቻልንም። በተጨማሪም የወጪ ንግድ ስብጥሩን ለማስፋት ተይዞ የነበረው ዕቅድ የሚጠበቀውን ውጤት አላስገኘም። በየጊዜው የተደረጉ የተለያዩ የፖሊሲ ለውጦችም (የብርን ዋጋ መቀነስ፣ የኤክስፖርት ማበረታቻ ድጋፍ የመሳሰሉት) የሚፈለገውን ውጤት አላስገኙም።

የኤክስፖርት ሸቀጦች ምርታማነት አቻ ኢኮኖሚ ካላቸው ሀገራት ጋር ሲወዳደር እንኳን እጅግ በጣም አነስተኛ ነው። በያዝነው መንገድ ከቀጠልን ከጎረቤት ሀገራት (ለአብነት ያክል ከኬንያ) የምርታማነት ደረጃ ላይ ለመድረስ ብቻ ብዙ ዓመታት ይወስድብናል።

ምዕራፍ 12

የኢኮኖሚ ሥርዓቱ ስብራት መንሥኤዎች

የአንድ አገር ኢኮኖሚን እንደ አንድ ወጥ ብሔራዊ ሥርዓት ስንመለከተው በሥሩ በርካታ ተዋንያንን፣ ንዑስ ሥርዓቶችን እና የአሠራር መስተጋብራቸውን ያቀፈ የእነዚህ ወሳኝ ይዘቶች ድምር ነው። በሌላ አገላለጽ የኢኮኖሚ ሥርዓት ገደብ የለሽ የሆነውን የሰው ልጅ ፍላጎትና ውሱን የሆነውን የተፈጥሮ ሀብት የማጣጣም ግብ አለው። የኢኮኖሚ ሥርዓት ምርታማነትን የማሳደግ ዓላማ ያነገቡ የኢኮኖሚ አሐዶች ስብስብ ነው። የእነዚህ የኢኮኖሚ አሐዶች መስተጋብር ከተለመደው የሀብት ግብይትና ገቢ ፍሰት ግንኙነት ባሻገር በዕውቀት ልውውጥ፣ ትብብር እና ለጋራ ጥቅም በመደጋገፍ ላይ የተመሠረተ ነው። ስለዚህ የሥርዓቱ ውጤታማነት የእነዚህን ይዘቶች የተናጠል ቁመና ብቁ በማድረግ እንዲሁም ቀልጣፋ መስተጋብርን በመፍጠር ላይ የተንጠለጠለ ያደርገዋል።

የኢኮኖሚ ሥርዓት በተለያዩ ራስ በቅ የሆኑ ንዑስ ሥርዓቶችና ተዋንያን በተደጋጋፊነትና ተወሳስቦ የተቀናበረ ነው። በዚህ መልኩ ኢኮኖሚን እንደ አንድ ወጥ ትልቅ ሥርዓት መረዳት ለችግሮች መፍትሔ ለመቀየስ ወሳኝ ነው። በዚህም መሠረት ለኢኮኖሚ ችግሮች መፍትሔ ለመስጠት ችግር የገጠመው የኢኮኖሚ ክፍል፣ ኩነት ወይም አካል እንደ ጥቅል ሥርዓት ከንዑስ ሥርዓቶች፣ ተዋንያን እና የቅንብር ልክ አኳያ ምን ዓይነት ቁመና ላይ እንዳሉ ከመመርመር መጀመር ያስፈልጋል። የኢኮኖሚ ሁነቶችን መሠረታዊ ይዘት መርምሮ የሚቀየስ መፍትሔ አጠቃላይ ውጤታማነትን ለማሻሻል የተሻለ አማራጭ ነው።

ስለዚህ ምርታማነትን የማሳደግና ፍትሐዊ የሀብት ሥርጭትን የመፍጠር ዓላማዎች በፍጥነት እንዲሳኩ የኢኮኖሚ ተዋንያን ተልዕኮና ሚና በግልጽ መታወቅ

አለበት። የኢኮኖሚ ተዋንያኑን እንቅስቃሴ የሚያቀናጅ ማዕቀፋዊ አወቃቀር ለማበጀት መንግሥታት የተዋንያኑን እንቃስቃሴ ለመወሰን በሚመርጡት የፖለቲካዊ ኢኮኖሚ ፍልስፍና ላይ ይመሠረታል።

ይህ ውሳኔም በዋናነት ፈጣን እድገት ለማምጣትና የተረጋጋ ማክሮ ኢኮኖሚን ለመፍጠር ከገበያና ከመንግሥት ድርሻ ስፋት አኳያ የሚመዘን ነው። የግል ዘርፉ የሥርዓቱን ሰፊ የተሳትፎ ድርሻ ወስዶ ገበያ መር እድገት ማምጣት አለበት የሚሉ ወገኖች አሉ። በተቃራኒው መንግሥት የአንበሳውን ድርሻ ይዞ መንግሥት መር ኢኮኖሚ እድገት ማምጣት አለበት የሚሉ አሉ።

እነዚህ ክርክሮች በኢኮኖሚ ሥርዓቱ ውስጥ ከሚያጋጥሙ መዋቅራዊ ስብራቶች ጋር የተያያዙ ናቸው። በሞያው ምርምር ያደረጉ ባለሞያዎች የኢኮኖሚ ሥርዓት ችግሮችንና መዋቅራዊ ስብራቶችን በተለያየ መንገድ ሊተረጉሟቸው ይችላሉ። ሆኖም ግን ኢትዮጵያ ያጋጠማትን መሠረታዊ የኢኮኖሚ ችግሮች ለመረዳት እነዚህን መዋቅራዊ ተግዳሮቶች የገበያ ጉድለትና የመንግሥት ጉድለትን በማካተትና በማዳበል አጠቃላይ የኢኮኖሚውን ችግሮች በሥርዓት ጉድለት ማሕቀፍ ማየት የተሻለ ነው። ይህ ዓይነት ክፍፍል በሠለጠነው ዓለም የዳበረውን ንድፈ ሐሳብ ከመረዳት በዘለለ፣ ሀገራችን ያለችበትን ነባራዊ ሁኔታ በተረዳ መልኩ ያጋጠሙንን ችግሮችና አማራጭ የመፍትሔ ሐሳቦችን የምናስብበት ማሕቀፍ ይሰጠናል።

የዕይታ ማዕቀፋችን፣ የሀገራችን አጠቃላይ የኢኮኖሚ ችግር የሥርዓት ጉድለት ነው የሚል ነው። የሥርዓት ጉድለት የሀገራት ኢኮኖሚ ውስብስብነት መገለጫ ነው። በኢኮኖሚ ውስጥ ለሚስተዋሉ የንዑስ ሥርዓቱና የተዋንያን ችግሮች በገበያና በመንግሥት ጉድለት የተናጠል ዕይታ ትንታኔና መፍትሔ መስጠት፣ የሀገራችንን የኢኮኖሚ ችግር ሙሉ ሥዕል አያመላክትም። ምክንያቱም የገበያ ጉድለትን ወይም የመንግሥት ጉድለትን ብቻ አጉልቶ ማውጣት ለዋልታ ረገጥነት የተጋለጠና ከሀገራዊ ተጨባጭ ሁኔታ ጋር ያልተጣጣመ ምልከታ ነው።

በመሆኑም የገበያና የመንግሥት ጉድለት ሐሳቦችን አቀናጅተንና የሀገራችንን የኢኮኖሚ ሥርዓት ውዝፍ ሥራዎች ግምት ውስጥ አስገብተን መመልከት ይገባናል። በተጨማሪም የሌሎች የኢኮኖሚ ተዋንያን ሚና መታጎልን አካተን ስንመለከተው ዋነኛ የኢኮኖሚ ችግራችን የሥርዓት ጉድለት ነው ብሎ መደምደም ይቻላል። ኢኮኖሚን እንደ አንድ ውስብስብ ሥርዓት በመውሰድ በግብዓት፣ በሂደት እና በውጤት ደረጃ መመልከት ጠቀሜታው የጎላ ነው። ኢኮኖሚን በግብረ መልስና በመስተጋብር መልኩ እንደ ብሔራዊ ሥርዓት መመልከቱ በኢኮኖሚ ውስጥ የሚታዩ ችግሮችን በአግባቡ ለመረዳት ያስችላል። የፖሊሲ አማራጮችን ለመተግበርም እጅግ ይጠቅማል።

የሀገራችንን የኢኮኖሚ ችግሮች በሥርዓት ጉድለት ለመተንተን በዋነኛነት የምንጠቀመው ሐሳብ የሀብት ማመንጨትና ክፍፍልን መሠረት ያደረገ ይሆናል። ሀብት በምርት ኃይሎች በተለይም በመሬትና በወረት ጸጋ ላይ ዕሴትን በማከል የሚገኝ የኢኮኖሚ ክፍያ ሲሆን፣ ፍትሐዊ፣ ቀልጣፋ እና ውጤታማ የሀብት ማመንጨትና ክፍፍል በኢኮኖሚው ውስጥ መፈጠር የጤናማ ማኅበራዊና ኢኮኖሚያዊ እድገት አንዱና ዋነኛው መለኪያ ነው።

በኢኮኖሚ ሥርዓት ውስጥ የተዋንያን መናበብና ቅንጅት እያንዳንዱ የኢኮኖሚ ተዋናይ በውስን ጉዳይ ላይ የጠለቀ ዕውቀትና ክህሎት እንዲኖረው ያደርጋል። ይህም በአንድ በኩል ቅልጥፍናን ሲፈጥር በሌላ በኩል ደግሞ እርስ በእርስ መተማመንንና አለኝታነትን ይፈጥራል።

የእነዚህ ሁለት ጉዳዮች (ዕውቀትና መተማመን) በመደበኛ የገበያ ሥርዓት ውስጥ ተጣምረው በቀላሉ አለመገኘት ብልጽግናን ለማምጣት ደንቃራ ነው። ሀገራት ከድህነት አዙሪት በቀላሉ ወጥተው እንዳይበለጽጉ ዋነኛ ማነቆ ነው። ይህን ደንቃራ ለማስወገድ የኢኮኖሚ ሥርዓት ተዋንያን መደመር ከፍተኛ አስተዋጽዖ አለው። መደመር ይህንን የብልጽግና ደንቃራ በማስወገድ የምርት ሂደቶች ቀልጣፋና ውጤታማ እንዲሆኑ በማድረግ ጥቅል ሀብት እንዲጨምርና ጤናማ እድገት እንዲፈጠር ያደርጋል። በዚህም መሠረት በሚቀጥለው ርእስ ሥር የሥርዓት ጉድለት ማሕቀፍ ከገበያና ከመንግሥት ጉድለት ጋር በማነጻጸርና በማቀናጀት የቀረበ ሲሆን ለግልጽነት ይረዳ ዘንድ ዓለም አቀፋዊ ትርጓሜያቸውን ከሀገራዊ አብነቶች ጋር በማስተሳሰር ቀርቧል።

የገበያ ጉድለት

ከገበያ ጉድለት ጋር በተያያዘ የተለያዩ ጥያቄዎች ሊነሡ ይችላሉ። ገበያው በራሱ በምን በምን ጉዳዮች የተነሣ የተሳለጠና ፍትሐዊ የሀብት ድልድል ማምጣት ይሳነዋል? እንዲህ ዓይነት ጉድለት ሲከሠት ገበያው በራሱ ጉድለቱን ሊያስተካክል የሚችልበት ዕድል፣ ዐቅም እና የተዋንያን ፍላጎት አለው ወይ? ካልሆነስ እንዲህ ዓይነት ጉድለት ሲኖር የማስተካከል ኃላፊነት ያለበት ማነው? ምን በማድረግ? የሚሉትና የመሳሰሉት ጥያቄዎች መነሣታቸው አይቀርም።

የገበያ ጉድለት በነጻ ገበያ በሚመራ ኢኮኖሚ ውስጥ ምርትና አገልግሎት በፍላጎትና አቅርቦት መርሕ መሠረት ሳይመራ ሲቀር የሚከሠት ነው። የገበያ ጉድለት በግለሰቦችና በቡድኖች የራስን ጥቅም ለማስጠበቅ በሚደረግ ሩጫ የሰፊው ኅብረተሰብ ጥቅም ሲጎዳ የሚከሠት ችግር ነው። ለገበያ ጉድለት መንሥኤ በዋናነት ሦስት ምክንያቶች ይጠቀሳሉ። እነሱም ከገበያ ጸባይ፣ ከምርት ጸባይ እና ከግብይቱ ዓይነት የሚመነጩ ምክንያቶች ናቸው።

ከገበያው ጸባይ ጋር በተያያዘ በገበያው ውስጥ ፍትሐዊ ውድድርና ፉክክር እንዳይፈጠር የሚያደርጉ ሁኔታዎች ሲከሠቱ የገበያ ጉድለት ይከሠታል። ለምሳሌ ገበያ በውስን ኩባንያዎች ቁጥጥር ሥር ሲውል።

እነዚህ ኩባንያዎች ሌሎች ተወዳዳሪዎች ወደ ገበያው እንዳይገቡ በመገደብ ወይም በተፈጥሯዊ ሁኔታ ብቸኛ የገበያ አማራጭ ሆነው ይወጣሉ። በዚህም ፍትሐዊ ውድድር እንዳይኖርና የዋጋ መዛባት በመፍጠር የገበያውን ውጤታማነት ይገድቡታል። በመሆኑም ከገበያው ጸባይ አንጻር ጉድለት የሚከሠተው ገበያው በርካታ አምራቾችና ገዥዎች ያሉበትና ውድድር የሰፈነበት ሳይሆን ሲቀር ነው። ይልቅ ገበያውን የሚዘውሩ ጥቂት ባለሀብቶችን በመፍጠር እነዚህ ባለሀብቶች በገበያው ላይ የበላይ ሲሆኑ የገበያ ጉድለት ይከሠታል።

በንድፈ ሐሳብ ደረጃ በነጻ ገበያ መርሕ ሥርዓት ውስጥ ሁሉም የግል ባለሀብቶች የገበያውን ፍላጎትና አቅርቦት ተከትሎ የሚወጣውን ዋጋ የሚቀበሉ እንጂ፣ ዋጋውን የሚወስኑ አይደሉም የሚል ሐሳብ ይቀርባል። ሆኖም ግን በተለያዩ ምክንያቶች አንዳንድ ባለሀብቶች በትንሽ ወጪ ከፍተኛ ትርፍን በማግኘት ያድጋሉ። ይህም ከዋጋ ተቀባይነት ወደ ዋጋ ወሳኝነት ሊያሸጋግራቸው ይችላል። ይህንንም ተከትሎ ገበያው በውድድር የሚመራ ሳይሆን ጥቂት ባለሀብቶች የሚዘውሩት በመሆን የገበያ ጉድለትን ያስከትላል። መሰል አካሄዶች በመንግሥት አጋዥነት ሕጋዊ የማስተካከያ ርምጃዎች ካልተወሰደባቸው፣ አዳዲስ የግል ባለሀብቶች ገበያውን ለመቀላቀል አዳጋች ይሆንባቸዋል።

ከሀገራችን ተጨባጭ ሁኔታ አንጻር ከላይ በተነሣው የገበያ ጉድለት መከራከርያ ሐሳብ መልኩ የገበያ ጉድለት ተፈጥሯል ማለት አይቻልም። የኢትዮጵያ የገበያ ሥርዓት በጥቂት ትልልቅ የግል ባለሀብቶች የሚዘወር ነው ብሎ ለመደምደም ያስቸግራል። ምንም እንኳን በአንዳንድ ዘርፎች ላይ ጥቂት የሚባሉ ባለሀብቶች የአንድ ዘርፍን ገበያ የተቆጣጠሩበት ሁኔታ ቢኖርም፣ ከዚህ ይልቅ የኢትዮጵያ ዋነኛ ችግር ደካማ የሆነ የግል ዘርፍ መኖር ነው።

ከምርት ጸባይ አንጻር የሚከሠት የገበያ ጉድለት በአንድ በኩል ከምርቱ ምንነት ጋር የተያያዘ ሲሆን በሌላ በኩል ደግሞ፣ ከምርት ሂደት ጋር በተያያዘ የሚፈጠሩ የጎንዮሽ ተጽዕኖዎችን የሚመለከት ነው። ከምርቱ ምንነት አንጻር ስንመለከተው ለማኅበረሰቡ የወል ጥቅም የሚውሉ እንደ መንገድ፣ ትምህርት፣ ጤና የመሳሰሉት ማኅበራዊና ሕዝባዊ ምርቶችና አገልግሎቶች ገበያው በራሱ ማቅረብ ሳይችል ሲቀር ይከሠታል።

በሌላ በኩል የምርት ሂደቱ በአካባቢ ላይ ወይም ሌላ የጎንዮሽ ተጽዕኖ ሲፈጥር የገበያ ጉድለት ተከሥቷል ልንል እንችላለን።

የነጻ ገበያ ፍልስፍናን ተከትለው ገበያው ላይ ተመርተው የሚሸጡ ምርቶች ሁለት መሠረታዊ ባሕርይ አላቸው። እነዚህም ምርቶችን የመጠቀም የተቀናቃኝነት እና የከልካይነት ባሕርያት ናቸው። “ተቀናቃኝነት” ሲባል አንድን ምርት ሊጠቀም የሚችለው ዋጋውን ከፍሎ የሸመተ ብቻ መሆኑን አመላካች ነው። “ከልካይነት” ደግሞ ዋጋውን መክፈል የማይችልን ሸማች፣ ገበያው ምርቱን ከመጠቀም እንደሚከለክለው የሚገልጽ ነው።

በአንጻሩ አንድ ምርት ወይም አገልግሎት ሁለቱ ባሕርያት ከሌሉት የሕዝብ የወል ምርት ይሰኛል። እንደ የመንገድ መብራት፣ የሕዝብ መገልገያ ተቋማት፣ የሀገር መከላከያ የሚያቀርባቸው የደኅንነት አገልግሎቶች እና የመሳሰሉት ሁሉም ዜጋ የሚጠቀምባቸው ናቸው። የአንድ ግለሰብ መጠቀም ሌላው እንዳይጠቀም አይከለክልም። በተጨማሪም ማንኛውም ግለሰብ ቢከፍልባቸውም ባይከፍልባቸውም አገልግሎቱን ማግኘት ይችላል። መሰል ምርቶችን ማቅረብ የገበያው ኃላፊነት ተደርጎ ከተተወ በገበያው በራሱ ባሕርይ ምክንያት የገበያ ጉድለት ያጋጥማል። ይህንን ጉድለት ገበያው በራሱ አሠራር ሊፈታውም አይችልም። ስለዚህ መሰል ሸቀጦችን ማቅረብ የመንግሥት ኃላፊነት ሊሆን ይገባል።

በሌላ በኩል በኩባንያዎች የማምረት ሂደት ወይም የሚያመርቱት ምርት በራሱ በማኅበረሰቡ ላይ አሉታዊ ተጽዕኖ የሚያሳርፍ ከሆነ የገበያ ጉድለት ይከሠታል። ለአብነት ያህል አካባቢን የሚበክሉና የተፈጥሮ ሀብትን ከመጠን በላይ የሚበዘብዙ የገበያ እንቅስቃሴዎች፣ የአብዛኛውን ሕዝብ ጥቅምና ፍላጎት የሚጎዱ ይሆናሉ። የነጻ ገበያ ፍልስፍናን ተከትለው የሚያመርቱ ባለሀብቶች የወጪ እና ገቢ ስሌቶችን ሲሠሩ፣ በወጪ በኩል የሚያካትቱት አንድን ምርት አምርተው ለገበያ እስከሚያቀርቡ ድረስ የሚያወጡትን ወጪ ነው። ነገር ግን ምርቱን በማምረት ሂደት ውስጥ በማኅበረሰቡ ላይ የሚያደርሱትን የጎንዮሽ ተጽዕኖ በወጪ ዝርዝራቸው ውስጥ አያካትቱትም። ይህ የሚያደርሱት ተጽዕኖ በጎ ካልሆነ እና ባደረሱት ኪሳራ ልክ ካሳ የማይከፍሉ ከሆነ ማኅበረሰቡን ወይም ሦስተኛ ወገንን ዋጋ ያስከፍላሉ።

መሰል አካሄዶች ሕግን ተከትለው በመንግሥት አካላት ቁጥጥር ካልተደረገባቸው፣ ባለሀብቶቹ ላደረሱት ጉዳት በራሳቸው ተነሣሽነት የእርምት ርምጃ የመውሰድ ዝንባሌያቸው ዝቅተኛ ስለሚሆን የገበያ ጉድለት ይከሠታል።

ከሀገራችን ተጨባጭ ሁኔታ አንጻር አያይዘን ይህንን ሁኔታ ስንመለከተው፣ በኢኮኖሚው ውስጥ የአካባቢ ብክለትና መሰል ጉዳዮች በተወሰነ ደረጃ ችግር ናቸው። ለኢኮኖሚ ስብራት ግን መሠረታዊ ምክንያት አይደሉም። ለአካባቢ ብክለት ምክንያት ሊሆኑ የሚችሉትን የማኑፋክቸሪንግ እና የማዕድን ዘርፍን በመውሰድ መመልከት ይቻላል። በኢትዮጵያ ማኑፋክቸሪንግ ዘርፍ በሙሉ ዐቅም ወደ ማምረት ገብተው፣ የአካባቢ ብክለት በመፍጠር የገበያ ጉድለትን ፈጥረዋል ተብለው የሚወቀሱ አምራቾች በጣት የሚቆጠሩ ናቸው። በመሆኑም በማኑፋክቸሪንግ ዘርፍ ከሚፈጠሩት አካባቢያዊ ብክለቶች በላይ አሳሳቢው የዘርፉ ምርታማነት፣ ተወዳዳሪነት እና ትርፋማነት እጅግ ዝቅተኛ መሆን ነው።

ከግብይት ይዘት ጋር በተያያዘ የገበያ ጉድለት በገበያ መረጃ ተደራሽነት እኩል እና በዋጋና የግብይት ውሳኔ አሰጣጥ ባሕርይ ሳቢያ የሚከሠት ነው። የገበያ ተዋንያን ስለ ግብይቱ እኩል መረጃ ከሌላቸው፣ የግብይት ሂደት ዋጋ ከፍተኛ ከሆነ እና የግብይቱ ውሳኔ በተዋንያን መካከል በእኩልነት የማይወሰን ከሆነ፣ ከዚህ የግብይት ሂደት፣ ሁኔታና ይዘት በመነጨ የገበያ ጉድለት ሊከሠት ይችላል።

በኢትዮጵያ ውስጥ የሚያጋጥመው የገበያ ጉድለት በአመዛኙ ከግብይት ይዘት ጋር በተለይም ከገበያ መረጃ ጋር በተያያዘ ያለው ነው። በተለይ ደግሞ የድለላ ሥራ የገበያ መረጃን ከማዛባት እና የገበያውን ሥርዓት ከማመስ አንጻር ያለው ተጽዕኖ በሀገራችን ከፍተኛ ነው። በተጨማሪም የግል ባለሀብቶች ከመንግሥት እና ከገዢዎች የተሻለ መረጃ ስላላቸው ይህን ተጠቅመው ተገቢ ያልሆነ እጥረት ወይም የዋጋ ንረትን ሲፈጥሩ የሚከሠተው የገበያ ጉድለት ከፍተኛ ነው።

በጥቅሉ የገበያ ጉድለት ማለት የነጻ ገበያ ፍልስፍናን በመከተል የኢኮኖሚ ሥርዓትን ለማስተዳደር በሚደረግ ጥረት ውስጥ ሁሉም እንቅስቃሴ ለገበያው ከተተወ፣ ገበያው እራሱ የሚፈጥራቸው ጉድለቶችን የሚገልጽ ነው። በነጻ ገበያ ፍልስፍና የሸቀጦች ዋጋ የሚተመነው ገበያው ላይ ባለ የፍላጎትና የአቅርቦት መጠን እንደሆነ ያስረዳል።

ይህ ዓይነቱ አካሄድ ምክንያታዊ በሆነ መልኩ የራሱን ጥቅም ለማስጠበቅ ለሚፈልግ ማንኛውም ግለሰብ ትክክለኛ መንገድ ተደርጎ የሚቆጠር ነው። ሆኖም ግን እንደ ማኅበረሰብ ወይም እንደ ቡድን ሲታይ ግለሰቦች የራሳቸውን ጥቅም ለማስጠበቅ የሚወስኗቸው ውሳኔዎች በገለልተኛ አካል ቁጥጥር ካልተደረገባቸው ማኅበረሰቡን የሚጎዳ እንቅስቃሴ ውስጥ ሊሳተፉ ይችላሉ።

በመሆኑም ከገበያ ጉድለት አንጻር እነዚህ ችግሮች እንዳይከሠቱ መንግሥት አስቀድሞ ሊወስዳቸው የሚገቡ የሕግና የፖሊሲ ቁጥጥርና እርምት ርምጃዎች አሉ። ለአብነት ያክል የብክለት ቁጥጥርና ፍቃድ፣ የዋጋ ተመን፣ ግብር ጭማሪና የሕግ ቅጣት ተጠቃሽ ናቸው። ሆኖም በሀገራችን ተጨባጭ ሁኔታ መንግሥት እነዚህን የሚጠበቁበትን ኃላፊነቶች ብቻ ቢወጣ ኢትዮጵያ ውስጥ የነጻ ገበያ ፍልስፍናን ተከትሎ ገበያው ራሱን ማስተዳደር ይችላል ወይ የሚለው ጉዳይ መነሣት ያለበት መሠረታዊ ጥያቄ ነው።

መንግሥት የሕዝብ አገልግሎቶችን ሙሉ በሙሉ ቢያቀርብ፣ የንግድ ተቋማት በማምረት ሂደት ውስጥ በኅብረተሰቡ ላይ የሚያደርሱትን ተጽዕኖ ለመከላከል ወይም ለመቀነስ ሕጎችን አውጥቶ ተግባራዊ ቢያደርግ፣ ከተዛባ መረጃ የተነሣ ደንበኞች ተገቢ ያልሆነ ዋጋ ለሸቀጦች እንዳይከፍሉም ሆነ ገበያውን የሚዘውሩ ጥቂት ባለሀብቶች እንዳይፈጠሩ የመከላከያ ሕጎች አውጥቶ ተግባራዊ አድርጎ ቢሆን፣ ገበያው እጥረት ሳይገጥመው ወይም ከመጠን በላይ ትርፍ ሳያጋብስ ራሱን ማስተዳደር ይችላል ወይ የሚሉትን ጥያቄዎች በማንሣት በጥልቀት ብንመረምር የሀገራችን ዋነኛ የገበያ ጉድለት መንሥኤ ከግሉ ዘርፍ ምርታማነትና ተወዳዳሪነት ወይም ከአጠቃላይ የዘርፉ ደካማነት የሚመነጭ መሆኑን በቀላሉ ለመረዳት ይቻላል።

በሀገራችን ተጨባጭ ሁኔታ የኢኮኖሚ ታሪካችን በባህላዊ የገባር ሥርዓት እና የዕዝ ኢኮኖሚ ሥርዓት ውስጥ ለዘመናት ያለፈ ነው። በዋነኛነት የነጻ ገበያ ሥርዓት ግንባታ ባለፉት ሠላሳ ዓመታት የተጀመረ ነው ብሎ መደምደም ይቻላል። ምንም እንኳን በዘውዳዊው ሥርዓት ዘመን የነጻ ገበያ ሥርዓት ለመገንባት የተወሰኑ ሙከራዎች ቢደረጉም፣ የሀገራችን የኢኮኖሚ ሥርዓት ለዘመናት በገባር የመሬት ሥሪት፣ በዝናብ ጥገኝነት እና ኋላ ቀር የአመራረት ሂደትን በሚከተል ግብርና ላይ የተመሠረተ ነበር።

በመሆኑም ኢኮኖሚው ኋላ ቀር፣ ገበያ መር ያልሆነ እና ዕሴት መጨመርን ያላማከለ ነው። በዚህም ምክንያት ኢኮኖሚው ከእጅ ወደ አፍ በሆነ ግብርና እንዲመራና ለገበያ የማያመርት እንዲሆን አድርጎት ቆይቷል።

በተጨማሪም የዕዝ ኢኮኖሚው የግል ሴክተር እንዲቀጭጭና እንዳይፈጠር ማድረጉም በግልጽ ታይቷል። በመሆኑም በሂደት ሲንከባለል የመጣው አጠቃላይ የኢኮኖሚ ሥርዓት አዳጊ የምርት ምላሽ በሌለው ስልተ ምርት ላይ የተመረኮዘ እንዲሆን በማድረጉ ለዘመናት የገበያ ኢኮኖሚ በሀገራችን ነበር ለማለት አያስደፍርም። ከገበያ ኢኮኖሚ ጋር በወጉ ባለመተዋወቃችን የገበያ ሕግጋትን የሚያወጡና የሚያስፈጽሙ ጠንካራ የገበያ ተቋማት አልተገነቡም። ለዚህም ነው መንግሥትም ሆነ የግል ዘርፍ በተናጠል በገበያው ውስጥ ስላላቸው ሚና መነጋገር ውኃ የማይቋጥረው።

አሁን ባለበት ሁኔታ መንግሥት የራሱን ኃላፊነቶች ሁሉ ተወጥቶ ገበያው ሙሉ በሙሉ የነጻ ገበያ ፍልስፍናን ተከትሎ እንዲሄድ ቢፈቅድ እንኳን፣ አብዛኞቹ ባለሀብቶች የሚፈለገውን ቅልጥፍናና ውጤታማነት በአጭር ጊዜ በማምጣት ገበያውን የማስተካከል ዐቅም አላዳበሩም።

አንድ አባት ልጁን ሲያሳድግ እየተቆጣ፣ እንግዳ ሲመጣ ወደ ጓዳ እንዲገባ እያደረገ፣ ጥፋት ሲያገኝበት ከመጠን በላይ እየቀጣ፣ ወጣ ያሉ ሐሳቦችን ሲያቀርብ እየኮረኮመ ዝም ሲያሰኘው ቆይቶ፣ ከዕለታት አንድ ቀን አባትዬው ባደረገው ነገር ተጸጽቶ፣ ልጁን ይቅርታ ጠይቆ ሰላም ካወረደ በኋላ እንግዳ ፊት ወጥቶ እንዲጫወት ቢገፋፋው፣ ልጁ በአንድ ጊዜ ተጫዋች ሆኖ ሊገኝ አይችልም።

ስለዚህም መንግሥት በቀጣይ ጊዜያት የግል ባለሀብቱን እያበረታታ ወደ መሥመር ለማስገባት የሚያደርገው ጥረት ደረጃ በደረጃ ሊሆን ይገባል። በአንድ ጊዜ ሁሉን ነገር ለገበያው ሊለቀው አይገባም። ከዚህ መሠረታዊ እሳቤ በመነጨ መንግሥት በተመረጠና ስትራቴጂክ በሆነ መንገድ ገበያ ውስጥ ጣልቃ በመግባት ገበያውን የመፍጠርና የማጠናከር ሥራ መሥራት አለበት። ባለፉት ዓመታት ይህ ሲሠራ ቆይቷል።

በዚህም ምክንያት ምንም እንኳን ውስንነቶች ቢኖሩም በርካታ ድሎች ማስመዝገብ ተችሏል። ኢኮኖሚው ተከታታይና ፈጣን እድገት አስመዝግቧል። ሚሊዮኖችን ከአስከፊ ድህነት ለማውጣት ተችሏል። የመሠረተ ልማት ግንባታው ተስፋፍቶ በፍላጎትና በአቅርቦት መካከል የነበረው ሰፊ ልዩነት በአንጻራዊ መልኩ ሊጠብ ችሏል።

ወቅታዊና አንገብጋቢው ጉዳይ መንግሥት ላለፉት ዓመታት ገበያን ለመፍጠርና ለማጠናከር የሠራው ሥራ ገበያውን ምን ላይ አድርሶታል? የነጻ ገበያ ሥርዓት በአጥጋቢ መልኩ ተገንብቷል ወይ? ገበያው ምን ችግሮች አሉበት? በቀጣይ የመንግሥትና የግሉ ዘርፍ ሚናዎችስ ምን መሆን አለባቸው? ለሚሉት ጥያቄዎች ተገቢውን ምላሽ ማግኘት ነው።

የመንግሥት ጉድለት

አንዳንድ የኢኮኖሚ ምሁራን የገበያ ጉድለት ምንጩ የመንግሥት ጉድለት በመሆኑ አንዱ በሌላኛው ውስጥ የሚዋዋጥ ስለሆነ በተናጠል ሊተነተኑ አይገባም ብለው ይከራከራሉ። ሆኖም ጉድለቶቹ ተመጋጋቢነት ያላቸው ቢሆንም ወጥነት ያለው ጠንካራ መፍትሔ ለማመንጨት ጉድለቶቹን በየራሳቸው ዓውድ መመልከት አስፈላጊ ነው።

የመንግሥት ጉድለት በዋናነት መንግሥት በገበያው ውስጥ ጣልቃ ሲገባ የሚያበላሻቸው ነገሮችን ይመለከታል። ሆኖም የመንግሥት ጉድለትን ለጥጠን ስንመለከተው ሁለት ዐበይት መገለጫዎች ይኖሩታል። አንደኛው መንግሥት በገበያው ውስጥ ከሚገባው በላይ ጣልቃ ሲገባ የሚከሠት ነው። ሁለተኛው ደግሞ ከመንግሥት ዳተኝነት የሚመነጭ ሲሆን መንግሥት ገበያው ጤናማ በሆነ ሁኔታ እንዲሄድ የሚጠበቅበትን ኃላፊነት መወጣት ሲሳነው የሚከሠት ነው። በድምሩ

መንግሥት በገበያ ውስጥ ገንቢ ባልሆነ መልኩ ጣልቃ ሲገባና በአንጻሩ ደግሞ የገበያ ጉድለትን ለማረም በመደበኛ ሁኔታ ሚናውን በአግባቡ መወጣት ሲያቅተው የሚከሠት የምርትና የሀብት ድልድል መዛነፍ ችግር ነው።

ከመንግሥት ዳተኝነት የሚመነጭ የመንግሥት ጉድለት ከገበያ ጉድለት መንሥኤዎች ጋር ጥብቅ ቁርኝት ያለው ነው። በዋናነትም ከገበያ መረጃ እጥረት፣ ከፖሊሲ መሣሪያ አመራረጥ፣ ከቢሮክራሲ መንዛዛት እና ከዜጎች የሥራ ባህል የሚመነጩ የመንግሥት ጉድለት መንሥኤዎችን መጥቀስ ይቻላል። መንግሥት የሞኒተሪና የፊሲካል ፖሊሲዎችን በመጠቀም ገበያውን ለማስተካከልና ፍትሐዊ የሀብት ድልድል ለማምጣት የሚጠቀማቸው የፖሊሲ መሣሪያዎች በተለያዩ ምክንያቶች የገበያውን ጤናማነት ሊያውኩ ይችላሉ። ለአብነት ያክል በመንግሥት የሚደነገግ የዋጋ ተመን የአቅርቦት መብዛት ወይም እጥረትን በመፍጠር የገበያውን ጤናማነት ሊያውክ ይችላል።

ሌላኛው የመንግሥት ጉድለት መንሥኤ በመንግሥት ተፈጥሯዊ አወቃቀር ምክንያት መንግሥት ከግል ዘርፍ በባሰ የመረጃና የክሂሎት እጥረት የሚያጋጥመው በመሆኑ ውጤታማ የሀብት ድልድልና ሀብት አጧጦ ለመጠቀም የሚያስችል ውሳኔን ለመስጠት ይቸገራል። በተጨማሪም መንግሥት በማኅበራዊ ጥበቃ ዜጎችን ለመርዳት በሚያደርገው ጥረት የተነሣ፣ የዜጎች ሠርቶ የመለወጥ ተነሣሽነት ተጎድቶ በምትኩ የጠባቂነት መንፈስ በመፍጠር፣ አጠቃላይ የሞራል ውድቀት ሊፈጠር ይችላል።

ከመንግሥት ኢኮኖሚያዊ ጣልቃ ገብነት ጋር ተያይዞ የሚከሠተውን ጉድለት በተመለከተ ሁለት ሐሳቦች ይነሣሉ። የመጀመሪያው በአዳጊ ሀገራት ውስጥ ጠንካራ መንግሥት በኢኮኖሚ ውስጥ በተመረጡ መስኮች ተሰማርቶ ስኬታማ በሆነ መልኩ ተልዕኮውን መወጣት ከቻለ፣ ከገበያ ኢኮኖሚ በተሻለ ፈጣንና ፍትሐዊ እድገት ለማስመዝገብ ይችላል የሚል ነው። ለዚህ ሙግት ማስረጃነትም በብዛት የደቡብ ምሥራቅ እስያ ሀገራት ተሞክሮ ይቀርባል። ሌላኛው ደግሞ የመንግሥት አወቃቀርና ተፈጥሯዊ ባሕርይ በራሱ ለጉድለት ከፍተኛ አስተዋጽዖ አለው የሚል ነው። መንግሥት በፉክክር ላይ የተመሠረተ ውስን ሀብትን ማዕከል ያደረገ ኢኮኖሚያዊ እንቅስቃሴ ውስጥ ተሳትፎ ለማድረግ የራሱ ውስንነት አለበት። በዚህ የፉክክር ዓውድ መንግሥት ቀልጣፋና ውጤታማ የሀብት ድልድል በማምጣት ረገድ ከራሱ ተፈጥሮ የሚመነጭ ውስንነት አለበት።

በእነዚህ ሁለት አዎንታዊና አሉታዊ የመንግሥት ሚና ጽንፎች መካከል ሚዛንን ጠብቆ አዎንታዊ ፋይዳውን ለማጉላት ከተቻለ የመንግሥት ጉድለትን መቀነስ ይቻላል። ይህ ሳይሆን ቀርቶ መንግሥት በስፋት በገበያ ውስጥ እጁን አስገብቶ የምርት ኃይሎችን በመቆጣጠር፣ በዋናነት የተማከለ የሀብት ምንጭ ሆኖ ከቀጠለ፣ የመንግሥት ጉድለት የመከሠት ዕድሉ ከፍተኛ ነው። የመንግሥት ጣልቃ ገብነት ነጻ ገበያውን በመረበሽ ውጤታማና ቀልጣፋ የሀብት ድልድል ለማምጣት ይሳነዋል።

በሀገራችን ሁለቱ የመንግሥት ጉድለት መገለጫዎች እርስ በርሳቸው ተመጋግበው የሚከሠቱ ናቸው። ለአብነት ያህል በገበያ ጉድለት የጠቀስነው በአንዳንድ ዘርፎች ላይ ጥቂት የሚባሉ ባለሀብቶች ገበያውን ተቆጣጥረው መቆየት፣

ድርጅቶቹ ከፍተኛ ዐቅም ፈጥረው ከሌሎች ተፎካካሪዎች ልቀው በመገኘታቸው የተፈጠረ አይደለም። ይልቁንም ከከፍተኛ ባለሥልጣናት ጋር የጥቅም ትስስር በመፍጠራቸው ወይም በሌብነት ላይ በመመሥረታቸው የተፈጠረ ነው።

በኢትዮጵያ እስካሁን በነበረን ጉዞ፣ ኃያል የሚባሉት የንግድ ተቋማት በአንድም ሆነ በሌላ መልኩ ከመንግሥት ድጋፍ የሚያገኙ የልማትና የኢንዶውመንት ድርጅቶች ናቸው። ስለዚህም ይህ ነጥብ የገበያ ጉድለት ከሚለው ይልቅ የመንግሥት ጉድለት ማሳያ ሊሆን ይችላል። በተመሳሳይ በማዕድን ዘርፉ ላይ ያለው የአካባቢ ብክለት ችግር የመንግሥት ጉድለት ጭምር ነው። ከዘርፉ ተቆጣጣሪ አካላት ደካማነት፣ ከሌብነት፣ ወዘተ... ጋር የተያያዙ ችግሮች የመንግሥት ጉድለት መኖሩን የሚጠቁሙ ናቸው።

ከመረጃ ፍትሐዊነት ጋር በተያያዘ በነጻ ገበያ ፍልስፍና የግል ባለሀብቶች ስለሚያመርቱት ምርት ወይም ስለሚሰጡት አገልግሎት ከመንግሥትም ሆነ ከደንበኞቻቸው የተሻለ መረጃ አላቸው። በመሆኑም መረጃውን ተጠቅመው ከሚገባቸው በላይ ትርፍ ከገበያው ሊወስዱ መፈለጋቸው እንደ መሠረታዊ ችግር ሊቆጠር አይገባም ብለው የሚከራከሩ ምሁራን አሉ። ምክንያቱም መሰል ፍላጎቶችን የማስተካከል ድርሻ የመንግሥት ስለሆነ ይህንን መወጣት የመንግሥት ጉድለት እንጅ የገበያ ጉድለት አይደለም ብለው ይሞግታሉ።

በሀገራችን ታሪካዊና ወቅታዊ ተጨባጭ ሁኔታ ዋነኛው የመንግሥት ጉድለት ምንጭ መንግሥት በገበያ ላይ ካለው ጣልቃ ገብነት ጋር የተያያዘ ነው።

መንግሥት የልማት ድርጅቶችን በማቋቋም በገበያ ውስጥ በአምራችነት ሲሳተፍ፣ በመንግሥት ተቋማቱ ውስጥ ተቀጥረው የሚሠሩ ሞያተኞችና አመራሮች ለግላቸው ቢሆን ኖሮ በሚሠሩበት ተነሣሽነት ሥራዎችን አይሠሩም። ይህ የቅጥረኝነት ስንፍና ፈተና በመንግሥት ተቋማት ብቻ ሳይሆን በግል ተቋማትም ያለ ችግር ነው። ሆኖም ግን ከፍተኛ የዳተኝነት ስሜትና ባህል በመንግሥት ተቋማቱ በቀላሉ ስለሚገነባ ሥራዎችን በቅልጥፍናም ሆነ በውጤታማነት የመሥራት ዕድላቸው ከግሉ ዘርፍ ያነሰ ነው።

የቅጥረኝነት ስንፍና ፈተናን ከመንግሥት ተቋማት ይልቅ የግል ተቋማት የ"ሰርዶና አለንጋ" ስልትን በመጠቀም በተሻለ ሁኔታ መፍታት ይችላሉ። የግል ድርጅት ተደጋጋሚ ኪሳራ ካጋጠመው ስለሚፈርስና አመራሮቹና ባለሞያዎቹ ስለሚበተኑ፣ ድርጅቱን ትርፋማ ማድረግ የሠራተኞቹም ጭምር ህልውና ይሆናል። የሚከፈላቸው ደመወዝና ጥቅማ ጥቅም ከውጤታማነታቸው ጋር የተገናኘ ነው። በተቃራኒው በመንግሥት ድርጅት ውስጥ የሚሠሩ ሠራተኞች በመንግሥት ዋስትና እንደሚኖሩ የማሰብ አመለካከት ስላለ፣ ሠራተኛው ጥራት ያለው ሥራ ሠርቶ ለማደር ያለው ተነሣሽነት ዝቅ ይላል።

በዚህ መሠረታዊ ምክንያት በሀገራችን መንግሥት በኢኮኖሚ ውስጥ በልማት ተሳትፎ ከፍተኛ ውጤት ያስመዘገበ ቢሆንም፣ በሂደት ግን እጁ እየረዘመ በመጣ ቁጥር ከተቋማት ዐቅምና ከአመራር ብቃት ማነስ የተነሣ የሚከሠቱ ብክነቶች፣ ቅጥ ያጣና የግሉን ዘርፍ የሚያፍን የቁጥጥር ሥርዓት፣ የተንዛዛ የመንግሥት አገልግሎት አሰጣጥ፣ ተነሣሽነትን የሚገድልና ከቴክኖሎጂ ይልቅ በጥርጣሬ የሚመራ የግብር

ሥርዓት፣ የንብረት መብት አለመከበር፣ የመልካም አስተዳደር እጦት እና የፕሮጀክት አስተዳደር ዐቅም ማነስ የፈጠሩት ችግር የመንግሥት ጉድለትን ፈጥሯል።

በተለይ የመንግሥት ጉድለት ዋነኛ ማሳያ የሆነው ከመንግሥት ፕሮጀክቶች አስተዳደር ጋር ተያይዞ የሚከሠት ዝርክርክነት ነው። የመንግሥት ሰፋፊ ፕሮጀክቶች እና ዘርፈ ብዙ የሆኑ የልማት እንቅስቃሴዎች በታቀደላቸው አቅጣጫ እንዲጓዙ ማስቻል አለበት።

የልማት ሥራዎቻችንን ሀብት ቆጣቢነትና ውጤታማነት እንዲያድግ ማድረግ ወሳኝ የመንግሥት ግዴታ ነው። ሆኖም ግን በሀገራችን የልማት ፕሮጀክቶች ላይ ያጋጠሙ ተግዳሮቶችና ድክመቶች እንደየፕሮጀክቶቹ ዓይነት የሚለያዩ ቢሆኑም፣ በአጠቃላይ ሲታዩ ግን አብዛኞዎቹ ደካማ ከሆነ የማስፈጸም ዐቅም፣ ከመንግሥት በኩል ጠንካራና ቆራጥ ያልሆነ ክትትል እና ከሌብነት መንሠራፋት ጋር የተያያዙ ናቸው።

የልማት ሥራዎችን ውጤታማነት ለማሳደግና ከብክነትና ከዘረፋ የጸዱ ለማድረግ የመንግሥት ፕሮጀክቶች የአስተዳደር ዐቅምን ማጎልበት ያስፈልጋል። ፕሮጀክቶች አስፈላጊው የአዋጭነት ጥናት ተደርጎላቸው ዐቅምና ብቃት ባለው ተቋራጭ መሠራት አለባቸው። እንዲሁም በተያዘላቸው ጊዜና ሀብት እንዲጠናቀቁ አስፈላጊውን ዝግጅት፣ ክትትል እና ቁጥጥር ማድረግ፣ ይህ ሆኖ ሳይገኝ ሲቀርም ቆራጥ የማረሚያ ርምጃ መውሰድ ይገባል።

ከዚህ ጎን ለጎን የመንግሥት የልማት ፕሮጀክቶች በቴክኖሎጂ ፈጠራና አስተዳደር የላቁ አነስተኛና መካከለኛ ድርጅቶች ዐቅም መፍጠሪያና ማጎልበቻ እንዲሆኑ ትኩረት ሰጥቶ መሥራት ያስፈልጋል። የሜጋ ፕሮጀክቶችንና የመንግሥት የልማት ድርጅቶችን አፈጻጸም ለማሻሻል፣ ከግምገማና መጠነኛ ለውጥ ባሻገር ስትራቴጂክ መፍትሔ የሚሆነው የግሉ ዘርፍ በልማት ሥራዎች ላይ ያለውን ተሳትፎ ማሳደግ ነው። ይህ ሲሆን በኢኮኖሚው ውስጥ ቅልጥፍናንና ውጤታማነትን ማምጣት ይቻላል።

የመንግሥት የፖለቲካዊ ኢኮኖሚ ፍልስፍና መንግሥት መር የካፒታሊስት ግንባታ መርሖችን ተከትሎ የግል ዘርፉ ውጤታማ በማይሆንባቸው ዘርፎች መንግሥት በልማት እንዲሰማራ ያለመ ነው። በዚህም መሠረት ከግል ባለሀብቶች ጋር መሥራትና መደገፍን መሠረት ያደረገ አቅጣጫ የተቀመጠ ቢሆንም በሂደት የመፈጠር አዝማሚያ የታየው ግን የሸርኮች ካፒታሊዝም ነው። በተለይ ከቅርብ ጊዜ ወዲህ በተወሰነ መልኩም ቢሆን በግል ዘርፉ ዋነኛው የኢኮኖሚው አንቀሳቃሾችና የምርት ኃይሎችን የተቆጣጠሩ ሰዎች ከመንግሥት ጋር ግንኙነት ያላቸው፣ በጥቅም ትስስር የተቧደኑ ወይም በዝምድና የተሳሰሩ ግለሰቦች ናቸው።

የሸርኮች ካፒታሊስታዊ ሥርዓት ዓይነ ባወጣ ስርቆት የተከማቸ ሀብት ብቻ ሳይሆን በተጠና ውሸት፣ በማታለል፣ በቅልጥፍና እና ያለመታከት በሚደረግ የማጭበርበር ታክቲክ በታከለበት የተደራጀ ሌብነት ሀብት የማጋበስ አካሄድ ነው። መንግሥት በገበያ ውስጥ በገባ መጠን በመንግሥት አካባቢ የገኙ መደብ የመፈጠር ዝንባሌ ስለሚኖር የማኅበራዊ ኢፍትሐዊነት ችግር አሳሳቢ እየሆነ ይመጣል።

የካፒታሊስታዊ ሥርዓት ማጠንጠኛ የሆነው የሰዎች የግል ጥቅምን የማስቀደም ባሕርይ፣ በመንግሥት ጠንካራ ቁጥጥር እና የማኅበረሰቡን ማኅበራዊ ወረት በማሳደግ ካልታገዘ አጥፊ መሆኑ አይቀርም። ነገር ግን የመንግሥት መዋቅሩ ራሱ በግል ጥቅም ታውረው በሚንቀሳቀሱ የኢኮኖሚና የፖለቲካ ልሂቃን (ባለሀብቶችና ሸሪኮች) ከተጠለፈ ችግሩ ይበልጡኑ ይወሳሰባል። በመሆኑም ሥርዓቱን ከኢኮኖሚ አንጃዎችና የሸርኮች ጉድኝት ነጻ የማድረጉ ሥራ የሞት ሽረት ጉዳይ መሆን ይኖርበታል። ይህ ካልሆነ የኢኮኖሚ ዐቅም የፖለቲካ ዐቅምን ስለሚዘውር ለአንጃዎችና ለሸሪኮች ብቻ የቆመ ሥርዓት መፈጠሩ አይቀርም።

በሀገራችን ተጨባጭ ሁኔታ መንግሥት በፍላጎትና በአቅርቦት መካከል መጣጣም እንዲኖር፣ ፍትሐዊ የሀብት ክፍፍልና ድልድል እንዲሰፍን፣ እንዲሁም በተመረጡና የግሉ ዘርፍ በቀላሉ በማይሰማራባቸው ዘርፎች በመሰማራት ዋነኛ የልማት ኃይል መሆኑ ለእድገትና ለልማት የማይተካ ሚና ይጫወታል። ከዚህ በተጨማሪ የመንግሥት ዋነኛ ሚና የኢኮኖሚ ሥርዓቱ መጫወቻ ሜዳ በማዘጋጀት እና የውድድሩን የሥነ ምግባር መርሖች በማውጣት፣ ፍትሐዊ ውድድር እና ቅንጅት እንዲኖር ዕቅድ፣ ፖሊሲ እና ስትራቴጂክ ማሕቀፎችን ማውጣት ነው። ሆኖም ግን መንግሥት በዚህ ሂደት ውስጥ ራሱን ከኢኮኖሚ ልሂቃን ተጽዕኖ ማላቀቅ አለበት። መንግሥት ሥርዓቱን ከምርኮና ከውድቀት ለመከላከል ራሱን የማጥራትና የቁጥጥር ዐቅምን በከፍተኛ ደረጃ ማዳበር ይኖርበታል።

በጥቅሉ ኢትዮጵያ ለዘመናት የሄደችበትን መንገድ ስንቃኝ፣ መንግሥት እንደ አንድ የኢኮኖሚ ተዋናይ ትልቅ ድርሻ ነበረው። ስለዚህ በተለያዩ ሥርዓቶች ስለነበሩ ጥንካሬዎችም ሆነ ድክመቶች ስናወራ፣ የመንግሥት አካሄዶችን በጥልቀት መፈተሽ የበርካታ ክፍተቶችን መነሻ ምክንያቶች ለመገንዘብም ሆነ መፍትሔዎችን ለመፈለግ በእጅጉ ያግዛል።

የሥርዓት ጉድለት

በሀገራችን ለዘመናት ችግር ሆነው ከቆዩ ጉዳዮች መካከል ዋነኛው ሥርዓትን የመገንባት አስፈላጊነትን ችላ የማለት እና በዘፈቀደ የማስተዳደር ልምዶች ናቸው። ሥርዓት የመገንባት ጉዳይ በዋናነት የጨዋታ ሕግጋት የማውጣትና በብቃት የማስተግበር ጉዳይ ነው። ምንም እንኳን የተጻፈበት ዓላማ፣ ዓውድና ጊዜ የተለየ ቢሆንም ክቡር ነጋድራስ ገብረ ሕይወት ባይከዳኝ ከዘመናት በፊት ስለሥርዓት አስፈላጊነት ፍንትው አድርገው እንዳስቀመጡት፦

> ሥርዓት የሌለው ሕዝብ የደለደለ ኃይል የለውም። የኃይል ምንጭ ሥርዓት ነው እንጅ የሠራዊት ብዛት አይደለም። ሥርዓት ከሌለው ሰፊ መንግሥት ይልቅ በሕግ የምትኖር ትንሽ ከተማ ሞያ ትሠራለች።

የሥርዓት ጉድለት ያጋጠመው ኢኮኖሚ ብርቱ ድህነትንና ፍትሐዊ ያልሆነ የሀብት ክፍፍልን ይወልዳል። ይህን ተከትሎም የዜጎችን ሥጋዊና የስም ፍላጎት ማሟላት እየተሳነው፣ በሂደት ሀገርን ለከፋና ለፈርጀ ብዙ ፖለቲካዊና ማኅበራዊ ችግሮች መዳረጉ ሳይታለም የተፈታ ነው። የኢኮኖሚ ሥርዓት ስብራት ሲያጋጥመው

የዜጎችን የምግብ፣ የትምህርት እና የጤና ፍላጎት ማሟላት የማይችል ይሆናል። ሕዝብን ለምንዱብነት የሚዳርግ የሰቆቃ ምንጭ ይሆናል። በሌላ በኩል ድህነትን ማንሠራፋት ብቻ ሳይሆን ከሕዝቦች የዕለት ጉርስና የዓመት ልብስ እየቦጨቀ ጥቂቶችን የሚያደልብ ይሆናል።

የሥርዓት ጉድለት፣ የሀገራት ኢኮኖሚ ውስብስብነትና ቀጣይነት ባለው መልኩ ተለዋዋጭ የመሆኑ መገለጫ ነው። የሥርዓት ጉድለት ፅንሰ ሐሳብ የገበያ ጉድለትና የመንግሥት ጉድለት በተናጠል በሀገር ኢኮኖሚ ውስጥ የሚስተዋሉ ችግሮችን ለመተንተን መጠቀም የችግሩን ሙሉ ሥዕል ለመረዳት ያዳግታል የሚል ነው።

በአንድ ሀገር ኢኮኖሚ ውስጥ ከመንግሥትና ከግል ዘርፉ በተጨማሪ በዋናነት ሁለት ተዋንያንን መለየት ይቻላል። እነሱም፡- መንግሥታዊ ያልሆኑ ድርጅቶች እና የትምህርት ተቋማት ናቸው። የኢኮኖሚ ዋነኛ አምራች ኃይልና ሞተር የግሉ ዘርፍ ሲሆን የትምህርትና የምርምር ተቋማት የግሉን ዘርፍ የሠለጠነ የሰው ሀብት በማምረትና የምርምር ሥራዎችን በማቅረብ ይደግፋሉ።

መንግሥት አጠቃላይ የኢኮኖሚ ጨዋታ የሕግ ማሕቀፍ በማውጣት፣ የጥራት ደረጃና ቁጥጥር በማዘጋጀት፣ እንዲሁም የልማቱ ዋነኛ ተዋናይ በመሆኑ ከፍተኛ አስተዋጽዖ ያበረክታል። መንግሥታዊ ያልሆኑ ድርጅቶች በገበያ ሥርዓት የማይዳኙና የማይገኙ የበጎ አድራጎት የልማት ሥራዎችን በማገዝ እና ሰብአዊ ርዳታ በመለገስ ከፍተኛ አስተዋጽዖ ያበረክታሉ።

ዘላቂና ጤናማ የኢኮኖሚ እድገትና ልማት ሊረጋገጥ የሚችለው በእነዚህ ተዋንያን (መንግሥት፣ የግል ዘርፍ፣ መንግሥታዊ ያልሆኑ ድርጅቶችና መካናተ ትምህርት) መካከል ጠንካራ ግንኙነት ሲፈጠር ብቻ ነው። የአንዱ ወይም የሁሉም ተዋናይ በተናጠል ጠንካራ ሆኖ መውጣት፣ ዘላቂና ጤናማ የኢኮኖሚ እድገትና ልማት ሊያረጋግጥ አይችልም። በእነዚህ የኢኮኖሚ ተዋንያን መካከል ጠንካራ መስተጋብርና ግንኙነት ሳይፈጠር ሲቀር የሚከሠተውን ሁኔታ የሥርዓት ጉድለት እንለዋለን። ይህ የሥርዓት ጉድለት የብቸኝነት ጉድለት ኢኮኖሚያዊ ገጽ ነው።

በመደመር አረዳድ ልማት በተናጠልና በአንድ ተዋናይ ሊሳካ አይችልም። በኢኮኖሚ ተዋንያን መካከል ግንኙነትና መስተጋብር መፍጠር ወሳኝ ጉዳይ ነው። በግንኙነትና በመስተጋብር ውስጥ መተባበርና መማማር አለ። የዚህ ግንኙነት፣ መስተጋብር፣ መማማር እና ግብረ መልስ መሠረቱ ደግሞ ተቋማት ናቸው። ተቋማት በኢኮኖሚ ውጤታማነትና ባሕርይን በመወሰን ረገድ የማይተካ ሚና አላቸው። ሕጋዊም ሆነ ልማዳዊ ተቋማት ሕጎችን በማውጣትና የኢኮኖሚ ጨዋታውን የግንኙነት መርሕ በመበየን በሥርዓቱ ውስጥ የማይተነበዩ ጉዳዮችን ይቀንሳሉ። በተጨማሪም በኢኮኖሚ ሥርዓቱ ውስጥ በሚገኙት በርካታ ተዋንያን መካከል ባለው መስተጋብር የተለዩ ሐሳቦች፣ ፈጠራዎች እና ለውጦች እንዲፈልቁ እና ወደ ኢኮኖሚ ዕድልነት እንዲለወጡ በር ይከፍታሉ።

ሆኖም ግን በኢኮኖሚ ሥርዓቱ ውስጥ ጠንካራ መተባበር፣ መማማር፣ መስተጋብር፣ የተቋማት ግንባታ፣ ፈጠራ እና ለውጥ የሚያስተናግድ ሥርዓት ከሌለ የሥርዓት ጉድለት ይከሠታል። ይህ የሥርዓት ጉድለት ለኢኮኖሚ ልውውጥ አስፈላጊ የሆኑ መሠረተ ልማቶች በበቂ ሁኔታ አለመኖር፣ የግሉ ዘርፍ አዳዲስ

ቴክኖሎጂዎችን የመለማመድ ችግር፣ የተቋማት ድቀትና የማኅበራዊ ወረት መሳሳት እና በተዋንያን መካከል ጠንካራ ትስስርና መስተጋብር አለመኖር መገለጫዎቹ ናቸው።

በድምሩ ሲታይ የኢኮኖሚና ማኅበራዊ ልማት በተለምዶ ከዚህ በፊት የነበረውን የአንድ አቅጣጫ መሥመራዊ ዕይታ ከመከተል መሻገር አለበት። ይልቁንም የኢኮኖሚው ዋነኛ ተዋንያን በሆኑት መንግሥት፣ የግሉ ዘርፍ፣ መንግሥታዊ ያልሆኑ ተቋማት እና የዕውቀት ተቋማት መካከል በሚኖር ሥርዓታዊ ትስስር የሚገለጥ አድርጎ መመልከቱ፣ ከአቅላይነት በጸዳ መልኩ የኢኮኖሚ መዋቅር ስብራትና መፍትሔዎችን ለማምጣት ይረዳል።

ልማት ግብዓትን ወደ ምርትና አገልግሎት ውጤቶች በመቀየር ሂደት ውስጥ በሚሳተፉ የኢኮኖሚና ማኅበራዊ ተዋንያን መካከል ያለ፣ የፈርጀ ብዙ መስተጋብራዊ ትስስሮች ድምር ውጤት ነው። ዘላቂና ፈጣን ልማትን ለማረጋገጥ ቀዳሚው ተግባር በእነዚህ ትስስሮች መካከል ሊኖር የሚገባውን መስተጋብር ጤነኛ ማድረግ ነው።

ከዚህ አንጻር በቀደመው ክፍል በተናጠል የኢኮኖሚ ተዋንያንን ችግር ለመመልከት የግሉን ዘርፍ ችግሮች ከሞላ ጎደል በገበያ ጉድለት ማሕቀፍ፣ የመንግሥትን ችግሮች ደግሞ በመንግሥት ጉድለት ማሕቀፍ ተመልክተናል። ሆኖም ስለኢኮኖሚው ሙሉ ሥዕል ለመያዝ በኢኮኖሚ ሥርዓት ትርጓሜ ውስጥ በሀገራችን እንደ ወሳኝ ተዋናይ የለየናቸውን መንግሥታዊ ያልሆኑ ተቋማትን እና መካናተ ትምህርትን በማካተት አጠቃላይ የኢኮኖሚው ተዋንያንን ሚና መመልከት ያስፈልጋል።

የኢኮኖሚ ተዋንያን ሚና

የሥርዓት ጉድለት የድህነት ዋነኛ ምንጭ ነው። የሥርዓት ጉድለት የሚከሠተው የብሔራዊ ኢኮኖሚ ተዋንያን ሥራቸውን በአግባቡ ሳይሠሩ ሲቀሩና በመካከላቸው ያለው መስተጋብር ደካማ ሲሆን ነው። እነዚህም የሥርዓት ስብራት መገለጫዎች ተዋንያን ሥራቸውን በአግባቡ እንዲሠሩ የሚያስፈልግ ቁሳዊ መሠረተ ልማት አለመሟላት፣ አምራች ዘርፉም ሆነ አጠቃላይ የኢኮኖሚ ሥርዓቱ ከአዳዲስ የቴክኖሎጂ እድገቶች ጋር መላመድ አለመቻል፣ የሥርዓቱ ተዋንያንን የጨዋታ

ሕግጋት የሚያስፈጽሙ መደበኛ ተቋማት እንዲሁም ኢ-መደበኛ ማኅበራዊ ተቋማት (የፖለቲካ ባህልና ዕሴቶች) ደካማነት እና በሥርዓቱ ተዋንያን መካከል ትብብርን ያማከለ ጠንካራ መስተጋብር አለመኖር ናቸው።

በዚህም ምክንያት የሥርዓት ጉድለት ምርታማነት በቀጣይነት የማያድግበትና የምርት ምላሽ ሂደት ላይ ያልተመረኮዘ ኢኮኖሚ ይፈጥራል። በሌላ አገላለጽ የሥርዓት ጉድለት የኢኮኖሚ ምርታማነትን ዝቅተኛ በማድረግ የድህነት አዙሪት ይፈጥራል። በሀገራችን ወቅታዊ ተጨባጭ ሁኔታ ከዚህ የድህነት አዙሪት ውስጥ በቋሚነት ለመውጣት የኢኮኖሚ ተዋንያን ገበያን ከማስተካከል ሚና ተሻግረው ገበያውን መፍጠር ይኖርባቸዋል። ለዚህ ደግሞ የሀገራችንን የኢኮኖሚ ሥርዓት ስብራቶችን ለማከም የሁሉንም ተዋንያን ሚና በብቃት አሟጦ መጠቀም እና በመካከላቸው ያለውን መደመር ማጎልበት ያስፈልጋል።

መካናተ ትምህርት

ዓለማችን ወደ ዕውቀት መር የኢኮኖሚ ሥርዓት እየገባች ትገኛለች። በሀገራችን የዕውቀትና የሰው ሀብት አምራች የሆኑት ዩኒቨርስቲዎች፣ የቴክኒክና ሞያ ተቋማት፣ ኮሌጆችና የምርምር ተቋማት በርካታ የሰው ኃይል ወደ ገበያ በማስገባት ባለፉት ዓመታት አመርቂ ሥራ ሠርተዋል። ሆኖም ግን በትምህርት ጥራት ችግር የተነሣ የሰው ኃይሉ ተቀጣሪነትና ቢዝነስ ፈጣሪነት ከፍተኛ ችግር ገጥሞታል። የተማረው የሰው ኃይል በኢኮኖሚው ውስጥ ተጨማሪ ዕውቀትና ምርታማነት ማምጣት ስላልቻለ፣ ተፈላጊነቱ የቀነሰና በራሱም ሥራ መፍጠር የማይችል አድርጎታል። ይህም የተማረውን ወጣት ለከፍተኛ ሥራ አጥነት ዳርጎታል።

በሌላ በኩል የዕውቀት ተቋማት ከምርምርና ሥርጸት ሥራ ይልቅ በመማርና ማስተማር ሥራ ላይ የሚያተኩሩ በመሆናቸው ዕውቀትን በማፍለቅ፣ በመጠቀም እና ወደ ምርት በማስገባት ሂደት ውስጥ እየተጫወቱት ያለው ሚና እጅግ ዝቅተኛ ነው። በመሆኑም በመካናተ ትምህርትና በኢንዱስትሪ መካከል ያለው ትስስር ደካማ ነው። በመሠረቱም አብዛኛው ኢንዱስትሪ በተግባራዊ ዕውቀት ከትምህርት ተቋማት ቀድሞ የሄደ ነው።

ከፍተኛ የትምህርት ተቋማት በአንድ በኩል ራሳቸውን የቻሉ የምሁራን ግዛቶች በመሆናቸው የአካዳሚያዊ ዕሴቶቻቸውን በጠበቀ መልኩ ውጤታማ የሚሆኑት አካዳሚያዊ ነጻነታቸው ሲከበር ነው። በሌላ በኩል ደግሞ ከፍተኛ የትምህርት ተቋማት ከአጠቃላይ ሀገራዊ ሥርዓቱ የተነጠሉ ደሴቶች ስላልሆኑ የተለያዩ ባለድርሻ አካላት የጋራ ሥሪት ውጤት ናቸው።

ከፍተኛ የትምህርት ተቋማት ውጤታማ የዕውቀት ተቋማት እንዲሆኑና ኢኮኖሚውን እንዲያግዙ ከተፈለገ፣ በአንድ በኩል ከባለድርሻ አካላት ጋር በመናበብ ልማቱን የሚጠቅም ችግር ፈቺ የምርምር ሥራ በማቅረብ እና በየመስኩ የሚያስፈልገውን የሰው ኃይል በማምረት ኢኮኖሚውን መመገብ ይኖርባቸዋል። በሌላ በኩል ደግሞ ገለልተኛ የዕውቀት ምንጭነታቸውና ሐቀኝነታቸው እንዳይጣስ አካዳሚያዊ ነጻነታቸውን ያስከበሩና የአካዳሚ ዕሴቶችን የጠበቁ መሆን አለባቸው።

የሀገራችን ከፍተኛ የትምህርት ተቋማት በፖለቲካ ኃይሉ የባለድርሻነት ፍላጎት ምክንያት ነጻነታቸውን አጥተዋል። በዚህም ምክንያት በተወሰነ ደረጃ የአካዳሚያዊ ዕሴቶችን የጣሱ የፖለቲካ አገልጋዮች ሆነዋል። ይህ ደግሞ ውጤታማነታቸው እንዲያሽቆለቁል የበኩሉን ሚና ተጫውቷል። በአንጻሩ ደግሞ ከፍተኛ የትምህርት ተቋማት የውጭ ሀገራት የገንዘብ ድጋፍ ስለሚያገኙና የምርምር ሥራዎቻቸው የውጭ ድጋፍና ልገሳ ጥገኛ እየሆነ በመምጣቱ፣ የሀገር ውስጥ ባለድርሻ አካላትን ፍላጎት ችል ብለው የገንዘብ ምንጮቻቸውን የሚያገለግሉ ተቋማት እየሆኑ ነው።

በዚህም ምክንያት በሀገራችን ተጨባጭ የኢኮኖሚ ተግዳሮቶች ዙሪያ ምርምር ከማድረግና የሀገራችንን ማኅበራዊና ኢኮኖሚያዊ የእድገት ፍላጎት ከማሟላት ይልቅ፣ የውጭ ሀገራትን ፖሊሲና ፍላጎት በማስፈጸም ለብሔራዊ ጥቅማችን መከበር ያላቸው ሚና ፈተና ውስጥ ወድቋል። ስለሆነም ከፍተኛ የትምህርት ተቋማት የሀገር ውስጥ ባለድርሻ አካላትን ፍላጎት በማመጣጠን ማስተናገድ እንዲችሉ ማድረግና በሌላ በኩል ደግሞ ባለድርሻ አካላቱ የሚዘውሯቸው ተቋማት እንዳይሆኑ አካዳሚያዊ ነጻነታቸውን ማክበር ያስፈልጋል።

በንጽጽር በሀገራችን ልማትን ከማቀላጠፍ አኳያ በአግባቡ መጠቀም እየተገባን ያልተጠቀምንበት የቴክኒክና ሞያ ትምህርት ነው። ለዚህ ዋነኛ ምክንያቶቹ ሁለት ናቸው።

የመጀመሪያው የሀገራችን የኢኮኖሚ እድገት ከሚፈጥራቸው የሥራ ዕድሎች ጊዜያዊነት ጋር የተያያዘ ነው። ባለፉት ዓመታት አብዛኛው የተፈጠረው የሥራ ዕድል ከማኑፋክቸሪንግ ይልቅ በግንባታ መስክ ላይ የተመሠረተ መሆኑ ሥራዎች ወቅታዊና አነስተኛ ክፍያ የመክፈል ባሕርይ እንዲኖራቸው አድርጓል።

ሁለተኛ በቴክኒክና ሞያ ትምህርት ተቋማትና በጥቃቅንና አነስተኛ ድርጅቶች መካከል ያለው ትስስር ደካማ መሆኑ ነው። ይህ ችግር የአነስተኛና የጎጆ ኢንዱስትሪዎች ውጤታማ እንዳይሆኑ በማድረግ የንግድ ሥራ ፈጠራ እንዲዳከም አድርጓል።

እነዚህ ሁለት ችግሮች በአንድ በኩል የቴክኒክና ሞያ ምሩቃን አስተማማኝና ጥሩ ክፍያ የሚያስገኙ ሥራዎች ውስጥ እንዳይሰማሩ፣ በሌላ በኩል ደግሞ የራሳቸውን ቢዝነስ እንዳይፈጥሩ ማነቆ ሆኗል።

እነዚህን መዋቅራዊ ችግሮች ለመፍታት መንግሥት የወጣቶችን የሥራ ፈጠራና የተቀጣሪነት ዐቅም የሚያሳድጉ የትምህርትና ሥልጠና ሥርዓቶችን አዘጋጅቶ ወደ ውጤት መቀየር ይኖርበታል። በሌላ በኩል የሀገራችን ኢኮኖሚ ምርታማነትን የሚያሳድግ አጠቃላይ የኢኮኖሚ ሥርዓት ቅንብር እንዲኖረው በማድረግ ማኅበራዊና ኢኮኖሚያዊ ዕድሎችን ማስፋት ይጠበቅበታል።

ሲቪክ ተቋማት

መንግሥታዊ ያልሆኑ ተቋማት በሀገራችን ማኅበራዊና ኢኮኖሚያዊ እድገት ላይ የሚጫወቱት ሚና ከፍተኛ መሆኑ አሌ አይባልም። በሀገራችን ከሦስት ሺሕ በላይ የተመዘገቡ መንግሥታዊ ያልሆኑ ድርጅቶች የሚገኙ ሲሆን ከነዚህ ውስጥ ከ235 በላይ የሚሆኑት ዓለም አቀፍ መንግሥታዊ ያልሆኑ ተቋማት ናቸው። እነዚህ ተቋማት ከሦስት መቶ ሺሕ በላይ የሥራ ዕድል ፈጥረዋል።

እነዚህ ተቋማት በአማካኝ በዓመት ከግማሽ ቢሊዮን ዶላር በላይ ሀብት የሚያንቀሳቅሱ ሲሆን በተለይ በግብርናና ገጠር ልማት እንዲሁም በበጎ አድራጎት ዘርፍ ከፍተኛ አስተዋጽዖ በማበርከት ላይ ይገኛሉ። እነዚህን ተቋማት ትርጉም ባለው መልኩ በማሳተፍ ተደማሪ የልማት ኃይል አድርጎ ማሰለፍ ይቻላል። በተለይም ገበያ ዘለል የሆነ የኢኮኖሚ እንቅስቃሴ ስለሚያደርጉ በገበያ ጉድለት ምክንያት ለጉስቁልና የሚዳረጉትን ዜጎች የመታደግ ሚና ይኖራቸዋል።

በሀገራችን መንግሥታዊ ያልሆኑ ድርጅቶች የዜጎችን ገቢ በማሳደግ፣ ሥራ አጥነትን በመቀነስ እንዲሁም በአጠቃላይ ማኅበራዊ ፍትሕን በማስፈን በኩል እየተጫወቱት ያለው ሚና ቀላል ባይሆንም፣ ተቋማቱ በአመዛኙ በውጭ ለጋሾች ላይ የተንጠለጠሉ በመሆናቸው የለጋሾችን ፍላጎት የሚያስከብሩ ይሆናሉ።

በተለይም በሕዝብ ስም ተለምኖ ለማኅበራዊ ደኅንነት ሥራ የሚመጣው የዓለም አቀፍ ለጋሾች ገንዘብ፣ ከፊሉ በራሳቸው በለጋሽ ድርጅቶቹ ሰዎችና በዓለም አቀፍ አማካሪዎች እንዲሁም ከእነርሱ ጋር በሚሠሩ ኢትዮጵያውያን ባክኖ ይቀራል። በተጨባጭ ለተጠቃሚዎችና ለአካባቢያዊ ልማት የሚውለው ገንዘብ እዚህ ግባ የሚባል አይደለም።

በዚህም ምክንያት የተቋማቱ አስተዋጽዖ ከሚጠበቀው እጅግ ያነሰ ሆኖ ይገኛል። ይህ እንደተጠበቀ ሆኖ በማንኛውም ዓይነት ሁኔታ መንግሥታዊ ያልሆኑ ድርጅቶች የመንግሥትን የዐቅም ውሱንነት የሚያካክሱ ናቸው። የመንግሥትን አሠራር ለማዘመንና ተጠያቂነትን ለመፍጠር ሚና አላቸው። በተለይም ማኅበራዊ ፍትሕን በማስፈን በኩል ያላቸው ሚና ከፍተኛ ስለሆነ፣ እነሱን በተገቢው መጠን ያላሳተፈና ከእነርሱ ጋር በቂ መናበብ የማይፈጥር የኢኮኖሚ ሥርዓት ጉድለት የሚያጋጥመው ይሆናል።

መንግሥታዊ ያልሆኑ ተቋማትን በሀገራችን የኢኮኖሚና ማኅበራዊ እንቅስቃሴ ውስጥ በተደራጀ መልኩ ተሳታፊ ማድረግ ያስፈልጋል። እነዚህ አካላት በመንግሥትና በግሉ ዘርፍ መካከል በመቆም የሁለቱን የኢኮኖሚ ተዋናይነት ሚዛን እንዲጠበቅ የሚያደርጉ ናቸው። ድርጅቶቹ በሀገር ኢኮኖሚ ውስጥ አስተዋጽዖ እንዲያደርጉ ድጋፍ መስጠትና ተሳትፏቸውን በተቀናጀ መልክ ለመምራት እንዲያስችላቸው የጋራ አደረጃጀት መፍጠር ይጠቅማል።

በአሁኑ ወቅት የሚስተዋለው ዓለም አቀፍ የልማት ፋይናንስ ፍሰት ነባሩን ሂደት የሚከተል አለመሆኑን የተለያዩ ጥናቶች ያመለክታሉ። ቀደም ሲል የአዳጊ ሀገራት የልማት ፋይናንስ ምንጭ የሆኑት የሁለትዮሽና የብዙዮሽ የፋይናንስ ምንጮች አቅርቦት እየቀነሰ መጥቷል። ይልቁን የአዳጊ ሀገራት የልማት ፋይናንስ ምንጭ በአዳዲስ የሁለትዮሽ ሀገራት እና የግል በጎ አድራጊ ድርጅቶችና ግለሰቦች ምንጭ እየተተካ መምጣቱ ይስተዋላል። ይህን ሁኔታም በመገንዘብ ሀገራችን ከወቅታዊ የልማት ፋይናንስ አቅርቦት ይበልጥ ተጠቃሚ እንድትሆን ስልት ቀይሶ መንቀሳቀስ ያስፈልጋል።

መንግሥትና የግል ዘርፍ

መንግሥት የገበያ ጉድለትን ለማረም ጣልቃ ከመግባት በዘለለ ገበያውን የመፍጠርና የማጠናከር ሚና ሊኖረው ይገባል። ይህ ሚና የገበያውን ፍትሐዊነት የሚያረጋግጡ ሕግጋትን ማውጣትና ማስፈጸም፣ ለግል ዘርፉ አትራፊ ያልሆኑ ሸቀጦችንና አገልግሎቶችን ቀድሞ ገብቶ ማልማት፣ የግል ዘርፉን ማሳተፍና የግል ዘርፉ መንሠራራት ሲጀምር ከዚህ የአምራችነት ሚና በፍጥነት ራሱን ማግለል ይኖርበታል። ይህን የሚያደርግ መንግሥት ያለውን በጀትና የሰው ኃይል የገበያ ፉክክርና ትብብርን የሚያረጋግጡ ተቋማትን ለመገንባት፣ ሕገ ወጥ አሠራሮችን ለመቀነስ እና መሠረተ ልማትን ለማስፋፋት ማዋል ይኖርበታል::

መንግሥት የሰው ሀብት ክምችትን በማዳበርና መሠረተ ልማትን በማስፋፋት ረገድ ትልቅ ሚና መጫወት አለበት።

አጠቃላይ የምርታማነት እድገትን ከሚወስኑ ጉዳዮች መካከል የሰው ኃይል ዕውቀት፣ ክሂሎት እና ጤንነት ዋነኛው ነው። በትምህርትና ሥልጠና የተገነባ ሁሉን አቀፍ ጥራትና መጠን ያለው የሰው ሀብት ጥቅል ሀገራዊ የሠራተኛ ምርታማነትን ያዳብራል። የሰው ኃይል ልማት ከቴክኖሎጂ፣ ከምርምር እና ከሥርጸት ጋር በጋራ፣ ዕውቀት መር የምርት ኃይሎች ቅንብርን በመፍጠር፣ የምርታማነት እድገት እንዲመጣ ያደርጋል። በመሆኑም ምርታማነትን ለማሳደግ የሰው ኃይልና ቴክኖሎጂ ልማት ትኩረት ሊሰጣቸው ይገባል።

ይህም ሀገራችን ከዓለም አቀፍ ዕውቀቶች ጋር ለመጣጣምና በገቢ ንግድ የሚገኙ የምርት መሣሪያዎችና ቁሳቁሶች ሽግግርን ተከትሎ ዕውቀቶችን ለልማት አሟጦ ለመጠቀም የሚያስችል ዐቅም እንድትፈጥር ያስችላታል። በመሆኑም የወጣቶችንና ጎልማሶችን ክሂሎት ማሳደግ ብሎም ለሕይወት ዘመን ትምህርት ማዘጋጀት ያስፈልጋል። ከዚህ በተጓዳኝ አስተማማኝና ጥሩ ክፍያ የሚያስገኙ ሥራዎች እንዲፈጠሩ መንግሥት ትኩረት ሰጥቶ መሥራት አለበት።

መንግሥት የኢኮኖሚውን አጠቃላይ ብሔራዊ የፈጠራ ሥርዓት ማሕቀፍ የሚያሻሽሉ ሥራዎችን መሥራት ይጠበቅበታል። በምርምርና ሥርጸት ልማት እንዲሁም በኢንዱስትሪና የትምህርት ተቋማት ትስስር፣ የዲጂታል ቴክኖሎጂ ትሩፋቶችን ለመቋደስ የሚያስችሉ የዝላይ ስልቶችን በመንደፍ ዕውቀት መር የኢኮኖሚ ሥርዓትን መዘርጋት ያስፈልጋል። የንግድ ሥራ ፈጣሪነትን የሚያዳብርና በተዋንያን መካከል ጠንካራ ትብብርና መስተጋብር እንዲኖር የሚያስችል ሥራ መሠራት ይኖርበታል።

ዜጎችንና አምራቾችን የሚያቀራርብ መሠረተ ልማት ማኅበራዊ ትስስርን እና ምርታማነትን ለማሳደግ የአንበሳ ድርሻ ይኖረዋል። የዲጂታልና ቁሳዊ መሠረተ ልማት ትስስር፣ ማኅበራዊ መስተጋብርና የሰው ኃይል ነጻ ዝውውርን በማሳለጥ፣ ሠራተኞች ከልምድና ችሎታቸው ጋር የሚጣጣም

ሥራ በማፈላለግ፣ ጥሩ ክፍያ በሚያገኙበት መስክ እንዲሰማሩ ዕድል ይሰጣል። ከዚህ በተጨማሪ የዓለም አቀፍም ሆነ የሀገር ውስጥ ንግድን ለማሳለጥ የሚያስችሉ የሎጅስቲክ መሠረተ ልማቶች መዳበር በምርትና በአገልግሎት ሰንሰለት ውስጥ ያለ ቅብብሎሽን በማሳለጥ የግብይት ወጪን ይቀንሳሉ። በመሆኑም መንግሥት መሠረተ ልማትን ለማስፋፋት አበክሮ መሥራት አለበት።

የእዚህ አቅጣጫ ቁልፍ ተግባራት በሎጂስቲክ የግል ዘርፉን ተሳትፎ ማስፋትን፣ በሀገር ውስጥ ደረቅ ወደቦች በኩል ያለውን የጉምሩክ አገልግሎት ማቀላጠፍን፣ በወደብ አካባቢ ያለውን መጨናነቅ ለማስተንፈስ አማራጭ ወደቦችን መጠቀምን ማካተት ይኖርበታል።

መንግሥት ዋነኛ የልማት ኃይል እንደመሆኑ ፖሊሲዎችን፣ መርሃ ግብሮችን እና ዕቅዶችን ወደ ውጤት ለመቀየር የሚያስችል ቢሮክራሲ መገንባትን ቁልፍ ጉዳይ አድርጎ ማየት አለበት። ይህ የመንግሥት አገልግሎትና ቢሮክራሲም የባለሀብቱና የተጠቃሚውን ቅቡልነት ማግኘት ይኖርበታል። የሀገር ውስጥና የውጪ ባለሀብቶችን ተሳትፎ ለማሳደግ የሀገራችንን የቢዝነስ ከባቢያዊ ሁኔታ በማሻሻል ረገድ የሚሠራው ሥራ፣ በትንሹ በመፍጨርጨር የሚታትረውን ጠልፎ የሚጥል ሳይሆን የሚደግፍና የሚያሳድግ እንዲሆን ማድረግ ይኖርበታል።

መንግሥት በኢኮኖሚው ውስጥ በተለይም በኢንቨስትመንት ተሳትፎው ጥብቅ ዲሲፕሊን እንዲከተል ማድረግ በእጅጉ አስፈላጊ ነው። ጣልቃ አገባቡም ሆነ ተሳትፎው በበቂ መጠናት አለበት። የገበያ ተሳትፎውን ለስኬት ለማብቃት በቂ የማስፈጸም ዐቅምና ሀብት መኖሩ መረጋገጥ ይኖርበታል። ተሳትፎና ሚናውን ተክቶ ማስቀጠል የሚችል የግል ባለሀብት መኖሩ ሲረጋገጥ፣ ግልጽነትና ተጠያቂነት በሰፈነበት ሁኔታ ለግሉ ዘርፍ ቦታውን መልቀቅ ያስፈልጋል።

ሁሉንም የኢኮኖሚ ተዋንያን በእኩል የሚያሳትፍ፣ ፍትሐዊ፥ ግልጽና ተጠያቂነት የሰፈነበት የውድድር ሜዳን መዘርጋት የመንግሥት ዋነኛ ኃላፊነት ነው። ሁሉንም ተዋንያን እንደ አንድ የተዋሐደ አካል ማየት ያስፈልጋል። ይህም መንግሥት ሁሉንም የልማት ኃይሎች መደገፍ ያለበት ባላቸው ቅርበት ሳይሆን በሚያስመዘግቡት ውጤት ላይ ተመርኩዞ እንዲሆን ያደርጋል። በሀገራችን በመንግሥት የፋይናንስና የቢሮክራሲ ጫና እንዲሁም በሀገሪቱ ታሪካዊ መነሻ ምክንያት የግሉ ዘርፍ ትርጉም ባለው መልኩ ሊያድግ፣ ዋጋን በሚቀንስ መልኩ አቅርቦት ሊጨምር እንዲሁም አስተማማኝ የሥራ ዕድል ሊፈጥር አልቻለም።

የግሉ ዘርፍ በቀላሉ ሊተካ የማይችል የኢኮኖሚ አንቀሳቃሽነት ሚና ያለው ዘርፍ ነው። በመሆኑም የመንግሥት የልማት እንቅስቃሴ የግል ባለሀብትን የሚያኮስስ ሳይሆን የሚያጠናክርና የሚያስፋፋ መሆን አለበት። የግሉን ዘርፍ ሚና ለማሳደግ አጠቃላይ የሀገሪቱን የንግድ ሥራ ፈጠራ ምኅዳር ማሻሻልን ይጠይቃል። ዘርፉም በኢኮኖሚው እንቅስቃሴ የጎላ ሚና

እንዲጫወት ከተፈለገ ምኅዳሩን ከአድልዎ የጸዳና የተመቻቸ ማድረግ ያስፈልጋል። የንግድ ሥራ ፈጠራ ምኅዳሩን ማሻሻል በፋይናንስ ዘርፉ ከሚደረግ ማሻሻያ ጋር ተመጋግቦ ሀገሪቱ የፈጠራ ሥራዎች መፍለቂያ እንድትሆን በር ይከፍታል። ስለዚህም ምኅዳሩን ለማሻሻል አላስፈላጊ ቢሮክራሲን ማስወገድ፣ የወረት አቅርቦትን ማስፋፋት እና የሕግጋት አግባብነትን መፈተሽ ያስፈልጋል።

ከዚህ በተጨማሪም የመንግሥት የልማት ድርጅቶች ድጋፍና ዋስትና ፍትሐዊነት እንዲሁም ሌሎች የግል ዘርፍን ውጤታማነት የሚገዳደሩ ሥርዓቶችን መከለስ ከመንግሥት ይጠበቃል። አቅም በፈቀደ መጠንም የሚገኝ የውጭ ምንዛሪን ፍትሐዊ በሆነ መንገድ ማደላደል እና መንግሥት ቅድሚያ በሰጠባቸው የሥራ ዘርፎች ላይ እንዲሠማራ አቅጣጫ በማስያዝ፣ የተሟላና ሁሉን ዓቀፍ የሆነ ድጋፍ መስጠት ያስፈልጋል።

የሀገር ውስጥ የሥራ ፈጠራንም ሆነ የውጭ ቀጥተኛ ኢንቨስትመንትን ለማበረታታት መሠረተ ልማትን ያካተቱ የኢንዱስትሪ ፓርኮችን ማስፋፋትና እስካሁን የተሠሩ የኢንዱስትሪ ፓርኮች ጥቅም ላይ እንዲውሉ ማድረግ ይገባል። የሀገር ውስጥ ባለሀብቶችም በሚገነቡ የኢንዱስትሪና የአግሮ ኢንዱስትሪ ፓርኮች ገብተው አምራች የሚሆኑበትን ስልት መቀየስ የዕውቀትና የቴክኖሎጂ ሽግግርን ለማረጋገጥ ጠቃሚ ነው።

የኢኮኖሚ ሥርዓት የደም ሥር፦ የልማት ፋይናንስ ሞዴል ስለመቀየር

ፋይናንስ የኢኮኖሚ ሥርዓት የደም ሥር ነው። የወረት አቅርቦትና ሥርጭት የአንድ ኢኮኖሚ ምርት፣ ዕሴት ጭማሪ፣ ሀብት ክምችት ብሎም ሀብት ክምችትን ወደ ምርታማ ኢንዱስትሪ መለወጥ የሚያስችል መስተጋብር፣ ንዑስ የኢኮኖሚ ሥርዓት ነው። በመሆኑም የሀገራችን የፋይናንስ ንዑስ ሥርዓት ከፋይናንስ ግኝትና አቅርቦት አንጻር መመልከቱ አስፈላጊ ነው።

ከፋይናንስ ግኝት አንጻር፣ በዓለም አቀፍ የለጋሽና አበዳሪ ሀገራት የፖሊሲ ለውጥ ምክንያት ከውጭ የሚገኘው የልማት ፋይናንስ እንደሚቀንስ ይጠበቃል። በመሆኑም በዕዳ ጫናና በፖሊሲ ለውጥ ምክንያት ባለፉት ዓመታት የተመዘገበውን የኢኮኖሚ እድገት በመጣበት ተመሳሳይ የፋይናንስ ግኝት ሞዴል ማስቀጠል አይቻልም። ልማቱን ወደኋላ ሳይመለስ ለማስቀጠል የሀገር ውስጥ ሀብት ግኝትን ትርጉም ባለው መልኩ በማሳደግ፣ የመንግሥት የወረት ወጪዎችን መሸፈን ያስፈልጋል።

የመንግሥት መደበኛ ገቢ እንዲያድግ የግብር ሥርዓቱን በማዘመን የገቢ መሠረትን ማስፋት ይገባል። ይህን ለማሳካት በግብር ያልታቀፉ ዘርፎችን ማካተት፣ የሕግ ተገዢነትን ማስከበር እና ከግብር ነጻ የነበሩ ጉዳዮችን መከለስ ይገባል። በተጨማሪም በቴክኖሎጂ ታግዞ ግብር ከፋዮችን በማያጉላላ መንገድ ገቢ መሰብሰብ የሚያስችል የግብር አስተዳደር መገንባት ያስፈልጋል።

በሀገራችን የግብር ገቢ አሰባሰቡ ዝቅተኛ ከመሆኑ በተጨማሪ ግብር ከፋዩን በእኩል የማየትና በአግባቡ የማስተናገድ ችግር በጉልህ የሚታይ ነው። ስለዚህም የግብር ሥርዓቱን ከሌብነት የጸዳ ለማድረግ ሥርዓቱን ግልጽ፣ ቀላል እና ተጠያቂነት ያለበት ማድረግ የሚያስችል የሕግና አሠራር ማሻሻያ እንዲሁም የቴክኖሎጂ አማራጮችን አሟጦ መጠቀም ያስፈልጋል። በመሆኑም የሚጠበቅባቸውን ግብር በማይከፍሉ ላይ ሕጋዊ እርምጃ መውሰድ ያስፈልጋል።

የግብር ፖሊሲውና አስተዳደሩን ግልጽ፣ ፍትሐዊ እና በቴክኖሎጂ የተደገፈ አድርጎ ግብር ከፋዩ ግብርን ሰውሮ ከሚያተርፈው ገንዘብ ይልቅ፣ ግብር ባለመክፈሉ የሚጠብቀው ቅጣት አሥግቶት ለሕግ ተገዢ እንዲሆን ማድረግ ይጠበቃል።

ሀገራችን ለውጭ ኢንቨስተሮች የግብር ነጻ ማበረታቻዎችን እንደምትሰጥ ይታወቃል። ጥናቶች የሚያመላክቱት ከዚህ ዓይነቱ ማበረታቻ ይልቅ የውጭ ኢንቨስትመንትን በዋናነት የሚስቡት የገበያ መሠረታውያን ናቸው። እነዚህም የሀገር ውስጥ የግብዓትና የምርት ገበያ፣ የመሠረተ ልማት አቅርቦት፣ የሠራተኛ ክሂሎት፣ ቀልጣፋና ግልጽ አሠራር ያላቸው የመንግሥት ተቋማት እንዲሁም የማክሮ ኢኮኖሚ መረጋጋት ተጠቃሽ ናቸው። መንግሥት እነዚህን መሠረታዊ ጉዳዮች ለማሳካት ከቻለ ኢንቨስትመንትን ይስባል። በምላሹም የግብር ገቢን ስለሚያሳድግ ተከታታይ እድገትን ለማምጣት ጥሩ ስንቅ መሆን ይችላል።

የዜጎች ተነሣሽነት፣ ሐሳብ አፍላቂነት እና ትጋት እንዳለ ሆኖ፣ የእነዚህን ሁሉ ጥምር ዕሴት ፈጣሪነት ጥያቄን ለመመለስ የሚችሉት፣ ሥጋትን ከጥቅም ጋር አነጻጽሮ ውሳኔ የመስጠት ብቃት ያላቸው የፋይናንስ ተቋማት ናቸው። የፕሮጀክት አዋጭነት ትንተና በመሥራት፣ ከዚያም መነሻ ወረት በማቅረብ፣ ለምርትና ለኢንዱስትሪ መፈጠርና መንሠራራት ማዕከላዊ ሚና መጫወት የሚጠበቅበት የፋይናንስ አገልግሎት ዘርፉ ነው። ይህ አመክንዮ ለግሉ ዘርፍ ብቻ ሳይሆን ለመንግሥት ፕሮጀክቶችና ድርጅቶችም የሚሠራ መሆን አለበት። ከሀገር ውስጥ ባንኮች በመበደር መንግሥት የሚፈጽማቸው ፕሮጀክቶች፣ ለማበደር አዋጭ መሆናቸውን ባንኮች ለማረጋገጥ በሚችሉበት ሁኔታ ተፈጻሚ መሆን ይኖርባቸዋል። መንግሥት ከባንኮች የሚወስደው ብድር የግል ባለሀብቱን የብድር ድርሻ የሚያኮስስ እንዳይሆን ጥንቃቄ ማድረግ ያስፈልጋል።

የጠንካራ የፋይናንስ ሥርዓትና ተቋማት መኖር ምርታማነትን ለማሳደግ ትልቅ ሚና ይኖረዋል። በተቃራኒው ከእውነተኛ ምርት በላይ የፋይናንስ እንቅስቃሴ የበዛበት፣ ልልና ደካማ ቁጥጥር ያለበት የፋይናንስ ሥርዓት የምርት እድገትን ሊጎዳ ይችላል። በመሆኑም የፋይናንስ ዘርፍ ምርታማ ሚና ለመጫወት ጠንካራ ምሰሶዎች ያስፈልጉታል። ከነዚህም ምሰሶዎች መካከል የወረት ጥያቄ ሐሳቦችን ውጤታማነት የመተንበይ ክሂሎት፣ የማበደር ውሳኔን በፕሮጀክቱ አዋጭነትና ሥጋት መጠን የመወሰን ነጻነት፣ አገልግሎትን ማቀላጠፍያ ቴክኖሎጂና የኢንፎርሜሽን ቴክኖሎጅ መሠረተ ልማት፣ የአገልግሎት ሰጪንና የተጠቃሚን መብት የሚያስከብሩ ብቁ የመንግሥት ተቋማት እንዲሁም የማክሮ ኢኮኖሚ መረጋጋት ዋነኛዎቹ ናቸው።

በአሁኑ ጊዜ በሀገራችን የፋይናንስ ዘርፍ ከፍተኛውን ድርሻ የያዙት የመንግሥት ባንኮች በተለይም የኢትዮጵያ ንግድ ባንክ ሲሆን የመንግሥትን ሰፌ

የመሠረተ ልማት ማስፋፊያ ወረት ለማሟላት ሲባል በተለያዩ የፖሊሲና የሕግ መሣሪያዎች አማካኝነት አብዛኛው ወረት ወደ መንግሥት እጅ እየተዛወረ ቆይቷል።

በቀጣይ የማክሮ ኢኮኖሚ መረጋጋትን ለማስፈንና የኢንዱስትሪ እድገትን ለማምጣት የመንግሥትንና የገበያ ጉድለትን ማከም ይገባል። ለዚህ ደግሞ አንዱና ዋነኛው ርምጃ የመንግሥት የፕሮጀክት ሐሳቦችን በፖሊሲ ተጽዕኖ ሳይሆን በአዋጭነታቸው ተመሥርቶ መፍቀድና መፈጸም ነው። ይህ ከተፈጸመ ባንኮች ለግል ዘርፉ የሚያቀርቡት ወረት ጉልህ በሆነ ሁኔታ ያድጋል። በዚያ መጠን የፕሮጀክት አዋጪነትን የመለካትና ወረትን የመመደብ ክሂሎታቸውን ማጠንከር ይጠበቅባቸዋል። መንግሥት በበኩሉ የገበያን ፍትሐዊነትና ጤናማነት የማረጋገጥ ሚናን በአግባቡ መጫወት ይኖርበታል።

ብሔራዊ ባንክ በባንኮችና በሌሎች የፋይናንስ ተቋማት ላይ የሚያደርገው ቁጥጥር በዕውቀትና በቴክኖሎጂ የተደገፈ፣ የዘርፉን ጤንነት የሚያረጋግጥ እንጅ ለዘርፉ ማነቆ መሆን የለበትም። የፋይናንስ አቅርቦትና ድልድል ሥርዓት ግልጽነት እንዲኖረውና ጤናማነቱ እንደተጠበቀ እንዲቆይ የሚያግዙ ተቋማትን የመገንባት ሥራ በጥናት ላይ ተመሥርቶ ሊሠራ ይገባዋል። በዋናነትም፣ የፋይናንስ መሣሪያዎች (የቦንድና አክስዮን) መገበያያ መድረኮች፣ የወረት ብቁነት መረጃን የሚያሰባስቡና የሚያስሉ ተቋማት፣ ተመላሽነቱ ለተዳከመ ብድርና ተበዳሪ በሕግ ምላሽ የሚሰጡ የዐቃቤ ሕግ አሠራሮች እና የመሳሰሉት ሊቋቋሙ ከሚገባቸው መካከል ተጠቃሽ ናቸው።

የቁጠባ ባህልን ለማበረታታት በሁለት መልኩ መንቀሳቀስ ያስፈልጋል። በአንድ በኩል የወለድ ተመንን ከፍ በማድረግ ዜጎች ገንዘባቸውን በባንክ እንዲያስቀምጡ ማበረታታት ይገባል። በሌላ በኩል ደግሞ ዝቅተኛና መካከለኛ ገቢ ያላቸው ዜጎች ለኢንዱስትሪ ግብዓት የሚሆን፣ ወረትን በሚያሰባስብ መልኩ ሙዋዕለ ንዋይ እንዲያፈሱ የሚያስችል የወረት ግብይት መድረክን ማቀድ ጠቃሚ ይሆናል።

በተጨማሪም ሀገራችን የውጭ ንግድንና የግብር ገቢን ለመጨመር ካላት ፍላጎት አኳያ የተደቀነባት ከባድ ፈተና ኮንትሮባንድና ሕገ ወጥ ንግድ ነው።

ኮንትሮባንድ የመንግሥትን ገቢ ከመጉዳቱም ባሻገር በአምራቹ፣ በንግዱ ማኅበረሰብ እና በሸማቹ ላይ የሚኖረው አሉታዊ ተጽዕኖ የከፋ መሆኑ ግልጽ ነው። ይህንን ችግር ለመፍታት የፋይናንስ አገልግሎት ዘርፍ ከፍተኛ ሚና አለው።

የኮንትሮባንድ ንግዱ የሚከናወነው ወደ ሀገር ውስጥ በሚገቡ ሸቀጦች ላይ ብቻ ሳይሆን ኤክስፖርት በምናደርጋቸው ምርቶች ላይም በመሆኑ ኮንትሮባንድ ለወጪ ንግድ መዳከም አንዱ ምክንያት ነው። የኮንትሮባንድ ንግድን ከምንጩ በማድረቅ ሕጋዊ የንግድ እንቅስቃሴን ለማበረታታት የሚደረገውን ጥረት አጠናክሮ ማስቀጠል እንደተጠበቀ ሆኖ ዘመናዊ የፋይናንስ ሥርዓት መገንባት ሕገ ወጥ ንግድን ለመከላከል አስቻይ ሚና አለው።

የንግድ ልውውጦች ክፍያ ከጥሬ ገንዘብ ይልቅ በቴክኖሎጂ ከተፈጸመ ዱካውን ለይቶ ማየት ያስችላል። የቴክኖሎጂ ክፍያን ማስፋፋት፣ የከፋዩንና የተከፋዩን ጊዜ ለመቆጠብ የሚጠቅም ከመሆኑ በተጨማሪ ግብር ሳይጭበረበር እንዲሰበሰብና ፍትሐዊ ያልሆነ የሀብት ድልድል እንዲቀንስ አስቻይ ሚና ይጫወታል። ለዚህ ነው

የፋይናንስ ዘርፍን ለማዘመን መንግሥት ሂደቱን መደገፍ ብቻ ሳይሆን ካስፈለገም በማስገደድ ማስፈጸም ያለበት። የፋይናንስ ዘርፍን ማዘመን ማለት የዘርፉን ጤንነትና ተወዳዳሪነት የሚያጠነክሩ ፖሊሲዎችን፣ ተቋማትን እና ቴክኖሎጂዎችን በመቅረጽ መገንባት ማለት ነው። ይኽን ማሳካት ለኢንዱስትሪ ልማት የሚውል የወረት አቅርቦትን ይጨምራል። ከዚህ ባለፈም፣ መንግሥት የሕገ ወጥ ንግድን ለመቀነስ በሚያደርገው እንቅስቃሴ ላይ አጋዥ ሚና ይጫወታል።

ፉክክርና ትብብር ያለበት የኢኮኖሚ ትስስርና ንግድን ማጠናከር

የሥርዓት ጉድለትን ለማረምና ምርታማ ገበያ በሀገራችን ለመፍጠር ወጭና ገቢ ንግድን፣ ቀጥተኛ የውጭ ኢንቨስትመንትን፣ ነጻ የምርት ኃይሎች ዝውውርን የሚያበረታታ እንዲሁም ለዓለም አቀፍ ኢኮኖሚ ክፍት የሆነ አሠራር ያስፈልጋል። ፉክክር ያለበት፣ ክፍትና ጠንካራ የንግድና ኢንቨስትመንት ምኅዳር መፍጠር ምርታማነትን መሠረት ላደረገ እድገት እጅግ በጣም ወሳኝ ነው። በዓለም አቀፍ ንግድና የምርት ሰንሰለት ውስጥ ያለንን ተሳትፎ ያጎለብታል፤ ከንግድ የምናገኘውን ጥቅም ያሳድጋል።

በአቅራቢዎች መካከል በሚደረግ ፉክክር፣ ሸማቾች ጥራት ያለውን ምርትና አገልግሎት በዝቅተኛ ዋጋ እንዲያገኙ ከማድረጉም ባሻገር፣ በሚፈጠሩ የሥራ ዕድሎች ተጠቃሚ እንዲሆኑ ያስችላል። የነጻ ገበያ ማሕቀፍን መሠረት ያደረገ በሁሉም የሀገሪቱ ክፍሎች የወረት፣ የዕቃዎች እና የምርቶች እንዲሁም የሰውና የጉልበት ዝውውር ስልትን ወደ ሙሉ ቁመናውና መገለጫው ማሸጋገር ተገቢ ነው። ለዚህም አስቻይ ሚና ሊጫወት የሚችል የመሠረተ ልማት አቅርቦትና ማኅበራዊ ወረት የማስፋፋት ሥራ መሥራት ያስፈልጋል።

የውጭ ቀጥተኛ ኢንቨስትመንት ለውጭ ምንዛሬ ግኝት፣ ለቴክኖሎጂ ሽግግር እንዲሁም የሥራ ዕድልን ለመፍጠር ያለው ጠቀሜታ ከፍተኛ በመሆኑ ፍሰቱ የሚጎለብትበትን መንገድ ማመቻቸት ያስፈልጋል። ሆኖም ግን የውጭ ቀጥተኛ ኢንቨስትመንት በሀገር ውስጥ የቴክኖሎጂና የዕውቀት ሽግግር በማምጣት ረገድ ሚናው በሀገር ውስጥ ዐቅም ላይ የሚመሠረት ነው። የውጭ ቀጥተኛ ኢንቨስትመንት ጥቅሙን የማግኘት ጉዳይ በሰው ኃይል ብቃት ላይ የሚወሰን መሆኑን ማወቅ ሊሠመርበት ይገባል። በሌላ በኩል ደግሞ የውጭ ቀጥተኛ ኢንቨስትመንት ፍሰት አጠቃላይ የማክሮ ኢኮኖሚ ጤንነትን ተከትሎ የሚመጣ በመሆኑ ምርታማነትም ይህን ጤንነት አጥብቆ ይሻል።

የማክሮ ኢኮኖሚ መዛባት በቋሚነት ተስተካክሎ ኢኮኖሚው ጤነኛ ሁኔታ ውስጥ እንዲገባ የዋጋ ግሽበትን በነጠላ አሐዝ ለመገደብ የሚያስችል ጥብቅ የገንዘብና የፊስካል ፖሊሲ ሁሌም ተፈጻሚ ማድረግ ያስፈልጋል። የመንግሥት በጀት በዋናነት ትኩረት ሊያደርግ የሚገባው መንግሥት ቅድሚያ በሚሰጣቸው ድህነት ተኮር ጉዳዮች ላይ መሆን አለበት። ይህም መሠረታዊ ፍላጎትን የሚያሟሉና የሥራ ዕድል የሚፈጥሩ የማኅበራዊና የኢኮኖሚ ዘርፎች ላይ እንዲሆን መሥራት ያስፈልጋል። በበጀት አስተዳደርና ቁጥጥር ረገድ ከፍተኛ የሆነ የቁጥጥርና ክትትል

ሥርዓት መዘርጋት ይገባል። በሕግ የተደነገገው በጀት በትክክል ለተፈለገው ዓላማ መዋሉ የሚረጋገጥበት ተቋማዊ የሆነ አሠራር መፍጠር ያስፈልጋል።

በኤክስፖርትና በምርታማነት መካከል ጥብቅ ቁርኝት አለ። በአንድ በኩል በውጭ ገበያ የሚሳተፉ ድርጅቶች ሲጀመር ምርታማ እንዲሆኑ የሚያስገድዱ ዓለም አቀፍ የውድድር ሁኔታዎች አሉ። በሌላ በኩል ደግሞ ኤክስፖርት የሚያደርጉ ድርጅቶች በዓለም አቀፍ ደረጃ የሚያደርጉት መስተጋብር አዳዲስ ልምዶችንና ዕውቀቶችን እንዲቀስሙ ዕድል ይሰጣል። ይህም የኤክስፖርት ንግድ ምርታማነትን ያሳድጋል።

ስለዚህም በኤክስፖርት ዘርፍ የሚታዩ መዋቅራዊ ችግሮችን በመለየት መሠረታዊ መፍትሔ ማምጣት የሞት ሽረት ጉዳይ መሆን አለበት። በተወሰኑ የግብርና ምርቶች ላይ የተመሠረተውን የወጪ ምርቶች ስብጥርና መጠን ማሳደግ ያስፈልጋል። እነዚህን ከምርታማነት ዐቅም ማነስ ጋር የተያያዙ ችግሮች መቅረፍ ትኩረት ሊሰጠው ይገባል። በሀገር ውስጥ ተጨማሪ ዕሴት ፈጥሮ የኤክስፖርት ምርቶችን በዓይነትና በመጠን ማሳደግ ያስፈልጋል።

በዓለም አቀፍ ትስስር በሚመራው ኢኮኖሚ ዋነኛው ስትራቴጂያችን በዋናነት ኤክስፖርት መር መሆኑ እንደተጠበቀ ሆኖ፣ ከፍተኛ የውጭ ምንዛሬ እየወጣባቸው ያሉ ነገር ግን በትንሽ ጥረት ንጽጽራዊ ዐቅም ሊፈጠርባቸው የሚችሉ እንደ ምግብ ዘይት፣ ስንዴ፣ የቢራ ገብስ፣ አግሮ ፕሮሰሲንግ፣ የኢንዱስትሪ ጥሬ ዕቃዎች እና መሰል ገቢ ምርቶችን በሀገር ውስጥ በማምረት የመተካት ስትራቴጂን መከተል ጠቃሚ ነው። ምርታማነትን መሠረት ያደረገ ኤክስፖርትን የማስፋፋት እና ውሱን ገቢ ምርቶችን የመተካት ስልቶችን በማቀናጀት፣ የውጭ ምንዛሬ ግኝቱን የኋሊት ጉዞ መቀልበስ ያስፈልጋል።

የሀገራችንን የኢኮኖሚ እንቅስቃሴ በመፈታተን ላይ የሚገኘው የውጭ ምንዛሬ ግኝት መቀነስ ነው። ይህንን ተግዳሮት ለመቋቋም ዋናው ስልት ምርታማነትን ማሳደግ መሆኑ እንደተጠበቀ ሆኖ፣ ተጨማሪ ፈርጀ ብዙ የፖሊሲና አስተዳደራዊ ርምጃዎችን መውሰድ ያስፈልጋል። መንግሥት ከውጭ ሐዋላ የሚያገኘውን የውጭ ምንዛሬ የማሳደግ ስልት መቀየስ ጠቃሚ ነው።

የውጭ ምንዛሬ ግኝቱን ከማጎልበት ባሻገር አጠቃቀሙን ውጤታማ በማድረግ የውጭ ምንዛሬ እጥረቱ የሚፈጥረውን ጫና ማለዘብ ይቻላል። በሀገራችን ከፍተኛው የውጭ ምንዛሪ ተጠቃሚ መንግሥት ነው። መንግሥት በርካታ ሜጋ ፕሮጀክቶች ስላሉት የውጭ ምንዛሪ ፍላጎቱ ከፍተኛ ነው። ሁልጊዜም የተጀመሩ ፕሮጀክቶችን በተቀመጠለት መርሐ ግብር የመጨረስ ሥራ ላይ መንግሥት ማተኮር አለበት። ይህም የውጭ ምንዛሪ አጠቃቀሙን በመቆጠብ ክምችቱን ለማሳደግ አስተዋጽዖ ይኖረዋል። ከመካከለኛና ከረጅም ጊዜ አንጻር የውጭ ምንዛሪ አስተዳደሩንና ፖሊሲውን በጥናት በመፈተሽ አስፈላጊ ማሻሻያዎች ማድረግ ተገቢ ነው።

ምዕራፍ 13

የምርት ኃይሎች እንደ ሀገራዊ እምቅ ዐቅም

የምርት ኃይሎች የሰው ኃይልን፣ የተፈጥሮ ሀብትን እንዲሁም የፋይናንስና ቁሳዊ ወረትን የሚያጠቃልል ሲሆን የሀገራት እምቅ የልማት ጸጋ አመላካች ናቸው። ሆኖም ግን የእነዚህ ግብዓቶች መኖር በራሱ ምርታማነትን ያሳድጋል ማለት አይቻልም። ሀብቶችን ከብዝበዛ የሚከላከል ተጠያቂነት ያለበት ሥርዓት ከሌለ፣ የጥቅመኛ ባለሥልጣናትና የጥገኛ ባለሀብቶች መክበሪያ ብቻ ሆነው ይቀራሉ። ለዚህም ነው ነዳጅን የመሰሉ የተፈጥሮ ሀብቶችን ያገኙ ሀገራት፣ በመንግሥታዊ አስተዳደሩ ችግር ምክንያት የዜጎቻቸውን ኑሮ ከማሻሻል ይልቅ የሌቦች ቀላቢ ሆነው የቀሩት።

ሆኖም በተቃራኒው ጥሩ አስተዳደር በመኖሩ ብቻ ሀገራት ወደ ብልጽግና ያመራሉ ማለት አይደለም። በሀገራቱ ውስጥ ያለው እምቅ የመልማት ኃይል ከአስተዳደራዊ ውጤታማነት ባሻገር በምርት ኃይሎች ላይ የሚመሠረት ነው። በተለይም የሀገራቱ የተፈጥሮ ሃብትና የሕዝብ ዐቅም በብልጽግና ላይ ያለው አስተዋጽዖ በቀላሉ የሚገመት አይደለም።

ሀገራችን በተፈጥሮ ሀብትም ሆነ በሕዝብ ዐቅም በኩል የራሷ የሆነ የመልማት ጸጋ ያላት ነች። ለመልማት ተግዳሮትን የሚፈጥሩ ተፈጥሯዊም ሆኑ ሰው ሠራሽ ሁኔታዎች ቢኖሩም፣ እነሱን ተሻግሮ ለመልማት የሚያስችል እምቅ ዐቅም እንዳለንም የሚጠረጠር አይደለም። በመሆኑም ያለንን ዐቅምና ያለብንን ውሱንነት ፈትሸን መነሣት ዐቅማችንን በአግባቡ እንድንጠቀምና ለውሱንነታችን መፍትሔ እንድናበጅ አቅጣጫ ይጠቁመናል።

የሕዝብ ቁጥርና ስብጥር እንደ ብሔራዊ እምቅ ዐቅም

በሀገራችን "መሬት ላራሹ" ያመጣውን የመሬት ፖሊሲ ለውጥ ተከትሎ ከፍተኛ የሕዝብ ብዛት እድገት የተስተዋለው ከ1960 – 1985 ዓ.ም. ነው። በዚህ ወቅት በከፍተኛ መጠን ያደገው እድሜያቸው ከአሥራ አራት ዓመት በታች በሆኑ አዳጊዎች ላይ ነው። በወቅቱ በዚህ እድሜ ክልል የነበረው ሕዝብ ከአጠቃላይ ሕዝብ ዐርባ በመቶ ይሸፍን ነበር።

በ1999 ዓ.ም. የሕዝብ ቆጠራ ውጤት መሠረት ከአጠቃላዩ የኢትዮጵያ ሕዝብ ብዛት ከ15 - 29 ዕድሜ ክልል ያሉት ድርሻ 28 በመቶ ነበር። ከእነዚህ ወስጥ ከአጠቃላዩ ሕዝብ ብዛት ፊደል የቆጠረው (ቢያንስ ማንበብና መጻፍ የሚችለው) 14 በመቶ ይሆናል። እድሜው ለትምህርት ከደረሰው (አምስት ዓመት ዕድሜና በላይ) እና ፊደል ከቆጠረው ውስጥ ደግሞ በዚህ እድሜ ክልል ያሉት ድርሻ 42 በመቶ ነበር።

በ1983 ዓ·ም የሀገራችን ጠቅላላ የሕዝብ ቁጥር 48 ሚሊዮን ነበር። በ2011 ዓ.ም. በመካከለኛ የሕዝብ ብዛት ትንበያ (ግምት) መሠረት የሀገራችን ሕዝብ ብዛት 98.7 ሚሊዮን ደረሰ። ከዚህ ሕዝብ ውስጥ እድሜያቸው ከሠላሳ ዓመት በታች የሚሆኑት 61 በመቶ አካባቢ እንደሆነ ይገመታል። በአሁኑ ወቅት ወደ 30 ሚሊዮን የሚጠጋ ወጣት በተለያየ እርከን ላይ ትምህርትና ሥልጠና እየተከታተለ ይገኛል። ከፍ ሲል ለተጠቀሰው የሕዝብ ቁጥርም ሆነ ለአምራች የሰው ኃይል እድገት ከፍተኛ አስተዋጽዖ ያደረጉ ምክንያቶች አሉ። ዋነኛው በጤና ሽፋንና ሰላምን በማረጋገጥ ባለፉት ዓመታት በተመዘገቡ ስኬቶች የሞትን መጠን ለመቀነስ መቻሉ ነው። ይህ የሥነ ሕዝብ ሁኔታ ለሀገራችን ተስፋንም ሥጋትንም የሚደቅን ነው። በንድፈ ሐሳብ ደረጃ የሰው ጉልበት ዋነኛ የምርት ኃይል ሆኖ መዝለቅ እስከቻለ ድረስ፣ ሌሎች ጉዳዮች እንደተጠበቁ ሆነው ብዙ የሕዝብ ቁጥር ያለው ሀገር የተሻለ ብሔራዊ ዐቅም ይኖረዋል።

የኢትዮጵያ ሕዝብ ብዛት በመካከለኛ የሕዝብ ብዛት እድገት ምጣኔ አማራጭ ተሰልቶ ከ10 ዓመት በኋላ 122.3 ሚሊዮን (አንድ መቶ ሃያ ሁለት ነጥብ ሦስት ሚሊዮን) ይሆናል ተብሎ ይታሰባል። ከዚህ ሕዝብ ውስጥ ሃያ ስምንት በመቶው እድሜው ከ15-29 ባለው የእድሜ ክልል የሚገኝ አምራች ወጣት ኃይል ይሆናል ተብሎ ይገመታል።

እነዚህ አሐዞች የሚያመላክቱት የሀገራችን አምራች ሕዝብ በከፍተኛ ፍጥነት እያደገ ያለበት ጊዜ መሆኑን ነው። ስለዚህም ይህን አምራች የሰው ኃይል ለመጠቀም የሚያስችል የኢኮኖሚ ስልት መቀየስ አስፈላጊ ነው። ይህ የአምራች ሕዝብ እድገት ለቀጣዮቹ ዓመታት በስፋት ሊቀጥል እንደሚችል ይጠበቃል። ስለዚህ ይህ ወጣትና አምራች የሰው ኃይል ዐቅም በዚህ የጊዜ ማሕቀፍ ውስጥ ሳያመልጠን በፊት በአግባቡ በመጠቀም ማኅበራዊና ኢኮኖሚያዊ እመርታ ለማምጣት ልንጠቀምበት ይገባል።

ከሕዝብ ብዛትና ሥርጭት ጎን ለጎን በሀገራችን የምግብ ዋስትና ያልተረጋገጠላቸው 25 ሚሊዮን ያህል ዜጎች መኖራቸው ይገመታል። በዚህ ሳቢያ በዕለት ደራሽ ርዳታና በልማታዊ ሴፍቲኔት የታቀፉ ከ18 ሚሊዮን የማያንሱ ዜጎች አሉ። እነዚህ ዜጎች ከመንግሥትና ከዓለም አቀፍ ለጋሾች የሚሰጥ ርዳታ ጥገኛ ናቸው።

እነዚህንና በየዓመቱ የሚጨምረውን የሕዝብ ቁጥር ለመመገብ፣ ዓመታዊ የግብርና ምርታችን እጅግ በጣም መጨመር ይኖርበታል።

በሥራ ዕድል ረገድም የተመጣጠነ እድገት መኖር አለበት። ይሁንና በሀገራችን በየዓመቱ ሁለት ሚሊዮን ያህል ዜጎች ለሥራ እድሜ ይደርሳሉ። ኢኮኖሚው የሥራ ዕድል የፈጠረላቸው ግን ከአንድ ሚሊዮን አይበልጡም። በዚህ ምክንያት ዛሬ በሀገራችን የሥራ ፈላጊዎች ቁጥር ከ10 - 14 ሚሊዮን እንደሚደርስ ይገመታል።

ይህን መሰሉ የሕዝብ ብዛትና ስብጥር መረጃ በሀገራችን በርካታ ወጣቶች መኖራቸውንና ሥራ ፈላጊ መሆናቸውን ይጠቁማል። ባለፉት ዓመታት የተመዘገበው እድገት ሥራ የመፍጠር ባሕርይው ውሱን ስለነበር የተፈጠረው የሥራ ዕድልና የሥራ ፈላጊው ቁጥር እድገት በፍጹም ሊመጣጠኑ አልቻሉም።

ግብርናው መጠነ ሰፊ የሆነ ስውር ሥራ አጥን ከመያዙም በላይ፣ የገጠሩ የሀገራችን ክፍል ሥራ ያጣውን የኅብረተሰብ ክፍል ሸሽጎ ለማቆየት አልቻለም። እስካሁን የተሞከሩ የተለያዩ የሥራ ፈጠራ መርሃ ግብሮች የተወሰነ ውጤት ያስገኙ ቢሆንም፤ ቀጣይነት ያለው የሥራ ዕድል ለማስፋት ተስፋ የሚጣልባቸው አይደሉም። ከዚህ ሁኔታ ለመውጣት የወደፊት የኢኮኖሚ እድገት ቀዳሚ ትኩረት እና መለኪያ የሚፈጥረው የሥራ ዕድል መጠን መሆን አለበት። ሥራ አጥነት፣ የማያመርቱ ነገር ግን ምግብ ፈላጊ ዜጎችን በስፋት የሚፈጥር በመሆኑ ለምግብ ዋስትና ችግር አባባሽ መሆኑ አይቀርም።

ይኸንን የሥነ ሕዝብ ሁኔታና የኢኮኖሚ ልማት ትስስር በአግባቡ ለመረዳት ከቅርብ ዓመታት ወዲህ በነበረው የሕዝብ እድገትና ሥርጭት የተፈጠረውን የወጣት ኅብረተሰብ ክፍል ባሕርይ እንዲሁም ፍላጎትና ጥቅሞቹን መረዳት ጠቃሚ ይሆናል።

የወጣት ኅብረተሰብ ክፍልን ጥቅምና ፍላጎቶች የማስከበር ፈተና

የወጣት ኅብረተሰብ ክፍልን ባሕርይ እንዲሁም ፍላጎትና ጥቅም ለመረዳት በሰው ልጅ ሕይወት ውስጥ የሽግግር ዕድሜ የሚኖረውን ቦታና ሚና ለይቶ መመልከት ያስፈልጋል። በወጣት የእድሜ ክልል ውስጥ የሚገኙ ግለሰቦች ከሚያጋጥማቸው ተከታታይ የሽግግር ኩነቶች ዋነኞቹ የትምህርት መጨረስ፣ ከወላጅ ቤት መውጣት፣ የመጀመሪያ የጾታ አጋር ማጨት፣ የመጀመሪያ ሥራ መያዝ፣ ማግባት እና የመጀመሪያ ልጅ መውለድ ናቸው።

የእነዚህ የሽግግር ኩነቶች ቅደም ተከተል እና የሚከሠቱበት ጊዜ ወጣቶች በሚኖሩበት ሀገር በሚኖረው የማኅበራዊና ኢኮኖሚያዊ ዕድሎች መጠን ይወሰናል።

በሀገራችን የወጣት ኅብረተሰብ ቁጥር እድገት ኢኮኖሚያዊና ማኅበራዊ ዕድሎች ከሚያድጉበት ፍጥነት ጋር አልተጣጣመም። በመሆኑም ለወጣቱ የሽግግር ወቅት ውሳኔዎች የሚያስፈልጉትን መሠረታዊ ጉዳዮች በበቂ ማቅረብ አልተቻለም። በእነዚህ ዕድሎች አቅርቦት ውሱንነት የተነሣ በዚህ ጊዜ ወጣቱ የሚያሳካው የሽግግር ሚና አንዱን ወይም ሁለቱን፣ ወይም በአንዱ ኩነት ላይ ለረጅም ጊዜ የሚቆይ እና ወደ ሌላኛው የሕይወት ምዕራፍ በፍጥነት ለመሸጋገር የማይችል ሆኗል።

ለአብነት ያክል ትምህርት ጨርሶ ሥራ አለመያዝ፣ ሥራ ይዞ አስተማማኝ ገቢ አለማግኘት፣ ትዳር ይዞ የመኖሪያ ቤት ችግር እና የመሳሰሉት የሕይወት ሽግግር ተግዳሮቶች በስፋት ያጋጥሙታል። ይህ የሀገራችን በቂ ኢኮኖሚያዊና ማኅበራዊ ዕድሎች መፍጠር ያለመቻል ወጣቱን ወደ ተስፋ መቁረጥና ዐመፅ እንዲያመራ ያደርገዋል።

በእርግጥ ይህ ከወጣትነት ወደ ጎልማሳነት የሚደረግ ሽግግር የተራዘመና የዘገየ መሆኑ በሀገራችን ብቻ የተወሰነ አይደለም። በአሜሪካና በአውሮፓም እያጋጠመ ያለ ወቅታዊ ሁኔታ ነው።

ሆኖም ግን በሀገራችን የዚህ ኅብረተሰብ ክፍል ቁጥር በከፍተኛ ሁኔታ እያሻቀበ መሆኑ፣ የኢኮኖሚ ዕድሎች በሚፈለገው ደረጃ ጋር ተደምሮ ችግሩን በሀገራችን የበለጠ የተወሳሰበ ያደርገዋል።

በሌላ በኩል የቴክኖሎጂ እድገትና የማኅበራዊ ሚዲያ መስፋፋት ዓለም አቀፍ የዜግነት ንቃተ ኅሊና እንዲዳብር አድርጓል። ኢትዮጵያ ከፍተኛ የማኅበራዊ ሚዲያ ተጠቃሚ ዜጎች ካሉባቸው የአፍሪካ ሀገራት አንዷ ነች። ከተጠቃሚው አብዛኞቹ እድሜያቸው ከ18-34 የሆኑ አምራች ኃይሎች ናቸው። በዚህ የማኅበራዊ ሚዲያ መስፋፋትና በዓለም አቀፍ ንቃተ ኅሊና መዳበር የተነሣ ወጣቶች ለነገሮች ያላቸው ምላሽ ፈጣን እየሆነ መጥቷል።

ሁኔታዎችን እንደከዚህ ቀደሙ በትዝብትና በዝምታ እንዳያልፍ መንግሥትንም ሆነ ኅብረተሰቡን ጠያቂና ሞጋች እንዲሆኑ አድርጓል። ይህ ሁኔታ ከሀገራችን ታሪካዊና ነባራዊ ሁኔታዎች ጋር ሲደመር ተጽዕኖውን ያሰፋዋል። የሀገራችን ፖለቲካ ከ1960ዎቹ ጀምሮ በተማረው ወጣት ኃይል የሚመራ ነው። የዘመናዊነት ፕሮጀክትን የመዘወር ታሪካዊ ኃላፊነት በዚህ የኅብረተሰብ ክፍል ጫንቃ ላይ የወደቀ ነው። ሆኖም ግን የወጣቱ ታሪካዊ ኃላፊነት በቀደሙት ጊዜያት ለአርሶ አደሩ ባለው ጥብቅና ላይ የተመሠረተ ነበር። የአሁኑ ወጣት ደግሞ ከዚህ በተጨማሪ የራሱንም የኢኮኖሚና የፍትሐዊነት ጥያቄ ያነገበ ነው። ወጣቱ በቤተሰቡ ላይ ያለው ኢኮኖሚያዊ ጥገኝነት፣ የዚህ ኅብረተሰብ ክፍል ችግር ከሁሉም የኅብረተሰብ ክፍል ጋር የተሳሰረ እንደሆነ ያሳያል። ስለዚህ የወጣቱን ችግር መፍታት በተዘዋዋሪ የሌሎችን የኅብረተሰብ ክፍሎች ችግር የመፍታት ጉዳይ ነው።

በቀጣይ የየትኛውም የፖለቲካ ኃይል ማኅበራዊ መሠረት የሚሆነው ከጎልማሳው አርሶ አደር በተጨማሪ ይህ ወጣት ኃይል ነው። ይህ ወጣት ከ30 ዓመት በፊት ከነበረው ወጣት ጋር ሲወዳደር ያለው መሠረታዊ ልዩነት የተማረ ኃይል መሆኑ ነው። በዚህም የተነሣ በተማረው ልክ በኢኮኖሚያዊና በፖለቲካዊ ጉዳዮች ንቁ ተሳታፊና ተጠቃሚ እንዲሆን ይፈልጋል። የተማረው ወጣት የኅብረተሰብ

ክፍል የምንለው ባለፉት ሦስት ዐሥርት ዓመታት በተፈጠሩ የትምህርት ዕድሎች የተማረውን፣ በተዘረጉ የመረጃ መረቦች ለፈጣን ግንኙነትና መተሳሰር ቅርብ የሆነውን እና ወደፊትም የሚሆነውን ሰፊውን የኅብረተሰብ ክፍል ነው።

የዚህ ወጣት የኅብረተሰብ ክፍል ቁጥር በሚጨምርበት ልክ የሀገራችን የኢኮኖሚና ማኅበራዊ ዕድሎች፣ በተለይም የተፈጥሮ ሀብት እጅጉን እየተመናመነ መጥቷል። የእርሻ መሬት የሕዝብ ቁጥር እድገቱን መቋቋም እየተሳነው ነው። በዚህም ምክንያት በገጠር ያለው ወጣት የኅብረተሰብ ክፍል በአንድ በኩል በሚታረስ መሬት እጥረት፣ በሌላ በኩል ደግሞ የተማረ በመሆኑ ምክንያት የተሻለ የኢኮኖሚ ዕድል ፍለጋ፣ በከፍተኛ መጠን ወደ ከተሞች እየፈለሰ ነው። በተለይ አሁን እየተስተዋለ እንዳለው ከቦታ ቅርበት አንጻር የወረዳ ከተሞች በከፍተኛ ሁኔታ በወጣት እየተሞሉ ይመጣሉ።

ስለዚህም የወጣቱን የኅብረተሰብ ክፍል ፍላጎትና ጥቅሞች በዘላቂነት በመፍታት ትልቅ የኢኮኖሚ ኃይል አድርጎ ማሰለፍ የሚቻለው አስተማማኝ የሥራ ዕድልን እና የሠራተኛ ክሂሎትን የሚያሳድግ ፈጣን የኢንዱስትሪ ልማትን ማምጣት ሲቻል ነው። በተለይም በከተማና በገጠር ወይም በግብርናና በኢንዱስትሪ ልማት መካከል በተሰናሰሉና ተመጋጋቢ መስተጋብር ባላቸው ዘርፎች ላይ በማተኮር፣ የኢኮኖሚ መዋቅራዊ ለውጡን ለማፋጠን መሥራት ያስፈልጋል። በተጨማሪም የገጠር ልማቱን በማፋጠን ገጠሩን ምቹ የመኖሪያ ቦታ ማድረግ ይገባል። ለዚህ ደግሞ የተለያዩ አገልግሎቶች ማሟላት አለባቸው። ይህንን ለማድረግ ከተቻለ ወደ ከተማ የሚፈልሰውን የተማረ ወጣት ኃይል በአካባቢው በማቆየት የገጠር ልማቱ ተሳታፊ ማድረግ ይቻላል።

ወጣቱን ያማከለ አቅጣጫ መከተል ሁለቱ ዋና ዋና ሀገራዊ ግቦችን የማሳካት ጉዳይ ነው። አንደኛ ይህን የተማረና በቁጥሩ የበዛ የሰው ሀብት ተጠቅሞ አስፈላጊውን የኢኮኖሚ ልማት ማስመዝገብ ሲሆን ሁለተኛ ይህ የሰው ኃይል በተስፋ መቁረጥና በብሶት ውስጥ ሆኖ የሀገራችንን ሰላምና ደኅንነት አደጋ ውስጥ እንዳይጥል በማድረግ የሀገራችንን የህልውና ሥጋት መቅረፍ ነው። ዓላማችንም በማርክሲስታዊ ባህል ውስጥ እንደተለመደው ለአንድ የኅብረተሰብ ክፍል መታገል ሳይሆን የሀገራችንን ኢኮኖሚያዊ ልማት፣ ሰላምና ደኅንነቷን የማረጋገጥ ጉዳይ ተደርጎ መወሰድ አለበት።

በአዎንታዊ ጎኑ ስንመለከተው ወጣቱ በሁሉም ዘርፍ ሁለንተናዊ ለውጥን ለማምጣት የሚያስችል አስተዋጽዖ ይኖረዋል። በአንጻሩ ደግሞ በአግባቡ ካልተያዘ ሁለንተናዊ ጥፋት የማምጣት ዕድሉም ከፍተኛ ነው።

በየትኛውም የማኅበራዊ፣ ፖለቲካዊ እና ኢኮኖሚያዊ ዘርፍ ላይ በትኩስ ዐቅምነትና አምራች ኃይልነት የሚመደብ ቢሆንም፣ ካለው ልምድና የእድሜ ማነስ አንጻር በሚገባ መሠልጠንና አመለካከቱ መቀረጽ ይገባዋል። ይህ የኅብረተሰብ ክፍል ካለው ኃይልና ዐቅም እንዲሁም ከሌሎች የማኅበረሰብ ክፍሎች ጋር ካለው ቀጥተኛ ግንኙነትና ተጽዕኖ አንጻር፣ በአግባቡ መገራትና በስልት መያዝ አለበት። ወጣቱ በሥርዓት ከተመራ የሚያመጣው ለውጥ እመርታዊ መሆኑ አያጠያይቅም።

የሀገራችንን የሕዝብ ቁጥር እድገትና ስብጥር ተጨባጭ ሁኔታዎች እንዲሁም ትንበያዎችን ካጤንን፣ የሥነ ሕዝብ ሁኔታዎችን ከማኅበራዊና ከኢኮኖሚ ጉዳዮች ጋር አስተሳስረን በብቁ ፖሊሲና የአመራር ቁርጠኝነት መምራት ከቻልን፣ በቅርብ ጊዜያት ውስጥ የከፍተኛ የሕዝብ ብዛትና ስብጥር ትሩፋት ተቋዳሽ በመሆን የኢኮኖሚ እመርታ ለማረጋገጥ ትልቅ ዕድል ከፊታችን አለ።

አምራችም፣ የምርቱ ተጠቃሚም፣ ልማትን የሚያመጣም፣ ከልማቱ ተጠቃሚም የሰው ልጅ ነው። ሆኖም ግን የልማት መጠን በሰው ልጅ ብቻ ሳይሆን በምርት ግብዓቶች ማለትም በወረት፣ በቴክኖሎጂና በተፈጥሮ ሀብቶች ጥምረት የሚወሰን ነው። በዚህ የተነሣ አንዳንድ ሀገራት ከፍተኛ የሆነ የሕዝብ ቁጥር ቢኖራቸውም የለሙ ሆነው ይገኛሉ። በተቃራኒው ደግሞ አነስተኛ የሕዝብ ቁጥር ኖሯቸው ያልለሙ ሀገራት አሉ።

በሕዝብ ብዛት ጥቅምና ጉዳት ላይ ሁለት ዐበይት ክርክሮች አሉ። በአንደኛው ጎራ የሕዝብ ቁጥር በፍጥነት ማደግ የሰው ልጅ የኑሮ ደረጃ እንዲያሽቆለቁል ብሎም የህልውና ሥጋት እንዲደቀንበት ያደርጋል በማለት የሚከራከሩ ምሁራን አሉ። የሕዝብ ቁጥር በፍጥነት በሚጨመርበት ጊዜ ሀገራት ለኑሮ አስፈላጊ ነገሮችን ማለትም ምግብ፣ መጠለያ፣ ልብስ የትምህርት ዕድልና የጤና አገልግሎት በበቂ ለማቅረብ ይሳናቸዋል። በውጤቱም የሕዝብ ቁጥር መጨመር ለድህነትና ለዝቅተኛ ኑሮ ያጋልጣሉ። የህዝብ ብዛት አላቂ የሆኑ የተፈጥሮ ሀብቶችን ከማሚጠጡም በላይ የአካባቢ ብክለትን በማስከተል የሥነ ምኅዳር ሥርዓቱን ያዛባዋል ሲሉ ይከራከራሉ።

በሌላ ወገን የሕዝብን ብዛት እንደ ዕድል በመውሰድ ባለ ብዙ ሕዝብ ሀገር፣ አነስተኛ ሕዝብ ቁጥር ካለው ሀገር ይልቅ በራሱ ትልቅ የፖለቲካና የኢኮኖሚ ዐቅም ምንጭ እንደሚሆን ያስረዳሉ። መከራከሪያቸውም ባለ ብዙ ሕዝብ መሆን ለሥራ የሚሆን ብዛት ያለው አምራች ኃይል ባለቤት መሆን ነው የሚል ነው። ከእነዚህም መካከል ለሀገር መከላከያ የሚሆን ግዙፍ ሠራዊት መገንባት፣ ለምርቶች ሰፊ ገበያ መፍጠር፣ ለግብር ገቢ ሰፊ መሠረት ማግኘት፣ ለበርካታ የፈጠራ ሐሳቦች መገኘት፣ እንዲሁም ለቴክኖሎጂ መሻሻል መሠረት የሚሆን ጸጋ ነው በማለት ያስረዳሉ።

ሁለቱንም ሐሳቦች ግምት ውስጥ ስናስገባ፣ የሕዝብ ብዛት ፈተና እና ዕድል ይዞ የሚመጣ መሆኑ ሊሠመርበት ይገባል። በሕዝብ ብዛትና በኢኮኖሚ እድገት መካከል ቀጥተኛም ሆነ ተዘዋዋሪ ግንኙነት ሊኖር ይችላል። የሕዝብ ብዛት እድገት ከኢኮኖሚ እድገት ጋር የተመጣጠነ እስከሆነ ድረስ የእድገት ሞተር ይሆናል። የተመጣጣኝነት ልኩን ካለፈ ግን የኢኮኖሚ እድገት ጎታች ይሆናል። እዚህ ላይ የሥነ ሕዝብ ዕድሎችና ፈተናዎችን በአግባቡ ለመረዳት የምዕራብ እና የምሥራቅ ሃገራትን ተሞክሮ ማየቱ ጠቃሚ ነው።

በምዕራባውያን ሀገራት እድሜው የገፋ የኅብረተሰብ ክፍል ከአጠቃላይ የሀገራቱ የሕዝብ ስብጥር ድርሻው እያደገ መጥቷል። ይህም ሠራተኛና አምራች፣ እንዲሁም ሸማች ኃይል እንዲቀንስ አድርጓል። ራስን መተካት በሥነ ሕዝብ ትልቅ ጥያቄ በመሆኑ የተተኪ ወጣት ትውልድ ማነስ የሀገራቱን ፖሊሲ አውጪዎች በእጅጉ እያሳሰበ ይገኛል። በተቃራኒው የምሥራቅ እስያ ሀገራት እያደጉ ያሉበት አንዱ ምክንያት የሕዝባቸው ቁጥር ግዙፍ በመሆኑ ነው። የሕዝብ ቁጥራቸው ከፍተኛ

መሆኑ የሀገር ውስጥ ፍላጎትንና ገበያን፣ እንዲሁም ሰፊ ጉልበትን አስገኝቶላቸዋል። ሆኖም ግን በተለይ በቻይና እና በህንድ ባለው አባዊ የሥርዓተ ጾታ ልማድ ምክንያት የሥነ ሕዝብ ችግር ተፈጥሯል። ሀገራቱ በተለይ ቻይና በተከተለችው የሥነ ሕዝብ ፖሊሲ የሕዝቡ ጾታዊ ስብጥር የተዛባ በመሆኑ ማኅበራዊ ችግር ሆኗል። ይህ የሚያሳየን የሕዝብ ቁጥር እድገት ቁጥጥር ተፈጥሯዊ የሆነውን የሥነ ሕዝብ ምጣኔ፣ ማለትም የእድሜና የጾታን አንጻራዊ ድርሻ የሚያዛባ እና ተፈጥሯዊ አካሄድን የሚጫን መሆን እንደሌለበት ነው።

በሀገራችን በሥነ ሕዝብና በልማት መካከል ፈጽሞ ሊነጣጠል የማይችል ቀጣይና ተለዋዋጭ ትስስር እንዳለ በመገንዘብ ለሥነ ሕዝብ ጉዳዮች የምንሰጠው ትኩረት ለሀገራችን ዘላቂ ልማት እንዲሁም ፈጣን ማኅበራዊና ኢኮኖሚያዊ እድገት ለማረጋገጥ የሚደረጉ ጥረቶች አካል መሆን ይኖርበታል። አሁን ባለንበት ደረጃ ሕዝባችን ከሚያመርተው ይልቅ ፍጆታውና የሚጠቀመው የላቀ በመሆኑ በሒሳባዊ አተያይ ተጠቃሚ እንጅ አምራች ሕዝብ አይደለም። ሀገራችን በብድርም ሆነ በዕርዳታ ከውጭ ከፍተኛ ወረት በመቀበል የትምህርት፣ የጤና፣ የመጠጥ ውኃና የመሳሰሉትን የመሠረተ ልማት አቅርቦት አስፋፍታለች። ነገር ግን የተፈጠረውን የሰው ኃይል ዐቅምና ቁሳዊ ግብዓቶችን አቀናጅተን በመጠቀም፣ ዕሴት የተጨመረባቸውን ሸቀጦችና አገልግሎቶች አምርተን ለገበያ ለማቅረብ አልቻልንም። በዚህም ምክንያት የተበደርነውን ገንዘብ መመለስ ቀርቶ ተጨማሪ ብድርም ሆነ ርዳታ ከመፈለግ አልተላቀቅንም። ለዚህም አንደኛው መንሥኤ ሕዝባችን ተጠቃሚ እንጅ አምራች አለመሆኑ ነው።

ይህ ሁኔታ የሚጠቁመው ምርታማነትን በእመርታ የሚያሻሽሉ ቴክኖሎጂዎችን ተጠቅመንና የገበያ ትስስርን ገንብተን፣ ወደ ተጣራ አምራችነት እስክንሸጋገር ድረስ የሕዝብ ቁጥራችንን እድገት መገደብ አስፈላጊ መሆኑን ነው። በሀገራችን በአምራች የእድሜ ክልል ውስጥ የሚገኙ ዜጎች ቁጥር በሌሎች ላይ ጥገኛ ከሆነው የሕዝብ ቁጥሯ እንዲበልጥ ማድረግ ያስፈልጋል። ይህንን አምራች ኃይል በትክክለኛው መንገድ መጠቀም ከተቻለ የአጭር ጊዜ የኢኮኖሚ መልካም ዕድል ይዞ ይመጣል። ይህ የሥነ ሕዝብ መልካም ዕድል ለተወሰነ ጊዜ የሚቆይ ነው።

የጥገኝነት ምጣኔው ከፍ እያለ ሲመጣ ዕድሉ የሚያበቃ ይሆናል። ነገር ግን መልካም ዕድል ሆኖ በሚቆይበት እና የአምራቹ የሰው ኃይል ምጣኔ በሚያይልበት ወቅት ለኢኮኖሚው አስተዋጽዖ እንዲያደርግ፣ አስቀድሞ በትውልድ ግንባታ ላይ መዋዕለ ንዋይ ማፍሰስ ያስፈልጋል። ቅድሚያ ለመጪው ትውልድ ጤና፣ ትምህርትና ሥልጠና ትኩረት በመስጠት የትውልዱን ዐቅም መገንባት ያሻል። ልጆች በሥራ ባህልና በትምህርት ታንጸው ካደጉ የሥራ እድሜ ላይ ሲደርሱ፣ የሠለጠነና ገብነትን የተላሰ አምራች ኃይል በመሆን የኢኮኖሚ ጥንካሬ ምንጭ ይሆናሉ።

በዚህ የሥነ ሕዝብ ትሩፋት ተጠቃሚ የሆኑ ሀገራት ተሞክሮ የሚያስረዳው፣ ቅድሚያ በልጆች ላይ ከፍተኛ ሥራ መሥራታቸውን ነው። ከእነዚህ ሀገራት ልምድ በመቅሰም የሥነ ሕዝብ ትሩፋቶችን ለማጣጣም የልጆችን እና የሕዝቡን ጤና የሚያሻሽል ጠንካራ የኅብረተሰብ ጤና ሥርዓት መዘርጋት ያስፈልጋል።

ይህን የኅብረተሰብ ጤና ሥርዓት የመዘርጋት እና የሕዝብ ቁጥርን የመገደብ ሥራ ስንሠራ ግን በወላጆች ፈቃደኝነትና ዕውቀት ላይ የተመሠረተ እና ከጾታ አድልዎ ነጻ የሆነ እንዲሆን መጠንቀቅ ያስፈልጋል። በተጨማሪም የሕዝብ ቁጥር እድገት እየቀነሰ ሄዶ የአምራቹን ወጣት ቁጥር እንዳያመናምነው ጥንቃቄ ያስፈልገዋል። ለዚህ ደግሞ በቅርብ እየተከታተሉ ፖሊሲውን እንዳስፈላጊነቱ ማስተካከል፣ የሕዝባችንን ብዛት ብቻ ሳይሆን የእድሜ መጠን ስብጥርን ሚዛናዊነት እንድንጠብቅ ያስችለናል።

በአጠቃላይ በሀገራችን እየተስተዋለ ያለውን የሥነ ሕዝብ ዕድል ለመጠቀም የሰው ኃይሉን ተቀጣሪነትና ሥራ ፈጣሪነት የሚያጎለብት የትምህርትና የሥልጠና ሥርዓት መዘርጋት፣ የቤተሰብ ዕቅድ እና የእናቶችና የሕፃናት ሞት የሚቀንስ የጤና ሥርዓት ማጠናከር፣ እንዲሁም ምርታማነትን መሠረት ያደረገ የኢኮኖሚ ልማት አቅጣጫ መከተል ያስፈልጋል።

የኢትዮጵያ የተፈጥሮ ሀብት እንደ ብሔራዊ እምቅ ዐቅም

ኢትዮጵያ በቆዳ ስፋት ከዓለም ሀገራት 27ተኛ ደረጃን ይዛ ትገኛለች። በንጽጽር ሲታይ ይህ ስፋት በርካታ ሕዝብ አቅፎ ለመያዝ፣ በርካታ የተፈጥሮ ሀብት እንዲኖር፣ እንዲሁም የሀገር ደኅንነትን ለማስጠበቅ ገንቢ ሚና ይጫወታል። ሀገራችን አራት ዋና ዋና ተፋሰሶች፣ በውስጣቸው 12 ንዑሳን ተፋሰሶች እና ዘጠኝ ዋና ዋና ወንዞች አሏት። ከዚህ ውስጥ 17 የተፈጥሮ ሐይቆች እና 9 ሰው ሠራሽ ሐይቆች አሉ። ከእነዚህ የገጸ ምድር የውኃ አካላት 123 ቢሊዮን ሜትር ኩብ የውኃ ክምችት አለ። እንዲሁም ከ121 ቢሊዮን ሜትር ኩብ የሚበልጥ ጥቅም ላይ መዋል የሚችል ታዳሽ የከርሰ ምድር ውኃ ክምችት ይገኛል። በድምሩ 224 ቢሊዮን ሜትር ኩብ የውኃ ዕምቅ ሀብት አላት። ይኽንን የውኃ ሀብት በመጠቀም ሊለማ የሚችል ለሁሉም የመስኖ አጠቃቀም ቴክኖሎጂ ተስማሚ የሆነው መሬት ከ43 ሚሊዮን ሄክታር ያላነሰ ነው። ሀገራችን ባላት የውኃ ሀብት ክምችት ከ45 ሺህ ሜጋ ዋት በላይ የሃይድሮ ፓወር የማምረት ዕምቅ ዐቅምን የታደለች ነች። በዚህም የተነሣ ሀገራችን "በአፍሪካ የውኃ ማማ" በሚል ከሚጠቀሱ ጥቂት ሀገራት መካከል አንዷ ነች።

ኢትዮጵያ በምድር ወገብ አቅራቢያ የምትገኝ በመሆኑ ከፍተኛ የፀሐይ ብርሃን ታገኛለች። ነገር ግን ለኃይል ፍጆታ መጠቀም ከምንችለው የፀሐይ ኃይል ዐቅማችን መካከል የተጠቀምነው ከአንድ በመቶ በታች ነው። የነፋስና የጂኦተርማል አጠቃቀማችንም ተመሳሳይ ነው። የከሰልና የተፈጥሮ ጋዝ ሀብታችንም ገና ጥቅም ላይ አልዋለም።

በሀገራችን የቀንና የሌሊት ርዝመት እኩል የሚባል ነው፣ በትሮፒካል ዞን የምትገኝ እና የተለያየ የመልከዓ ምድር ዓይነት ያላት ናት። ይህም ሀገራችንን የበርካታ የአየር ጸባይ፣ የአፈር ዓይነት እና የብዝኃ ሕይወት ባለቤት አድርጓታል።

ስለዚህ የተለያዩ የሰብልና የእንስሳት ዓይነቶችንና ዝርያዎችን የማምረት ዕድላችን ሰፊ ነው።

ኢትዮጵያ በምሥራቅ አፍሪካ ቀንድ አካባቢ በቀይ ባሕር አቅራቢያ የምትገኝ በመሆንዋ ለመካከለኛው ምሥራቅ እስያ የገልፍ ሀገራት እና ለአውሮፓ የቀረበች እንዲሁም ለቀይ ባሕር፣ ለኤደን ባሕረ ሰላጤና ለሕንድ ውቅያኖስ ቅርብ እንድትሆን አድርጓታል። በመሆኑም ሀገራችን ለዓለም አቀፍ ንግድ የተመቸ ስትራቴጂያዊ የመልከዓ ምድር አቀማመጥ አላት። ከመልከዓ ምድር አቀማመጥ አንጻር ተግዳሮት የሚሆነው ኢትዮጵያ የባሕር በር የሌላት መሆኗ ነው። ይህም ሀገራችንን ለከፍተኛ የንግድ ልውውጥ ዋጋ በማጋለጥ በወጭና በገቢ ንግዷ ላይ ተጽዕኖ ማሳረፉ አይቀርም።

ይህን ቋሚ የኢኮኖሚ ተግዳሮት መፍታት የሚቻለው በመደመር መርሕ ለጋራ ልማትና እድገት ከጎረቤቶቻችን ጋር በኢኮኖሚ ለመተሳሰር ሲቻል ነው። ይህ ስልት ለገቢና ለወጭ ንግድ የምንጠቀምባቸውን አማራጭ ወደቦች የማስፋት መርሕን መከተል ይኖርበታል። ይህ አቅጣጫ ከብሔራዊ ደኅንነትም ሆነ ከልማት አንጻር እጅግ በጣም አስፈላጊ ነው። ሆኖም ግን ይህንን ዓላማ ለማሳካት በጎረቤት ሀገራት ልማትና ሰላም መረጋገጥ መቻሉ ለነገ የማይባልና እጅግ አስፈላጊ ነው። በመሆኑም ከጎረቤቶቻችን ጋር የጋራ ሰላምና ልማትን ለማጠናከር መሥራት የውጭ ግንኙነት፣ የደኅንነትና የልማት ፖሊሲ የትኩረት አቅጣጫችን መሆን ይኖርበታል።

ከመልከዓ ምድር በተጨማሪ የሀገራትን የልማት ዐቅም በመወሰን ረገድ የተፈጥሮ ሀብት ወሳኝ ሚና አለው። የተፈጥሮ ሀብት ሲባል በዋናነት አንድ ሀገር በምግብ ምርት ራስን የሚያስችል ሀብት እና የከበሩ ማዕድናት መኖር ወሳኝ ተደርገው ይታያሉ። በምግብ ራስን ለመቻልና ትርፍ ለማምረት የሚያስችሉ ጸጋዎች በሀገራችን አሉ። ሆኖም እነዚህን ጸጋዎች በአግባቡ አልተጠቀምንባቸውም። ለምሳሌ በሀገራችን መልማት ከሚችለው መሬት ውስጥ ጥቅም ላይ የዋለው ጥቂት ነው። የእንስሳት ርባታችን ስላልዘመነ አብዛኛው መሬት የሚውለው ለግጦሽ ነው።

ኢትዮጵያ የተለያየ የአየር ንብረት ያለባት ሀገር መሆኗ የብዙ አዝርዕት፣ ሰብሎችና ዕፅዋት መፈጠሪያ ብቻ ሳትሆን የዝርያዎች መባዣም አድርጓታል። ቡና፣ ሱፍ፣ ጤፍ፣ ኑግ፣ አንጮቴ፣ ጌሾ፣ ጎመንዘር እና እንሰት መገኛቸው እዚሁ ኢትዮጵያ ነው። ሀገራችን የአገዳ እና የብርዕ ሰብል፣ የጥራጥሬ እንዲሁም የቅባት እህል ምርቶች በስፋት የሚመረቱባት ነች። ገብስ፣ ማሽላ፣ ስንዴ፣ ዘንጋዳ፣ ባቄላ፣ ተልባ፣ ኑግ፣ ሰሊጥ፣ ሽንብራ፣ ምሥር፣ አደንጓሬ፣ አተርና አብሽ ተጠቃሽ ናቸው። እነዚህ ሀብቶች ቢኖሩንም በሀገራችን በቤተሰብ ደረጃ የምግብ ዋስትና እስካሁን አልተረጋገጠም።

የምሥራቅ አፍሪቃ ቀንድ አካባቢ በአየር ንብረት ለውጥ የሚጠቃ እና በዝናብ ላይ ጥገኛ የሆነ የግብርና ሥርዓት ያለበት ቀጣና ነው። አካባቢው ወቅቱን ጠብቆ ለሚከሠት ድርቅና ረኃብ በቀላሉ የተጋለጠ ነው። በዚህም ምክንያት ሀገራችን በታሪኳ የተለያዩ አስከፊ የድርቅ አደጋዎችን አስተናግዳለች። እንደ ሀገር የድርቁን ጉዳት አስከፊ የሚያደርገው ጉዳይ የአደጋ ሥጋት እና ዝግጁነት ሥራ አመራራችን ያልዳበረ መሆኑ ነው።

ሚዛናዊ የተፈጥሮ ሀብት አጠቃቀምን ያማከለ ልማትን የሚያዳብረው አንዱና ዋነኛው ጉዳይ የፍጆታ ባህላችን ነው። የአመጋገብ ባህላችን በራሳችን ምርቶች ላይ የተመሠረተ ነው። በምግብ ራሳችንን ለመቻል በገቢ ንግድ ላይ ጥገኛ መሆን አይጠበቅብንም። በሌላ በኩል ኢትዮጵያ በርካታ የምግብ ዓይነቶች ያሉባት ሀገር በመሆኗ በተወሰኑ የምግብ ዓይነቶች ላይ ጥገኛ እንዳንሆን መልካም አጋጣሚ ነው። በምግብ ዓይነቶች ብዛት ላይ የተመሠረተ ምርት ለማምረት ዕድሉ ሰፊ ነው።

በሀገራችን የአልሚ ምግብ ሰብሎችን መመገብ የሚያስገኘውን የጤና እንዲሁም ኢኮኖሚያዊ ፋይዳ አጉልተንና በሥነ ምግብ ምርምር አበልጽገን የባህላዊ አመጋገባችን አካል እንዲሆን ጭምር ትኩረት ተሰጥቶት ሊሠራበት ይገባዋል።

ለዘመናዊ ምግብ እና ለውጭ ሀገር ምግቦች የሚያስፈልጉ ግብዓቶች (ስንዴ ዱቄት፣ ስኳር፣ ዘይት) ፍላጎትን በሀገር ውስጥ አቅርቦት መሸፈን ግባችን መሆን አለበት። ይህን ለማድረግ ስንችል ከተፈጥሯዊ የምግብ ግብዓቶች የተዘጋጁ ምግቦችን የሚመገብ፣ ጤናው የተጠበቀ እና ለምግብ የሚውል የውጭ ምንዛሪን የሚያድን ኅብረተሰብ መፍጠር ያስችለናል። በተጨማሪም ይህን ከተፈጥሮ ሀብት ጋር ያለንን መስተጋብር ከሚያራርቁት ውሳኔዎች፣ ወደ ዕሴት ጨማሪና ሀብት አከማች ስልተ ምርት እንድንሸጋገር ይረዳናል።

የጥሬ እቃ አቅርቦት የአንድን ሀገር ልማት፣ አቅም እንዲሁም የፖሊሲ አቅጣጫ ይወስናል። ሀገራት ከጥሬ እቃ አቅርቦት ውጭ የኢንዱስትሪ ልማትን ሊያፋጥኑ አይችሉም። በመሆኑም የጥሬ እቃዎች አቅርቦትን ከተፈጥሮ ምርት፣ ከማዕድናት እና ከእንስሳት ተዋጽዖ መገኘት ጋር አያይዞ መመልከት ይቻላል። በኢትዮጵያ ውስጥ ጨው፣ ወርቅ፣ ፕላቲኒየም፣ ኖቢየም፣ ታንታለም፣ ኒኬል፣ መዳብ፣ ክሮም፣ ማንጋኒን፣ የኖራ ድንጋይ፣ ሳንድ ስቶን፣ ጂብሰም፣ ሸክላ፣ ኦፓል፣ የብረት ኦር፣ ፖታሽ፣ ነዳጅና የተፈጥሮ ጋዝ፣ ወዘተ... የከርሰ ምድር የተፈጥሮ ሀብት እንዳለን መረጃዎች አሉ። በተለይ የወርቅ፣ የተፈጥሮ ጋዝና የፖታሽ ክምችት የኢኮኖሚ አዋጭነት እንዳለው መረጃዎች ያመላክታሉ። ሆኖም ግን ይህን ጸጋ የመጠቀምና የማልማት አቅም በዝቅተኛ ደረጃ ላይ የሚገኝ ነው። ይህም ሀገራችን ካለባት የወረት እጥረት በተጨማሪ የቴክኖሎጂ እድገት ውሱንነት የማልማት ዐቅማችንን ከገደቡት ምክንያቶች አንዱ ነው።

የኢትዮጵያ የቀርከሃ ዛፍ ምርት የአፍሪካን 67 በመቶ ድርሻ ይይዛል። ኢትዮጵያ ለጥጥ ምርት ተስማሚ የሆነ ከሦስት ሚሊዮን ሄክታር በላይ መሬት ያላት ሲሆን ጥቅም ላይ የዋለው ከ5 በመቶ አይበልጥም። በተለይ የጎማ ዛፍና የወረቀት ዛፍ የመሳሰሉትን በኢንቨስትመንት መልኩ በመትከል ለኢንዱስትሪ ግብዓት ለማድረግ የሚያስችል መልከዓ ምድር በደቡብ ምዕራብ የኢትዮጵያ ክፍል አለ። የቡና፣ የቅመማ ቅመም፣ የሞሪንጋና የመድኃኒት ቅጠሎች በስፋት በሀገራችን ይገኛሉ።

ከእንስሳት ሀብት ጋር በተያያዘ በኢትዮጵያ በቀንድና በጋማ ከብት እንዲሁም በዶሮ ሀብት ከአፍሪካ ቀዳሚ ሊባል የሚችል ሀብት አላት። ቢሆንም ሀገራችን ቀንድ ከመቁጠር አልፋ ድህነትን ለመቀነስ፣ የምግብ ዋስትናን ለማረጋገጥም ሆነ ለውጭ ንግድ ከእንስሳት የሚገኙ ምርቶችን (ወተት፣ እንቁላል፣ ሥጋ፣ ቆዳ እና ሌጦ) በማቅረብ መጠቀም አልቻለችም። የዐሳማ ምርት ምንም እንኳን ባለፉት

ዓመታት መሻሻል ቢያሳይም ከዚህ በላይ ከተሠራበት ትልቅ ውጤት ሊያመጣ የሚችል ነው።

የማር ምርት እምቅ ዐቅማችን እጅግ ከፍተኛ ነው። ሀገራችን በአፍሪካ በማር ምርት ቀዳሚ ሥፍራ ብትይዝም ዘመናዊ የማነብ ዘዴን ስለማትከተል ከዘርፉ የምናገኘው ገቢ እዚህ ግባ የማይባል ብቻ ሳይሆን የሚያስቆጭም ነው። ዘርፉን አዘምነን የአውሮፓን ገበያ ብቻ እንኳን መድረስ ብንችል ትልቅ ዐቅም ይሆነናል።

በብዙ ሀገራት ታሪክ ውስጥ ዓሣ የምግብ ዋስትናን በማረጋገጥ ረገድ ከፍተኛ ሚና ይጫወታል። በሀገራችን 56 ሺሕ ቶን ገደማ የሚሆን ዓመታዊ የዓሣ ምርት እያመረትን ቢሆንም፣ የማምረት ዐቅማችን ግን እስከ 94 ሺሕ ቶን ይደርሳል ተብሎ ይገመታል። ይህም ማለት ካለን የዓሣ ሀብት ውስጥ ግማሽ ያህሉን ብቻ ነው እየተጠቀምንበት ያለነው። ምንም እንኳን ለከተማ ቅርብ የሆኑ ሐይቆች ከመጠን በላይ የዓሣ ማስገር ተግባር ቢከናወንባቸውም፣ በሩቅና በገጠራማ የሀገራችን ክፍሎች የሚገኙ የውኃ ሥፍራዎች ደግሞ በተቃራኒው በአግባቡ ጥቅም ላይ ያልዋለ የዓሣ ሀብት ይዘዋል።

የሀገራችን ብሔራዊ የነፍስ ወከፍ የዓሣ ፍጆታ በዓመት 0.56 ኪ.ግ ነው። ከምሥራቅ አፍሪካ አማካይ የ 9 ኪ.ግ ፍጆታ ጋር ሲነጻጸር እጅግ አነስተኛ ነው። የዓሣ ምርታችን በሀገር ውስጥ በሚገኙ ተፈጥሯዊ የውኃ አካላት ላይ የተመሠረተ ነው። እነዚህ የውኃ አካላት (ሐይቆች፣ ወንዞች እና ትናንሽ የውኃ ሥፍራዎች) በርካታ ከመሆናቸው አንጻር፣ ሀገራችን ከእነዚህ የውኃ ሥፍራዎች ልታገኘው የምትችለውን የዓሣ ምርት እያገኘች አይደለም።

በዚህም ምክንያት ዓሣ በሀገራችን የምግብ ዋስትና ላይ ሊጫወት የሚችለውን ትልቅ ሚና ሳይጫወት ቀርቷል። በዓሣ ልማት ዙሪያ አተኩረን ብንሠራ ከጊዜያዊ ኢኮኖሚያዊ ጥቅሙ ባሻገር ለዘላቂ አካባቢያዊ ምኅዳር መፈጠር ትልቅ አስተዋጽዖ ይኖረው ነበር።

የዓሣ ልማት በአካባቢ ክብካቤ ላይ የተመሠረተ በመሆኑ ለዓሣ ልማት የሚሠሩ ተግባራት እየተመናመነ ያለውን የውኃ ከባቢ የሚጠግነውና የሚያድሰው ይሆናል።

የተፈጥሮ ሀብታችን በዓይነት የሰፋና የበዛ ቢሆንም ከሥነ ምኅዳር እክብካቤ አንጻር አጠቃቀማችን ሁለት ዓይነት ስልቶችን መከተል አለበት። በአንድ በኩል አላቂ የሆኑ ማዕድናትን የመሳሰሉ ሀብቶችን ወጪ በቆጠበ መልኩ አውጥተን፣ ዕሴት ጨምረን በተገቢው ለሚቀጥለው ትውልድ የምናወርሰውን ሀብት ማከማቸት። አላቂ ያልሆኑ ሀብቶቻችንን ደግሞ በፍጥነት አሟጦ ከመጠቀም ይልቅ ሀብቱ ራሱን ለመተካት የሚፈጅበትን ጊዜ በማገናዘብ፣ ከሥር ከሥር መተካትን መሠረት ያደረገ የተፈጥሮ ሀብት አጠቃቀም ስልት መከተል ይኖርብናል።

በማዕድን ልማት በኩል ያለን አካሄድ ሀብትን ማሟጠጥ ላይ የተመሠረተ፣ የአካባቢውን ማኅበረሰብ ኑሮ ያላለወጠ፣ ለሀገር ገቢ የሚገባውን ግብር ያላተረፈ እንዲያውም ለሕገወጥ ንግድ መጠቀሚያ የሆነ ነው። ግብርናም እንዲሁ ለአፈራችን ጤንነት ያልተጨነቀ በመሆኑ ማዕድን ከማውጣት ጋር ተመሳሳይነት ባለው መልኩ የአፈርን ተፈጥሯዊ ይዘት በሚያራቁት መልኩ እያረስንና እንስሶቻችንን ወደ ግጦሽ እየላክን እንገኛለን።

በተለይም የመካከለኛውና የሰሜን ኢትዮጵያ አካባቢ ከመጠን በላይ የተበላና ምርታማነቱ የደከመ መሆኑ፣ ለግብርና ምርታችን እድገት አንድ ሥጋት ነው። የደን ውድመትና እሱን ተከትሎ የሚመጣው የአፈር መሸርሸር ችግሩን በከፍተኛ ሁኔታ እያባባሰው ይገኛል። ይህ የደን ውድመት አጠቃላይ ሥነ ምኅዳሩን በማቃወስ ለአየር ንብረት ለውጥና እሱን ተከትሎ ለሚመጣው የድርቅ አዙሪት ዳርጎናል። በዚህ መሠረታዊ ችግር መንሥኤነት አጠቃላይ የሀገራችን ብዝኃ ሕይወት አደጋ ላይ ወድቋል።

ይህን የተፈጥሮ ሀብት አጠቃቀም ይበልጥ አሳዛኝ የሚያደርገው በጥፋትና በማጧጠጥ የምናገኘውን ሀብት ተጠቅመን፣ ለወደፊቱ የሚያሻግር ኢንዱስትሪ ልማት አለማረጋገጣችን ነው። ዛሬ በማዕድንና በግብርና የተሰማሩ ዜጎች ወደፊት መሬታቸው ሲራቆት ልጆቻቸው ለከፋ ችግር መጋለጣቸው አይቀሬ ይሆናል።

የተፈጥሮ ሀብትን ለልማት የመጠቀም ድክመቶች

የሀገራችን የተፈጥሮ ሀብት በብዙ መመዘኛዎች ሲመዘን የልማት እምቅ ዐቅም እንዳለን የሚያመላክቱ በርካታ ማሳያዎች አሉ። ሀገራችን ከድህነት ለመውጣትም ሆነ ዘርፈ ብዙ የኢኮኖሚ ችግሮቿን ለመፍታት ግብርና አንድ ትልቅ አማራጭ ነው። በመሆኑም ግብርናውን በግብዓትና በምርት ሂደት በማዘመን፣ ገበያ ተኮር (የሀገር ውስጥና የውጪ ገበያ) እንዲሆን መደረግ አለበት።

በተጨማሪም ለመስኖ ልማትና ለርጥበት መቋጠር የተለየ ትኩረት ሊሰጥ ይገባል። ለመስኖ እርሻ ምቹ የሆኑ ያልተነኩ ቆላማ መሬቶችን በገበያ ግብርና አማካኝነት በማልማት የውጪ ምንዛሬን ማዳንና አካባቢን ማልማት ለሀገራችን ጊዜ የማይሰጥ ነው።

በአጠቃላይ በግብርናው ዘርፍ ትኩረት ሊያገኙ ከሚገባቸው ጉዳዮች መካከል አነስተኛና ሰፋፊ የመስኖ ልማትን ማስፋፋት፣ የግብርና ግብዓትና የፋይናንስ አቅርቦትን ማስፋፋት፣ የእንስሳት ርባታ ምርታማነትን ማሳደግ እና የተፈጥሮ ሀብት አጠባበቅ የሁሉንም ትኩረትና ተሳትፎ እንዲያገኝ ማድረግ ይገኙበታል። በተጨማሪም የግብርና አመራረት ዘዴን ማሻሻል፣ የድኅረ ምርት ብክነትን መቀነስ፣ በጥናት ላይ የተመሠረተ የምግብ ዋስትና ሥርዓት ተግባራዊ ማድረግ እንዲሁም ዋና ዋና ሰብሎችን ሙሉ በሙሉ በሀገር ውስጥ እንዲመረቱ ማድረግ ተመሳሳይ ትኩረት የሚሹ ጉዳዮች ናቸው።

ከግብርና ባሻገር ከተፈጥሮ ሀብት አጠቃቀም ጋር በተያያዘ በቀላሉ ሀብት ሊያመነጩ ይችሉ ከነበሩ ሴክተሮች መካከል በዋናነት የማዕድንና የቱሪዝም ዘርፎችን መጥቀስ ይቻላል። የማዕድን ልማት በባሕርይው በጣም ብዙ የሰው ኃይል የሚቀጥር ዘርፍ አይደለም። የሥራው ባሕርይም ረዥም ሂደት የሚጠይቅ ነው። ከጥናት ጀምሮ እስከ ምርት ለመድረስ በአስቸጋሪ ሂደት የሚታለፍ ስለሆነ፣ ከልምድም ሆነ ከሚያስከትለው ሥጋት አንጻር በግል ባለሀብቶች ቢለማ ይመረጣል። በሀገራችን በዚህ ዘርፍ ብዙ የዳበረ የአመራር ልምድ ስለሌለን በውጤቱ እስከአሁን አልተጠቀምንም ማለት ይቻላል።

ሆኖም ግን በዘርፉ ያለን የልማት አለኝታ የሚናቅ ባለመሆኑ የተለየ ትኩረት ሊሰጠው ይገባል። በውጭ ምንዛሬ ግኝት ረገድ የማዕድን ሀብታችንን በስኬት ማልማት ከተቻለ፣ በአጠቃላይ ከሁሉም የሸቀጦች የኤክስፖርት ምርቶች የሚገኘው የውጭ ምንዛሪ ከሦስት ከማይበልጡ የማዕድን ፕሮጀክቶች ሊገኝ ይችላል። የካሉብ ጋዝና የአፋር ፖታሽ በተሟላ ሁኔታ ቢለማ ከሁለቱ ብቻ በዓመት ወደ 2 ቢሊዮን ዶላር ማግኘት እንደሚቻል ሲታሰብ፣ ዘርፉ ምን ያህል ትኩረት እንደተነፈገው ይጠቁማል።

በወርቅና በሌሎች የማዕድን ዘርፎችም ለአልሚዎች ያልተቋረጠ ድጋፍ ብንሰጥ በቶሎ ሊለሙ የሚችሉ ቦታዎች አሉ። ስለዚህ የማዕድን ፖሊሲያችን አልሚዎች የሚያጋጥማቸውን የሕግና የአሠራር ችግሮች ከመፍታት ባለፈ የተቀናጀ የጂኦሎጂካል መረጃን ተደራሽ ማድረግ ይኖርበታል። አሁን በባህላዊ መንገድ የሚመረተውን የወርቅ ምርት የሀገር ውስጥና የውጪ ገበያ ትስስር ዘርግተን በሕጋዊ መንገድ ብንሸጠው እንኳን፣ ከፍተኛ የውጭ ምንዛሪ ማግኘትና የአካባቢውን ማኅበረሰብ ኑሮ መለወጥ ይቻል ነበር።

ከማዕድን ልማት አንጻር በድምሩ የውጭና የሀገር ውስጥ ባለሀብቶችን በማሳተፍ ከዘርፉ ተጠቃሚ እንዲሆኑ የሚያደርግ ፖሊሲና የሕግ ማሕቀፍ ከዓለም አቀፍ ልምድ በመነሣት መዘርጋት ያስፈልጋል። የማዕድን ሀብታችንን መረጃ ማጠናቀርና ተደራሽ ማድረግ እንዲሁም የባለሀብቶችን ተሳትፎ ማሳደግ ያስፈልጋል። መንግሥትም የመሠረተ ልማት ዝርጋታ ላይ በሚያደርገው ኢንቨስትመንት ከልማቱ አክሲዮን ድርሻ እንዲኖረው የማድረግ ስልትን መከተል ይገባል። ይህ ስልት መንግሥትን በፋይናንስ ተጠቃሚ ከማድረጉም በላይ በዘርፉ የመሰማራት ፍላጎት ያላቸውን ኢንቨስተሮች እምነት ያጎለብታል።

ከተፈጥሮ ሀብት አጠቃቀም አንጻር የቱሪዝምን ዘርፍ በበቂ አለማልማትና አለማስተዋወቅ እንዲሁም ተጓዳኝ አገልግሎቶችን አለማስፋፋት ሌላኛው ጉድለታችን ነው። የቱሪዝም ልማት ተፈጥሮ፣ ታሪክ እና ባህል ያደለንን ሀብት ለጎብኚዎች ሳቢ በሆነ መንገድ አቀናብሮ በማቅረብ ገቢ የሚገኝበት ዘርፍ ነው። በዚህ ረገድ ኢትዮጵያ እጅግ ብዙ ጸጋ ያላት ቢሆንም የሚሸጠውን አገልግሎት በበቂ ሁኔታ ባለማዘጋጀታችንና ባለመሸጣችን፣ በሚያሳዝን ሁኔታ እስካሁን ይህንን ሀብት ሳንጠቀም ቆይተናል።

ባለፉት ዓመታት የነበረን አንዱ ድክመት ይህ ዘርፍ ለሀገር ሊሰጥ የሚችለው ጠቀሜታ ጎልቶ አለመውጣቱና ተግባር ላይ አለመዋሉ ነው። ካሉን የተፈጥሮ፣ የታሪክ እና የባህል መስሕቦች በተጨማሪ እንደ ኢትዮጵያ አየር መንገድ ያለ የጎብኚዎች ማጓጓዣ መሠረተ ልማት መኖር የተለየ ዕድል ነው። ትልቅ ጉድለት ያለብን ከሌሎች መሠረተ ልማቶችና ከመረጃ አቅርቦት እንዲሁም ሰላምና ደኅንነትን ከማረጋገጥ ጋር የተያያዘ ነው። በተጨማሪም የሚጎበኙ ሥፍራዎችን ለጎብኚዎች ሳቢና ምቹ በሆነ ደረጃ በማመቻቸት በሚገባው ልክ ማስተዋወቅ አልቻልንም።

ይህን ጉድለት ለመሙላት መንግሥት የተወሰነ ድጋፍ ከሰጠ ዘርፉ በግል ባለሀብቶች አጋዥነት በአጭር ጊዜ ሊለማ ይችላል። ተከታታይነት ያለው ጥረት ብናደርግ ከአምስት ዓመት ባልበለጠ ጊዜ ዛሬ ከሸቀጦች ወጪ ንግድ የምናገኘውን

ገቢ ሦስት እጥፍ ከቱሪዝም ማግኘት እንደሚቻል ጥናቶች ያመላክታሉ። ሀገራችን በአንድ ቦታ ላይ የባህል፣ የታሪክ እና የተፈጥሮ መስሕቦችን በተሟላ ሁኔታ ማቅረብ የምትችል ሀገር ስለሆነች በትኩረት መንቀሳቀስ ግድ ይላል።

ምዕራፍ 14

የኢኮኖሚ መዋቅራዊ ሽግግር፤ የመስፈንጠሪያ ስልት አስፈላጊነት

በዓለም ላይ በአብዛኛው ድሀ የኅብረተሰብ ክፍል የሚገኘው በገጠራማ አካባቢዎች ነው። የሕዝቡ ኢኮኖሚ የተመሠረተውም በግብርና ላይ ነው። የግብርና ልማት በግብርና የሚተዳደረውን ማኅበረሰብ ገቢ በማሳደግ ብቻ ሳይገደብ ትርፍ ወረትና የሰው ኃይል ምንጭ ሆኖ፣ ለኢንዱስትሪና ለአገልግሎት ዘርፍ ልማት ደጀን መሆን እንዳለበት በርካታ ተመራማሪዎችና ፖሊሲ አውጭዎች ያስረዳሉ። ይህ ምክር በግብርና ልማትና በኢንዱስትሪ መካከል አዎንታዊ ትስስር እንዳለ ታሳቢ ያደረገ ነው።

በአንጻሩ ሌሎች ምሁራንና ፖሊሲ አውጭዎች የዓለም ኢኮኖሚ በከፍተኛ ሁኔታ በተሳሰረበትና በከፍተኛ መጠን ተንቀሳቃሽ ወረት ባለበት በዘመነ ሉዓላዊነት፣ በግብርና ልማት ላይ ከማተኮር ይልቅ ኢንዱስትሪዎች እንዲስፋፉ በማድረግ ድህነትን በቶሎ ለመቀነስ እንደሚቻል ያስረዳሉ።

በተመሳሳይ በሀገራችን በአንድ ወገን ግብርናን መሠረት በማድረግ የኢንዱስትሪ ልማትን በሚፈለገው ደረጃ ማረጋገጥ አይቻልም የሚሉ አሉ። በሌላ ወገን ደግሞ ግብርና የሀገራችን ኢኮኖሚ ዋልታ እንደመሆኑ መጠን የኢንዱስትሪ ልማትን ለማፋጠን ቁልፍ ሚና ይኖረዋል የሚሉ አሉ። እነዚህ አካላት አንድ ሁለት ብለው የመከራከሪያ ነጥቦቻቸውን ያቀርባሉ። የሁለቱም ወገኖች ሐሳብ

የኢንዱስትሪ ልማት ቀጣይነት ያለው የኢኮኖሚ እድገት ለማስመዝገብ አስፈላጊ መሆኑን አይክድም። ሆኖም ግን የኢንዱስትሪ ልማትን ለማረጋገጥ በሚኬድበት መንገድ ላይ ልዩነት ይስተዋላል። የሙግቱ ማጠንጠኛ የልማት ፖሊሲ በቅድሚያ በግብርና ላይ ያተኩር ወይስ በኢንዱስትሪ ላይ የሚል ነው።

የኢንዱስትሪ ልማት አንድ ማኅበረሰብ ከግብርና ጋር በተያያዘ ያዳበራቸውን ማኅበራዊና ኢኮኖሚያዊ ኩነቶች ወደ ኢንዱስትሪያዊ ማኅበረሰብ የሚቀይርበት ሂደት ነው። ይህ ብቻ ሳይሆን የኢንዱስትሪ ልማት ከተፈጥሮ ጥገኝነት ተላቆ ቴክኖሎጂን በመጠቀም ችግሮችን የመፍታት፣ ግልጽ የአሠራር ስልትና ክፍፍል እንዲሁም ፈጣን የኢኮኖሚ እድገት የሚንጸባረቅበት ሂደት ጭምር ነው። እነዚህ መገለጫዎች ለረጅም ጊዜ ቀጣይነት ያለው የኢኮኖሚ ልማትን ለማረጋገጥ ቁልፍ ጉዳዮች በመሆናቸው፣ የኢንዱስትሪ ልማት ዘለቄታዊ ልማትን ለማረጋገጥ ዋነኛው መንገድ መሆኑን በርካቶች ይስማማሉ።

የኢንዱስትሪ ልማት በተለይም የማኑፋክቸሪንግ ኢንዱስትሪ መስፋፋት ሀገራችን ከቴክኖሎጂ እድገትና ከምርታማነት አዳጊ ጥቅም እንድታገኝ የሚያደርግ ነው። በተጓዳኝ የኢንዱስትሪ መስፋፋት አምራች ድርጅቶች እንዲጠናከሩ በምልስ ግብዓት የሚደግፍ መካከለኛ መደብ ያለው ማኅበረሰብ እንዲፈጠር አስተዋጽዖው የጎላ ነው። በአንጻሩ የግብርና ልማት በገጠር ያለውን አስከፊ ድህነት ለመቅርፍ፣ የምግብ ዋስትናን ለማረጋገጥ እና ፍትሐዊ የኢኮኖሚ እድገትን ለማምጣት ወሳኝ ነው። ሆኖም ግን ግብርና በራሱ ተፈጥሯዊ ባሕርይ ምክንያት የማያቋርጥ ዘላቂ ልማትን እስከመጨረሻው ሊያመጣ አይችልም።

ግብርና “አዳጊ ሟች”?

የግብርና ዘርፍ የሰው ልጅ ህልውናውን ለማቆየት ከተፈጥሮ ጋር ተላምዶ ለመኖር በሚያደርገው ትግል፣ የአደንና የፍራፍሬ ለቀማን ተከትሎ የተፈጠረ ኢኮኖሚያዊ ሥርዓት ነው። በአውሮፓና በሰሜን አሜሪካ እስከ ተከሠተው የኢንዱስትሪ አብዮት ድረስ ግብርና የዓለምን ሕዝብ ከእጅ ወደ አፍ በሆነ መንገድም ቢሆን በመመገብና ዋነኛ የሥራ ዕድል ምንጭ በመሆን ቆይቷል።

የሰው ልጅ በግብርና ዘርፍ የአመራረት ስልትና ዕውቀቱ እያደገ ሲመጣ የግብርና ምርትና ምርታማነት በከፍተኛ መጠን ጭማሪ እያሳየ መጣ። ለዚህ በአብነት የሚጠቀሰው እ.ኤ.አ በ18ተኛው መቶ ክፍለ ዘመን በእንግሊዝ የተከሠተው ተከታታይ የግብርና ምርታማነት ነው። ይህ ሁኔታ በሀገሪቱ ያልተጠበቀ የሕዝብ እድገትና ከፍተኛ መጠን ያለው የሰው ሀብትና የወረት መትረፍረፍን አስከተለ። በአንድ በኩል በወቅቱ የሜካናይዝድ እርሻ መስፋፋት በከፍተኛ ደረጃ ውጤታማ ነበር። በመሆኑም ውሱን አርሶ አደሮች በርካታ የኢንዱስትሪ ሠራተኞችን ለመመገብ የሚችል ዐቅም እንዲፈጥሩ አስቻላቸው። በሌላ በኩል ደግሞ የሜካናይዝድ እርሻ መስፋፋት ለሥራው የሚሆኑ ግዙፍ መሣሪያዎችና ማሽኖችን ፍላጎት በመጨመር፣ ግብዓቶቹን የሚያመርቱ ኢንዱስትሪዎች እንዲበራከቱ ገፊ ኃይል ሆኗል።

ነገር ግን በወቅቱ በከፍተኛ መጠን ለጨመረው ሕዝብ የሜካናይዝድ እርሻ በሚፈለገው ደረጃ የሥራ ዕድል ለመፍጠር አልቻለም። ከገጠሩ ክፍልና ከግብርናው

ዘርፍ የሰው ኃይል በስፋት ወደ ከተማ ፈለሰ። በኢንዱስትሪዎች ተቀጥሮ የተሻለ ገቢ እያገኘ መጣ። ይህ ሁኔታም ሠራተኛው ለፍጆታ ምርቶችና ለአገልግሎቶች ያለው የገበያ ፍላጎት እየጨመረ እንዲመጣ አደረገ። በዚህም የተነሣ በድጋሚ በማኑፋክቸሪንግ ዘርፍ የሚደረገውን ኢንቨስትመንት በበለጠ ሁኔታ እያበረታታ ተጨማሪ የኢኮኖሚ እድገትን ሊጋብዝ ችሏል። እነዚህ መሠረታዊ ጉዳዮች በድምሩ በእንግሊዝም ሆነ በአብዛኛው መዋቅራዊ ሽግግር ባካሄዱ ሀገራት እንደተስተዋለው ለኢንዱስትሪ መስፋፋት ከፍተኛ አስተዋጽዖ አበርክተዋል።

በመሆኑም የኢኮኖሚ መዋቅራዊ ለውጥ በዋናነት በግብርና ዘርፍና በኢንዱስትሪ ዘርፍ መካከል በሚደረግ የሠራተኛ ጉልበት ልውውጥ ይከሠታል። የግብርና ዘርፍ በሚታረስ መሬት የተገደበ በመሆኑ፣ በሕዝብ እድገት ምክንያት የአርሶ አደሩ ምርትና ምርታማነት እየቀነሰ ይመጣል። የምርት ሂደቱ ዘመናዊ ቴክኖሎጂ እየተጠቀመ በመጣ ቁጥር የሚያስፈልገው የሰው ኃይል ብዛት ስለሚቀንስ፣ ለኢንዱስትሪና ለአገልግሎት ዘርፍ ትርፍ ሠራተኛ ኃይል አቅራቢ እንዲሆን ያደርገዋል።

ከግብርና መር የኢኮኖሚ ልማት ወደ ኢንዱስትሪ መሸጋገር የግድ ነው። ግብርና በተፈጥሮ ሁኔታዎች (በመሬት አቅርቦት፣ በውኃና በመሳሰሉት) የተገደበ ነው። ከዚህ ባሻገር የሰው ኃይልና ቴክኖሎጂን አሟጦ በመጠቀም ያለንን የእርሻ መሬት ምርታማነት ከመጨረሻ ገደብ በላይ ከፍ ማድረግ አይቻልም። በዚህ የተነሣ ግብርና በቀጣይነት የኢኮኖሚው ምሰሶ ሆኖ ሊቀጥል አይችልም። ግብርናው የፈለገ እድገት ቢያሳይ የአንዲትን ሀገር አዳጊ ፍላጎቶች እስከመጨረሻ ይዞ መጓዙ ያጠያይቃል። ለዚህም ነው አንዳንድ ምሁራን ግብርናን "አዳጊ ሟች" ሲሉ የሚገልጹት። የቱንም ያህል እያደገ ቢሄድ የመጨረሻውን ቴክኖሎጂ ተጠቅሞም ቢሆን የሚያስገኘው ጥቅም የተገደበና መዋቅራዊ ለውጥ የሚናፍቅ መሆኑ አይቀርም።

በርካታ ሀገራት ይህንን ሽግግር ለማካሄድ የፖሊሲ አቅጣጫ አስቀምጠው ተንቀሳቅሰዋል። በአውሮፓና በሰሜን አሜሪካ የሚገኙ ሀገራት የተሳካላቸው ሲሆን የተወሰኑ የእስያ ሀገራትም በቅርቡ መዋቅራዊ ሽግግሩን አሳክተውታል። ሆኖም ግን ከሰሐራ በታች የሚገኙ የአፍሪካ ሀገራትና የላቲን አሜሪካ ሀገራት በተደጋጋሚ መዋቅራዊ ለውጥ ለማድረግ ያደረጉት ጥረት ውጤታማ ሊሆን አልቻለም። በእነዚህ ሀገራት የኢኮኖሚ መዋቅራዊ ለውጥ ለማድረግ የተደረጉ ጥረቶች ስኬታማ እንዳይሆኑ ካደረጉዋቸው ምክንያቶች አንዱ ዘላቂነት ያለው የፖሊሲ አቅጣጫ አለመከተልና በተወሰኑ ርዕዮተዓለሞች ላይ ብቻ ጥገኛ የመሆን ዝንባሌ ነው።

ለአብነት ያህል እ.ኤ.አ በ1960ዎቹና በ1970ዎቹ በርካታ ሀገራት የገቢ ንግድን የመተካት ፖሊሲን ተግባራዊ በማድረግ፣ የሀገር ውስጥ የንግድ ድርጅቶችን ከውጪው ዓለም ውድድርና ፉክክር የመጠበቅ ጽንፍ ይዘው ነበር። እነዚሁ ሀገራት በ1990ዎች የመዋቅራዊ ለውጥን እርግፍ አድርገው ከፖሊሲያቸው አስወግደው በመሠረታዊ የኢኮኖሚ እንቅስቃሴዎች ላይ ብቻ ቢያተኩሩ፣ መዋቅራዊ ለውጥ በሂደት የሚመጣ እንደሆነ የሚያስገነዝበውን "የዋሽንግተን ስምምነት" ሳያላምጡ መዋጣቸው ይታወቃል።

በኢትዮጵያ እድገት ውስጥ ግብርና ዋናው የልማት ትኩረት መስክ መሆኑ የምርጫ ጉዳይ አይደለም። ይህ ዘርፍ ዋነኛው የሰው ኃይል የተሰማራበት፣ ዋነኛው የውጭ ምንዛሪ ምንጭ እና የአጠቃላይ ሀገራዊ ምርት ሲሦ የሚሆን ድርሻ ያለው ነው። በመሆኑም የልማቱን ዋና ትኩረት በዚሁ ዘርፍ ማድረግ ተገቢ ነው። ይህ ዘርፍ ሲያድግ በቀጥታ በዘርፉ ላይ የሚሳተፉ በሚሊዮን የሚቆጠሩ ቤተሰቦችን ሕይወት ስለሚቀይር ድህነትን ለመቅረፍ ትክክለኛ መግቢያ በር ነው።

ከዚህ በመነጨ መንግሥት በግብርናና በገጠር ልማት ላይ ትኩረት አድርጎ ነበር። በየዓመቱ ከሀገራችን አጠቃላይ በጀት ከ10 በመቶ በላይ የሚሆነውን ለዘርፉ በመመደብ፣ ላለፉት 28 ዓመታት ሲሠራ ቆይቷል። በዚህም የግብርናው ክፍለ ኢኮኖሚ በየዓመቱ እድገት አስመዝግቧል። ውሱንነት ቢኖረውም ሀገራችን እያስመዘገበች ላለችው ፈጣን ኢኮኖሚያዊ እድገት የበኩሉን ሚና በመጫወት ላይ ይገኛል።

ሆኖም ግን አሁን ባለንበት ሁኔታ በሀገራችን ግብርናው ካረጀና ካፈጀው የአመራረት ዘዴ አልተላቀቀም። በሀገራችን የዘመናዊ ግብርና ትምህርትና ምርምር ከተጀመረ ከሰባ ዓመታት በላይ ነው። ሆኖም ግን እስካሁን ግብርናችን ከበሬ ስበት፣ ከገበሬ ጉልበት በመላቀቅ ወደ ኢንዱስትሪ ግብዓትና የወረት ክምችት ሽግግር አላደረገም። የግብርና ምርታችን ሳይንስና ቴክኖሎጂን በመጠቀም የሚጨምረው ዓመታዊ የምርት መጠን እጅግ አነስተኛ ነው። የጭማሪው ዋነኛ ምንጭ የተፈጥሮ ሀብትን ተጋፍቶ በመጠቀሙ የሚገኝ ነው።

በሀገራችን በተደረገው ተከታታይ ጥረት የሰብል ምርታማነት ከዓመት ዓመት እድገት አሳይቷል። ሆኖም ግን የቀሩት የግብርና ንዑስ ዘርፎች ማለትም በቀንድና በጋማ ከብቶች ርባታ፣ በዓሣ እና በዶሮ ርባታዎች ዙሪያ የሚነገር መሻሻል አልታየባቸውም። የሰብል ምርት ማደግም ስንዴ፣ ገብስንና የተለያዩ የግብርና ምርቶችን ከውጭ ከማስገባት አላዳነንም።

የተሻሻሉ ቴክኖሎጂዎችና የአስተራረስ ዘዴዎች ለአነስተኛ ባለይዞታ አርሶ አደሮች በሙሉ ድጋፍ መልክ አልደረሰም። በዚህም ምክንያት በሁሉም የግብርና ንዑስ ዘርፍ ማለት በሚያስችል ሁኔታ የተመኘነው ዓይነትና የተፈለገው ውጤት አልመጣም።

ለኢንዱስትሪ ጥሬ ዕቃ የሚሆን ምርት ግብርናችን በበቂ መጠንና ጥራት ለማምረት ተስኖታል። የምርምር ትኩረትና ድጋፍም በዚያው ልክ ደካማና የሚፈለገውን ውጤት ያላመጣ ነው። የግብርና ልማት ያለ ውጤታማ የውኃና የርጥበት አጠቃቀም ፍሬያማ ሊሆን አይችልም። ከዚህ አኳያ መንግሥት ባለው ዐቅም የመስኖ ልማት ላይ ኢንቨስት ካላደረገ ዘርፉን ለመለወጥ አስቸጋሪ ይሆናል። የግብርና ቴክኖሎጂን ውጤታማነት የሚወስነውን የማሳ ስፋት አሳድገው እርሻ ባልተጀመረባቸው ቆላማ አካባቢዎች ላይ በሰፋፊ እርሻዎች ሊሰማሩ የሚችሉ ባለሀብቶችም በዚህ ዘርፍ በብዛት ሊገቡ አልቻሉም።

የግብዓት አቅርቦት ሥርዓቱ በቢሮክራሲ የተተበተበና የግል ዘርፉን በስፋት የማያሳትፍ በመሆኑ በአርሶ አደሩ ላይ ጫናው ከፍተኛ ነው። በምርጥ ዘር አቅርቦት ላይ የግል ዘርፉ ሚና መገደቡ፣ ለመንግሥት የልማት ድርጅቶችና ለኅብረት ሥራ

ማኅበራት ልዩ ድጋፍ መደረጉ፣ ከግሉ ዘርፍ ሊገኝ የሚችለውን ቀልጣፋነት፣ ጥራት እና ደንበኛ ተኮር አገልግሎት አርሶ አደሩና አርብቶ አደሩ እንዳያገኙ አድርጓል።

አማካይ የማሳ ስፋት ከትውልድ ወደ ትውልድ እያነሰ በመምጣቱ ዘመናዊ ግብዓት ተጠቅሞ ምርታማነትን የመጨመር ዐቅሙ እየቀነሰ ሄዷል። በዚህም ምክንያት የምግብ ዋስትናን የማረጋገጥ ችግር አብሮን የሚጓዝ ፈተና ሆኗል። ሀገራዊም ሆነ ውጫዊ የገበያ ተሳትፏችን ጤናማ ባለመሆኑ፣ ምርት እንደ መብዛቱ የአርሶ እና የአርብቶ አደሩም ሆነ የሀገሪቱ ገቢ አልጨመረም። ሀገራዊ ገበያችን ግልጽነትና የሕግ ተገዢነት የጎደለው እንዲሆን ያደረገው አንዱ ምክንያት፣ ዕሴት በማይጨምሩ ደላሎችና ነጋዴዎች እየተመራ በመሆኑ ነው። በዓለም አቀፍ ገበያም ከጊዜ ወደ ጊዜ ዋጋቸው እየወደቁ ባሉ ጥሬ ምርቶች ላይ በማተኮራችን ምርትን በመጨመር ልናገኝ የሚገባን ተጨማሪ ገቢ በዋጋ መቀዝቀዝ እየተሸረሸረ ሄዷል።

የሥራ አጥነት ችግር እየተከመረ ሲሄድና የግብርና ምርትና ምርታማነት ለማደግ ሲሳነው፣ የምግብ ዋስትና ቀውስ ማስከተሉ አይቀርም። ዝቅተኛ ገቢ ያለውን የደሀ ደሀ የኅብረተሰብ ክፍል በዋጋም ይሁን በሌላ መንገድ ለይቶ ለመደገፍ የሚያስችል ቋሚ መርሃ ግብር የለንም። በዚህም ምክንያት ለደሀ ብለን ከውጭ ይሁን ከሀገር ውስጥ የተመረቱ ምርቶችን በድጎማ ዋጋ ስናቀርብ ሀብታሙ የበለጠ ይጠቀምበታል።

በአጠቃላይ በኢኮኖሚው ውስጥ መዋቅራዊ ለውጥ ለማምጣት ከታሰበ በቅድሚያ በግብርና ላይ መዋቅራዊ ለውጥ እንዲመጣ መሠራት አለበት። የሀገራችንን ኢኮኖሚ ኢንዱስትሪ መር በሆነ መንገድ ለማሳደግ የግብርና ምርት ግብዓቶችን የሚጠቀሙ፣ ከፍተኛ የሰው ኃይል የሚቀጥሩ፣ እንዲሁም የወጪ ምርቶችን የሚያመርቱ ኢንዱስትሪዎችን ለማስፋፋት መጠነ ሰፊ የሆነ ጥረት ማድረግ ያስፈልጋል።

የኢንዱስትሪ ልማት ተግዳሮቶች

የሀገራችን የኢንዱስትሪ ልማት ተግዳሮቶች ከሰው ኃይል እድገትና ምርታማነት፣ ከፋብሪካዎች ሥርጭትና ትኩረት፣ ከሀገር ውስጥ ገበያ መስፋፋት፣ ከውጭ ምንዛሬ ክምችት እና ከዓለም አቀፍ የውጭ ንግድ ውድድር ጋር የተያያዙ ናቸው። ከሰው ኃይል ጋር በተያያዘ ኢትዮጵያ በከፍተኛ ፍጥነት እያደገ የመጣ አምራች ኃይል የሚገኝባት፣ በሕዝብ ብዛቷ ከአፍሪካ በሁለተኛ ደረጃ የምትገኝ ሀገር ናት። በሀገራችን እየተስተዋለ ያለው የሕዝብ እድገት የግለሰቦች የመሬት ይዞታ እንዲጠብ እና አምራች ኃይሉ ከገጠር ወደ ከተማ በከፍተኛ ሁኔታ እንዲፈልስ እያስገደደው ይገኛል። ይህ ሁኔታ እንደመልካም አጋጣሚ ተወስዶ የሰው ኃይልን በስፋት የሚጠቀሙ ኢንዱስትሪዎች በሚፈለገው ደረጃ አልተስፋፉም።

ሀገራችን የኢንዱስትሪ ልማቱን በማፋጠን በሥነ ሕዝብ ለውጥ የመጣውን ዕድል በአሁኑ ጊዜ መጠቀም ካልቻለች፣ ወደፊት ወረትና ቴክኖሎጂን በስፋት በመጠቀም መዋቅራዊ ለውጥ ለማምጣት የምትገደድ ይሆናል። ይህ መንገድ ደግሞ የቁጠባ ባሕል ደካማ በሆነበትና የውጭ ፋይናንስ ፍሰት የማይተነበይ በሆነበት ሁኔታ፣ ማኅበራዊና ኢኮኖሚያዊ እድገትን የሚያላሽቅ ይሆናል።

በተጨማሪም ከሰው ኃይል ጋር በተያያዘ የሀገራችን የኢንዱስትሪ ልማት መሠረታዊ መርሖ ወረትን የሚቆጥብና የሠራተኞችን ጉልበት በሰፊው የሚጠቀም የልማት ማኑፋክቸሪንግ ኢንዱስትሪ ነው። ይህም ሀገራችን ሰፊና ውድ ያልሆነ የሰው ኃይል እንዳላት ታሳቢ ያደረገ ነው። ይህም ማለት የሰው ኃይል ጉልበትን በስፋት በመጠቀም ወረትን በሚቆጥቡ ኢንዱስትሪዎች ላይ ማተኮር ለሀገራችን በዓለም አቀፍ ደረጃ አንጻራዊ ተወዳዳሪነትን ያጎናጽፋታል።

ሆኖም ግን የሰው ኃይል ጉልበት በሀገራችን ውድ ባይሆንም እንኳ በአግባቡ የሠለጠነና በንጽጽር ምርታማ አይደለም። ይህም ማለት የአንድ ሠራተኛ የምርታማነት መጠን ከሌሎች ሀገራት ጋር ሲወዳደር አነስተኛ ነው። በዓለም አቀፍ ደረጃ ሀገራችን ተወዳዳሪ ሆና የውጭ ቀጥተኛ ኢንቨስትመንትን በማኑፋክቸሪንግ ዘርፍ ለመሳብ ሰፊ የሰው ኃይል ጉልበት ያላት መሆኑ ብቻ ሳይሆን የሰው ኃይሉ ምርታማ መሆን ይኖርበታል። ይህ የማይሆን ከሆነ ግን ዞሮ ዞሮ ምርታማ ያልሆነ ርካሽ የሰው ኃይል ጉልበት በሌላ ቋንቋ በአማራጭ ውሳኔ ወጪ ስሌት "ውድ" በመሆኑም መንግሥት የሠለጠነ የሰው ኃይል በመጠንና በጥራት ለማፍራት በርትቶ መሥራት ይጠበቅበታል።

ከኢንዱስትሪ አሰፋፈርና ከምርት ትኩረት አንጻር የማኑፋክቸሪንግ ዘርፍ ባለፉት ዓመታት ተስፋፍቷል። ነገር ግን በአብዛኛው በአዲስ አበባ ዙሪያ፣ በኮምቦልቻ፣ በመቀሌ፣ በደብረ ብርሃንና በሐዋሳ መከማቸታቸው ከገበያ፣ ከሥራ ዕድል እና ከጥሬ ዕቃ አቅርቦት አመቺነት አንጻር ውሱንነት ፈጥሯል። በሌላ በኩል ኢንዱስትሪው በአብዛኛው በእርሻ ውጤት ልማት (አግሮ ፕሮሰሲንግ) እንቅስቃሴዎች ላይ (የስኳር ምርት፣ የእህል ወፍጮ፣ የምግብ ዘይት ምርት፣ የቆዳ ማለስለሻ ምርቶች) እና ለመሠረታዊ ፍጆታ የሚውሉ ምርቶች (ቢራ፣ የጫማ ምርት፣ ጨርቃ ጨርቅ እና አልባሳት ምርቶች) አበረታች ለውጥ አምጥቷል። ሆኖም ግን የቴክኖሎጂ ችሎታዎችንና ዕውቀቶችን ለማከማቸት እንዲሁም በኢንዱስትሪዎች መካከል የሚኖርን ጥምርታ ለመፍጠር የሚያገለግሉ ኢንዱስትሪዎች (ኬሚካል፣ ኤሌክትሪካልና ኤሌክትሮኒክስ፣ የብረት መፈብረኪያዎች እና ሌሎች የኢንጂነሪንግ ኢንዱስትሪዎች) በሚፈለገው ደረጃ አልተስፋፉም።

የሀገር ውስጥ ገበያን አሟጦ ከመጠቀም አንጻር ሀገራችን በአፍሪካም ሆነ በዓለም አቀፍ ደረጃ ከፍተኛ ሕዝብ ያላት ከመሆኑ ጋር ተያይዞ ለማኑፋክቸሪንግና ለፍጆታ እቃዎች ሰፊ የገበያ ዕድል አላት። ቢሆንም ግን እስካሁን የተሄደበት ርቀት አጥጋቢ አይደለም። በማኑፋክቸሪንግ ዘርፎች የሚመረቱ ምርቶች ለሀገር ውስጥ ገበያ የሚቀርቡበት መንገድና የሀገር ውስጥ ዐቅምን አሟጦ ለመጠቀም የሚደረገው ጥረት አነስተኛ ነው። በሀገር ውስጥ የሚመረቱ ምርቶች በጥራት አነስተኛ መሆናቸው ከውጭ ከሚመጡ ተመሳሳይ ምርቶች ጋር እንዳይወዳደሩ አድርጓቸዋል።

በሌላ በኩል በኢንዱስትሪ እድገት ወደኋላ የቀሩ እንደ ኢትዮጵያ ያሉ ሀገራት አሁን እየገጠማቸው ካለው የውስጥ ገበያን አሟጦ የመጠቀም ውሱንነት ጎን ለጎን ሌላው ፈተና፣ ወደ ዓለም አቀፋዊ የግብይት ሰንሰለት ውስጥ ሰብሮ መግባት አለመቻል ነው። እ.ኤ.አ ከ1870 እስከ 1970ዎቹ በነበረው ዘመን ዓለም አቀፋዊ ንግድ የሚካሄደው ባለቁ እቃዎች ላይ ነበር። በአሁኑ ወቅት ግን ዓለም አቀፋዊ

ንግድ የሚካሄደው ተመጋጋቢ በሆኑ ዕቃዎች ላይ ነው። ዓለም አቀፉ ንግድ የአንድ ኢንዱስትሪ ውጤት ለሌላው ኢንዱስትሪ ጥሬ እቃ የሚሆንበት ግብይት እየሆነ መጥቷል። በሌላ አገላለጽ ዓለም አቀፋዊ ንግድ ካለቁ እቃዎች ይልቅ ተጨማሪ ሥራ ወደሚፈልጉ በከፊል ያለቁ እቃዎች ንግድ ተቀይሯል። ስለዚህ በስኬት ጎዳና ላይ ያሉ ኢንዱስትሪዎች ያለቁላቸውን እቃዎች ከማቅረብ ይልቅ ተጨማሪ ሂደት የሚቀራቸውን በማቅረብ ተወዳዳሪ መሆን ይጠበቅባቸዋል።

ይህ ሁኔታ እንደ ኢትዮጵያ አዳጊ ለሆኑ ሀገራት ወደ ኢንዱስትሪ ለመቀላቀል ቀላልና ፈጣን መንገድ የከፈተ ነው። ካደጉ ሀገራት ጋር ተወዳዳሪ ሆነን እንድንዘልቅ ግን የምርት ሂደት ማሻሻልን፣ በምርት ውጤት፣ አፈጻጸም እና ግንኙነት ዙሪያ ዐቅም መፍጠርን ይጠይቃል። ከዚህ በተጨማሪ የወጭ ንግድን መሠረት ያደረገ የኢንዱስትሪ ልማት ዋናው ተግዳሮት አዳጊ ሀገራት ያመረቱትን ምርት ይዘው ወደ ገበያ ከመግባት ጋር የተያያዘ ነው። ምርቶችን ወደ ውጭ ለመላክ ያለው አጋጣሚ ገበያውን በምርቶቻቸው የሞሉት እንደ ቻይና እና ሕንድ ባሉበት ፈታኝ ነው።

ከውጭ ምንዛሬ አንጻር ማንኛውም ሀገር በመጀመሪያ የኢንዱስትሪ እድገት ወቅት ለኢንቨስትመንት የሚያስፈልጉትን ሁሉንም ማሽኖችና የሥራ መሣሪያዎች በውስጥ ዐቅም ለመሸፈን ስለማይችል ከውጭ ማስገባት የግድ ይሆናል። በዚህ ወቅት ከውጭ ምንዛሬ ፍላጎት ጋር በተያያዘ በስፋት ተግዳሮቶች ሊያጋጥሙ ይችላሉ። ሀገራችን አሁን በስፋት የውጭ ምንዛሬ የሚጠይቁ ሜጋ ፕሮጀክቶችን በመገንባት ላይ ትገኛለች። ከዚህ አንጻር እነዚህ ፕሮጀክቶች የሚፈልጉትን የውጭ ምንዛሬ በወቅቱ ማግኘት ካልቻሉ ሊጓተቱ የሚችሉበት ዕድል ይፈጠራል። በመሆኑም ሀገራችን በዓለም አቀፍ ገበያ አንጻራዊ ጥቅም በምታገኝባቸው ምርቶችና አገልግሎቶች የወጭ ንግድን በማስፋት፣ የውጭ ምንዛሬ ግኝትን ማሳደግ ይኖርባታል። የውጭ ምንዛሬ አቅርቦቱን ለግሉ ዘርፍም ሆነ ለመንግሥት ፕሮጀክቶች ተደራሽ ለማድረግ ለግብርና እና ግብርና ነክ ኢንዱስትሪዎች፣ ለማኑፋክቸሪንግ፣ ለማዕድን እና ለቱሪዝም ዘርፎች ቅድሚያ ሰጥቶ መደገፍ አማራጭ ሊሆን ይችላል።

የምርታማነት ማነስ ችግርን ለመቅረፍ የማኑፋክቸሪንግ ዘርፍን ማጎልበት ትልቅ አስተዋጽዖ ያደርጋል። በመሆኑም በዘርፉ ከዚህ ቀደም ከተሠራው የተሻለ ጥረት መደረግ ይኖርበታል። የኢንዱስትሪ ፓርኮችን ከማስፋፋት ጀምሮ በማኑፋክቸሪንግ ኢንዱስትሪው በቅርብ ጊዜያት መንግሥት ብዙ ኢንቨስት እያደረገ በመሆኑ፣ ዘርፉ ውጤታማ እንዲሆን ይጠበቃል። በፓርኮቹ ውስጥ የውጭ ባለሀብት የሚያበረታታ እድገት እያሳየ ቢሆንም የሀገር ውስጥ ባለሀብቶች ተሳትፎ አነስተኛ ነው። የአምራች ዘርፎች ድጋፍ ሲጪ መስኮች ሎጂስቲክ፣ የኃይል አቅርቦትና የብድር አገልግሎትን በማስፋት፣ እንዲሁም የመንግሥት የሕግ ማስከበር አሠራር ቀልጣፋ እንዲሆን በማድረግ የማኑፋክቸሪንግ ኢንዱስትሪው በኢኮኖሚ ውስጥ ያለውን ድርሻ ማሳደግ ያስፈልጋል።

በአጠቃላይ ባደጉት ሀገራትና በማደግ ላይ ባሉ ሀገራት ሕዝቦች መካከል ያለው የኑሮ ሁኔታ ልዩነት ከሀገራቱ ኢኮኖሚያዊ መዋቅር ልዩነት የመነጨ ነው። በአብዛኛው ያደጉ ሀገራት ኢኮኖሚ ኢንዱስትሪን ማዕከል ያደረገ ነው። በማደግ ላይ ያሉ ሀገራት ደግሞ በዋናነት ግብርናንና የተፈጥሮ ሀብትን ማዕከል ያደረገ ኢኮኖሚ አላቸው። የእዚህ ልዩነት ምክንያት የሀገራቱ የረጅም ጊዜ የእድገት ታሪክ

ነው። ይኸም የማኅበራዊ፣ ባህላዊ፣ ኢኮኖሚያዊ፣ መልክዓ ምድራዊ፣ የውጭ ግንኙነትና ፖለቲካዊ ሁኔታን የሚያካትት መሆኑ እሙን ነው። ነገር ግን እነዚህ ምክንያቶች ብቻ በሀገራቱ መካከል ለተፈጠረው ማኅበረ ኢኮኖሚያዊ ልዩነት ሙሉ ምስል አይፈጥሩም። በሁለቱ የሀገራት ጎራዎች መካከል ለሚታየው ኢኮኖሚያዊና ማኅበራዊ ልዩነቶች የአንበሳውን ድርሻ የሚወስደው የቴክኖሎጂ ክምችት ነው።

የቴክኖሎጂ ልማት፡ የአርፍዶ ደራሽነት ምንዳዕ

ሰው ኑሮውን ለመለወጥ ከተፈጥሮ ጋር የሚያደርገው ትግል እና ከሌሎች የምርት ኃይሎች ጋር የሚፈጥረው መስተጋብር ጉልበትን የሚቀንስና ትርፍን የሚያበዛ መሆን አለበት። ይህ ይሆን ዘንድ የሰውን እንቅስቃሴ በቴክኖሎጂ የተመራ ማድረግ አስፈላጊ ነው። ቴክኖሎጂ ስንል በመሠረቱ በተለምዶ ከመሣሪያዎችና ከቁሳቁሶች ጋር ብቻ የማዛመድ ሁኔታ አለ። ነገር ግን ቴክኖሎጂ ከመሣሪያዎችና ከቁሳቁሶች በተጨማሪ ከሰው ክሂሎት፣ ከአሠራር ሥርዓትና ሂደት፣ ከውሳኔ አሰጣጥ፣ ከግንኙነትና ከመናበብ የሚፈጠር የመረጃ ፍሰት እና ክምችትን አጣምሮ የያዘና ሰፊ ትርጉም ያለው ነው።

በመሆኑም የቴክኖሎጂ ዐቅም ግንባታ የምርት ኃይሎች የሆኑትን የተፈጥሮ ሀብትና የሰው ኃይል ምርታማነት ያሳድጋል። የተሳለጠና ውጤታማ ስልተ ምርት ለመገንባትና ለማጠናከር ይረዳል። በኢኮኖሚ ሥርዓቱ ውስጥ ቀልጣፋ የምርት ሂደት ትስስርና መስተጋብር በመፍጠር በኢኮኖሚው ውስጥ አዲስ ወይም የተሻሻለ ዕሴት እንዲፈጠር ቁልፍና የማይተካ ሚና ይጫወታል። ይህም በቴክኖሎጂ አማካኝነት የተፈጠረ ዕሴት (ፈጠራ) አዲስ ወይም የተሻሻለ ምርትና አገልግሎት፣ አዲስ ወይም የተሻሻለ የአመራረት ሂደት እንዲሁም አዲስ ወይም የተሻሻለ የገበያ ልማት ዘዴ እና የተቋማት አሠራር ሁኔታ ሊሆን ይችላል።

ይህ የቴክኖሎጂ ለውጥ በከፍተኛ መጠን ባለማቋረጥ እያደገ የሚሄድ ጥቅም የሚያስገኝ፣ በምርት ሂደት ውስጥ ግብዓትና የምርት ኃይሎችን አቀናጅ ነው። ይህ ብቻ ሳይሆን ቴክኖሎጂ ከፍተኛ ኢኮኖሚያዊ ጠቀሜታ ያለው ምርት ጭምር ይሆናል። "ቴክኖሎጂ" ግብዓትም ምርትም የሆነበት ልማት ደግሞ ቀጣይነቱ ጥርጥር ውስጥ አይገባም። ምርታማነትንም ሆነ ልማትን ለማረጋገጥ የቴክኖሎጂ ዐቅም ክምችት ወሳኝ እና ጨዋታ ቀያሪ ነው የሚባለውም በዚሁ ምክንያት ነው። ይኸ የቴክኖሎጂ ባሕርይ ውዝፍ የድህነትና የኋላ ቀርነት ክምችትን በፍጥነት ለማቃለል፣ ብሎም የማያቋርጥ ለውጥና አካታች እድገትን ለማስመዝገብ ቁልፍ ጉዳይ ነው። እንዲሁም የማኅበረሰብን ሁለንተናዊ ለውጥና የተሻለ ሕይወት ለማምጣት የቴክኖሎጂ ዐቅም ግንባታ ወሳኝ ነው።

የቴክኖሎጂ ዐቅም ሀገራት በዓለም አቀፍ መድረክ ያላቸውን ኃይል አመላካች ነው። በሚያስገርም ሁኔታ በበለጸጉ ሀገራትና ከሰሐራ በታች በሚገኙ አዳጊ ሀገራት መካከል ያለው የገቢ ልዩነት በአብዛኛው በቴክኖሎጂ ክምችት የተነሣ የመጣ ነው። የዓለም ሀገራት የነፍስ ወከፍ ገቢን መሠረት በማድረግ ከፍተኛ፣ መካከለኛ እና ዝቅተኛ ገቢ ያላቸው ተብለው እንደሚከፋፈሉ ሁሉ፣ በዚሁ ትይዩ የቴክኖሎጂ

እድገታቸውን መሠረት በማድረግ ኢኮኖሚያቸው በቅደም ተከተል የተፈጥሮ ሀብት መር፣ ቅልጥፍና መር እና ዕውቀት መር ኢኮኖሚዎች ተብለው ሊመደቡ ይችላሉ።

"ዕውቀት መር" የኢኮኖሚ ሥርዓት የገነቡ ሀገራት በአብዛኛው ከፍተኛ የነፍስ ወከፍ ገቢ ያላቸው ሀገራት ናቸው። ባለማቋረጥ በሚፈጥሯቸው ቴክኖሎጂዎች የተቀረውን ዓለም የሚያስከትሉ ናቸው። የሀገራቱ ዋነኛ የመወዳደሪያ ዐቅም ወቅቱ በደረሰበት የዓለም የቴክኖሎጂ ጥግ አዳዲስ ምርቶችን ማምረት ነው።

"የአመራረት ቅልጥፍና መር" ኢኮኖሚን የገነቡት ተከታይ ሀገራት፣ ከዕውቀት መር ሀገራት ቴክኖሎጂዎችን በመቅዳት፣ በመጠቀም እና አልፎ አልፎ በማሻሻል በቴክኖሎጂ ምኅዳር ውስጥ በተወሰነ ደረጃም ቢሆን የመወዳደር ዐቅም የፈጠሩ፣ በአብዛኛው መካከለኛ ገቢ ካላቸው ሀገራት ከፍተኛ ገቢ ወዳላቸው ሀገራት ጎራ ለመቀላቀል የሚታትሩ ናቸው። እነዚህ ሀገራት በዓለም አቀፍ ደረጃ ዋነኛ የመደራደሪያ ዐቅማቸው የምርት ቅልጥፍና ነው።

እንደ ኢትዮጵያ ያሉ በዝቅተኛ ገቢ እና የኢኮኖሚ እድገት ደረጃ ላይ የሚገኙ ሀገራት በዋናነት ኢኮኖሚያቸው በተፈጥሮ ሀብት ላይ ጥገኛ ነው። በዓለም አቀፍ መድረክ ዋነኛ መወዳደሪያቸው የሰው ጉልበትና የተፈጥሮ ሀብት ስጦታ ነው። በዚህም ምክንያት ከማንኛውም ሀገርት ቴክኖሎጂን በመሸመትና በመጠቀም ላይ ያተኮሩ ናቸው። አዳዲስ የቴክኖሎጂ ሐሳብና የፈጠራ ዕውቀቶች ወደ አዳጊ ሀገራት የሚደርሱት የቴክኖሎጂ ምርትና አገልግሎት ሆነው ገበያ ላይ ከዋሉ በኋላ ነው። በዚህ የተነሣ ዓለማችን ያስተናገደቻቸው ሦስት የኢንዱስትሪ ልማት አብዮቶች ሀገራትን መሪና ተከታይ፣ ተጠቃሚና ተመጽዋች አድርጎ በመከፋፈል የልዩነት ድንበር አሥምሮባቸዋል።

"ዕውቀት መር" ኢኮኖሚ ያላቸው የበለጸጉ ሀገራት በሚታይና በሚዳሰስ መልኩ በዓለም የኢኮኖሚ መዋቅር፣ በምርትና በአገልግሎት አሠራር ብሎም በዜጎች አመለካከትና የኑሮ ደረጃ ተጨባጭ ልዩነቶችን ፈጥረዋል። በዚህ ዘመንም ተመሳሳይ የልዩነት ግርግዳ እንዳይገነቡ፣ ሸለቆ እንዳይምሱ ሀገራት ከአዲሱ ለውጥና ርምጃ ጋር የተስማማ ጉዞ ማድረግ ይጠበቅባቸዋል።

ላደጉና ለበለጸጉ ሀገራት ከአንድ አዲስ ቴክኖሎጂ ወደ ሌላ አዲስ ቴክኖሎጂ መሸጋገር ላለፉት አምስት መቶ ዓመታት ሲመላለሱበትና ሲለማመዱት የቆዩት የትግበራ መንገድ ነው። አሁን ባለንበት ዓለም ከሥር ተነሥቶ የቴክኖሎጂ ዐቅምን ለመገንባት የሚደረግ ጥረት ለአዳጊ ሀገራት ምን ያህል አዋጭ ነው የሚለው አከራካሪ ሐሳብ ነው። የቴክኖሎጂ ዕውቀትን ከማመንጨትና ከመጠቀም ጋር በተያያዘ አርፍዶ ደራሽነት የሥልጣኔ ጭራነት ምልክት ተደርጎ ሲቆጠር ነበር። ሆኖም ግን ፍጹም ከጨዋታ ውጭ እንደማያደርግ አርፍዶ ደራሽ ኢኮኖሚ ልማት ያስመዘገቡ የምሥራቅና የደቡብ ምሥራቅ እስያ ሀገራት ተሞክሮ ያሳያል።

ይልቁንም አርፍዶ ደራሽነት ለቀዳሚ ውድድር ማካሄጃ ሊወጣ የነበረውን በጀት ይቀንሳል። ተፈትኖ የመውጣት አማራጭን ያስቀራል። የቴክኒክ ብሎም የገበያ መረጃን በንጽጽር በዝቅተኛ ወጪ ለማግኘት ያስችላል። በእነዚህ ምክንያቶች ከመቅደም ወይም ከመቅረት ይልቅ አርፍዶ መድረስ የተሻለ ነው እስከ ማስባል ደርሷል።

በሀገራችን ተጨባጭ ሁኔታ አዋጪው አካሄድ ከሥር ተነስቶ እያንዳንዱን ነገር ለመገንባት ከመጣር ይልቅ፣ በተፈጠረው ላይ ዕሴት በማከል ላይ ትኩረት ማድረግ ነው። የሀገራችን የቴክኖሎጂ ልማት ፍልስፍናም በዚህ አጠቃላይ መርሕ ቢመራ የተሻለ ይሆናል። ሆኖም ግን ይህ መርሕ እንደ ቴክኖሎጂው እና ኢንዱስትሪው ዓይነትና ጸባይ ሊለያይ ይችላል። ለአብነት ያህል የግብርና ልማትን በተመለከተ አዋጭ መንገድ፣ ከሀገራችን ጸባይና ተጨባጭ ሁኔታ ጋር የሚሄድ ቴክኖሎጂ በራሳችን ዐቅም ማበልጸግ ሊሆን ይችላል። በተጨማሪም የኢንፎርሜሽንና ዕውቀት ቴክኖሎጂዎች ለሁሉም ሀገራት ሊባል በሚችል መልኩ በፍጥነት እያደጉ ያሉ አዳዲስ ፈጠራዎች ናቸው። በውስን ግብዓት (የተማረ ሰው፣ ኮምፒውተርና ኢንተርኔት) ከፍተኛ ሀብት፣ ቅልጥፍ እና ውጤታማነት ሊያስገኙ የሚችሉ በመሆናቸው ከዘመኑ ጋር መራመድ አዋጭ ስልት ይሆናል።

ሆኖም ግን በአብዛኛው የቴክኖሎጂ ዘርፎች ገበያ ላይ የዋሉትን ቴክኖሎጂዎች እንደገና ለመፍጠር መሞከር ተገቢም፣ ጠቃሚም አይሆንም። ስለዚህ ቴክኖሎጂውን ከራስ የኢኮኖሚ መዋቅር፣ ከጂኦግራፊ፣ ከአየር ጸባይ፣ ከባህል እና ከሌሎችም ሁኔታዎች ጋር በማጣጣም በአግባቡ ለመጠቀም የራሱ የሆነ ብቃት ያስፈልጋል።

ያደጉ ሀገራት የበለጸጉ ቴክኖሎጂዎችን የሀገራቱን ሕዝብ ማኅበራዊና ኢኮኖሚያዊ ደረጃ ታሳቢ በማድረግ ስለሚያለሚቸው፣ በሀገራችን ካለው የሰው ኃይል የክሂሎት ደረጃ ጋር በቀላሉ አይጣጣሙም። ቴክኖሎጂን በማሸጋገር ረገድ ምንም ዓይነት ችግር እንኳ ባይኖር ከውጭ የሚገቡ ያደጉ ሀገራት ቴክኖሎጂዎች እና በሀገራችን ያለው የሰው ሀብት ክሂሎት አለመጣጣም ውጤታማነትን ይጎዳል። ይህ አለመጣጣም ጥቅል የምርት ኃይሎች ምርታማነትን እንዲሁም አማካኝ የሠራተኛ ውጤትን በንጽጽር ዝቅተኛ ያደርገዋል። በመሆኑም ቴክኖሎጂን አሚጦ የመጠቀም፣ አስመስሎ የመሥራትና የማሻሻል ዐቅምን ለማዳበር የሰው ኃይል ልማት እና የኢንዱስትሪ ምርምር ዐቅምን ማጎልበት ያስፈልጋል። በዘመን መካከል ራስን ከዕውቀት ጋር በማስማማት እንጅ በማራራቅ ከዓለም ጋር በሰላም መጓዝ ፈጽሞ አይቻልም። በፍጥነት በሚጓዝ ባቡር ውስጥ ያለ ድጋፍ ወደ ኋላ ሳይወድቁ መጓዝ የሚቻለው እኩል በመፍጠንና በድጋፍ ብቻ ነው። በምንም መልኩ በዓለም ላይ እንደ ሀገር ሥፍራችን ጭራና ተከታይ፣ ተመጽዋችና ምንዱብ መሆን አይኖርበትም። ለዛሬ አስቸኳይ ችግሮቻችን ምላሽ ሰጪ የቴክኖሎጂ ሽግግር ርምጃዎችን እየወሰድን፣ ከእርሱ ትይዩ የነገ መወዳደሪያ የሆነውን የቴክኖሎጂ ዘርፍ በመምረጥና በመተለም ከሌሎች ጋር መዛፈር ይኖርብናል።

ምንም እንኳን ቴክኖሎጂዎችን ተቀብሎ እየተጠቀሙ መማርና የቴክኖሎጂ ክምችትን እያሳደጉ መሄድ ከዓለም አቀፍ የቴክኖሎጂ ፍጥነት ጋር አብሮ ለመሮጥ አስፈላጊ ቢሆንም፣ በትምህርትና በምርምር ላይ አመርቂ ሥራ መሥራት በቴክኖሎጂ ሽግግር ከተቀባይነት አስተሳሰብና ምግባር በአቋራጭ መንጥቆ ሊያወጣን የሚችል መንገድ ነው። ሆኖም በኢትዮጵያ የምርምር ተቋማት ውጤታማነት አነስተኛ ነው። በምርምር ተቋማት፣ በኢንዱስትሪዎችና በገበያው መካከል ያለው ትስስር ደካማ ነው። የፈጠራ ዐቅማችንን ለመጠቀም የሄድንበት ርቀትም በጣም አጭር ነው። ለዚህ ዋነኛው ምክንያት በመንግሥት፣ በግል ባለሀብቱና በዕውቀት ተቋማት መካከል የጋራ ፍላጎትን እና ተጠቃሚነትን ማዕከል ያደረገ ውጤታማ የሆነ ብሔራዊ

የቴክኖሎጂ ፈጠራ ሥርዓት ስላልተዘረጋ ነው። የሳይንስና የቴክኖሎጂ ውጤቶች አንቀሳቃሽ ሞተር የሆነ የላቀ ዕውቀትና ጥረትን የሚሸልም የፉክክር ገበያ መፍጠር ይገባል። በተመሳሳይ ሁኔታ ደግሞ የትብብርና የመደመር መስተጋብር ለቴክኖሎጂ ክምችትና ፈጠራ መጎልበት እጅግ አስፈላጊ መሆኑ እሙን ነው።

ቴክኖሎጂና ፈጠራን በምርት ሂደቱ ውስጥ ማስተዋወቅ፣ ምርታማነቱን እንደሚጨምር ለግል ባለሀብቱ የሚያስገነዝብና የሚያበረታታ የገበያ ሥርዓት መገንባት ያስፈልጋል። ባለሀብቱ በራሱ ተነሣሽነት ትስስሩ የምርት ለውጥ ውስጥ የሚያስገባው መሆኑን ዐውቆ ከምርምር ተቋማት ጋር ካልተሳሰረ እና ካልተደጋገፈ ለውጥ ለማምጣት ይከብዳል። መንግሥት ደግሞ ይህን የፈጠራ ሥርዓት ለመገንባትና ትስስሩ እንዲፈጠር ለማድረግ ተነሣሽነቱን ካልወሰደ፣ የቴክኖሎጂ ዐቅማችንን ለማዳበር እጅግ አስቸጋሪ ይሆናል።

በሂደት የራስን የፈጠራ ሥርዓት መገንባት የተማረውን የሰው ኃይል የፈጠራ ባህል በማዳበር ኢኮኖሚውን ከምንጊዜም የዕውቀት ጥገኝነት የሚያላቅቅ ነው። የሰው ኃይሉ የፈጠራ ዐቅም ማደግና የቴክኖሎጂ ብቃቱ መዳበር፣ በገበያው ውስጥ የተማረ የሰው ኃይል ተፈላጊነትን ይጨምራል። ይህም ቁጥሩ በፍጥነት እያደገ የሚገኘውን የተማረውን ወጣት የሚጠቅምና ኢኮኖሚውን የሚያሳድግ ይሆናል። በገንዘብ ወረት ላይ ብቻ ከተመሠረተና ጥቂቱ ባለሀብት ብቻ አድራጊ ፈጣሪ ከሚሆንበት የነጻ ገበያ ሥርዓት ይልቅ፣ የተማረው የሰው ኃይል የዕውቀት ካፒታሉን በመጠቀም ባለሀብቱ በምርት ኃይሎች ባለቤትነቱ የሚያገኘውን የበላይነት ይቀናቀነዋል። ይህም ሲሆን ወጣቱና ከወጣቱ ጀርባ ያለው የኅብረተሰብ ክፍል ተጠቃሚ ይሆናሉ።

ይህ የሚሆነው ግን የፈጠራ ሥራዎችን ወደ ምርትና ወደ ገበያ እንዲገቡ የሚያስችል የትስስር ስልት በመንደፍ ውጤታማ ብሔራዊ የፈጠራ ሥርዓት ስንዘረጋ ነው። ይህም በሳይንስና በቴክኖሎጂ ላይ የነበረውን ትኩረታችንን በማሸጋገር ወደ ምርትና ወደ ገበያ ሥርዓት ለመግባት የሚያስችል ሙሉ ሥርዓት መዘርጋት ማለት ነው።

ዕውቀት መር ኢኮኖሚን የመገንባት ትልም

የሀገራችንን ኢኮኖሚ ሥሪት ምርታማና ተወዳዳሪ በማድረግ በተረጋጋ ማክሮ ኢኮኖሚ ዓውድ ፈጣን፣ መጠነ ሰፊ እና ተከታታይ ዕድገት ልናረጋግጥ ይገባል። ይህም መሆን ያለበት ከድህነት በፍጥነት መውጣት፣ በምግብ ራሳችንን መቻል እና ለወጣቶች አስተማማኝ የሥራ ዕድል መፍጠር የሚያስፈልግበት ወሳኝ ሀገራዊ ምዕራፍ ላይ ስለምንገኝ ነው። ከረጅም ጊዜ አኳያ ይኽንን ዓላማ ለማሳካት ሀገራችን በበቂ የቴክኖሎጂ ዐቅም ላይ የተመሠረተ ዕውቀት መር ኢኮኖሚን የመገንባት ትልም ልትይዝ ይገባል። የዕውቀት መር ኢኮኖሚ ልማትን ለማምጣት በዘላቂነት በውጭ ሀገር ቁጠባ፣ ብድርና ርዳታ ላይ ያልተመረኮዘ፣ ራስ ገዝና ከራሱ እየተማረ፣ ራሱን እያረመ የሚያበቃ የኢኮኖሚ ሥርዓት መገንባት መሆን ይኖርበታል።

በዚህ ራዕይ ሥር የሀገራችንን ሕዝብ አሰልፈን አስፈላጊውን የልማት ፋይናንስና ሀብት ለማሰባሰብ የግዴታ የርዕዮተዓለም እስረኛ መሆን አይጠበቅብንም።

ለሀገራችን የሚያስፈልጋት መፍትሔ ግልጽ፣ ሊተገበር የሚችልና ከሀገራችን ተጨባጭ ችግሮችና ሁኔታዎች የሚመነጭ መሆን አለበት።

አጠቃላይ ማሕቀፉ ዕውቀት መር ኢኮኖሚን ለመገንባት የሚያስችሉ ገበያን መሠረት ያደረጉ የማክሮ ኢኮኖሚ ፖሊሲዎች፣ እንዲሁም የቴክኖሎጂ ክምችትን በማሳደግ ጥቅል ሀገራዊ የምርት ኃይሎችን ቅልጥፍና እና ምርታማነት ማጎልበት መሆን ይኖርበታል። ይህንን ሥርዓት በሂደት ለማጎልበት ጥንቃቄ የተሞላበትን የመንግሥት ንቁ ተሳታፎ የሚፈልጉ የኢንዱስትሪና የቴክኖሎጂ ፖሊሲዎችን መንደፍና መተግበር ያስፈልጋል። እንዲሁም የግሉ ዘርፍ የኢኮኖሚ ዋነኛ መዘውር እንዲሆን የማድረግ ስልት መቀየስ ይኖርበታል።

ቀጣዩ የሀገራችን የኢኮኖሚ ማሻሻያ የተረጋጋ የማክሮ ኢኮኖሚ ምኅዳር የሚፈጥር፣ ማኅበራዊ ፍትሕን የሚያረጋግጥ፣ እንዲሁም ዘላቂና አስተማማኝ የሥራ ዕድል የመፍጠር ግብ ያለው ሊሆን ይገባል። እነዚህን ዓላማዎች ሊያሳካ የሚችለው የኢኮኖሚ ማሻሻያ ማሕቀፍ፣ ገበያንና ልማታዊ ጣልቃ ገብነትን አቀናጅቶ የኢኮኖሚ አቅርቦትን ለማስፋፋት የሚወሰድ ነው።

የዚህ ማሻሻያ ማሕቀፍ ዋነኛ ትኩረት የግል ክፍለ ኢኮኖሚውን ምርታማነት እና ተወዳዳሪነት በማሳደግ መንግሥት መር የነበረውን የኢኮኖሚ እድገት፣ በሂደት በግሉ ዘርፍ ወደሚመራ እድገት ማሸጋገር ነው። እንዲህ መደረጉ፣ በተረጋጋ ማክሮ ኢኮኖሚ ውስጥ እድገቱ ወደኋላ ሳይመለስ እንዲቀጥል ከማድረግ በዘለለ የተንሠራፋውን ሥራ አጥነት ለማቃለል እና ሌሎች በርካታ ማኅበራዊና ኢኮኖሚያዊ ዕድሎችን ለመፍጠር ያስችላል።

የኢኮኖሚ ምርታማነትን፣ ቅልጥፍናን እና ተወዳዳሪነትን ለማሳደግ ትኩረታችን በዋናነት ገበያው እና የግል ዘርፉ ላይ ቢሆንም የግል ዘርፉ በራሱ ፍትሐዊ የሀብት ድልድልን በተናጠል ይፈጥራል የሚል ሐሳብ ግን የዋህነት ነው። የግል ዘርፉ ምርታማነት የኢኮኖሚ እድገትን በማፋጠን ሀገራዊ ሀብትን በማግዘፍ ረገድ የሚጫወተው ሚና ከፍተኛ ነው። ሆኖም ግን ያገዘፈውን ሀብት ለሁሉም ሕዝብ ፍትሐዊ በሆነ መልኩ ያከፋፍላል ማለት አይደለም።

ድህነትን ለማስወገድ ያለመ የልማት ውጥን በፍትሐዊ የሀብት ክፍፍል መነጽር ሲታይ ድህነትን “ፍጹም” እና “አንጻራዊ” በሚል በሁለት መልኩ መመልከት ይቻላል። በ“ፍጹም ድህነት” ውስጥ የሚገኙ ማኅበረሰቦች ዓለም አቀፍ ተቀባይነት ባላቸው ቋሚ መስፈርቶች መሠረት በአስከፊ ድህነት ውስጥ የሚገኙ ናቸው። እነዚህን ማኅበረሰቦች ከድህነት ለማውጣት በዋነኝነት የማኅበራዊ ጥበቃ ፖሊሲዎች ጥቅም ላይ ይውላሉ። በዚህም ሥር ነቀል በሆነ መንገድ በአስከፊ ድህነት ውስጥ የሚገኘውን ዜጋ ከድህነት ወለል በላይ ለማድረግ በመሥራት ላይ ያተኩራል።

በሌላ በኩል ደግሞ የአንጻራዊ ድህነት አረዳድ አካባቢያዊ ንጽጽርን ታሳቢ በማድረግ፣ በኢኮኖሚ እድገት ፍትሐዊ ተጠቃሚ አለመሆን ነው የሚል ብያኔ ይሰጣል። የዜጎችን ፍትሐዊ ተጠቃሚነት በቋሚነት ለማረጋገጥ ምርታማነት እና አዳዲስ የሥራ ዕድሎች በመፍጠር ላይ ትኩረት ያደርጋል። ዓላማውም ለሥራ ፈጠራና ለኢንቨስትመንት ምቹ ሁኔታ በመፍጠር፣ የኢኮኖሚ እድገቱን ፍጥነት

በመጨመር፣ የኢኮኖሚውን መጠን ማሳደግና አስተማማኝና ጥሩ ክፍያ የሚያስገኙ የሥራ ዕድሎችን በማስፋት ላይ ያተኩራል። ደካማና ዘገምተኛ የኢኮኖሚ እድገት በተዘዋዋሪ ኢፍትሐዊ ተጠቃሚነት ሊፈጥር ይችላል የሚል እሳቤ አለው።

በሀገራችን ተጨባጭ ሁኔታ ሁለቱም የድህነት ዓይነቶችን የመቀነሻ ስልቶች እርስ በእርሳቸው የሚቃረኑ ሳይሆኑ በተመጋጋቢነት ሊተገበሩ የሚገባቸው ናቸው። ባለፉት ዓመታት በዋናነት አስከፊ ድህነትን ለመቀነስ በልማታዊ ሴፍቲኔት መርሃ ግብርና በሌሎች ፖሊሲዎች ትግበራ አማካኝነት በተደረገው ጥረት አበረታች ውጤት ተመዝግቧል። ሆኖም ከፊታችን የተደቀነው ተጨማሪ ችግር ውሱን ምርታማነት ባላቸው ዘርፎች ወይም በምርት ሂደት ውስጥ ጠቅልሎ ያልገባውን ሰፊ የሰው ኃይል ወደ ልማት ለማስገባት መቻል ነው።

ለአብነት ያህል የሀገራችንን የአገልግሎት ዘርፍ ብንመለከት የሥራ ዕድልን ጨምሮ ለኢኮኖሚው የሚያበረክተው ፈርጀ ብዙ አስተዋጽዖ እየጨመረ ይገኛል። ሆኖም ግን ይህ የአገልግሎት ዘርፍ እድገት የተመረኮዘው በኢመደበኛ ንግዶችና ጥሩ ክፍያ በማያስገኙ መስኮች ላይ ነው። በእነዚህ ዘርፍ የተሰማራው ደግሞ አብዛኛው ደሀው የኅብረተሰብ ክፍል በመሆኑ መዋቅራዊ ለውጥ ሲታሰብ የፍትሐዊ ተጠቃሚነት ጉዳይ ከዚህ እውነታ አንጻር መመዘን ይኖርበታል።

በመሆኑም ቀጣይ ዋነኛው የልማት ስልት ፍትሐዊ ተጠቃሚነትን መሠረት ያደረገ የምርታማነት እድገት መሆን ይኖርበታል። ይህ ስልት ፈጣንና ተከታታይ እድገት በማስመዝገብ አስተማማኝ የሥራ ዕድል፣ ድህነት ቅነሳና ፍትሐዊ ተጠቃሚነት የሚያረጋግጥ የቅብብሎሽ እድገት የሚያመጣ ውጥን ነው። ሆኖም ግን ተጨባጭ ውጤት እንዲመጣ የምንከተለው ስልት ፍትሐዊነትን፣ ምርታማንትን እና የዜጎች ደህንነትን የሚያረጋግጥ መሆን ይጠበቅበታል።

ፍትሐዊ ተጠቃሚነትን የሚያረጋግጥ የምርታማነት እድገት ወይም የአቅርቦት ማስፋፊያ ርምጃዎች በሚከተሉት ነገሮች ላይ ትኩረት ማድረግ አለባቸው። እነርሱም ጥብቅ የኢኮኖሚ ፍላጎት አስተዳደር፣ የመሠረተ ልማት ማስፋፋት፣ የኢኮኖሚ ስብጥርንና ዘመናዊነትን ማጎልበት፣ ቁክክርንና ትብብርን መሠረት ያደረገ የኢንዱስትሪ ፈጠራ እና የቴክኖሎጂ ልማት፣ እንዲሁም ትምህርትና ሥራ ፈጣሪነትን ማዳበር ናቸው።

ወደ ዕውቀት-መር ኢኮኖሚ፦ የዝላይ ስልት ያስፈልገን ይሆን?

በቴክኖሎጂ ልማት ላይ የማተኮር ሀገራዊ ስትራቴጂ የሚቀርብበት ተደጋጋሚና ዋነኛው ትችት፣ የቴክኖሎጂ ልማት በተፋጠነ ቁጥር ማሽኖች የሰውን ልጅ እየተኩ ስለሚመጡ የኢኮኖሚው የሥራ ዕድል ይቀንሳል የሚል ነው። እንደዚህ ዓይነት ክርክሮች በሀገራችንም በጎራ ተከፍለው የሚደረጉ ሲሆን በአንድ በኩል የሰውን ጉልበት በስፋት የሚጠቀሙ ኢንዱስትሪዎችን ብቻ ማበረታታት አለብን የሚሉ እና በሌላ በኩል አዳዲስና ዕውቀትን በስፋት የሚጠቀሙ ኢንዱስትሪዎችና ቴክኖሎጂን ማልማት ይጠቅማል የሚሉ ክርክሮች ይቀርባሉ።

ቴክኖሎጂ "የሥራ ዕድልን ይቀንሳል" የሚለው ክርክር በሀገራችን ብቻ ያለ ሳይሆን በእንግሊዝ ሀገር ከተከሠተው የኢንዱስትሪ አብዮት ጊዜ ጀምሮ የቆየ ክርክር ነው። በዚህም የተነሣ "ሉዳይት ተቃርኖ" የሚል ስያሜ ተሰጥቶታል። ሉዳይቶች የሚባሉት በወቅቱ በአንድ የእንግሊዝ የጨርቃ ጨርቅ ፋብሪካ ውስጥ ይሠሩ የነበሩ ግለሰቦች ናቸው።

በወቅቱ አዲስ የመጣው የልብስ መደወሪያ ማሽን ከሥራ ሊያስወጣን ነው በሚል ፍራቻ ለተቃውሞ ወጥተው ማሽኑን በንዴት በመሰባበራቸው የተነሣ፣ ይህንን በሥራ ዕድልና በቴክኖሎጂ ተጠቃሚነት መካከል ያለውን መሠረታዊ ግጭት ለመግለጽ "ሉዳይት ተቃርኖ" የሚለው አገላለጽ ታዋቂ ሊሆን ችሏል።

ሆኖም ግን፣ በዘርፉ በተከናወኑ ጥናቶች የቴክኖሎጂ እድገት የሥራ ዕድልን ይቀንሳል የሚለው ክርክር ተጨባጭ እንዳልሆነ ከሞላ ጎደል ተረጋግጧል ብሎ መደምደም ይቻላል። የቴክኖሎጂ እድገት የሥራውን ዓይነትና ጸባይ በመሠረቱ ይቀይረዋል። የቴክኖሎጂ እድገት የኢኮኖሚውን የሥራ ባሕርይና ሥሪት ጉልበትን በስፋት ከሚጠቀመ፣ ዕውቀትን በስፋት ወደ ሚጠቀሙ እና የተሻለ ክፍያ ወደሚያስገኙ የሥራ ዕድሎች ይቀይራል። "ቴክኖሎጂ የሥራ ዕድልን" ይቀንሳል ብለው የሚያስቡ ሰዎች ትንተናቸው የአጭር ጊዜ ሁኔታዎችን ብቻ ከግምት ውስጥ የሚያስገባ ነው። በመሆኑም ከረጅም ጊዜ ሀገራዊ ጥቅም አንጻር ኢኮኖሚው ቴክኖሎጂንና ዕውቀትን በስፋት ወደሚጠቀም ሥሪት እንዲያተኩር ማድረግ ያስፈልጋል።

ዓለም ወደ ዕውቀት መር ኢኮኖሚ በገባበት ሁኔታ ከግብርና ወደ ኢንዱስትሪ መዋቅራዊ ለውጥ ለማምጣት ሀገራችን እየታገለች ነው። ሀገራችን በዓለም አቀፍ ደረጃ ሁለት ክፍለ ዘመን ወደ ፊጀው ኢንዱስትሪያላይዜሽን እና ወደ "ካፒታሊስታዊ ሥርዓት" ግንባታ መሄድ ይጠበቅባት ይሆን የሚለውን ጥያቄ ማንሣት ተገቢ ነው። ምዕራባውያን በሄዱበት ረጅም መንገድ መሄድ በዚህ ዘመን በተለይ እንደ ኢትዮጵያ ያሉ ውስብስብ የኢኮኖሚ ችግር ያለባቸው ታዳጊ ሀገራት እንደማያዋጣቸው ማወቅ ያስፈልጋል። በረጅሙ የኢንዱስትሪ እድገት የበለጸጉ ሀገራት በኢኮኖሚና በፖለቲካ የተጠናከረ የግል ባለሀብት፣ ጠንካራ መካከለኛ ገቢ ያለው ማኅበረሰብና የነጻ ገበያ አስተሳሰብ ልዕልና በረዥም የጊዜ ሂደት በመገንባት፣ ለካፒታሊስታዊ ሥርዓት የተመቹ ማኅበራዊ መሠረቶች ፈጥረዋል።

ነገር ግን እንደ ኢትዮጵያ በማደግ ላይ ያሉ ሀገራት ማኅበራዊ ፍትሕን የሚያረጋግጥ ካፒታሊስታዊ ሥርዓት ለመገንባት ያላቸው ማኅበራዊ መሠረት የተለየ በመሆኑ የመስፈንጠሪያ ስልት መቀየስ ያስፈልጋቸዋል። የመስፈንጠሪያ ስልት አዋጭና ቀልጣፋ ያልሆኑ ወይም ከባቢ አየር በካይ የሆኑ የምርት ቅደም ተከተሎችን መዝለል፣ በተሻለ ወይም በተለየ የምርት መንገድ መጓዝ ነው።

በአሁኑ ወቅት ሀገራችን ይህን የመስፈንጠሪያ ዐቅም በመፍጠር ቀጣይነት ያለው ልማት ልታመጣ የምትችልበት ስልት አለ። እርሱም ወቅቱ ይዞ የመጣውን የቴክኖሎጂ የአርፍዶ ደራሽነት ጥቅሞች አድምቶ በመጠቀም፣ ዕውቀትና አገልግሎት መር ኢኮኖሚን ከኢንዱስትሪ ልማት ትይዩ መገንባት ነው።

የዕውቀትና የአገልግሎት መር ኢኮኖሚ ዋነኛ መሣሪያ ቴክኖሎጂና የሰው ኃይል ልማት ናቸው። በመሆኑም አሁን ባለንበት ዘመን ዕውቀትና አገልግሎት መር ኢኮኖሚን ለመገንባት ረጅም ጊዜ መውሰድ ላይኖርብን ይችላል። በየተራ ከግብርና ወደ ኢንዱስትሪ ከዚያም ወደ ዕውቀትና ወደ አገልግሎት መር ኢኮኖሚ መዋቅራዊ ለውጥ ለማምጣት የምናደርገው ጥረት ብቻ ሳይሆን፣ ሁለቱንም በተጓዳኝ የመገንባት ሂደቱን ሊያፋጥኑ ወይም አቋራጭ መንገድ ሊፈጥሩ የሚችሉ ስልቶችን መቀየስ ይኖርብናል። ለዚህ ጥሩ ምሳሌ የምትሆነን ህንድ ስትሆን የቅድመ ኢንዱስትሪ እና የድኅረ ኢንዱስትሪ ሁኔታዎችን አዳብላ የምትሄድ ሙሉ ለሙሉ የኢንዱስትሪ ልማትን ያላረጋገጠች ሀገር ናት። የህንድ አካሄድ ከኢንዱስትሪ ልማት አንጻር የራሱ ውሱንነት አለበት። ይህ እንደተጠበቀ ሆኖ በርካታ የሰው ኃይልን በዕውቀትና በአገልግሎት ዘርፍ በቀላል ወጪ በማሰማራት፣ አምራች አድርጋ ኢኮኖሚውን ለማሳደግ የተጠቀመችበት መንገድ ተሞክሮ ሊቀሰምበት የሚገባ ነው። በሀገራችንም ከተለመዱት ዘርፎች ባሻገር የአገልግሎትና የዕውቀት ዘርፎች ብዛትና ስብጥራቸውን በማስፋት፣ የተማረ የሰው ኃይል በስፋት እንዲሰማራበት የማድረግ ስልት ኢንዱስትሪውን ከማስፋፋት ጎን ትኩረት ሊሰጠው ይገባል።

በተጨማሪም የሀገራችንን የምርታማነት ችግር ለመፍታት የተለየ ምልከታ፣ በትልቁ ማሰብና ልዩ መፍትሔ ማፍለቅን ይፈልጋል። የመስፈንጠሪያ ስልት በሀገራችን የልማት ማነቆ የሆኑትን የፋይናስ እጦት፣ የክሂሎት እጥረት፣ የአገልግሎት አሰጣጥ ድክመት፣ የኤሌክትሪክ አቅርቦት አለመኖር እና የመሳሰሉትን ማነቆዎች መሻገር ይጠይቃል። እነዚህን ማነቆዎች ለግሉ ዘርፍ ኢንቨስትመንት እንደ መልካም አጋጣሚ በመውሰድ አካታች የፋይናንስ ሥርዓት እንዲፈጠር የሚያስችሉ የሞባይልና ሌሎች የግንኙነት ቴክኖሎጂዎችን፣ ያልተማከለ ታዳሽ የኤሌክትሪክ ኃይል አቅርቦት እንዲስፋፋ የሚያስችሉ የፀሐይ፣ የነፋስና የባዮጋዝ ቴክኖሎጂዎችን፣ እንዲሁም ቀልጣፋ የአገልግሎትና የምርት አሰጣጥ ሥርዓት እንዲዘረጋ የሚያስችሉ የኢንፎርሜሽን ቴክኖሎጂዎችንና አዳዲስ ፈጠራዎችን፣ ወዘተ... ወደ ታችኛው ሕዝብና ተቋማት ደረጃ እንዲደርሱ የማድረግ ስልት መከተል ይገባል።

በተጨማሪም ይህ የዝላይ ስልት ከመንግሥት ከላይ ወደታች የሚወርድ እና ከሕዝቡ ተፈጥሮን የማሸነፊያ የዕለት ተዕለት ስልቶች ተቀምሮ ወደላይ የሚወጣ ርምጃ ቅንብር መሆን ይኖርበታል። እነዚህ ርምጃዎች በማኅበራዊና በኢኮኖሚ መሠረተ ልማት ላይ የሚደረገውን ኢንቨስትመንት፣ በተለይ በሰው ኃይል ልማት ላይ የሚሠራን አመርቂ ሥራ፣ አዳዲስ የቢዝነስ ፈጣሪዎችን የሚያበረታታ የሕግና የተቋማት ምኅዳር ፈጠራን፣ እንዲሁም ለሳይንስ፣ ለቴክኖሎጂና ለምርምር ከልብ ትኩረት የሚሰጥ የአመራር ቁርጠኝነትን ያካትታል።

በመሆኑም ወቅቱ የፈጠረልንን ምቹ አጋጣሚ በመጠቀም፣ አቋራጭ የቴክኖሎጂ ልማት ስልትን በመቀየስ በተፈጥሮ ላይ ጥገኛ የሆኑትን የኢኮኖሚ ሴክተሮች በራሳቸው እመርታዊ ለውጥ እንዲያመጡ በማድረግ በፍጥነት የዕውቀትና የአገልግሎት መር ኢኮኖሚን በመገንባት ሂደት ውስጥ መግባት ይኖርብናል። የዓለም ወቅታዊ የኢኮኖሚ ሁኔታ፣ ዕውቀትን በስፋት የሚጠቀሙ ኢንዱስትሪዎች ተወዳዳሪነትና ቀጣይነት ያለው ልማት እንዲያስመዘግቡ ያለመ ነው። በአንጻሩ

የሦስተኛው ዓለም ሀገራት ኢኮኖሚያቸው እስከ አሁን በተፈጥሮ ሀብትና በግብርና ላይ በከፍተኛ ደረጃ ጥገኛ ሆኖ የቆየበት ሁኔታ ይስተዋላል። በሌላ በኩል ዕውቀት ማለት ክምችቱ እያደገ የሚሄድ ነገር እንጅ እንደ ተፈጥሮ ሀብት በጊዜ ሂደት የሚመናመን አይደለም። በዕውቀት ክምችት ላይ የቆመ ኢኮኖሚ ሁሌም እያደገ የሚሄድና ዘላቂነቱ አስተማማኝ ሲሆን፣ በምትኩ በተፈጥሮ ላይ የተንጠለጠለ ኢኮኖሚ ግን በአላቂ ነገር ላይ የቆመ ስለሚሆን የሀገርን ህልውናና የኅብረተሰብን ቀጣይነት የሚፈታተን ነው።

በድምሩ ሀገራችን ለብዙ ክፍለ ዘመናት በተለያዩ ሥርዓተ መንግሥታትና ርዕዮተዓለማት የተመራች ቢሆንም ሕዝባችን ኑሮውን ለማሸነፍ ከተፈጥሮ ጋር የሚያደረገው ትግል አሁንም አልቆመም። ይህ በመሠረታዊ ትግል የተዋጠ የሕዝባችን ኑሮ ሁለት ዋና ዋና አንድምታዎች አሉት።

የመጀመሪያው ሕዝባችን የሚያደርገው መፍጨርጨር ምንም ያህል ትጋትና ልፋት የተሞላበት ቢሆንም፣ የሚገኘው ውጤት እጅግ በጣም ውሱን ነው። የዝናብ እጥረትን በመሰሉ ሥጋቶች ምክንያት የሚያገኘው ውጤት ላቡን የማይመጥን ነው። ይህ የተፈጥሮ ጥገኞች መሆናችን ምን ያህል እንደጎዳን የሚያሳይ ነው።

በዚህ ምክንያት አብዛኛው የሀገራችን አርብቶና አርሶ አደር እንዲሁም መላው ማኅበረሰብ በድህነት ቀንበር ሥር ለመቆየት ተገዷል። ሁለተኛውና ከአንደኛው ጋር ተያያዥነት ያለው አንድምታ በድህነት እስር ቤት የሚኖር ሰው ከቀን ቀለቡ ጭንቀትና ሐሳብ አልፎ ተርፎ ሀብት አጠራቅሞ የአእምሮ ፈጠራ ላይ ለመሰማራት ጊዜም ሆነ ዕረፍት አለማግኘቱ ነው።

በእነዚህ አንድምታዎች ሰበብ ከኛ ያነሰ ታሪክ ያላቸው ሀገራት እኛን አልፈውን ሄደዋል። ዘመናዊ የማኅበረሰብ ዕሴቶችን እንዲሁም የፖለቲካና የኢኮኖሚ አሠራሮችን ፈልስፈው፣ ለራሳቸውና ለሌሎች ሀገራት መብራት ሆነዋል። በተቃራኒው የገነነ ታሪክ ያላት ሀገራችን የቀድሞ ክብሯን እና ታሪኳን የሚመጥን ሥልጣኔ በመንደፍ፣ እንደቀድሞው የዓለም የንግድና የፍልስፍና ማዕከልና መሪ መሆን ተስኗታል።

ይህን አሳዛኝ ሁኔታ በማጤን የሰው ልጅ ከተፈጥሮ ጋር የሚያደርገውን ራሱንና ልጆቹን አብልቶ የማደር ፍልሚያ ማሸነፍ ያስፈልጋል። የሰው ልጅ በምርት እንቅስቃሴ ላይ ከተፈጥሮ የሚገጥመውን ጥቃትና ሥጋት ሊወጣ የሚችለው እና ልፋቱን ቀንሶ ምርቱን በእመርታ የሚያሰፋው፣ በመሠረተ ልማት ሲመረኮዝና በቴክኖሎጂ ሲጠቀም ነው። በዚህ ረገድ በሀገራችን በተደረገው ጥረት በሕዝባችን ኑሮ ላይ ተጨባጭ ለውጥ ታይቷል። አማካይ የመኖር ዕድሜ ጨምሯል፤ ድህነት ቀንሷል፤ በኑሮ መሻሻል ላይ ወሳኝ የሆኑ አገልግሎቶች አቅርቦታቸው ተስፋፍቷል። ይህ ሁሉ ታሪካዊ ድል ቢመዘገብም አንድ ወሳኝ ነገር ግን ብዙም አልተለወጠም። ሕዝባችን ከመንግሥትና ከውጭ አካላት ጥገኝነት ተላቆ፣ በአእምሮው ሐሳብ ፍሬ ተነሣሥቶ፣ ለማኅበረሰብ ዕሴት ጨምሮ፣ ለራሱና ለሌሎች ብልጽግና ፈጥሮ፣ ከባህላዊ ወደ ዘመናዊ የተደላደለ አእምሯዊ ኑሮ አልተሸጋገረም።

በመሆኑም ከወላጆቹና ከአያቶቹ የረዘመ ዕድሜ እንደሚኖር የሚያውቅ፣ የተሻለ የትምህርት፣ የጤና እና የሌሎች አቅርቦት የደረሰው ወጣት አሁንም

በኢኮኖሚው እድገት ይዘት ላይ ከፍተኛ ቅራኔ እየገለጸ ይገኛል። የዚህ ቅራኔ መነሻ ምክንያት የሰው ልጅ በተፈጥሮው በልቶ ማደርና መማር ብቻ ሳይሆን በውስጡ ያለውን ኃይልና የአእምሮ ዐቅም ተጠቅሞ ዕሴት የመጨመርና ለቀጣይ ትውልድ ትውፊት የመተው ከፍተኛ ፍላጎትና ጉጉት ያለው መሆኑ ነው።

ከ28 ዓመታት በፊት መንግሥት ለራሱ የሰነዘረው ጥያቄ እንዴት ዜጎችን ከረኃብና ከእርዛት ላድን? ሕይወታቸውን የሚያሻሽሉ አገልግሎቶች እንዴት ላቅርብ? የሚል ነበር። አሁን ደግሞ መንግሥት ከሕዝብ የቀረበለት ጥያቄ ዜጎች ፈጠራቸውንና ትጋታቸውን ወደ ብልጽግና እንዲለውጡ የሚያስችል ፖለቲካዊና ኢኮኖሚያዊ ሥርዓት ይገንባልን የሚል ነው። ይህ ጥያቄ በሀገራችን የኢኮኖሚ ተዋናዮች በሥርዓት እይታ በመደመር መርሕ እንዲሠሩ የሚጋብዝ ነው። የመደመር የኢኮኖሚ ገጽ የብልጽግና መንገድ ነው። የዜጎችን ፍላጎት ለማሟላት ኢኮኖሚያዊና ማኅበራዊ ዕድሎችን ማስፋት የግድ ይላል። ማኅበራዊና ኢኮኖሚያዊ ዕድሎች በስፋት ለመፍጠር የምርት ኃይሎች ቅንጅት ወሳኝ ዐቅም ነው። የሰው ኃይልን፣ ወረትን እና የተፈጥሮ ሀብትን ውጤታማ በሆነ መልኩ በመደመር ጠንካራ የምርት ሥርዓትን መፍጠር የእመርታዊ ለውጥ ስሌት ነው።

በሀገራዊ የኢኮኖሚ ሥርዓት ውስጥ ዋነኛ ተዋናይ የሆኑት መንግሥት፣ የግል ባለሀብት፣ ሲቪል ተቋማት እና መካናተ ትምህርት በውድድር እና ትብብር መካከል ሚዛን በመጠበቅ ላይ ካተኮሩ፣ በሥርዓቱ ውስጥ የሚፈጠረው መስተጋብር ዘላቂ እድገትንና ልማትን የሚያረጋግጥ ይሆናል። በመሆኑም ኢኮኖሚያዊ ልማት ማለት በብሔራዊ ኢኮኖሚ ሥርዓቱ ውስጥ በሂደት የሚፈጠር የተቋማት አደረጃጀትና የተዋንያን መስተጋብር ድምር ክምችት ነው። ይህ ክምችት በዕውቀት ፍሰትና ዕውቀትን በማሥረጽ ሂደት ላይ ከፍተኛ ተጽዕኖ ያሳድራል። የቅብብሎሽ እድገትን እንዲያረጋግጥ በር ይከፍታል።

በአንጻሩ ድህነት ማለት በብሔራዊ የኢኮኖሚ ሥርዓት ውስጥ ያለው መደመር መላላት ጉዳይ ነው። ይህም በማኅበራዊ ወረት አለመዳበር ምክንያት በሚፈጠር ጥርጣሬ፣ በተዋንያን የተናጠል ዐቅም አለመዳበር፣ በአመራር ብቃት ማነስ እና በተቋማት ድቀት ምክንያት በሥርዓቱ ውስጥ መፈጠር የነበረበት ነገር ግን ሳይፈጠር የቀረ፣ የትስስርና የመስተጋብር መላላት ድምር ውዝፍ ሥራ ነው። ይህን የድህነት ውዝፍ ሥራ በማጽዳትና በማጥራት ወደ አዎንታዊ የኢኮኖሚ መስተጋብራዊ ክምችት ማምራት በመደመር ፍልስፍና ልማትንና ብልጽግናን የማረጋገጥ ጉዳይ ነው።

የሀገራንን ዋነኛ የኢኮኖሚ ችግር ለመረዳት ከአንድ አቅጣጫ መሥመራዊ ዕይታ ወጥቶ ሁሉ አቀፍ እና ውስብስብ መሆኑን መረዳት አስፈላጊ ነው። የሀገራችን የኢኮኖሚ ችግርም በዋናነት የመንግሥትና የገበያ ጉድለትን የሚያካትት የብሔራዊ ኢኮኖሚ ሥርዓት ጉድለት ነው። የኢኮኖሚው ችግርም በራሱ ላይ ብቻ የተንጠለጠለ ሳይሆን በዋናነት ከፖለቲካና ከማኅበራዊ ጉዳዮች ጋር በእጅጉ የተቆራኘ ነው። ሥርዓተ መንግሥታት ብዙ ጊዜ በማኅበራዊ፣ በኢኮኖሚያዊ እና በፖለቲካዊ ዘርፎች የሚከተሏቸው ማሕቀፎችና የፖሊሲ ምርጫዎቻቸው በአቻ ቅጂ ቅኝት የተገመዱ ናቸው። በተጨማሪም ሌሎች ሥርዓቶች ከእነዚህ ሦስቱ

በሚመዘዝ ሰበዝ የሚሰፉ አለያም በሦስቱ ወይም ከሦስቱ በሁለቱ መካከል በሚኖር ኀብረ ሥርዓት ላይ የሚገነቡ ናቸው።

የመደመር የኢኮኖሚ ገጽ የባለፉት ዓመታት የሀገራችንን የኢኮኖሚ ድል ጠብቆ የማስፋት ዓላማ አለው። የሀገራችን ኢኮኖሚ እድገት በዋናነት በብድር ላይ የተመሠረተና በከፍተኛ መንግሥታዊ ወጭ በተስፋፋ መሠረተ ልማት አማካኝነት የመጣ ነው። የተመዘገበውን የኢኮኖሚ እድገት በሌላ አማራጭ የኢኮኖሚ ምሰሶ ላይ እድገቱ ወደኋላ ሳይመለስ ማስቀጠል ያስፈልጋል። ይህም እድገት በተረጋጋ ማክሮ ኢኮኖሚ ድባብ ውስጥ መሆን ይኖርበታል። እድገቱ አስተማማኝ የሥራ ዕድል መፍጠር አለበት።

እነዚህን ግቦች ለማሳካት የኢኮኖሚውን ምርታማነትንና ተወዳዳሪነት ማጎልበት አማራጭ የለውም። በመሆኑም ልማታዊ መንግሥትና ገበያን መሠረት ያደረጉ ሁሉንም ተዋንያን የሚያሳትፍ ማሻሻያ ማድረግ ያስፈልጋል። ይህ የኢኮኖሚ ማሻሻያ ማሕቀፍ ደግሞ ድምር ሀገራዊ ፍላጎት ከማሳደግ መሳ ለመሳ አቅርቦትን በማስፋፋት ሚዛኑን የጠበቀ እድገትን፣ ልማትን እና ብልጽግናን ደረጃ በደረጃ የማረጋገጥ የመደመር ትልም ነው።

ይህ አቅጣጫ የሰው ልጅ ተፈጥሯዊ ብልህነት መገለጫ የሆነው የግል ዘርፍ ዋና ተዋናይነትን እንዲይዝ የተልዕኮ ሽግግር የሚሻ ነው። ይህ አካሄድ ባለፉት ዓመታት የተገኘውን ድልና ጉድለት፣ የሕዝባችንን የልብ መሻትና የሰው ልጅን ተፈጥሯዊ ማንነት ያማከለ፣ የግልና የማኅበረሰብን አእምሯዊ ብልጽግና የመገንባት ምክንያታዊ ስልት ነው።

ይህን አቅጣጫ መራመድ የወረቀትን ሕግ የመለወጥ ጉዳይ አይደለም። የማያሠሩ የተንዛዙ ሕጎችን መለወጥ አስፈላጊ ሆኖ ሳለ በቂ ግን አይሆንም። ከዚህ በተጨማሪ ሁሉም ዜጋ ከመንግሥት እና ከሌሎች አካላት የሚጠብቀውን፣ በራሱ በማወቅም ሆነ ባለማወቅ የሚያራምደውን ባሕርይ እንዲቀይር ይረዳል። ባሕርይ የአስተሳሰብ ልጅ ነው። አስተሳሰብ ከተለወጠና ከተገራ ባሕርይን በተቀናጀ መልኩ የሚለውጡ ሕግጋት፣ የተቋማት አወቃቀርና ሌሎች ባሕርይን የሚመሩ ሥርዓቶች እንዴት መሻሻል እንዳለባቸው ግልጽ ይሆናል።

ስለዚህ የኢኮኖሚያችን ማሻሻያ ርምጃዎችን ስንቀርጽ የሀገራችንን ምርታማነት በሚፈለገው መንገድ እንዳያድግ መንሥኤዎች የሆኑትን የመንግሥት፣ የገበያ፣ የሲቪል ማኅበረሰብ እና የትምህርት ተቋማት ጉድለት እንመለሳለን። የእነዚህ ጉድለቶችመንሥኤ የሆነ አንድ አስተሳሰብ አለ። አንድ ተቋም ወይም የተቋማት ስብስብ በተፈጥሯዊ ሚናው ውጤታማ መሆን ካልቻለ፣ ከእነዚህ ተቋማት የሚጠበቀውን ሥራ ወደ ሌሎች ባለቤቶች ማዛወር ያስፈልጋል የሚል።

ለምሳሌ የግሉ ዘርፍ መሠረታዊ የፍጆታ ሸቀጦችን የማቅረብ ድክመት ሲታይበት፣ ይህን ሥራ ወደ መንግሥት ትከሻ ማዛወር ማለት ነው። ይህን ስናደርግ ግን የግል ዘርፉን የበለጠ እያቀጨጭን ነው። የግል ዘርፉ ይህን አቅርቦት በተወዳዳሪነት ቢሠራ የምናገኘውን የሀብት መቆጠብ ጥቅም እያጣን ነው። ስለዚህ በቀጣይነት ኢኮኖሚያችን ለሁሉ ተደራሽ የሆነ እድገት እንዲያስገኝልን የተቋማትን ብቁ ሆኖ ያለመገኘት ችግር የምንፈታው ተልዕኳቸውን ከተቋማቱ በመቀማት

መሆን የለበትም። እነዚህ ተቋማት ስኬታማ እንዳይሆኑ የገጠማቸውን መዋቅራዊና ሌሎች ችግሮች ለይተን በመረዳት መላ በመፈለግ እንጂ። ይህን ስናደርግ አራቱ ዋና ዋና የተቋማት ዓይነቶች (መንግሥት፣ የግሉ ዘርፍ፣ ሲቪል ማኅበረሰብና የትምህርት ተቋማት) ያላቸው ሚና የማይተካ ለመሆኑ ዕውቅና እንሰጣለን።

እነዚህን ተቋማት በጥንቃቄና በምክንያታዊነት ተመሥርተን ውስጣዊ የአመራር ሥርዓታቸውን፣ ውጫዊ መስተጋብራቸውን፣ ውጤታማነትን በሚያረጋግጥ መልኩ ካልገነባን ጉድለት አይቀርላቸውም። እነዚህን ጉድለቶች የምንሞላው መንግሥት የሚጠበቅበትን የሕዝብ አገልግሎት የማቅረብ፣ የጨዋታውን ሥርዓት የመዘርጋት እና ሕግን የማስከበር ሚና ሲጫወት ነው።

ሌሎች ተቋማትን ተወዳዳሪና ብቁ በሚያደርግ መልኩ የጨዋታውን ሕግጋት ሲፈጥርና ሲያስተገብር ነው። የግሉን ዘርፍ ጉድለት የምንሞላው በወረት እጥረትና በቢሮክራሲ መንዛዛት የሚደርስበትን ጫና በማቃለልና ፍትሐዊና ለሰፊው ማኅበረሰብ ብልጽግና ፈጣሪ በሆነ መልኩ እንዲያንሠራራ በማድረግ ነው። ከዚህ አኳያ፣ የመደመር ኢኮኖሚ ሥርዓት ግንባታ ትኩረት የተቋማትንና የዘርፎችን ሚና መለየት፣ ሚናቸውንም በትክክል እንዲጫወቱ መዋቅርንና አጠቃላይ አሠራርን ማስተካከል ይሆናል።

ክፍል ስራት

መደመር እና
የውጭ ግንኙነት

ምዕራፍ 15

የዓለም አቀፍ አዝማሚያዎችና ሀገራዊ አንድምታቸው

የዓለም አቀፍ ግንኙነት የኃይልና የተዋረድ መዋቅር ከፍተኛ ለውጥና ነውጥ እየተስተዋለበት ይገኛል። የጂኦ ፖለቲካ ቀጣናዎች የኃይል አሰላለፍ ተለዋዋጭና ፈጣን ሆኗል። የትስስር ዓምዶች በዝተዋል። የሽብርተኝነት እንቅስቃሴ፣ የሕዝብ ፍልሰት በከፍተኛ ቁጥር መቀጠል፣ ዓለም አቀፉ መድረክ የበርካታ ተዋንያን መናኸሪያ መሆኑ፣ የአየር ንብረት መቀየር እና ሌሎችም በርካታ ለውጦች በዓለም አቀፍ ግንኙነት ውስጥ እየታዩ ካሉ ጉዳዮች ጥቂቶቹ ናቸው።

እነዚህ በተለያዩ የዓለማችን አካባቢዎች እየተከሠቱ ያሉ ለውጦች በአንድም ሆነ በሌላ መልኩ በሀገራችን ብሔራዊ ጥቅምና ህልውና ላይ ከፍተኛ የሆነ ተጽዕኖ አላቸው። ከየትኛውም ዘመን በላቀ ደረጃ በተሳሰረው በዚህ ሉዓላዊ ዓለም፣ በአንዱ አህጉር፣ ቀጣና ወይም ክልል የሚፈጠር ክሥተት እንደ ቀደሙት ዘመናት በዚያው ሥፍራ ተወስኖ የሚቀርበት ሁኔታ ተመናምኗል። በዚህም የተነሣ በዓለማችን የፖለቲካና የኢኮኖሚ ጉዞ ውስጥ በአሁኑ ዘመን ሀገራዊ አንድምታ ያለውን ዝንባሌ ነቅሶ ማውጣት ከባድ ፈተና ሆኗል። ሆኖም ግን አዝማሚያዎች ለሀገራዊ ጥቅሞች ያላቸውን አንድምታ በመፈተሽ አስፈላጊውን አቅጣጫ መትለም ከነውስንነቶቹም ቢሆን የግድ ይላል።

በዚህ መሠረት እርስ በእርሳቸው የተሳሰሩና ሀገራዊ አንድምታ ያላቸው ሁለት ዋና ዋና ዓለም አቀፋዊ ጉዳዮችን በዚህ ምዕራፍ ለመዳሰስ ተሞክሯል። እነዚህም የኃያላን ሀገራት ፍጥጫና የዓለም አቀፍ ግንኙነት ተዋንያን ቁጥር መጨመር እንዲሁም የሕዝበኝነት መግነንና የብሔር ፓርቲዎች በአጭር ጊዜ ሰፊ ተቀባይነት እያገኙ መምጣት ናቸው።

የኃያላን ሀገራት ፉክክርና የዓለም አቀፍ ግንኙነት ተዋንያን ቁጥር መጨመር

በኢኮኖሚ ያደጉ፣ በፖለቲካ የደረጁ ሀገራት ፖለቲካዊ ተጽዕኖን ከድንበራቸው ባለፈ ለማስፋት የሚያደርጉት ፉክክር የዓለም አቀፍ ግንኙነት አንድ ታሪክ ነው። የዚሁ የቆየ ባሕርይ ተቀጽላ የሆነው በአሜሪካና በሶቪየት ኅብረት መካከል ይደረግ የነበረው የፖለቲካና የኢኮኖሚ ፉክክርና ፍጥጫ የዓለም ሀገራትን በሁለት ርዕዮተዓለማዊ ጎራ ከፍሎ አፋልሟል። ሆኖም ፍልሚያው ከበርሊን ግንብና ከሶቪየት ኅብረት መፍረስ በኋላ በምዕራቡ ጎራ አሸናፊነት ከተጠናቀቀ ወዲህ አሜሪካ ዓለም አቀፋዊ የበላይነትን በብቸኝነት ተቆጣጥራለች። በዚህም ዓለም አቀፋዊ መረጋጋትን በአንጻራዊ መልኩ ያሰፈነ፣ ነጻ ገበያን መሠረት ያደረገ፣ የአንድ ዋልታ የዓለም ሥርዓት ማስፈን ተችሎ ነበር።

በዓለም ላይ ባለፉት ጥቂት ዓመታት መሠረታዊ የግንኙነትና የመርሕ ለውጦች ተፈጥረዋል። የአዳዲስ ቀጣናዊ፣ አህጉራዊ እና ሉዓላዊ ኃይሎች ትግልና ትንቅንቅ ከቀዝቃዛው ጦርነት ማብቂያ በኋላ የተስተዋለ ትልቅ ኩነት ነው። ይህ ሰክኖ የቆየውን የዓለም አቀፉን ሥርዓት በከፍተኛ ሁኔታ እየተገዳደረ ይገኛል።

እነዚህ ሀገራት ጂኦ ፖለቲካዊ ተጽዕኗቸውን ለማሳደግ ከፍተኛ ጥረት ማድረግ ጀምረዋል። እንቅስቃሴው የኃያላኑን ሁሉ አቀፍ እሽቅድምድምና ፍጥጫ ወልዷል። ይህ ፉክክርና ፍጥጫ ላለፉት ዓመታት በአሜሪካ ፍጹማዊ የበላይነት ሰፍኖ የነበረው የዓለማችን ጂኦ ፖለቲካ ከእርጋታ ወደ ውጥረት፣ ፍጥጫ እና አለመረጋጋት ያመራበት ዓለም አቀፋዊ ሁኔታን ፈጥሯል። ሀገራቱ በየፊናቸው የራሳቸውን የተጽዕኖ ክልል ለመፍጠር እያደረጉት ያለው ፉክክር ዓለም አቀፉ የኃይል አሰላለፍ ተለዋዋጭ እንዲሆን በር ከፍቷል።

የምንገኝበትን ዓለም አቀፍ የኃያላን ፍጥጫ መሠረታዊ ይዘት ለመረዳት የሚሞክሩ ትንተናዎች የቀዝቃዛውን ጦርነት ዋቢ ያደርጋሉ። ሆኖም ግን በአሁኑ ወቅት ያለው የኃያላን ፉክክርና ፍጥጫ ቢያንስ በሦስት ባሕርያቱ ከዚህ በፊቶቹ ለየት ይላል።

በቀዝቃዛው ጦርነት ወቅት የነበረው የመጀመሪያው ፍትጊያ በሁለት ኃያላን የሚመራ የሁለት ካምፖች የርዕዮተዓለም ውድድር ነበር። በአሁኑ ወቅት ያለው ፉክክር ከሁለት በላይ ተዋንያንን የሚያሳትፍ ባለብዙ ጎን ፍትጊያ ሆኗል። ከዚህ በፊት ወደ መፋጠጥ ደርሰው የማያውቁ እና በፖለቲካ አሰላለፋቸው በአንድ ጎራ ይመደቡ የነበሩ ሀገራት ወደ ሽኩቻ ያመሩበት ሁኔታ በስፋት ተስተውሏል።

ሁለተኛው የኃያላን ፉክክር ለየት የሚያደርገው ጉዳይ ፍክክሩ ከፖለቲካዊና ከወታደራዊ ይልቅ ኢኮኖሚያዊ መልክ እየያዘ መምጣቱ ነው። ከዚህ በፊት ኃያላኑ የሚያደርጉት ፉክክር ማጠንጠኛው ፖለቲካ ነበር። በአሁኑ ወቅት በመደረግ ላይ ያሉ የጂኦ -ፖለቲካ ውድድሮች ላይ ርዕዮተዓለም ያለው ሥፍራ ተመናምኖ ኢኮኖሚያዊ የበላይነት ማግኘት ወሳኝ የሆነበት ዓለም አቀፋዊ ሁኔታ ተፈጥሯል። ለርዕዮተዓለም ልዕልና የሚደረገው ትግል ወደ ጎን ተትቶ የኢኮኖሚ ብልጽግናን መጠበቅ እና ማስቀጠል ወሳኝ ስትራቴጂካዊ ግብ ሆኗል። ዘላቂ የኢኮኖሚ

የበላይነትን ለማረጋገጥ የሚያስችሉ የንግድ ስምምነቶችን ማድረግ፣ ለዓለም አቀፍ ንግድ ቁልፍ የሆኑ የባሕር ላይ ኮሪደሮችን መቆጣጠርና ደኅንነታቸውን ማስጠበቅ፣ አማራጭ የየብስ መስመሮችን መዘርጋት እንዲሁም ብድርና ስጦታን በማቅረብ የሀገራትን የኢኮኖሚ ነጻነት መቆጣጠር እና የጥሬ እቃ አቅርቦትን አስተማማኝ ማድረግ የጂኦ ስትራቴጂክ ወሳኝ ግቦች እየሆኑ መጥተዋል።

ሦስተኛው ወቅታዊው የኃያላን ፉክክር ልዩ ባሕርይ መንግሥታዊ ያልሆኑ ተዋንያን መበራከትና የተሻለ ዐቅም ማግኘት ነው። በምንገኝበት ዓለም አቀፍ ሁኔታ ውስጥ የሉዓላዊነት የፖለቲካ፣ የኢኮኖሚ እና የቴክኖሎጂ እድገትን ተንተርሶ መንግሥታዊ ያልሆኑ አካላት የፖለቲካ ዐቅማቸው አድጓል። ከመንግሥታት በተጨማሪ መንግሥታዊ ያልሆኑ የበይነ መንግሥታት ድርጅቶች፣ የመብት አቀንቃኞች፣ ግዙፍ ኩባንያዎች እና ሌሎችም ተደራሽነታቸውና ተጽዕኗቸው በሁሉም ሀገራት ላይ ያለገደብ የሚደርስ መሆኑ እየጎላ መጥቷል።

እነዚህ ተዋንያን መንግሥትን በሁለንተናዊ መልኩ የሚገዳደሩበት አንዳንዴም የመንግሥታትን የመወሰን ዐቅም እጅጉን የሚሸረሽሩበት ሁኔታ ተፈጥሯል። ለአብነት ያህል የቴክኖሎጂ ተቋማት ተጽዕኖን መመልከት ይቻላል። የቴክኖሎጂ እድገት በአንድ በኩል በየትኛውም የዓለም ጠርዝ ያለ ሰው ለመረጃ ተደራሽ እንዲሆን በማድረግ የሚወስደውን ጊዜ በእጅጉ በማሳጠር መልካም አጋጣሚ ፈጥሯል። በሌላ በኩል ደግሞ የተሻለ ደረጃ ላይ ያሉ ሀገራትና ግለሰቦች በቴክኖሎጂ ዐቅም ይበልጥ እየተጠናከሩ ልዩነታቸውን እንዲያሰፉ በማድረግ የቴክኖሎጂ ክፍፍል በመፍጠሩ ኋላቀር ሀገራት ይበልጥ በኋላ ቀርነት የሚማቅቁ እንዲሆኑ ሊያደርግ ይችላል።

ለዚህም በማኅበራዊ ሚዲያዎች ከሚሰራጩ ሐሰተኛ መረጃዎች ጋር ተያይዞ የሚነሣውን ክፍተት እንደ ማሳያ ማንሣት ይቻላል። አሜሪካ ሐሰተኛ መረጃዎች በምርጫዋ ላይ ተጽዕኖ አሳድረዋል በሚል የፌስቡክ፣ የትዊተር እና የጉግል ኃላፊዎችን በተደጋጋሚ በኮንግረስ ገትራ ማፋጠጥ ስትችል፣ ሌሎች ሀገራት ግን ሀገራዊ ደኅንነታቸውን የሚፈታተን ችግር ቢያስከትልባቸው እንኳ የመድረኩን አቅራቢ ድርጅቶች ተጠያቂ የሚያደርጉበት ዐቅም ውሱን ነው።

ሌላው ዋነኛ ዓለም አቀፍ አዝማሚያ የተለመዱና የቆዩ ምዕራባዊ ኃይሎች ተጽዕኖ የማሳደር ዐቅም እየተዳከመ መሆኑ ነው። እነዚህ ሀገራት ቅድሚያ የሚሰጡት ጉዳይ እየተቀየረ ነው። ሀገራቱ አዲስ እየደረጁና እየጠነከሩ ካሉ ክፍለ አህጉራዊና ቀጣናዊ ኃይሎች ጋር ዘርፈ ብዙ ፉክክር እየገጠማቸው ነው። በዚህም ለዘመናት ይዘውት የነበረው ዲፕሎማሲያዊና ወታደራዊ የበላይነት እየተነቀነቀ ይገኛል። ከቀዝቃዛው ጦርነት ማብቂያ በኋላ ለተወሰኑ ዓመታት ብቸኛ ዓለም አቀፍ ልዕለ ኃያል የነበረችው አሜሪካ በቻይና መነሣት እና በሩሲያ ማንሰራራት እንዲሁም በሌሎች ሀገራት መጠናከር ምክንያት ኃይሏ ሲሸረሸር ቆይቷል። በተለይ ካለፉት ሁለት ዓመታት ጀምሮ አሜሪካ በምታራምደው ቤት ተኮር ዓለም አቀፍ ግንኙነት መርሖ የተነሣ የተፈጠረው ክሥተት ዓለም አቀፉን የኃይል ተዋረድና ግንኙነት ወደ አዲስ ሥርዓትና ዘመን እየወሰደው ይገኛል።

ነባሩ የዓለም አቀፍ ግንኙነት ሥርዓትና ተዋረድ ቢዳከምም አዲሱ የኃይል ግንኙነትና መዋቅር ገና ቅርጽ አልያዘም። ይህ ከድሮው ወደ አዲሱ

ሥርዓት የሚደረገው ሽግግር በተለያዩ የዓለማችን ማዕዘናት የፉክክር፣ የውጥረት፣ የትንቅንቅ እና የግጭት መንሥኤ እየሆነ ነው። በምሥራቅ አውሮፓ የሚታየው ግጭትና ውጥረት፣ በሩሲያና በአውሮፓ መካከል ያለው አለመግባባት እንዲሁም የምሥራቅ እስያ ተጽዕኖ ፈጣሪ ኃይል ለመሆን የሚደረገው ሩጫና ፉክክር ለዚህ ጥሩ ማሳያ ናቸው።

ከላይ ከተጠቀሱት ኩነቶች ጎራ የሚሰለፈው በፋርስ ባሕረ ሰላጤ እንዲሁም በመካከለኛው ምሥራቅ ለመሪነትና ለተጽዕኖ የሚካሄደው ሽኩቻ እና ትግል ለኢትዮጵያ ከፍተኛ ቅርበትና ተጽዕኖ አለው። ይህ ብዙ ኃይሎችን ያቀፈው ጂኦ-ፖለቲካዊ፣ ርዕዮተዓለማዊ፣ ኢኮኖሚያዊ እንዲሁም ፖለቲካዊ ፉክክር የቀይ ባሕርንና የአፍሪካ ቀንድን ሰላምና ጸጥታ፣ ፖለቲካዊ መረጋጋት፣ ቀጣናዊ ውሕደት፣ እንዲሁም ሀገርና መንግሥት ግንባታ ሂደቶችን በከፍተኛ ደረጃ እየነካ ይገኛል።

ውስብስብ የሆነ የኃይል አሰላለፍ የሚስተዋልበት የፉክክር ዓውድማ ብዙ አቧዳኞችን ይዟል። በቅርብ ዓመታት የጦዘው የኢራን-ሳውዲ ተቃርኖ፣ ግብጽን፣ ባህሬንንና የተባበሩት ዐረብ ኤምሬቶችን በአባልነት የያዘው ሳውዲ መራሹ የኳታር ላይ ማዕቀብ፣ በግብጽና በቱርክ መካከል ያለው የፖለቲካ ርዕዮተዓለም ልዩነት፣ የየመን ጦርነትና በዓባይ ተፋሰስ ዙሪያ ያለው ውጥረትና አለመግባባት፣ ኢትዮጵያ የምትገኝበትን የአፍሪካ ቀንድና የቀይ ባሕር ቀጣና የተዘዋዋሪ ፉክክር ዓውድማ አድርገውታል።

ጠንካራ የፖለቲካ መሠረት ያለውና ዓለም አቀፍ ሕጎችንና መርሖችን ወደ ጎን የተወ የውጭ ጉዳይ ፖሊሲ የሚያራምዱ መካከለኛ ክፍለ ዓለማዊና ቀጣናዊ ኃይሎች እየተበራከቱ መጥተዋል። የእነርሱ መበራከትና መጠናከር በአፍሪካ ቀንድና በቀይ ባሕር አካባቢ ያሉ ግጭቶችና ፖለቲካዊ አለመግባባቶችን እያባባሱ ይገኛሉ። የየመን ጦርነትና ያስከተለው ከፍተኛ ሰብአዊ ቀውስ እንዲሁም የሶማልያ መንግሥትን ዐቅም ለማጠናከር የሚደረጉ ጥረቶች እያጋጠማቸው ያለው ዕንቅፋት ለዚህ ትልቅ ማሳያ ይሆናል።

የአፍሪካ ቀንድ በተለይም ቀይ ባሕርና የህንድ ውቅያኖስን ተከትለው የሚገኙ ወደቦች በአጭር ዓመታት ውስጥ ከፍተኛ ቁጥር ያላቸው ተቀናቃኝ የሆኑ የጦር መንደሮችና ካምፖች መናገሻ እየሆኑ ነው። ቀጣናው ከአሜሪካ፣ ፈረንሳይ፣ ቻይና በተጨማሪ የተባበሩት ዓረብ ኤምሬትስ፣ የቱርክ፣ የሳውዲ ዐረቢያ የጦር መንደሮችን ያስተናግዳል። በቻይናና በአሜሪካ መካከል ካለው ዓለም አቀፋዊና ቀጣናዊ መፋጠጥ በዘለለ በአዳዲስ ኃይሎች መካከል ያለው ወዳጅና ደጋፊ ለማፍራት የሚደረግ ሩጫ ተበራክቷል። ይህ አዝማሚያ በክፍለ አህጉሩ የሚገኙ ሀገራትን የውጪ ጉዳይ ፖሊሲ ስስ፣ አጭር ርቀትና ወደ ዉጭ ተመልካች እንዲሁም በከፍተኛ መልኩ ተለዋዋጭ እያደረገው ነው። ከዚህም በተጨማሪ ፉክክሩ በቀጣናው ግጭትን ለማስቀም፣ ዘላቂ ሰላምን ለማምጣትና ውሕደትን ለማረጋገጥ የሚሠሩ የበይነ መንግሥታዊ ተቋማትንና የሌሎችን እንቅስቃሴዎች ስኬት አደጋ ላይ ጥሏል። ቀጣናውንም ከፍተኛ የጦር እና የደኅንነት ተቋማት ክምችት ከሚገኝባቸው የዓለማችን ክፍሎች አንዱ አድርጎታል።

ይህ ዓለም አቀፋዊ ነባራዊ ሁኔታ በሚቀጥሉት ዓመታት ከዚህም በባሰ ሁኔታ የሚወሳሰብበት፣ በልዕለ ኃያላን ሀገራት መካካል እንዲሁም በመካከለኛ ክፍለ ዓለማዊና ቀጣናዊ ኃይሎች መካከል ያለው ፍጥጫና ፉክክር ወደ ግጭት የሚያመራበት ሁኔታ ሊፈጠር ይችላል። አሁን ያለውን የብዙዮሽና በይነ መንግሥታዊ መዋቅር በከፍተኛ ደረጃ ወደ መጉዳት የሚሸጋገርበት ዕድል ከፍተኛ ነው።

የወቅቱ ዓለም አቀፍ ግንኙነት ነባራዊ ሁኔታዎች፣ የኃይል አሰላለፎች እና የተዋረድ ለውጥ በከፍተኛ ደረጃ ከተገለጠባቸው ክፍለ ዓለሞች መካከል ኢትዮጵያ የምትገኝበት የአፍሪካ ቀንድና የቀይ ባሕር ቀጣና በቀዳሚነት ይሰለፋል።

በመሆኑም በሀገራችን ተጠያቂ፣ ወካይ እና ውጤታማ የሆነ የፖለቲካና የኢኮኖሚ ሥርዓት ለመገንባት ከሚደረገው እንቅስቃሴ እኩል፣ ይኼንን ተለዋዋጭ ዓለም አቀፍና ቀጣናዊ ሁኔታ ከግንዛቤ ውስጥ ያስገባ ስልት መንደፍ ያስፈልጋል። ይህ ስልትም ወጥ፣ መደበኛ እና ሁለንተናዊ የሆነ የውጭ ግንኙነት ማሕቀፍ መሆን ይኖርበታል።

የሕዝበኝነትና ብሔርተኝነት መግነን

በ2008 ዓ.ም (እ.አ.አ.) የተከሠተው ዓለም አቀፉ የፋይንስ ዘርፍ ቀውስ የኢኮኖሚ መፋዘዝን አስከትሎ ነበር። እርሱን ተከትለው የተፈጠሩ ማኅበራዊ ቀውሶች ለሕዝበኝነት እና ለብሔርተኝነት ዳግም መግነን መታጠፊያ ነጥብ ሆነዋል። ከዚህ ወቅት ጀምሮ ነባራዊውን ሉዓላዊ ሥርዓት ለፖለቲካዊና ለኢኮኖሚያዊ ሕጸጾች ተጠያቂ የሚያደርጉና ሥርዓቱን ከመሠረቱ የመቀየር ፍላጎት ያላቸው የፖለቲካ ድርጅቶች በተለያዩ ሀገራት ማበብ ጀምረዋል። ርዕዮተዓለም፣ ሕግ እና መርሕ ሀገራዊ ፖለቲካንና ዓለም አቀፍ ግንኙነትን በመወሰን ላይ ያላቸው ሚና እየቀነሰ፣ የማንነት ፖለቲካ፣ ሕዝበኝነት እና ሀገር/ብሔር ተኮር ጥቅሞችና አስተሳሰቦች ገዢ ሐሳብ እየሆኑ በመምጣት ላይ ይገኛሉ።

ዓለምና ዓለም አቀፍ ግንኙነት በሕዝበኛና በብሔርተኛ እንቅስቃሴዎች፣ ፖለቲከኞች እና መንግሥታት ጫና ውስጥ እየወደቁ ነው። በተለያዩ የዓለማችን ክፍሎች የሕዝበኝነት፣ የብሔርተኝነት እና የፀረ ሉዓላዊነት ፖለቲካዊና ማኅበራዊ እንቅስቃሴዎች ተለምዷዊውን የፖለቲካ መደብና መዋቅር እየተፈታተኑት ነው። ይህ አመለካከት በዲሞክራሲያዊ ምርጫ አማካኝነት የፖለቲካ ሥልጣንንና ሀገራዊ አመራርን መውሰድ ጀምሯል።

በአንድ በኩል የግለሰብ ነጻነትን እያቀነቀነ በውስጡ ግን አክራሪ ቀኝ ጽንፈኞችና ወግ አጥባቂዎችን የሚይዘው የሕዝበኛ ፖለቲካ፣ በብዙ ሀገራት በምርጫ የተሻለ ውጤት እያመጣ በአንዳንዶቹም ምርጫውን ለማሸነፍ እየቻለ ነው። በስዊድን፣ በኦስትሪያ፣ በፊንላንድ፣ በዴንማርክ፣ በጣልያን፣ በቤልጅየም፣ በኖርዌይ እና በሌሎችም ሀገራት ይህ ውጤቱ ታይቷል። በሜክሲኮና በአሜሪካ ፕሬዚዳንታዊ ምርጫዎች ተመሳሳይ አቋም ያላቸው ዕጩዎች አሸናፊ ሆነዋል።

በፈረንሳይና በኔዘርላንድ፣ በፓኪስታን እንዲሁም በዚምባቡዌ የተደረጉ ምርጫዎች ላይ የነበሩ ፖለቲከኞች እና ቅስቀሳዎች ሀገራቱን ከዚህ ዝርዝር ውስጥ እንዲካተቱ የሚያደርጉ ናቸው። ይህም ሁኔታ መጤ ጠልና የብዝኃነት ተጻራሪ የሆኑ ሐሳቦች በዓለም አቀፍ ደረጃ ገነው እንዲንጸባረቁ እያደረገ ይገኛል።

በአንዳንድ ሀገራትም ሕዝበኛ ድርጅቶቹ ከፍተኛውን የፖለቲካ ሥልጣን በመያዝ ለሉዓላዊነት መቆየትና መዝለቅ መሠረት የሆኑ ዓለም አቀፋዊ ፖለቲካዊ፣ ኢኮኖሚያዊ እና ወታደራዊ ፖሊሲዎችን እንዲሁም ተቋማትን ለመለወጥ እንቅስቃሴ በማድረግ ላይ ይገኛሉ። በአሜሪካ ሕዝበኛ ቅስቀሳ እየፈጠረ ያለው የብሔርተኝነት ስሜት በኢኮኖሚ መስክ የንግድ ጦርነት በመክፈት በዓለም ኢኮኖሚ ላይ ከባድ ዳፋ ሊያስከትሉ የሚችሉ ርምጃዎችን እንዲወሰዱ አድርጓል። ሌሎች ሀገራትም (የአውሮፓ ኅብረት፣ ቻይና፣ ሩሲያ፣ ካናዳ፣ ሜክሲኮ...) አጸፋውን እየመለሱ ይገኛሉ። ይህም ከኅብረትና ከኢኮኖሚያዊ ትስስር ፍላጎት ይልቅ ብሔራዊ ስሜቶችና ሀገራዊ ኢኮኖሚን የመነጠል አዝማሚያዎች እየተጠናከሩ ሊሄዱ እንደሚችሉ ማሳያ ነው።

ከዚህ በተጨማሪም ፓርላሜንታዊ የመንግሥት ሥርዓት በሚከተሉት በአብዛኞዎቹ የአውሮፓ ሀገራት፣ የፖለቲካ ርዕዮተዓለም ጽንፍ በየትኛውም ክንፍ (የቀኝ ጽንፍ፣ የቀኝ አማካይ፣ አክራሪ አማካይ፣ የግራ አማካይ እና የግራ ጽንፍ) ሊቀመጡ የሚችሉ ፓርቲዎች በሙሉ በምርጫ ላይ ውክልና እያገኙ መጥተዋል። የማኅበረሰቡ የሐሳብ ብዝኃነት እየጨመረ በመምጣቱ የተነሣ አብዛኛውን ሕዝብ አሳምኖ አብላጫ ድምፅ የሚያገኝ ፓርቲ የመኖር ዕድሉ እያነሰ ይገኛል። በዚህም ምክንያት የሚፈጠሩት ጥምር መንግሥታት ለተለያየ አተካሮ እንዲጋለጡ እና ዘላቂ እንዳይሆኑ በማድረግ ተደጋጋሚ የመንግሥት መለዋወጦች እንዲፈጠሩ አድርጓል። ይህ የመንግሥት አለመርጋት፣ ለኢኮኖሚ አለመረጋጋት እና ለሌሎች ማኅበራዊ ችግሮች እየዳረገ በየቦታው የዐመፅና የሁከት ክሥተቶችን እያስከተለ ይገኛል።

ይህ አዝማሚያ ላለፉት ሰባ ዓመታት ዓለም አቀፍ ግንኙነትን ከሞላ ጎደል በስኬትም፣ በውድቀትም ሲመራ ከነበረው አካሄድ ያፈነገጠ ነው። የብዙዮሽ ግንኙነት፣ የበይነ መንግሥታት ድርጅቶች እንዲሁም ዓለም አቀፍ ሕግና መርሖች መሸርሸር ጀምረዋል።

ይህ ሂደት የጋራ ደኅንነትን መሠረት ካደረገው ታሪካዊ ዳራ የማፈግፈግ ወይም የመውጣት አዝማሚያ እንዳለ ያሳያል። የሀገራት ፖለቲካዊና ማኅበራዊ እንቅስቃሴዎች እንዲሁም የፖለቲካ መሪዎች የዓለም አቀፍ ግንኙነትን በዋነኝነት በብሔራዊ ጥቅም፣ በሀገራት ሉዓላዊነት፣ በውድድርና በፉክክር መነጽር ማየት ጀምረዋል። ይህ አመለካከት የዓለም አቀፍ ድርጅቶችን ሥልጣን፣ ሰላምና ጸጥታን፣ ዓለም አቀፍ ንግድን እንዲሁም የአካባቢ ጥበቃ እንቅስቃሴዎችንና ስምምነቶችን ዘላቂነትና ተፈጻሚነት እየሸረሸረ ይገኛል።

የአሜሪካ ከፓሪሱ የአካባቢ ጥብቃ ስምምነት እና ከኢራን የኒውክሌር ዉል መውጣት፣ የብራዚል አዲስ መንግሥት በዚህ ጉዳይ ላይ የአሜሪካን ምሳሌ ለመከተል መወሰን፣ የፖላንድና የሃንጋሪ መንግሥታት የአውሮፓ ኅብረት መርሖችና ስምምነቶችን መጣስ፣ በአሜሪካና በቻይና እንዲሁም በተወሰነ መልኩ በአሜሪካና

በአውሮፓ ኅብረት መካከል እየተካሄደ ያለው የንግድ ጦርነት በድምሩ ትብብርንና ኅብረትን መሠረት ያደረጉ የዓለም አቀፍ ግንኙነት መርሖዎች እየተሸረሸሩ በምትካቸው ፉክክርና ክልከላ እያየለ መምጣቱን ያመላክታል። ሀገራዊና ግላዊ ጥቅምን የዓለም አቀፍ ግንኙነት መሠረት የሚያደርግና ብዙዮሽ ግንኙነትን የሚፈታተን አዝማሚያ ሥር እየሰደደ መምጣቱን የሚያሳይ ነው።

በቅርብ ዓመታት ውስጥ ብቻ አሜሪካ በተናጠል ውሳኔ ከትራንስ ፓሲፊክ ፓርትነርሺፕ፣ ከተባበሩት መንግሥታት የሰብአዊ መብት ጉባኤ እንዲሁም ከተባበሩት መንግሥታት የኢኮኖሚ ማኅበራዊና ባህል ተቋም (ዩኔስኮ) አባልነቷን ለቃለች። በተጨማሪም ከዓለም የንግድ ድርጅት እንዲሁም ከዓለም አቀፍ የፖስታ ኅብረት ለመውጣት ዳር ዳር እያለች ነው። የአሜሪካ ወቅታዊ አስተዳደር ለብዙዮሽ ግንኙነት ያለውን ተቃውሞ በተደጋጋሚ ሲገልጽ ይሰማል። የውጭ ግንኙነት ፖሊሲው በዋነኝነት በሀገራት የሁለትዮሽ ስምምነት ላይ የተመሠረተ እንዲሆን ጽኑ ፍላጎት አለው።

በጥቅሉ ዓለም አቀፋዊ የብሔርተኝነት መግነንና የብሔር ፓርቲዎች በአጭር ጊዜ ሰፊ ተቀባይነት እያገኙ መምጣት ለሀገራችን ያለው አንድምታ ከፍተኛ ነው። የሕዝብን ጥያቄ መሠረታዊ በሆነ መልኩ የሚመልሱ አጀንዳዎችን ከሚቀርጹ ይልቅ ብሶትን የሚቀሰቅሱ እና መጤ ጠል የሆኑ የፖለቲካ ኃይሎች መበራከትና የሚያገኙት ድምፅ እያደገ መምጣት ብዝኃነት ተጨባጭ ሁኔታ ለሆነባት ሀገራችን ታላቅ ተግዳሮት ነው።

ምዕራፍ 16

መደመር እና የውጭ ግንኙነት

ሀገራችን ውዝፍ ሥራ ሳይሆን የዐቅም ክምችት ከፈጠረችባቸው መስኮች አንዱና ትልቁ የውጭ ግንኙነትና የዲፕሎማሲ መስክ ነው። ቀደም ባሉት መሪዎች እየተሠራ የመጣው መልካም የውጭ ግንኙነት ሥራ አሁን ለምንከተለው የውጭ ግንኙነት አካሄድ ትልቅ ወረት ሊሆነን የሚችል ነው። በአጠቃላይ በተከታታይ መንግሥታት ሲሠራ በነበረው መልካም የውጭ ግንኙነት ሥራ ምክንያት ኢትዮጵያ በዓለም አቀፉ ማኅበረሰብ ዘንድ መልካም ስም አላት።

ኢትዮጵያ ምንም እንኳን ህልውናዋን ለማስጠበቅ ሰፊ ተጋድሎ ስታደርግ የኖረች ሀገር ብትሆንም ህልውናዋን በማስጠበቅ ሂደት ግን በፍርሃት ተነሣሥታ ሌሎችን ተንኩሳ አታውቅም። በሀገራት መካከል ለሚደረጉ ጦርነቶች በመንሥኤነት በጉልህ የሚጠቀሱት ስግብግብነት፣ ፍርሃት እና ክብር ሲሆኑ ኢትዮጵያ በስግብግብነትም ይሁን በፍርሃት የምትታማ ሀገር አይደለችም።

አንዳንድ ሀገራት ጥቃት ሊደርስብን ነው ብለው ፈርተው ወደ ጦርነት ይገባሉ። አንዳንዶቹ ደግሞ በመስገብገብ አጉል ጥቅም ፍለጋ በሌሎች ላይ ጥቃት ስለሚሰነዝሩ ወደ ጦርነት ይገባሉ። ኢትዮጵያ ወደ ጦርነት ለመግባት የምትገደደው በፍርሃትም ይሁን በስግብግብነት ምክንያት ሳይሆን ክብሯን ሲነኩባት ብቻ ነው። ይህ ደግሞ ከኢትዮጵያ ሕዝብ ባሕርይና የፖለቲካ ሥነ ልቦና የሚመነጭ ነው።

ለዚያም ነው በመንግሥታት መቀያየር ውስጥ ክብሯን ካልነኩ በስተቀር ለትብብርና ለመግባባት ዝግጁ ሆና የቆየችው። ይህ የመርሕ ወጥነት በመንግሥታት መቀያየር ውስጥ ነባሩን ይዞታ በማስቀጠል እና በአዲስ ጅምር መካከል ሚዛናዊነት የነበረው የውጭ ግንኙነት ልምድ እንዲኖረን አድርጓል። በዚህም ምክንያት የውጭ ግንኙነታችን ስርክ አዲስ የሆነ የብክነት ታሪክ ሳይሆን መደመር የታየበት የክምችት ውርስ ይዞ ቀጥሏል።

የኢትዮጵያ የውጭ ግንኙነት ከትናንት እስከዛሬ በዋናነት በመነጋገርና በመተባበር ፍላጎት ላይ የተመሠረተ ነው። ኢትዮጵያ እንደ ዘመናዊ ሀገረ መንግሥት ከተመሠረተች በኋላ እንኳን ያላትን የውጭ ግንኙነት ባሕርይ ስንመለከት ጥቃትን ለመከላከል ተገድዳ ወደ ጦርነት ትገባለች እንጅ በፍርሃትም ሆነ በስግብግብነት ግጭት የመፍጠር ልማድ የላትም።

የዓድዋ ጦርነት የትብብር ፍላጎታችንን በብልጣብልጥነት ሊጠቀሙበት አስበው ክብራችንን የነኩትን የመከትንበት የመከላከል ታሪክ ነው። በዚህም አላግባብ በቅኝ ግዛት ሥር የወደቁ ሀገራትን ሁሉ ወኔ የሰጠና ቅኝ ግዛትን እንዲታገሉ ያነሣሣ የድል ታሪክ አስመዝግበናል። ይህ የድል ታሪክ የኢትዮጵያ የውጭ ግንኙነት ፍልስፍና ለደካሞች በመቆምና ርትዕን በማስቀደም ላይ የተመሠረተ እንዲሆን አድርጎታል።

ኢትዮጵያ የረጅም ጊዜ ታሪክ ያላትና የገናና ሥልጣኔ ባለቤት ነበረች። ቅኝ ግዛትን የመከተችና በድል የመለሰች የዓድዋ ድል ባለቤት የሆነች ሀገርም ናት። ይህ ታሪኳም በመግባባት ላይ የተመሠረተ ግንኙነት ለመፍጠር ያላትን ተሰሚነት ከፍ እንዲል አስችሏል። የዓለም ማኅበር (ሊግ ኦፍ ኔሽንስ) ብቸኛ የአፍሪካ አባል መሆኗ፣ በፓን አፍሪካ እንቅስቃሴም ቀዳሚ በመሆን የአፍሪካ አንድነት አነሣሽ፣ መሥራች እና መቀመጫ ሀገር እንዲሁም የተባበሩት መንግሥታትና የገለልተኛ ሀገሮች ንቅናቄ መሥራች አባል መሆኗ የዲፕሎማሲ ጉልበቷን የሚጨምርላት፣ ተሰሚነቷንም የሚያሳድግላት ትልቅ ክምችት ነው።

በዓለም አቀፍ መድረክ ቅኝ ግዛትና አፓርታይድን የመሳሰሉ ኢፍትሐዊነቶችን በመቃወምና በመዋጋት ግንባር ቀደም ነበርን። ለአህጉራዊና ዓለም አቀፍ የጋራ ደኅንነት ግንባር ቀደም አቀንቃኝና ተሰላፊ ነን። ኢትዮጵያ በዐፄ ኃይለ ሥላሴ ዘመነ መንግሥት ርትዕን በማስቀደም መርኃ መሠረት የፋሽስት ጣሊያንን ወረራ በተመለከተ ለዓለም መንግሥታት ብትጮህም ስኬታማ ሳትሆን መቅረቷ በዓለም አቀፍ ተቋማት ላይ ሙሉ እምነትን አሳድሮ የውጭ ግንኙነትን መቅረጽ ይቻላል የሚለው ሐሳባዊ ዕይታ ብዙ ርቀት እንደማያስጉዘን የተማርንበት ነው። ሆኖም ይህ አጋጣሚ በተቋማዊ እሳቤ ላይ ተስፋ እንድንቆርጥም ሆነ የትብብርን መንገድ እንድንተው አላደረገንም። ኢትዮጵያ በርትዕና በትብብር ላይ የተመሠረተ ግንኙነትን በማስቀደምና በጉልበት ላይ የተመሠረተ ግንኙነትን በመታገል የኖረች ሀገር ነች።

በአፍሪካ ቀንድ ቀጣናና በአጠቃላይ በአፍሪካ ሰላምና ጸጥታ ዙሪያ እያበረከተችው ያለችው አስተዋጽዖ ለዚህ ዘላቂ ቁርጠኝነቷ አንዱ ማሳያ ነው። በጎረቤት ሀገራት በሶማልያና በሱዳን እንዲሁም በሩዋንዳ፣ በብሩንዲ እና በላይቤሪያ የሠራነው የሰላም ማስከበር ሥራ ከፍተኛ የሚባል ነው። የጦር ኃይላችን በተሠማራበት የሰላም ማስከበር ተልእኮዎች ሁሉ ግዳጁን በአግባቡ የሚፈጽምና ዲሲፕሊን ያለው ሠራዊት ነው። ሀገራትን በማሸማገልም ሀገራችን እየተጫወተችው ያለችው ሚና በቀላሉ የሚታይ አይደለም። በአፍሪካ ቀንድ ውስጥ ጥቅም ያላቸውም ሆነ ጉዳዩን ከሩቁ የሚመለከቱ ሀገራት ኢትዮጵያ በቀጣናው እየተጫወተችው ያለችውን ሚና በግልጽ እየተመለከቱት ነው። በዚህም ምክንያት የሀገራችን አንዱ የተሰሚነት ዐቅም ምንጭ በቀጣናው ውስጥ ካላት የሰላም ማስከበር ሚና ጋር የተያያዘ ነው።

በአሁኑ ወቅት ደግሞ ሀገራችን በኢኮኖሚ ዕድገቷ እያንሠራራች ያለች ናት። ባለፉት ተከታታይ ዓመታት በኢትዮጵያ የተመዘገቡት ኢኮኖሚያዊ ድሎች ኢትዮጵያ በዓለም ማኅበረሰብ ዘንድ የምትጠራበትን የርኃብ ምሳሌነት ቀይረው በፈጣን ኢኮኖሚያዊ እድገቷ የምትጠቀስ ሀገር አድርገዋታል። ይህም የሀገራችንን በጎ ምስል ለዓለም በማስተዋወቅ ኢኮኖሚያዊ ዲፕሎማሲዋን ውጤታማ ሊያደርግ የሚችል ምቹ አጋጣሚ ነው።

የመደመር የውጭ ግንኙነት ፍልስፍና

የውጭ ግንኙነት የሰው ልጅን ተፈጥሮ በፉክክር ወይም በትብብር ከመበየን ጋር በጥብቅ የተቆራኘ ነው። ሀገራትም ሆኑ መንግሥታት የግለሰቦች ስብስብ በመሆናቸው እነዚህ ሁለት የግንኙነት አማራጮች ይመለከቷቸዋል። ፉክክርን ወይም ትብብርን በሀገራትና በመንግሥታት ደረጃ የሚኖሩ ግንኙነቶች የሚገዙባቸው አማራጮች ናቸው።

በመሆኑም በሀገራት የውጭ ግንኙነት ምንነት፣ በመነሻ ምክንያቶች፣ በውጭ ግንኙነት አስፈላጊነት እና በመሠረታዊ ባሕርያት ላይ የሚደረጉ ፅንሰ ሐሳባዊ ክርክሮች በዋነኝነት በሁለት ብያኔዎች ላይ ያተኮሩ ሆነው ቆይተዋል። እነዚህ ኃልዮታዊ ክርክሮች በዋናነት በእውናዊነትና እውናዊነትን በሚተቹ ሌሎች ኃልዮቶች መካከል የሚደረጉ ናቸው።

እውናዊነት ሀገረ መንግሥታትን የግል ጥቅማቸውን ለማስከበር የሚሮጡ "ጥቅመኞች" እንደሆኑ ታሳቢ ሲያደርግ፣ ዓለም አቀፍ ግንኙነት ይህን ጥቅም ለማስጠበቅ የሚደረግ ሩጫ ውጤት ነው ብሎ ያምናል። ስለዚህም በዚህ ኃልዮት መሠረት በዚህ የጉልበተ ዓለም ውስጥ የኃይል ሚዛንን ማስጠበቅ ምርጫ የሌለው ጉዳይ ነው። የኃይል ዋና ምንጭም ኢኮኖሚያዊና ወታደራዊ ዐቅም ነው ብሎ ታሳቢ ያደርጋል። ስለዚህም በዓለም ሥርዓት ውስጥ ጉልበተኛ በመሆን ወይም ጉልበት ካላቸው በመጠጋት የኃይል ሚዛንን ማስጠበቅ በሌሎች ከመደፍጠጥና ጥቅምን ከማስነጠቅ ያድናል ብሎ ያምናል።

ፉክክርን መሠረት ያደረገው የእውናዊነት ዕይታ ዋነኛ መከራከሪያ በአንድ ሀገር ውስጥ በግለሰቦች መካከል የሚነሣን የጥቅም ግጭት መዳኘት የሚቻል ቢሆንም፣ በዓለም አቀፍ ደረጃ በሁለት ሀገራት መካከል የሚከሰትን የጥቅም ግጭት ግን ሊዳኝና ፍትሕን ሊያሰፍን የሚችል ልዕለ መንግሥት የሆነ አካል የለም የሚል ነው። ዓለማችን ለሁሉ የሚሆን ፍትሐዊ መሪ የሌለባት፣ ጉልበተኛ የሆነ ሀገር የፈለገውን የሚያደርግባት ናት ብሎ ታሳቢ ያደርጋል።

ሀገራት ህልውናቸውን ለማስጠበቅ በራሳቸው ቁጥጥር ሥር የሚገኝ ጥቅማቸውን ማስከበሪያ ጠንካራ ዐቅም በማጎልበት በሌሎች እንዳይጨፈለቁና ህልውናቸውን እንዳያጡ ማድረግ ይገባቸዋል ብሎ ያምናል። ፈጽሞ ኢተገማችና አደገኛ በሆነ ዓለም ውስጥ አለኝታና መተማመኛ ሊሆን የሚችለው ራስን የመከላከል ዐቅም ብቻ ነው።

በፉክክርና በመቀናቀን ላይ በተመሠረተው የሀገራት ግንኙነት ላይ ሞራላዊና ፍትሐዊ ለመሆን መጣር ኢሞራላዊና ኢፍትሐዊ በሆነ መንገድ ጥቅማቸውን ለማስጠበቅ በሚሄዱ ጉልበተኞችና ብልጣብልጥ ሀገራት ራስን ማስደፍጠጥ ነው የሚል መከራከሪያ ያቀርባል።

በመሆኑም በዚህ ዕይታ መሠረት ሀገራት ጥቅማቸውን የሚያስከብር የተረጋጋ የሁለትዮሽ ግንኙነት እንዲፈጠር ሁሌም በባላንጣነት የሚፈርጁትን ሀገር ወታደራዊና ኢኮኖሚያዊ ዐቅም እየተከታተሉ ሚዛን በማስጠበቅ ዓለም አቀፋዊ መረጋጋት ይመጣል ተብሎ ይታሰባል።

ሁለተኛው የውጭ ግንኙነት አስተሳሰብ በዋናነት "ሐሳባዊ" ደርዝን የሚይዝ ነው። በሀገራት መካከል የሚኖር ግንኙነት በመቀናቀንና በመጠላለፍ ላይ የተመሠረት የዜሮ ድምር የኃይል አሰላለፍ ሊሆን አይገባም፤ በጋራ በመሥራት የሚያተርፉት ይበልጣል ብሎ ያምናል። ይህ አተያይ ከሀገረ መንግሥት ባሻገር ያለውን የሰው ልጆችን ደኅንነት ትኩረት ያደረገ የውጭ ግንኙነት ያስፈልጋል ብሎ ያምናል።

ሀገራት እርስ በርሳቸው በመደጋገፍ የቆሙ በመሆናቸው የአንዳቸው ፍላጎት መሟላት በሌላኛው በጎ ፈቃድ ላይ የተመሠረተ ይሆናል። ዓለም አቀፍ ተቋማት የሀገራትን ግንኙነት መበየን ይችላሉ። ስለዚህም በሀገራት መካከል መተማመንን፣ መተባበርን እና ለጋራ ብልጽግና በጋራ የመሥሪያ ዓለም አቀፋዊና ተቋማዊ አደረጃጀቶችን መትከል አስፈላጊ ነው ብሎ ይመክራል።

ይህንን ታሳቢ በማድረግ የመደመር የውጭ ግንኙነት እሳቤ ፉክክርና ትብብርን አስታርቆ የሚጓዝ ይሆናል። የመደመር የውጭ ግንኙነት እሳቤ በታሪካችን እስከዛሬ በተጓዝንባቸው መንገዶች በገነባነው ስም ላይ ተጨማሪ ስኬቶችን በመጨመርና ክምችታችንን በማሳደግ ላይ የሚመሠረት ነው። በዚህ እሳቤ መሠረት የሀገራችንን መሠረታዊ የውጭ ግንኙነት መርሕ ማስቀጠልና ማጠናከር በመግባባት አማራጭ በኩል ሰፊ ክምችት ስለሚሰጠን በቂ የውጭ ግንኙነት ወረት እንዲኖረን ያደርጋል። የነበረውን ማጠናከርና ድክመቶቹን መሙላት እንጂ ነገሮችን ከአዲስ መጀመር ከአነስተኛ የፖለቲካ ወረት እንድንነሣ ስለሚያደርገን ወደ ግባችን በቀላሉ ለመድረስ አንችልም። ስለዚህም በመግባባትና በርትዕ ላይ የቆመውን የውጭ ግንኙነታችንን ማስቀጠልና ጉድለቱን መሙላት የውጭ ግንኙነታችን መሠረታዊ እሳቤ ነው።

የውጭ ግንኙነት እሳቤያችን ጥቅምን ሳይሆን ግንኙነትን ያስቀደመና "ችግሮችን ለመፍታት ቀዳሚው ነገር ግንኙነትን ማደስ ነው" ብሎ የሚያምን ነው። ብሔራዊ ጥቅም አንድ፣ ወጥ እና የማይለወጥ ወይም በአንድ መልኩ ብቻ ብያኔ የሚሰጠው አለመሆኑን ተገንዝበ ብሔራዊ ጥቅምን በትብብር የመበየን ዘዴ መለመድ ይገባዋል። ብሔራዊ ጥቅምን አስቀድሞ በተገነባ ትርጓሜው ብቻ ሳይሆን በእሱ ላይ ተጨማሪ ትርጓሜዎች ለማከልና ጉድለቱን ለመሙላት በትብብር የሚበየን ትርጓሜ ያስፈልገዋል። ብሔራዊ ጥቅም ቋሚ ምንነት ያለውና ተበይኖ ያለቀ ነገር ሳይሆን ዕሴቶቻችንን ተከትለን በምክንያታዊ ንግግር ልንበይነው የምንችል ነገር መሆኑን መረዳት ያስፈልጋል። በተለይም አዳጊ ሀገራት በዓለም አቀፍ ፖለቲካው የኃይል ጨዋታ ውስጥ አንዱን ሰልፍ ለመቀላቀል ከሚያደርጉት

ጥረት በፊት "ብሔራዊ ጥቅማችን ምንድነው?" ብለው ለመበየን ከፍተኛ ጥረት ማድረግ አለባቸው።

በአዳጊ ሀገራት ዘንድ የሀገረ መንግሥታቱ አለመጠንከር እና የጋራ ዕሴቶችን አለመፍጠር ይታያል። በዚህም ምክንያት አጣዳፊ ህልውናን ለማስጠበቅ የሚደረግ ጥረት የብሔራዊ ጥቅምን ብያኔ እየገነቡ እና እያሻሻሉ ለመሄድ ፋታ የሚነሳቸው ነገር ሆኗል። የውስጣዊ ፖለቲካው ከዓለም አቀፉ ፖለቲካ ብዙ በማይለያይ መልኩ በሥርዓት አልቦነት ስለሚወጠር ሀገረ መንግሥታት አንድ ግልጽ ማንነት እንዳላቸው ሥሪቶች ጥቅሞቻቸውን በግልጽ ያውቃሉ ለማለት ያስቸግራል።

ጥቅሞቻቸውን በግልጽ የሚያስከብሩ እና ውስጣዊ መናበብ ያላቸውን ተቋማት ስላልገነቡ እንደ አደጉት ሀገራት በፖለቲካ ሥርዓታቸው ውስጥ በግልጽ የሚታወቅ እና የሚገነባ ብሔራዊ ጥቅም አላቸው ለማለት አዳጋች ነው። ብሔራዊ ጥቅምን በመበየን ረገድ ከሀገራዊ ብሔርተኝነት ስሜት በራቀ መልኩ ጥቅማችንን የሚያስከብር መንገድ መከተል ይኖርብናል። ለዚህም ከአንጻራዊ ጥቅም ይልቅ ፍጹማዊ ጥቅምን ማስቀደም እጅግ አስፈላጊ ነው። አንጻራዊ ጥቅም ራስን ከተቀናቃኝ ሀገር ጋር በማወዳደር የበለጠ ድርሻ ለመውሰድ የሚደረግ ጥረት ነው። ይህ ጥረት በመቀናቀን ላይ የተመሠረተ ቢሆንም፣ ከጥቅም ይልቅ ጉዳትን ቢያስከትልም፣ ሀገራት ጥቅማቸውን እያስከበሩ እንደሆነ እንዲሰማቸው ያደርጋቸዋል።

ፍጹማዊ ጥቅም በአንጻሩ ከእልህና ከመቀናቀን የሚመጣን ጉዳት ብሔራዊ ጥቅም ብሎ ከመጥራት ይልቅ ብሔራዊ ጥቅምን በትክክል የሚያስከብርና የዜጎችን ሕይወት የሚቀይር መንገድ መከተል ነው። ጥቅሙ የሚመዘነው ከተቀናቃኞችን የበለጠ ድርሻ በማግኘት ሳይሆን "ከሚያስፈልገን ላይ ምን ያህሉን አገኘተናል?" በሚል ይሆናል። አዳጊ ሀገራት በተለይም እርስ በርስ በሚኖራቸው የጉርብትና ግንኙነት ውስጥ ይህን ፍጹማዊ ጥቅም ለመበየንና እሱን ለማሳካት መትጋት ይጠበቅባቸዋል።

አዳጊ ሀገራት ነቅተን ልናስወግደው የሚገባ አንዱ ችግር ሊቃውንት "የሆብስ ወጥመድ" የሚሉትን ሁኔታ ነው። የሆብስ ወጥመድ ማለት አንዱ አንዱን እየፈራና ቂም ቂምን እየወለደ ያለበቂ ምክንያት ለግጭትና ለደም መፋሰስ አዙሪት መዳረግ ማለት ነው። ይህን አዙሪት ለመበጠስ ደግሞ ፍጹማዊ ጥቅምን ማስላትና ለግንኙነት ቅድሚያ መስጠት አስፈላጊ ነው። ለግጭቶቹ መነሻ የሆነው ነገር ተረስቶ፣ ግጭቶቹን የሚያስቀጥላቸው የጥቅም ሁኔታ ሳይሆን የግንኙነት ብልሽቱ ከሆነ ስለጥቅም ማውራትን ጋብ አድርጎ ግንኙነትን ማደስ ያስፈልጋል። ይህም ከፍተኛ ተነሣሽነትን በሚፈልገው የመደመር ዕሴት ላይ የሚመሠረት ይሆናል። ግንኙነትን ለመቀየር፣ አንዱ ወገን ኃላፊነቱን ወስዶ በተነሣሽነት ካልተራመደ በስተቀር የሆብስ ወጥመድ ውስጥ እንደተሰነቀሩ መቅረት የማይቀር ዕዳ ይሆናል።

ብሔራዊ ጥቅማችንን የምናስከብረው መጀመሪያ በብያኔው ላይ እየተግባባን ስንመጣ ነው ሲባል አስቀድመው የተበየኑ ብሔራዊ ጥቅሞቻችን የሉም ማለት ግን አይደለም። ብሔራዊ ጥቅሞቻችን በእኛ መግባባት ብቻ የሚበየኑ ሳይሆኑ ከሌሎች ሀገራት ጋር በምናደርገው ንግግር ውስጥም ቅርጽና ትርጓሜ እየያዙ የሚመጡ ናቸው ማለታችን ነው። ይህም ብሔራዊ ጥቅም ለንግግር መሰናክል የሚሆንበትንና

ለኃይል ፖለቲካ መንገድ የሚከፍተውን የግትርነት ተፈጥሮውን መቀየር አለበት ከሚል ሐሳብ የሚነሣ ነው።

የእውናዊነት አቀንቃኞቹ "ቋሚ ወዳጅና ቋሚ ጠላት የለም" በሚሉት አባባል ውስጥ ቋሚ ፍረጃን ማስወገድ የሚለውን ሐሳብ የምንቀበለው ቢሆንም ሐሳቡ በአንድ በኩል "ወዳጅና ጠላት" የሚል ደልዳይ አስተሳሰብ የተጠናወተው፣ በሌላ በኩል ደግሞ ወላዋይነትንና ክህደትን የውጭ ግንኙነት ፍልስፍና አድርጎ የሚመለከት በመሆኑ ከመደመር ጋር የሚጣረስ ነው። ወዳጅና ጠላት የሚለው ፍረጃ ከጅምሩ ግንኙነትን በፍረጃ ላይ የሚመሠርትና በመሠረቱም ከእውነታ ጋር የተጣላ አስተሳሰብ ነው። ከማንኛውም ሀገር ጋር የምናደርገውን ግንኙነት በጥቅሉ የወዳጅና የጠላት ብሎ መፈረጅ ለንግግርና ግንኙነትን እያስተካከሉ ለመሄድ በር የሚዘጋ አመለካከት ነው። ስለዚህም በውጭ ግንኙነታችን ውስጥ "ቋሚ ወዳጅና ቋሚ ጠላት የለም" ከሚለው መርሕ ይልቅ "ወዳጅና ጠላት ብሎ ነገር የለም" የሚል መርሕ የምንከተል ይሆናል። በመደመር አጠቃላይ የውጭ ግንኙነት መርሖች ላይ በመመሥረት ኢትዮጵያ በቀጣይ ጊዜያት በውጭ ግንኙነቷ ላይ የነበረውን ከማስቀጠል በተጨማሪ ጉድለት የታየባቸውና ልታተኩርባቸው የሚገቧት ጉዳዮች አሉ። በዚህም መሠረት የውጭ ግንኙነታችን ሊያተኩርባቸው የሚገቡ ዋና ዋና ጉዳዮች ጎረቤት ሀገራትን ማስቀደምና ብሔራዊ ክብርን ከፍ ማድረግ ናቸው።

ለጎረቤት ሀገራት ትኩረት የሚሰጥ የውጭ ግንኙነት

በውጭ ግንኙነታችን ውስጥ የመጀመሪያው ትኩረታችን ከጎረቤት ሀገራት ጋር በመተባበር ላይ የተመሠረተ ግንኙነትን መመሥረትና ማጠናከር ይሆናል። ጎረቤት ሀገራትን በተመለከተ "ከአጋም የተጠጋ ቁልቋል ሲያለቅስ ይኖራል" ወይም "ምንጭን የተጠጋ ዋርካ፣ ሁልጊዜ እንደፈካ" የሚለውን ነባር መርሕ መከተል ያስፈልገናል። ሰላማቸው ካልተረጋገጠና ውስጣዊ መረጋጋት ከሌላቸው ሀገራት ጋር

ጎረቤት የሆነ ሀገር፣ ሙሉ ዋስትና ያለው ሰላምና መረጋጋትን ሊያረጋግጥ አይችልም። በሀገራችን ሕዝቦች መካከል እንዲሁም በሀገራችን ሕዝቦችና በቀጣናችን ባሉ ሀገራት ሕዝቦች መካል ያለው ማኅበራዊና ኢኮኖሚያዊ መስተጋብር ከዘመናዊ የሀገረ መንግሥት መፈጠር የቀደመ መሆኑ ይታወቃል። የውጭ ግንኙነት ስትራቴጂያችን እነዚህን የግንኙነት መስመሮች ለማጠናከር፣ ዲፕሎማሲያችን ይህን ነባር የኢኮኖሚና ማኅበራዊ ግንኙነት ወደ ላቀ ደረጃ ለማሸጋገር የተቀናጀና የተደራጀ ቅርጽ ሊሰጠው ይገባል።

ከጎረቤት ሀገራት ጋር በሚኖረን ግንኙነት ብሔራዊ ጥቅም በአብዛኛው በፍጹማዊ የጋራ ጥቅም ላይ ተመሥርቶ የሚበየን መሆን ይኖርበታል። ዕጣ ፈንታችን የተሳሰረ ስለሆነ የጋራ ጥቅሞቻችንን መሠረት ያደረገ ትብብርና መተጋገዝ ያስፈልገናል። በማንግባባባቸው ጉዳዮች ላይ ከምናጠፋው ጊዜ ይልቅ በምንግባባባቸው ጉዳዮች ላይ ብዙ ጊዜ ማጥፋት የበለጠ ትኩረት ሊሰጠው ይገባል። ያለንን መልካም ነገር እየደመርን ስንመጣ በጊዜ ሂደት ቀጣዮቹን

ችግሮች በጋራ ለመፍታት የሚያስችል በቂ የግንኙነት ክምችት ይኖረናል። ይህን የግንኙነት ክምችት እንደወረትነት ተጠቅመን ቀጣይ ችግሮችን በሂደት መፍታት እንችላለን።

ሆኖም ግን በዓለም አቀፍ ፖለቲካ በሀገራትና በሕዝቦች መካከል ማንኛውም ዓይነት የውጭ ግንኙነት ጉዳይ እንዲኖር ሁለትና ከዚያ በላይ የሆኑ ሀገራትን የሚያስተሳስር አንድ የጋራ ፍላጎት ሊኖር የግድ ነው። ይህ አንዳች ፋይዳና ትርጉም የሚኖረውን አስተሳሳሪ ጉዳይ ማዕከል በማድረግ ሀገራት ተቀራራቢና የማይጋጭ ፍላጎት ሲኖራቸው በሀገራቱ መካከል ሰላማዊና የጠነከረ ግንኙነትና መተሳሰር ይመጣል።

በሌላ በኩል በጋራ ጉዳዮቹ ዙሪያ የሀገራቱ ምርጫ የተራራቀና የሚቃረን ሲሆን ወደ ግጭትና ውጥረት የሚያመራ ግንኙነት ሊፈጠር ይችላል። በመሆኑም ምንም ዓይነት የሚያስተሳስር የጋራ ፍላጎት በሌለበት ሁኔታ ሰላማዊም ይሁን የግጭት ግንኙነት በሀገራትና በሕዝቦች መካከል ሊኖር አይችልም። በሀገራችንና በሌሎች መካከል ግንኙነት ሊኖር የሚችለው የሀገራችን ሕዝቦች አንዳች ፍላጎት ከሌሎች ጋር መተሳሰር በሚፈልግበት ሁኔታ ውስጥ ነው።

በምሥራቅ አፍሪካ የኢኮኖሚ ትስስር መፍጠር አስፈላጊ ነው። የደቡብ ምሥራቅ እስያ ሀገሮችን ፈጣን እድገት በተመለከተ ከሚቀመጡ ምክንያቶች የኢኮኖሚ ትስስር አንደኛው ነው።

የኢኮኖሚ ትስስሩ በዓለም ገበያ ውስጥ ተወዳዳሪና ባለ ሙሉ ዐቅም እንዲሆኑ አስችሏቸዋል። በአፍሪካ የታሰቡ የኢኮኖሚ ትስስር ጥረቶች ብዙም ያልተገፋባቸውና ተገቢውን ውጤት ያላመጡ በመሆናቸው ከሙከራዎቹ ትምህርት ወስዶና ያልተሳኩበትን ምክንያት መርምሮ በግልጽነት የሚመራ የኢኮኖሚ ትስስር መፍጠር ያስፈልጋል። የኢኮኖሚ ትስስር በተገቢው የሕግ ማሕቀፍ ውስጥ ከተከናወነ፣ ከዓለም አቀፍ የንግድ ሕጎች ጋር የማይጋጭ እና የቀጣናውን ሀገራት ዐቅም የሚያጎለብት በመሆኑ፣ ከጎረቤቶቻችን ጋር ያለን የኢኮኖሚ ዲፕሎማሲ በዚህ ላይ ሊያተኩር ይገባዋል።

ከጎረቤቶቻችን ጋር ያለን ግንኙነት ከሁሉም ግንኙነቶቻችን ቅድሚያ ትኩረት ማግኘት የሚገባው ነው። ከጎረቤቶቻችን ጋር በሰላምና በጸጥታ ጉዳዮች ላይ ያለን ግንኙነት ብዙ ክፍተቶች የታዩበትና በእንጥልጥል የቀሩ ብዙ ጉዳዮች ያሉበት በመሆኑ በሰፊው ልንሠራበት የሚገባን ነው።

ከጎረቤቶቻችን ጋር ያለን ግንኙነት በሁለት አቅጣጫ መጠንከር ይኖርበታል። አንደኛው ኢጋድን በማጠናከርና ሀገራቱ ከፍተኛ ትኩረት እንዲሰጡት በማድረግ ግንኙነታችንን በኢጋድ ማሕቀፍ ውስጥ ማጠናከር እንችላለን። ሌላው ደግሞ ሀገራችን ከሀገራቱ ጋር በተናጠል የራሷን ሰፊ ዲፕሎማሲያዊ ግንኙነት መፍጠርም አለባት።

በተለይም ሕዝባዊ ዲፕሎማሲው ተጠናክሮ መከናወን አለበት። በዚህም የሕዝቦችን ግንኙነት በማጠናከር ለቀጣናው ትስስር በጎ አስተዋጽዖ ማድረግ ይቻላል። ከጎረቤቶቻችን ጋር ያለን ግንኙነት ብዙ ጊዜ የሚገጥመው ችግር በሥጋት ላይ የተመሠረተና በጠላት የመከበብ ስሜት የሚፈጥረው መጥፎ አዝማሚያ

ነው። በጠላት የመከበብ ስሜትና ጎረቤቶቻችንን በሥጋት የመመልከት አዝማሚያ ህልውናችንን ለማስጠበቅ ሥነ ልቦናዊ ሚና አለው። ሆኖም ግን ግንኙነታችንን ከሤራ ትንተናና ከአሉባልታ ባሻገር በመነጋገር ላይ የተመሠረተ ብናደርገው፣ ተባብረን ለማደግ የሚያስችሉንን መደላድሎች መፍጠር ብቻ ሳይሆን፣ እርስ በእርስ በሥጋት ምንጭነት እየተያየን የምናባክነውን ጊዜና ሀብት በመደመር ችግሮቻችንን በቀላሉ ለመፍታት እንችላለን።

በደኅንነት ሥጋት ላይ ከተመሠረተ ግንኙነት ወጥቶ በኢኮኖሚያዊ ትብብር፣ በኅብረት እና በውሕደት ላይ ያተኮረ ቅርርብ መፍጠር ያስፈልጋል። ከጎረቤት ሀገራት ጋር ታጣቂ ቡድኖችን "አስጠለልክ! አሠለጠንክ! አስታጠቅክ!" ከሚሉ ንትርኮች በመውጣት ክፍለ አህጉራዊ ሰላምን ማረጋገጥ ያስፈልጋል። በተመሳሳይ በቀጣናው ያለንን ሚና ከማሳደግ ጎን ለጎን የዐረብ ሀገራትን እንደ ችግርና ታሪካዊ ጠላት ሳይሆን እንደ ዘላቂ ጎረቤትና አጋር ማየት ይገባል። የውጭ ግንኙነታችን በተለያዩና ተጻራሪ ጥቅሞችና ኃይሎች መካከል ገለልተኝነትን ጠብቆ ወዳጅነትን ያጐለበተ መሆን ይኖርበታል።

ብሔራዊ ክብርን የሚያረጋግጥ የውጭ ግንኙነት

ሀገራዊ ክብር ማለት ሀገራችን ታፍራና ተከብራ፣ ሉዓላዊነቷን አረጋግጣ እንዲሁም የዜጎቿን ደኅንነትና ክብር አስጠብቃ እንድትኖር የሚያስችላትን ዓለም አቀፍ ይዞታ መፍጠር ማለት ነው። የሕዝቦቿ በራሳቸውም ሆነ በሌሎች ዘንድ ዋጋ የማግኘትና የመከበር ዕሴት ነው። ሰዎች ሁልጊዜም ወደ ግብ መቅረቢያ መንገድ ሳይሆኑ ራሳቸው ግቦች እንደሆኑ የማመን ውጤት ነው። የሰዎች ክብር በሀገር፣ በቡድን እና በግለሰብ ደረጃ ሊታይ ይችላል።

የሀገር ክብር የግለሰቦች የወል ክብር መገለጫ ነው። ሁለቱም እርስ በርስ የተሳሰሩ ጥምር እሳቤዎች ናቸው። የግለሰብ ክብር የማኅበረሰብ ክብርን ይወልዳል፤ የማኅበረሰብ ክብር የሀገር ክብርን ይፈጥራል፤ የሀገር ክብር ደግሞ በተራው የግለሰብ ክብርን ያረጋግጣል። የሀገር ጥቅምንና ክብርን ማስጠበቅ የዜጎቻችንን ጥቅምና ሰብአዊ ክብር ማስጠበቅ የሚሆነው በዚህ መሠረታዊ ምክንያት ነው። ሌሎች ማንኛውም የሀገራችን ዓላማዎችና ዕሴቶች የዜጎቻችንንና የሀገራችንን ክብር የሚያረጋግጡ መሆን አለባቸው።

ሀገራዊ ክብራችንን የሚፈታተነውና ዜጎቻችን ለከፍተኛ ጉስቁልናና ውርደት እንዲዳረጉ የሚያደርገው አንዱና ዋናው ፈተና ስደት ነው። ስደት ዜጎቻችን በባሕር ላይ እንዲያልቁ፣ በወንበዴዎችና በአሸባሪዎች እንዲገደሉ፣ በሰው ሀገር በተዋረደ አያያዝ ውስጥ እንዲኖሩ፣ እንዲሁም ሀገር እንደሌላቸው አለኝታ የሚሆናቸው አጥተው እንዲዋትቱ ያደረገ ችግር ነው። ስለዚህም ሀገራዊ ክብራችንን የማስጠበቅ ቀዳሚው ትኩረታችን ዜጎቻችን በስደት ውስጥ የሚገቡበትን መከራ ማስቆምና የዜጎችን ክብር ማረጋገጥ መሆን አለበት።

ሀገራዊ ክብር በዜጎች የአርበኝነት ስሜት ላይ የሚቆም ሲሆን አርበኝነት ከሀገራዊ ብሔርተኝነት የሚለየውም በባሕርይው ራስን በመከላከል ላይ ያተኮረ በመሆኑ ነው። ብሔርተኝነት በብሔር ደረጃም ይሁን በሀገር ደረጃ ከሌሎች

ጋር የማፎካከር ባሕርይ ሲኖረው አርበኝነት ግን የጋራ ራዕይን ሰንቆ ራስን በመገንባትና ራስን በመከላከል ላይ ያተኮረ የሀገር ወዳድነት ባሕርይ ነው። ባለፉት ዓመታት የጋራ ሀገራዊ ራዕይ ለመፍጠርና ለሀገርና ለወገን ተቆርቋሪ ትውልድን በብቃት ለማፍራት አልቻልንም። ሀገራቸውን ትተው በገፍ የሚሰደዱ ዜጎች፣ የገዛ ሀገራቸውን ተደራጅተው የሚዘርፉ ቡድኖች፣ የሀገሪቱን ቁልቁለት ተቀምጠው የሚመለከቱ፣ ይባስ ብለውም ቁልቁለቱን ለማባባስ የሚዶልቱ ልሂቃን የአርበኝነትና የብሔራዊ ኩራት መላላት ማሳያዎች ናቸው። ከዚህ አስከፊ ማኅበራዊ ሁኔታ ወጥተን የበለፀገች፣ ዲሞክራሲያዊት እና ጠንካራ ሀገር እንድትኖረን በጋራ ራእዮቻችን ዙሪያ የሀገር ፍቅር ስሜት በሕዝባችን ዘንድ እንዲያብብ በማድረግ፣ በሀገራቸው ሁለንተናዊ እድገትና ህልውና ላይ የማይደራደሩ አርበኛ ዜጎችን መፍጠር ያስፈልጋል።

የሀገራዊ ክብራችን መገለጫ የሆነው የዜጎቻችን ክብር የውጭ ግንኙነትና የዲፕሎማሲ ተግባራችን መሠረት ሊሆን ይገባል። በውጭ ለሚኖሩ ወገኖቻችን ክብር፣ ጥበቃ እና ደኅንነት የሚቆረቆርና የሚታገል የዲፕሎማሲ ዐቅም መኖር አለበት። የዲፕሎማሲ ሥራዎቻችን የኢትዮጵያውያንንና የትውልደ ኢትዮጵያውንን ክብር በማስጠበቅ በኩል ሰፊ ክፍተት የሚስተዋልባቸው ናቸው። ብሔራዊ ክብራችንን ማስጠበቅ የዲፕሎማሲ ሥራችን ዋና መርሕ መሆን አለበት። በሌሎች የኢኮኖሚና የደኅንነት ዲፕሎማሲ ሥራዎቻችንም ሆነ የዜጎቻችንን መብት ለማስከበር የምንሠራው ሥራ ብሔራዊ ክብራችንን የሚያስጠብቅ መሆን አለበት።

በሌላ በኩል ብሔራዊ ክብር የሀገራዊ ኃይል ነፀብራቅ መሆኑን መረዳት አስፈላጊ ነው። የሀገራዊ ኃይል መገለጫ የሆኑት የመከላከያና የኢኮኖሚ ዐቅም እንዲሁም የልል ኃይል ይዞታችን በሀገራዊ ቁመናችን ላይ የሚኖራቸው ተጽዕኖ የጎላ ነው። የዲፕሎማሲ ተጽዕኖ ዐቅማችንን ከሚወስኑት ነገሮች አንዱ የመከላከያ ኃይላችን ነው።

በኢኮኖሚውም በተመሳሳይ ጠንካራ የገበያ ትስስር ያለው ብርቱ ኢኮኖሚያዊ ዐቅም፣ በዓለም አቀፍ ደረጃ ተደማጭነታችንን ይወስነዋል። ጦርነት በኛ ፍላጎት ብቻ የሚቀር ባለመሆኑ ሀገራዊ ጥቅማችንን የሚያሳጣ ጦርነት ሲያጋጥመን በአጭር ጊዜና በአነስተኛ ወጪ ጦርነትን መዋጋትና ማሸነፍ የሚችል የመከላከል ዐቅምን መገንባት ያስፈልገናል። ይህንን የሚያግዝ የተማከለና የተቀናጀ የውጭ ጉዳይ፣ የደኅንነት እና የመከላከያ ዐቅምን መፍጠር በይደር የማይታለፍ ነው።

የተማከለ ዐቅም ተገንብቷል ሊባል የሚችለው በአራቱም የጦርነት ክልሎች (በየብስ፣ በውኃ፣ በአየር እና በሳይበር) የሀገራችንን ብሔራዊ ፍላጎትና ጥቅም ለማስከበር ሲቻል ነው። በመሆኑም የሀገራችን የጸጥታና የደኅንነት መዋቅር ዋነኛ ግብና የትኩረት አቅጣጫ በአራቱም የጦርነት ክልሎችና ዐውዶች ዐቅምን በመፍጠር ላይ መሆን አለበት። በውኃ ላይ ያለንን ጥቅም ከማስከበር ጋር የተያያዘው አንዱ ጉዳይ ሀገራችን በቀይ ባሕር ላይ ያላት ኢኮኖሚያዊና ብሔራዊ ደኅንነት ነው።

በተለይም የመከላከያ ዐቅማችን የውጊያ ውጤታማነቱን ካስመሰከረባቸው ውሱን የጦርነት ዐውዶች መሻገር አለበት። በሌሎች በሀገራዊ ቁመናችን ላይ ፈጣን ለውጥ ለማምጣት በሚችሉ አዳዲስ የጦርነት ዐውዶች ላይ ኃይል ማደራጀትና

በአጭር ጊዜ ኦፕሬሽናል ማድረግ ይገባዋል። በዚህም ሀገራዊ ፍላጎታችንን በተሻለ ለመመለስ እንዲቻል ብሎም ሀገራዊ ክብራችን ፈጣን መሻሻል እንዲያሳይ ማድረግ ይቻላል።

የባሕር ኃይል ግንባታ በሀገራዊ ጥቅማችን ላይ ብቻ ሳይሆን በዓለም አቀፍ ተደማጭነታችን ላይ ፈጣን ለውጥ ማምጣት የሚችል በመሆኑ ቅድሚያ ሊሰጠው የሚገባ ነው። በተለይም ደግሞ ሀገራችን ለባብ ኤል መንደብ የባሕር ላይ መተላለፊያ ኮሪዶር ያላት የመልካዓ ምድር ቀረቤታ በቀይ ባሕር ቀጣና በቀላሉ ተጽዕኖ መፍጠር እንድትችል የሚያደርግ ስትራቴጂካዊ ዕቅም ነው። ይህንን ተፈጥሯዊ ዕድል የሚጠቀምና በባብ ኤል መንደብ ብሎም በቀይ ባሕርና በኤደን ባሕረ ሰላጤ ተንቀሳቅሶ ጂኦ-ስትራቴጂካዊ ፍላጎታችንን ማሳካት የሚችል የባሕር ኃይል መገንባት ዓለም አቀፋዊ ተደማጭነታችንን ወደ ላቀ ደረጃ ከፍ የሚያደርግ ብቻ ሳይሆን ብሔራዊ የኢኮኖሚያዊና ፖለቲካዊ ጥቅማችንን ለማረጋገጥ የሚችል ብሔራዊ ቁመና እንዲኖረን የሚያስችል ነው።

ኢትዮጵያ የውስጥ ጉዳዮቿን ትኩረት ሰጥታ የኢኮኖሚና የፖለቲካ ችግሮቿን መፍታት ቀደም ብላ ትኩረት የሰጠችበት የውጭ ጉዳይ አካሄድ ቢሆንም፣ በሂደቱ የዜጎችንና የሀገራችንን ክብር ለማስጠበቅ የሄድንበት ርቀት ግን ችግር ነበረበት። በውጭ ግንኙነታችን ውስጥ ድህነታችንን ብቻ መሠረት አድርገን እንንቀሳቀስ የሚለው መርሕ የሀገራችንን ታሪካዊና ነባራዊ ሁኔታ ያገናዘበ ነው ለማለት አይቻልም ኢኮኖሚያዊ ዲፕሎማሲን መጠቀምና ሀገራችን በዚህ ረገድ የምትፈልገውን ጥቅም ለማግኘት መሥራት እንደተጠበቀ ሆኖ፣ የሀገራችን ሉዓላዊነት በሙሉ ገጹ መከበር እንዳለበት ግን ሊዘነጋ አይገባም። በርዕዮተዓለም፣ በድንበር ወይም በሌላ በማንኛውም ጉዳይ ላይ የሚኖረን ግንኙነት ሉዓላዊነታችንን የሚነካ እንዲሆን መፍቀድ የለብንም።

የሀገራት የውጭ ግንኙነት በታይታ ወይም በአለንጋ ዕቅም ላይ ብቻ የተመሠረተ ከሆነ የጠብ ጫሪነት ገጽታን ስለሚያላብስና በሌሎች ዘንድ የመጠቃት ስጋት ስለሚፈጥር ጦርነት የመቀስቀስ ዕድሉ ሰፊ ነው። በሌላ በኩል ደግሞ ሀገራት በማባበል ወይም ሰርዶ በመስጠት ላይ ብቻ የተመሠረተና እሽታ የበዛበት የውጭ ግንኙነት ዘዴን ከተከተሉ በሌሎች ሀገራት ዘንድ ያላቸው ክብር ይሸረሸርና የሚተነኩሳቸውና የሚያጠቃቸው ይበዛል። በእነዚህ ሁለት የውጭ ግንኙነት አዝማሚያዎች መካከል ሚዛን መጠበቅ ወሳኙ ነገር ነው። የውስጥ ጉዳዮቻችንን ለመፍታት ብለን ብሔራዊ ክብራችንን ማስደፈር የለብንም። ስለዚህም የውስጥ ጉዳዮቻችንንና የብሔራዊ ክብራችንን ሚዛን አስጠብቆ መጓዝ አስፈላጊ መሆኑ ሊሠመርበት ይገባል። ምንም እንኳን ድህነትን ማስወገድ የብሔራዊ ክብራችን ማረጋገጫ አንዱ መንገድ ቢሆንም ብቸኛው ግን አይደለም። ለዚያም ነው ሀገራችን በውጭ ግንኙነቷ አለንጋና ሰርዶን በአግባቡ መጠቀም የሚኖርባት።

የገር ኃይልና የተሰሚነት ምንጭን ማስፋት

ኢትዮጵያ በዓለም ላይ ያላትን ተሰሚነት ለማሳደግና የውጭ ግንኙነቷን በትብብርና ለግፉአን በመቆም መርኋ ለማስቀጠል የተሰሚነት ምንጯን ማሳደግ

ይኖርባታል። የተሰሚነት ምንጭ በደምሳሳው የብሔራዊ ኃይል ማሳያ ተደርገው የሚቀርቡትን የጠጣር ኃይል አማራጮችን በማጎልበት ብቻ የሚገኝ አይደለም።

ጠጣር ብሔራዊ ኃይል የተለያዩ ሀብቶችና ጸጋዎች በሀገር ውስጥ መኖር፣ ሀብቱ ስለመኖሩ ማወቅ፣ ሀብቱን ለመጠቀም ማቀድ እና በመጨረሻም ሀብት በማወቅና በመጠቀም ሂደት የተጻራሪ ኃይሎችን ፍላጎትና ሚና ማወቅና መግታትን የሚያጠቃልል ነው። በመሆኑም ሀገራዊ ዐቅምን በሀብት፣ በስትራቴጂ እና በውጤት ደረጃ ከፋፍሎ መመልከት ይቻላል።

ይህን ኃይል እንደ ሀብትና ጸጋ ስንመለከተው የሚዳሰሱና የማይዳሰሱ ሀብቶችን ማለትም የሕዝብ ቁጥርን፣ የተፈጥሮ ሀብትን፣ ባህልን እና ዕሴቶችን ያጠቃልላል። እንደ ስትራቴጂ ስንመለከተው ደግሞ ሀብቶችን ለመጠቀም የሚደረግ ጥረትና ሂደት፣ የግንኙነት ሁኔታ እና በአጠቃላይ ሀብት ጥቅም ላይ የሚውልበትን ዐውድ የሚያመላክት ነው። በሌላ በኩል እንደ ውጤት ስንመለከተው ደግሞ አንድ ሀገር ሀብትና ጸጋዋን እንዲሁም የሀብት አጠቃቀም ስትራቴጂ ተጠቅማ ብሔራዊ ፍላጎትና ጥቅሞቿን ለማሳካት ያስቀመጠቻቸውን ግብና ዓላማዎች ማሳካቷን የሚመለከት ነው።

የብሔራዊ ኃይልና ዐቅም ምርኩዝ ወይም መገለጫ የሆኑ የተለያዩ ክፍሎች ያሉት ሲሆን ምሁራን ተፈጥሯዊ (ሕዝብ፣ መልክዓ ምድር፣ የተፈጥሮ ሀብት) እና ማኅበራዊ ኩነቶች (ኢኮኖሚ ልማት፣ የፖለቲካ መዋቅርና ብሔራዊ ሞራል) በሚል ይከፍሏቸዋል። በሌላ መልኩ እነዚህኑ የብሔራዊ ዐቅም መገለጫዎች ቁሳዊና ኢ ቁሳዊ ገጾች በማለት ለመለየት ይቻላል። ቁሳዊ የሀገራዊ ዐቅም ገጾች ሊለኩና ሊዳሰሱ የሚችሉ እንደ መልክዓ ምድር፥ ሕዝብ፥ ቴክኖሎጂ፥ የተፈጥሮ ሀብት፥ ጥሬ እቃ እና ማዕድን የመሳሰሉ ሀብቶች ሲሆኑ፤ ኢቁሳዊ የሀገራዊ ዐቅም መገለጫዎች የማይዳሰሱ ሀብቶች የሆኑት የሕዝብ ሞራልና ዕሴት፣ የአመራር ብቃት፣ ተቋማዊ ውጤታማነት እና የመሳሰሉት ናቸው።

በሀገራችን የጠጣር ኃይል አማራጮቻችንን ማጠናከር እንደተጠበቀ ሆኖ የገር ኃይል አማራጮችን ትኩረት ሰጥቶ መሥራት ከወቅታዊው የዓለም ሁኔታ አንጻር አዋጭና ለምንፈልገው የትብብር ግንኙነትም ምቹ ነው። የገር ኃይል አማራጭን ሳቢ የሚያደርገው አንደኛው ጉዳይ በገር ኃይል ዘርፍ ከፍተኛ የተጽዕኖ ፈጣሪነት ደረጃን ለማግኘት የግዙፍ ኢኮኖሚያዊና ወታደራዊ ዐቅም ባለቤት መሆን አለማስፈለጉ ነው።

አነስተኛ ኢኮኖሚና ወታደራዊ ዐቅም ያላቸው የዓለማችን ሀገራት የገር ኃይል ዐቅማቸውን በአግባቡ በመገንባት ከባለ ግዙፍ ኃያላን ጋር በሚስተካከል መልኩ ተሰሚነታቸውን ለማሳደግ ችለዋል። በዓለም አቀፍ ደረጃ ሰፊ ተደራሽነት ያለው የዜና አውታር መገንባት የቻለችው የባሕረ ሰላጤዋ ኳታር ከሚሊዮን የሚያንሰው የሕዝብ ቁጥሯ፣ ኢኮኖሚያዊ ደረጃዋ እና ደቃቅ መጠኗ በጠጣር የኃይል ሚዛን ብትለካ ሊኖራት ከሚችለው በብዙ እጥፍ የበለጠ ተሰሚነትና ተጽዕኖ ፈጣሪነት እንዲኖራት አስችሏታል።

የገር ኃይል አላባዎች ከስፖርታዊ ውድድሮችና ውጤቶች፣ ከትምህርታዊ ተቋማትና ከትምህርታዊ ጉድኝቶች፣ ከመገናኛ ብዙኃንና ከመረጃ ስርጭት፣ ከኪነ

ጥበብና ከባህል ትውውቅ፣ ከሕግ የበላይነትና ከሰላም መስፈን፣ ወዘተ… ጋር የተያያዘ ነው። እነዚህ ጉዳዮች በዋናነት ሀገራት ያላቸውን ዓለም አቀፍ ተአማኒነት፣ ትስስር እና ገጽታ የሚወስኑ የገር ኃይል አማራጮች ናቸው።

እነዚህን የገር ኃይል ዐቅሞች ለማጎልበት ከቦታና ከዐቅም አስቻይነት አንጻር የዲያስፖራው ሚና ትኩረት ሊሰጠው ይገባል። በአሁኑ ጊዜ በዲፕሎማቶች ላይ ብቻ የተንጠላጠለ ዲፕሎማሲ ብዙ ርቀት የሚያስጉዘን አይደለም። ከተደራሽነት አኳያ ውሱንነት ስላለበትና በምንፈልገው ደረጃ የዲፕሎማሲያችንን ዐቅም ስለማያሳድግልን ብቻ ሳይሆን ከፍተኛ ወጭ የሚያስወጣ ዘርፍ በመሆኑም በዲፕሎማቶች ላይ የተንጠለጠለውን የዲፕሎማሲያችንን አካሄድ አንድ ደረጃ ልናሻሽለው ይገባል። ከሦስት ሚሊዮን በላይ የሚገመቱ ኢትዮጵያውያንና ትውልደ ኢትዮጵያዊያን በመላው ዓለም ተበትነው ይኖራሉ።

እነዚህን ዜጎች ባሉበት ሀገር መብታቸው እንዲከበር ትኩረት ሰጥቶ መሥራት ያስፈልጋል። ይህን ዜጋ ተኮር ዲፕሎማሲ በስኬታማነት ለማከናወን ከተቻለ ሁሉንም ዜጋ ለሀገሩ ዲፕሎማት ማድረግ ይቻላል። ስለሀገሩ በቂ መረጃ ያለው፣ ባገኘው አጋጣሚ ሁሉ ወደ ሀገሩ ኢንቨስትመንትና ቱሪስት ለመላክ የሚሻ ዲያስፖራ ለማፍራት ከተቻለ የሚፈጥረው ውጤት ከፍተኛ ነው። ዜጎች የሀገራት ምስል ነጸብራቅ ናቸው። በዜጎች ባሕርይና የኑሮ ዘይቤ ውስጥ የሀገራት መልክ ይታያል። በመሆኑም ዲያስፖራዎች በንግግርና በምግባራቸው ሁሉ ሀገራቸውን የሚወክሉ እንደሆኑ ዐውቀው የሚንቀሳቀሱበትን ሁኔታ መፍጠር ይገባል።

ይህንን አማራጭ ከመደበኛው ዲፕሎማሲ ሥራ ጋር በመደመር ገር ኃይልን ማከማቸት ይቻላል። በውጭ ሀገር የሚኖሩ ኢትዮጵያውያንና ትውልደ ኢትዮጵያውያን በሀገራት ጉዳይ ላይ የሚያደርጉት ተሳትፎ በቀላሉ የሚታይ አይደለም። ሆኖም ግን እስካሁን ያለው ልምዳችን ዲያስፖራውን በጠላትነት ፈርጆ የሚንቀሳቀስ ነበር። በዚህ ሁኔታ ውስጥ በአመዛኙ ዲያስፖራውና መንግሥት በተካረረ ስሜት ውስጥ ሆነው ሀገራችን ከዲያስፖራው ልታገኝ የምትችለውን ጥቅም በአግባቡ ሳትጠቀም ቀርታለች። በቀደሙት ዓመታት ከመንግሥት ጋር በነበራቸው ቅራኔና በሌሎች የመከፋፈል ዝንባሌዎች ምክንያት በዲፕሎማሲው መስክ የነበራቸው ተሳትፎ ዝቅተኛ ነበር። ይህን ሁኔታ ቀይሮ በሀገራቸው ጉዳይ ላይ በጋራ እንዲቆሙና የዜጋ ዲፕሎማት እንዲሆኑ መሥራት ያስፈልጋል። ኢትዮጵያውያኑና ትውልደ ኢትዮጵያውያኑ በየሄዱበት ቦታ ሁሉ የሀገራቸውን መልካም ስም የሚያስጠብቅና ሀገራቸውን የሚያስተዋውቅ ሥራ መሥራት ይኖርባቸዋል። ራሳቸውን የሀገሪቱ ወኪል አድርገው በመመልከት የሀገራቸው ዋስና ጠበቃ መሆን ይገባቸዋል። መንግሥትም ባሉበት ቦታ ሁሉ መብታቸውና ክብራቸው ተጠብቆ እንዲኖሩ ቅድሚያ ሰጥቶ መሥራት ይኖርበታል።

በየሀገራቱ ተበትነው ያሉ ኢትዮጵያውያን የሀገራችንን ታሪክ፣ ወግ፣ ዕሴት፣ ባህል፣ ቋንቋ፣ ሥርዓተ ምግብ፣ ዘፈንና ቁሳቁስ ለሚኖሩበት ማኅበረሰብ በማስተዋወቅ በመንግሥት ያልተሾሙ አምባሳደር ሆነው የሀገራችንን ዓለም አቀፍ ተአማኒነት፣ ትስስር እና ገጽታ ማጎልበት ይችላሉ። በተጨማሪም ዲያስፖራው ለሀገራችን ምርቶች ገበያ በማፈላለግ፣ ቀጥተኛ የውጭ ኢንቨስትመንትን በማምጣት፣

ቱሪስቶችን ወደ ሀገራችን በመሳብ እና የቴክኒካልና የፋይናንስ ድጋፍ በማምጣት ሊጫወት የሚችለው ሚና ገና ብዙ ያልተነካ ነው።

እነዚህን ግቦቻችንን በሚፈለገው ደረጃ ለማሳካት ካስፈለገ ዲፕሎማሲያችንን ከድያስፖራው ጋር ማስተሳሰር ትልቅ ትኩረት የሚፈልግ ጉዳይ ነው። በተቃራኒው ከሀገሩ መንግሥት ጋር በጎ ቁርኝት የሌለው ዲያስፖራ ሀገሩንና ሥርዓቱን ለመደገፍ የሚያደርገው እንቅስቃሴ የተገደበ መሆኑ አይቀርም። ከዲፕሎማቶቻችንና ከዲያስፖራው ባሻገር የሲቪል ተቋማት፣ ታዋቂ ግለሰቦች፣ የቀድሞ ባለሥልጣናት እና ሌሎች የዲፕሎማሲ ተጽዕኖ ለመፍጠር የሚችሉ ግለሰቦች ሰፊ የዲፕሎማሲ ሥራ መሥራት ይችላሉ።

ከዚህ አኳያ ኢትዮጵያ እንደ ሀገር በርካታ የዲፕሎማሲ ሥራ የሠሩ፣ እስረኞችን ያስፈቱ፣ ገንዘብ አሰባስበው ኢትዮጵያውያንን የሚደግፉ ግለሰቦችና የሲቪል ተቋማት እንዳሏት ይታወቃል። በተጨማሪም በመላው ዓለም ኢትዮጵያውያን በየሀገሩ በመገኘታቸው ይህንን አጋጣሚ ወደ መልካም ዕድል ለመቀየር የሚያስችሉ ስትራቴጂዎችን ነድፎ መንቀሳቀስ ተገቢነቱ አያጠያይቅም።

በዲፕሎማቶች ላይ በተመሠረተ ግንኙነት ላይ በማተኮራችን ምክንያት በቂ ትኩረት ያልሰጠነው ሌላው የዲፕሎማሲ አማራጭ በከፍተኛ መሪዎች ደረጃ የሚደረግን የዲፕሎማሲ ሥራ ነው። በተለይም ከጎረቤቶቻችን ጋር ባለን ግንኙነት ጥቅማችንን በጋራ ለመበየን የሚያስችለን ከቀዳሚዎቹ ውሳኔ ሰጭዎች ጋር እየተገናኙ መነጋገር ነው። ግንኙነታችንን ለማስፋት ሰፊ የዲፕሎማሲ ግንኙነት ልንመሠርትባቸው ከምንፈልግባቸው ሀገራት ጋር ሁሉ በተቻለ መጠን የከፍተኛ መሪዎች የዲፕሎማሲ አማራጭ ትኩረት ልንሰጠው የሚገባን ጉዳይ ነው።

መውጫ

• • • • • • • • • • • • • • •

በሀገራችን የፖለቲካ ሰማይ ሥር ኢትዮጵያውያን በተለያዩ የታሪክ አጋጣሚዎች አዲስ ምዕራፍ የመጀመር ወርቃማ ዕድሎችን ማግኘታችን ይታወሳል። ሆኖም ግን በወጉ ሳንጠቀምባቸው ቀርተን በሚያሳዝን ሁኔታ በተደጋጋሚ ባክነው ቀርተዋል። አሁን ደግሞ ሌላ ታሪካዊ ዕድል ከፊታችን ቀርቦልናል። ይህንንም ልዩ ዕድል እንደ ሌላው ጊዜ በከንቱ እናባክነዋለን ወይስ ካለፈው ተምረን ሀገርንና ትውልድን በመደመር ከፍ ወዳለ ደረጃ እናሸጋግርበታለን? ምርጫው ግልጽና የማያሻማ ነው። ይህ ዕድል፣ ሁልጊዜ የሚገኝና ተመላልሶ የሚመጣ ሳይሆን ምናልባትም የመጨረሻችን ሊሆን ይችላል ብለን ማሰብ አለብን። በዚህ ውድ ሀገራዊ የዕድል መዝገብ ላይ ልዩና አንጸባራቂ ታሪካዊ ገድል ጽፈን ለማለፍ ሁላችንም ቆርጠን መነሣት ይኖርብናል።

ኢትዮጵያ የሕዝቦቿ ሁሉ የዘመናት የመሥዋዕትነት ውጤት እንጅ የአንድ ትውልድ ርዕዮትና መርሃ ግብር ውጤት አይደለችም። በእያንዳንዳችን እምነትና አመለካከት በተገነባ ዓለም ውስጥ መኖር ባንችልም በአመዛኙ በምንስማማበት ዓለም ውስጥ መኖር ተስማሚ ብቻ ሳይሆን ሰላምንም የሚፈጥር፣ እድገትን የሚያፋጥን ወሳኝ ሂደት ነው። ሁሌም ትናንት መኖሪያ ሳይሆን መነሻ ስንቅ፣ ዛሬ ተጨባጭ እውነት፣ ነገ ደግሞ ተስፋ አድርገን የምንይዘው መጭ ሀብት ሊሆን ይገባል። ለዚህ ደግሞ በአሮጌው ተደስተንና ረክተን በምቾት መኖራችንን በማቆም፣ በእያንዳንዱ ዕለት የላቀውንና ከፍ ያለውን ዓለም በመመኘት፣ ለእርሱም እውን መሆን መታገል ያስፈልጋል። ወደላቀው የከፍታ ሥፍራ መውጫው መንገድ ከትናንት የመላቀቅ ፍላጎትና የእኛ ፈቃድ እንጅ ሌላ አይደለም።

የመደመር እሳቤ በብዙ ጉዳዮቻችን ላይ ያለንን ዐቅም አሚጠንና ብክነትን ቀንሰን በመጠቀም የጋራ ግቦቻችንን እውን የምናደርግበትና የሀገራችንን ህልውና የምናረጋግጥበት የንቃት መንገድ ነው። የንቃት መንገድ ነው ስንል የኑሮ ጣጣን ሁሉ ለርዕዮተዓለም ሰጥቶ ያንን እየመነዘሩ ከመኖር ይልቅ መርሕንና ነባራዊ ሁኔታን እያስታረቁ ለመሄድ የሚያስችል የሁልጊዜ ዝግጁነትን የሚፈልግ በመሆኑ ነው። ይህን መንገድ ስንከተል የሕዝብን ፍላጎት ከሀገሪቱ አጣዳፊ ህልውና ጋር

አዳብለን ለመመለስና በመጨረሻም ለሀገራችን ህልውና አስተማማኝ የሚሆነውን የሥልጣኔና የብልጽግና ጎዳና ለመቀላቀል ያስችለናል።

ኢትዮጵያ ህልውናዋ ተጠብቆ ዜጎቿ በኩራትና በምቾት እንዲኖሩባት ለማድረግ ምኞትና የዕቅድ ብዛት ብቻ በቂ አይደለም። የሌሎች ሀገራትን ብልጽግና እያዩ፣ እንደነርሱ ለመሆን በመመኘት የሚመጣ ፋይዳ አይኖርም። ይልቁንስ ለውጡን ለማምጣት ያለን ሁለንተናዊ ዐቅም ደካማ መሆኑን ማጤን ያስፈልገናል። የኢኮኖሚ፣ የባህል፣ የዕውቀት፣ የተቋማት፣ ወዘተ... ዐቅማችን ሁሉ የምንናፍቃትን ሀገር ለመገንባት በቂ አይደለም። ስለዚህም ዐቅማችንን ለማሳደግ ከተናጠልና አፍስሶ ከመልቀም አዙሪት ወጥተን መደመር አለብን። ስንደመር ችግሮቻችንን ለማቃለልና ወደ ከፍታው ለመውጣት የሚያስችለንን ዐቅም እናገኛለን። ሰው የሚሠራው በዐቅሙ ልክ ነውና ከትናንሽ የተነጣጠሉ ዐቅሞች ከምንነካ ይልቅ ዐቅሞቻችንን ደምረን ትልቅ ወረት መፍጠር ያስፈልጋል። ትልቅ ወረት ትልቅ ትርፍ ያስገኛልና። በተናጠል ከመውተርተር ይልቅ የተከማቸውን ውዝፍ ሥራ በተከማቸ ዐቅም ማቃለል ይቻላል።

የሀገራችን ህልውናና የሕዝቦች ደኅንነት አስተማማኝ እየሆነ የሚመጣውም በዚህ መንገድ ስንጓዝ ነው። ለዚህም የመደመር እሳቤ በሁሉም ኢትዮጵያዊ ልብ ውስጥ ገብቶ ሁላችንም ተደምረን ሀገራችንን መለወጥና ህልውናችንን ማረጋገጥ እንችል ዘንድ መሠረታዊ ሐሳቦችን በየደረጃው በተለያየ መንገድ ማዳረስ ያስፈልጋል።

እነዚህን ቁልፍ ጉዳዮች እንደ አንድ ሀገር፣ እንደ አንድ ሕዝብ ተባብረን ከፈጸምናቸው በእርግጠኝነት በኢትዮጵያ ሰማይ ሥር ነገ ከዛሬ የተሻለ ይሆናል። ይኼንን መሻል የምንፈጥረው ደግሞ እኛው ነን፤ እኛ እና እኛ ብቻ። ሁላችንም ያለሁላችን ምንም ነን። ስለዚህም "እኛ" ውስጥ "እነርሱ" የሚባል ሐሳብ ዘበት የሚሆንበትን ቀን በጥረታችን መፍጠር አለብን። ወደ ታላቅነታችን የሚወስደው መንገድ ትግል የሚጠይቅ ቢሆንም ጊዜው ቅርብ ነው። የመደመርን ጉዞ በጀመርንበት ጥቂት ጊዜያት ውስጥ ያየነውን የአብሮነት፣ የአጋርነት እና የቀናነት መንፈስ ከራሳችን አልፎ የምሥራቅ አፍሪካ ሀገራትን አዳርሷል። የተጀመረውን ለማስቀጠል መለያ መርሖችንን ከልብ መረዳትና በቁርጠኝነት ተግባራዊ ማድረግ ያስፈልጋል። ሁሉንም ዕሴቶቻችንን ደምረን፣ ያለፉትን ጥፋቶችን እያረምን በይቅርታ በማለፍ፣ የወደፊቷን ኢትዮጵያ ለመገንባት በፍቅርና በአንድነት እንነሣ።

ኢትዮጵያ በልጆቿ ጥረት ታፍራና ተከብራ ለዘላለም ትኑር!

ፈጣሪ ኢትዮጵያንና ልጆቿን ይባርክ!

ሙዳየ ቃላት

ሀገረ መንግሥት፡- የታወቀ ዳር ድንበርና ሉዐላዊ ግዛት ያለው፣ መንግሥታዊ አስተዳደርና ሥርዓት ያለበት፣ ከጥንታዊና አካባቢያዊ ግዛቶች የተሻገረ ሥርዓት ወይም ሀገር፤

ብሔረ መንግሥት፡- አንድ ብሔር ወይም አንድ ሕዝብ ያለበት ሀገር፣ በአንድ ሕዝብ ማንነት ላይ ተመሥርቶ የተገነባ ሀገር፤

መካናተ ትምህርት፡- ዩኒቨርሲቲና የሙያ ማሰልጠኛዎችን ጨምሮ ትምህርትና ሥልጠና የሚሰጡባቸው የተለያዩ ተቋማት፤

ማኅበራዊ ሥሪት፡- በኢኮኖሚ፣ በፖለቲካ ወይም በሌላ እንቅስቃሴዎችና ግብግቦች ውስጥ እየተፈጠሩ የሚመጡ ማኅበራዊ አደረጃጀቶች፤

ማኅበረሰባዊብ ሔርተኝነት፡- ብሔር፣ ጎሳን ወይም ነገድን ማዕከል ያደረገ የእኛነት ስሜት፤

ሲቪክ ብሔርተኝነት፡- ዜግነትን ወይም አገርን ማዕከል ያደረገ የእኛነት ስሜት፤

ማኅበራዊ ወትዋቾች፡- ማኅበራዊ ለውጥ እንዲመጣ ግፊት የሚያደርጉ፣ የሚወተውቱ እና የሚቀሰቅሱ ግለሰቦች፤

ማኅበራዊ ፍትሕ፡- ቡድንን መሠረት ያደረገ ፍትሕን ወይም በቡድኖች መካከል በዘርፈ ብዙ ጉዳዮች ሊኖር የሚገባውን እኩል ተጠቃሚነት ያመለክታል፤

ሥነ ሕዝብ፡- የሕዝብ ቁጥር ምንነትና ስሌትን የሚመለከት መረጃ ወይም ጥናት፤

ሰብአዊ ቀውስ፡- በነጠላ ወይም ተከታታይነት ባለው አደጋ ምክንያት በሰዎች ደኅንነት፣ ጤናና ምቾት ላይ የሚፈጠር ጉዳት፤

ስልተ ምርት፡- የማምረት ሂደትን ወይም የምርት ሥርዓትን ያመለክታል፤

ቁስ ተሻጋሪ ዕሴት፡- ከቁሳዊ ጥቅም ለዘለሉ ጉዳዮች የሚሰጥ ግምት ወይም ዋጋ፤

ቅይጥ ኢኮኖሚ፡- ነጻ ገበያን ከመንግሥት ጣልቃ ገብነት ጋር አዛንቆ የያዘ የኢኮኖሚ ሥርዓት፤

ቅድመ ካፒታሊስት ስልተ ምርት፡- በጥቅል ትርጓሜው በታሪካዊ ሂደታቸው ወደ ካፒታሊዝም ያልገቡ/ያልደረሱ የምርት ሥርዓቶችን የሚመለከት ሲሆን፣ በዚህ አውድ ደግሞ የአርሶ-አደርና አርብቶ አደር የምርት ሂደትን ይመለከታል፤

ባይተዋርነት፡- የመነጠል፣ የመገለል፣ ከኅብረተሰቡ ሁለንተናዊ ሥርዓት ባዕድ የመሆን ስሜት፤

ኃልዮት፡- የዕውነታን የተለያዩ ክፍሎች ሥርዓት ባለውና በተጠቃለለ ሁኔታ የሚገልጽ እውቀት፤

ኅዳጣን፡- በቁጥራቸው ዝቅተኛ የሆኑ ሕዝቦች፤

አብርሆት፡- ዕውቀትን ማስፋት፣ የሰዎችን አእምሮ ማብራት፣ በአውሮጳ የተደረገውን የልሂቃንና የምክንያታዊነት መነቃቃት ተከትሎ የተሰጠ ስያሜ፤

አዳጊ ሟች፡- ከተወሰነ ሂደት በኋላ የማይቀጥል ዕድገት፣ በዘላቂነት ከመጨመር ይልቅ በተወሰነ ጊዜ ውስጥ የሚገታ፤

አድማሰ ጠባብ፡- በጎሳ፣ በነገድ፣ በብሔር፣ በጎጥ፣ ወዘተ. . . የተወሰኑ አካባቢያዊ አስተሳሰቦች ወይም ፍላጎቶች፣ የሲቪክ ማንነት ላይ ያልደረሱ አካባቢያዊ እንቅስቃሴዎች፤

እመርታ፡- ነባራዊ ሁኔታን በፍጥነትና ሁሉ-አቀፍ በሆነ መንገድ የመለወጥ አካሄድ፣ ከአንድ ነባራዊ ሁኔታ ወደ ሌላ ነባራዊ ሁኔታ የመሸጋገር ጉዞን ያመለክታል፤

እውቀት መር ኢኮኖሚ፡- ዋናው ግብዓቱና መተማመኛው እውቀት የሆነበት ኢኮኖሚ፤

ወረት፡- ለንግድ መነሻ የሚሆን ገንዘብ፤ ምንም ነገር ለመሥራት መነሻ የሚሆን ዐቅም፤

የመስፈንጠር ስለት/የዝላይ ስልት፡- ተፈጥሯዊ የኢኮኖሚ ሂደቶችን ሳይከተል፣ በሂደቱ የሚጠበቁ ደረጃዎችን ዘልለን ከግባችን እንድንደርስ የሚያደርግ አቋራጭ ዘዴ፤

የምርት ኃይሎች፡- የምርት መገልገያዎች (መሬት፣ ማሽን፣ መሰረተ ልማት፣ ወዘተ. . .) እና እነዚህን የሚያንቀሳቅሰው የሰው ኃይል ጥቅል መጠሪያ፤

የሸርኮች ካፒታሊስታዊ ሥርዓት፡- የተወሰኑ ሰዎች በጥቅም ተቧድነው ፖለቲካዊና ኢኮኖሚያዊ እንቅስቃሴዎችን በብቸኝነት የሚቆጣጠሩበት ሥርዓት ነው፤

የሽቅብ ለውጥ፡- የቁጥር ወይም የመጠን ዕድገትን ያመለክታል፤ የዓይነትና የጥራት ለውጥን የማያካትት ዕድገት፤

የቅብብሎሽ ዕድገት፡- ተከታታይ የሆኑ መልካም ለውጦች ሌላ ጠቃሚና አስፈላጊ የሆነ ለውጥን አስከትለው ማምጣታቸውን ይገልጻል፤

የአርፍዶ ደራሽነት ምንዳ፡- በልማት ወደኋላ የቀሩ ሀገራት በአዳጊነታቸው ምክንያት ወይም ዘግይተው ወደ ልማት ስለገቡ በዚህ ወቅት የሚያገኙት መልካም አጋጣሚ፤

የከየት መጣን ትርክት፡- አንድ ኅብረተሰብ አፈጣጠሩን ወይም የኋላ አመጣጡን የሚተርክበት አፈ ታሪክ ወይም ትረካ፤

የዳረጎት መንግሥት፡- ማኅበራዊ ደኅንነትን ከማስጠበቅ ቅድሚያ ሰጥቶ ሀብትን መልሶ በማከፋፈል ዘዴ ዜጎችን የሚደጉም መንግሥታዊ ሥርዓት፤

የፖለቲካ ተዋስኦ፡- በፖለቲካዊ ጉዳዮች ላይ የሚደረጉ ምልልሶች፣ አሰጥ አገባዎች፣ ክርክሮች፤

ነቢር ነበብነት፡- ከነባራዊ ሁኔታ የሚነሳ፣ እውነታውን እያዩና እያገናዘበ የሚሄድ አስተሳሰብ ወይም ፍልስፍና፤

ገር ኃይል፡- ከወታደራዊና ኢኮኖሚያዊ ኃይል ውጭ ያለ፣ ቀጥተኛ ያልሆነ የተፅዕኖ አቅም፤

ጠጣር ኃይል፡- በወታደራዊና ኢኮኖሚያዊ ይዞታ ላይ የተመሰረተ የተፅዕኖ አቅም፤

ጉድለት፡- ድርጊቶችን ወይም ሁኔታዎችን ተከትሎ የሚመጣ ጣጣ፣ ጦስ፣ ችግር፣ ውድቀት። ለምሳሌ፡- "የብቸኝነት ጉድለት" (ብቸኝነት የሚፈጥረው ጣጣ)፣ "የገበያ ጉድለት" (ገበያው የሚፈጥረው ጣጣ)፤

ጎራ የለሽ፡- ነገሮችን በጎራ ከመከፋፈል ይልቅ በልኬት የሚመዝን አተያይ፣ በነገሮች መካከል ያለው ዋና ልዩነት የመጠን ነው የሚል አስተሳሰብ፤

ዋቤ መጻሕፍት

በአማርኛ ቋንቋ የተዘጋጁ

መስፍን ወልደ ማርያም (2002)፤ *የክህደት ቁልቁለት*፤ በግል የታተመ፤ አዲስ አበባ።

ነጋድራስ ገብረ ሕይወት ባይከዳኝ (2002)፤ *የነጋድራስ ገብረ ሕይወት ሥራዎች*፤ አዲስ አበባ ዩኒቨርሲቲ ፕሬስ፤ አዲስ አበባ።

ኢሕአዴግ (2000)፤ *ኢሕአዴግ ከምሥረታ እስከ 2002*፤ አዲስ አበባ።

______ (2003)፤ *የተሐድሶው መስመርና የኢትዮጵያ ሕዳሴ*፤ አዲስ አበባ።

ኢሠፓአኮ (1978)፤ *የማርክሲዝም ሌኒኒዝም መዝገበ ቃላት*፤ ኩራዝ አሳታሚ ድርጅት፤ አዲስ አበባ።

ኪዳነ ወልድ ክፍሌ (1948)፤ *መጽሐፈ ሰዋሰው ወግሥ ወመዝገበ ቃላተ ሐዲስ*፤ አርቲስቲክ ማተሚያ ቤት፤ አዲስ አበባ።

የኢትዮጵያ ቋንቋ፣ ጥናትና ምርምር ማዕከል (1993)፤ *የአማርኛ መዝገበ ቃላት*። አዲስ አበባ ዩኒቨርሲቲ ፕሬስ፤ አዲስ አበባ።

በእንግሊዝኛ ቋንቋ የተዘጋጁ

Acemoglu, Daron. *Why Nations Fail*. New York, N.Y.: Random House, 2012.

Almond, Gabriel A., and Sidney Verba. *The Civic Culture: Political Attitudes and Democracy in Five Nations*. Princeton, NJ: Princeton University Press, 2015.

Anderson, Benedict R. OG. *Imagined Communities: Reflections on the Origin and Spread of Nationalism*. Mandaluyong City: Anvil Publishing, 2016.

Balsvik, Randi Rønning. *The Quest for Expression: the State and the University in Ethiopia Under Three Regimes, 1952-2005*. Addis Ababa: Addis Ababa University Press, 2007.

Bekele, Gaitachew. *The Emperor's Clothes: A Personal Viewpoint of Politics and Administration in the Imperial Ethiopian Government, 1941-1974*. East Lansing, MI: Michigan State University Press, 1993.

Bonger, Tenkir. *Some Aspects of the Socio-Economic/Institutional Bases of Rising Africa: Studies from Ethiopia, Uganda, Zambia and Zimbabwe*, 2018.

Deguefé Taffara. *Minutes of an Ethiopian Century*. Addis Ababa, Ethiopia: Shama Books, 2010.

Demeksa, Bulcha. *My Life: My Vision for the Oromo and Other Peoples of Ethiopia*. Trenton, NJ: The Red Sea Press, Inc., 2013.

Endašāw Asafā. *Ethiopia: Perspectives for Change and Renewal*. Singapore, 2002.

Fukuyama, Francis. *State-Building: Governance and World Order in the 21st Century*. Ithaca, NY: Cornell University Press, 2004.

Fukuyama, Francis. *The End of History and the Last Man*. London: Penguin, 2012.

Galtung, Johan, and Dietrich Fischer. "Cultural Violence." *Johan Galtung SpringerBriefs on Pioneers in Science and Practice*, 2013, 41–58. https://doi.org/10.1007/978-3-642-32481-9_4.

Hamilton, Alexander, James Madison, John Jay, Clinton Rossiter, and Charles R. Kesler. *The Federalist papers*. New York, N.Y.: Mentor, 1999.

Harbeson, John W. *The Ethiopian Transformation: the Quest for the Post-Imperial State*. Boulder: Westview Press, 1988.

James, Wendy. *Remapping Ethiopia: Socialism and After*. Athens, OH: Ohio University Press, 2002.

Kebede, Messay. *Survival and Modernization: Ethiopia's Enigmatic Present: a Philosophical Discourse*. Lawrenceville, NJ: The Red Sea Press, 1999.

Kymlicka, Will. *Multicultural Citizenship: a Liberal Theory of Minority Rights*. Vancouver, B.C.: Langara College, 2017.

Lenin, Vladimir Ilyich. *What Is to Be Done?: Burning Questions of Our Movement*. London: Union Books, 2012.

Lijphart, Arend. "Consociationalism After Half a Century." *Consociationalism and Power-Sharing in Europe*, 2017, 1–9. https://doi.org/10.1007/978-3-319-67098-0_1.

Markakis, John. *Ethiopia: Anatomy of a Traditional Polity*. Oxford: Clarendon Press, 1974.

Markakis, John. *Ethiopia: the Last Two Frontiers*. Oxford: James Currey, 2013.

Marx, Karl and Friedrich Engels. *The Communist Manifesto*. Harmondsworth: Penguin, 1967.

Mekonnen, Wallelign, *On the question of Nationalities in Ethiopia*. 1969.

Mills, C. Wright. *The Power Elite*. Beijing Shi: Zhongguo chuan mei da xue chu ban she, 2016.

Molvaer, Reidulf Knut. *Socialization and Social Control in Ethiopia*. Wiesbaden: Harrassowitz, 1995.

Orwell, George. *Notes on Nationalism*. Penguin, 2018.

Prunier Gérard, and Ficquet Éloi. *Understanding Contemporary Ethiopia: Monarchy, Revolution and the Legacy of Meles Zenawi*. London: Hurst, 2015.

Rawls, John. *A Theory of Justice*. New Delhi: Universal Law Publishing Co Ltd, 2013.

Schumpeter, Joseph Alois. *Capitalism, Socialism, and Democracy*. Wilder Publications, 2018.

Schwartz, Shalom H. "Are There Universal Aspects in the Structure and Contents of Human Values?" *Journal of Social Issues* 50, no. 4 (1994): 19–45. https://doi.org/10.1111/j.1540-4560.1994.tb01196.x.

Schwartz, Shalom H., and Galit Sagie. "Value Consensus and Importance." *Journal of Cross-Cultural Psychology*. Vol. 31, no. 4 (2000): 465–97. https://doi.org/10.1177/0022022100031004003.

Sen, Amartya Kumar. *Development as Freedom*. New Delhi: Oxford University Press, 2000.

Stalin, Joseph. *Joseph Stalin: Marxism and the National Question, Selected Writings and Speeches*. New York: International Publishers, 1942.

Tareke, Gebru. *Ethiopia: Power & Protest: Peasant Revolts in the Twentieth Century*. Lawrenceville, NJ: Red Sea Press, 1996.

Tegenu, Tsegaye. *Youth Bulge, Policy Choice, Ideological Trap and Domestic Political Unrest in Ethiopia*. 2016.

Tegenu, Tsegaye. *The Evolution of Ethiopian Absolutism: the Genesis and the Making of the Fiscal Military State, 1696-1913*. Los Angeles, CA: Tsehai Publishers, 2007.

The Ethiopian Revolution: War in the Horn of Africa. New Haven: Yale University Press, 2009.

Tibebu, Teshale. *The Making of Modern Ethiopia: 1896-1974*. Lawrenceville, NJ: Red Sea Press, 1995.

Weber, Max. *Protestant Ethic and the Spirit of Capitalism*. Wilder Publications, 2018.

Zewde, Bahru. *The Quest for Socialist Utopia: the Ethiopian Student Movement, c. 1960-1974*. Woodbridge, Suffolk: James Currey, 2017.

ማስታወሻ፡ በዚህም መጽሐፍ የተካተቱ ሐሳቦችን ጨምሮ ለአንባቢ ለመረዳት ቀለል ባለ መልኩ የመደመርን መሠረታዊ ሐሳቦችና ሌሎች ጉዳዮችን ያካተተ ቀጣይ መጽሐፍ በቅርብ ጊዜ ለአንባቢ አቀርባለሁ።

... ድረ ገጻችንን ይጎብኙ ...

www.**tsehai**publishers.com

... visit our website ...

www.tsehaipublishers.com

... ድረ ገጻችንን ይጎብኙ ...

www.**tsehai**publishers.com

... visit our website ...

www.tsehaipublishers.com

www.ingramcontent.com/pod-product-compliance
Lightning Source LLC
Chambersburg PA
CBHW031642170426
43195CB00035B/371
9781599072043